शेक्सपिअरलिखित शोकान्तिका

राजा लिअर

विंदा करंदीकर यांची साहित्यसंपदा

कविता

● स्वेदगंगा (१९४९) ● मृद्‌गंध (१९५४) ● धृपद (१९५९) ● जातक (१९६८)
● विरूपिका (१९८१)

कवितांची संपादित संकलने

● संहिता (१९७५) : संपादक – मंगेश पाडगांवकर
● आदिमाया (१९९०) : संपादक – डॉ. विजया राजाध्यक्ष

बालकविता

● राणीची बाग (१९६१) ● एकदा काय झाले (१९६१) ● एटू लोकांचा देश (१९६३)
● सशाचे कान (१९६३) ● परी ग परी (१९६५) ● अजबखाना (१९७४)
● सर्कसवाला (१९७५) ● पिशीमावशी आणि तिची भुतावळ (१९८१) ● अडम् तडम् (१९८५)
● टॉप (१९९३) ● सात एके सात (१९९३) ● बागुलबोवा (१९९३) ● अलख बिलंदर (२००६)

ललित निबंध

● स्पर्शाची पालवी (१९५८) ● आकाशाचा अर्थ (१९६५) ● करंदीकरांचे समग्र लघुनिबंध (१९९६)

समीक्षा

● परंपरा आणि नवता (१९६७) ● उद्‌गार (१९९६)

अनुवाद

● ॲरिस्टॉटलचे काव्यशास्त्र (१९५७) ● फाउस्ट – भाग १ (१९६५) ● राजा लियर (१९७४)

अर्वाचीनीकरण

● संत ज्ञानेश्वरांच्या अनुभवामृताचे अर्वाचीन मराठीत रूपांतर (१९८१)

इंग्रजी समीक्षा

● लिटरेचर ॲज अ व्हायटल आर्ट (१९९१) साहित्य अकादेमीची संवत्सर व्याख्याने,
अ क्रिटीक ऑफ लिटररी व्हॅल्यूज (१९७७) राजा लियर (१९७४), शेक्सपीयरकृत 'किंग लियर' या शोकांतिकेचा अनुवाद : प्रस्तावना, भाष्य आणि परिशिष्टे

अन्य भाषांत भाषांतरित – गुजराती

● विंदा करंदीकर (१९७७) : निवडक कवितांचा डॉ. जया मेहताकृत अनुवाद
● ॲरिस्टॉटलनुं काव्यशास्त्र (१९८५) : अनुवादक : डॉ. जया मेहता आणि डॉ. जसवंती दवे.

इंग्रजी

● पोएम्स ऑफ विंदा (१९७६) ● सम मोअर पोएम्स ऑफ विंदा (१९८३) ● त्रिमूर्ती (१९७९)
तीन मुख्य कविता ● ओंकार (१९९६) चार प्रातिनिधिक कविता,
● द सेक्रिड हेरिसि (१९९८) : निवडक कविता (सर्व इंग्रजी अनुवाद स्वकृत)

हिंदी

● यह जनता अमर है (२००१) : निवडक कविता–अनुवादक : चंद्रकांत बांदिवडेकर

शेक्सपिअरलिखित शोकान्तिका

राजा लिअर

भाषांतर

विंदा करंदीकर

प्रस्तावना, भाष्य व परिशिष्टे

प्रा. गो. वि. करंदीकर

पॉप्युलर प्रकाशन, मुंबई

राजा लिअर
शेक्सपिअरलिखित शोकान्तिका
(म-११२३)
पॉप्युलर प्रकाशन
ISBN : 978-81-7185-923-8

RAJA LEAR
(Shakespearean Tragedy)
(Marathi : Play)
Tr. Vinda Karandikar

पहिली आवृत्ती : नोव्हेंबर १९७४/१८९६
मौज प्रकाशन, मुंबई
दुसरी आवृत्ती : जानेवारी १९९५/१९१७
मौज प्रकाशन, मुंबई
तिसरी आवृत्ती : २००६/१९२८
पुनर्मुद्रण : २०१८/१९४०

प्रकाशन
हर्ष भटकळ
पॉप्युलर प्रकाशन प्रा. लि.
३०१, महालक्ष्मी चेंबर्स
२२, भुलाभाई देसाई रोड
मुंबई ४०० ०२६

अक्षरजुळणी
ॐकार ग्राफिक्स
मालाड (पूर्व)
मुंबई ४०० ०९७

कोल्हापुरातील पहिले आधारस्तंभ
वार लावून देणारे
विठूकाका रानडे
आणि
स्वत:कडे ठेवून घेणारे
बापूराव वाईकर व साठेमास्तर
यांस
कृतज्ञतापूर्वक सादर समर्पण

पहिल्या आवृत्तीची प्रस्तावना

'राजा लिअर' हे शेक्सपिअरच्या 'किंग लिअर' या शोकान्तिकेचे मराठी भाषांतर. त्यात 'ब्लँक व्हर्स'चे तत्सदृश मराठी मुक्तछंदात, गद्याचे गद्यात व गीताचे गीतात – असे सर्व बाबतींत मुळाबरहुकूम भाषांतर करण्याचा मी प्रयत्न केला आहे. त्यासाठी डथी व डोव्हर विल्सन यांनी संपादित केलेली 'द न्यू शेक्सपिअर' संहिता सामान्यत: प्रमाण मानली आहे.

या नाटकाच्या समग्र आकलनाला पूरक ठरेल या कल्पनेने प्रस्तावनेमध्ये प्रथम पुनरुज्जीवनाच्या कालखंडातील प्रेरणा, शेक्सपिअरचा वाङ्मयीन विकास व निर्भरशील शोकान्तिकेची वैशिष्ट्ये, या गोष्टींचा परिचय घडवून नंतर 'किंग लिअर'च्या वाङ्मयीन महात्मेची चर्चा केली आहे आणि ही चर्चा एकांगी होऊ नये म्हणून शेवटी विसाव्या शतकातील काही समीक्षकांच्या व संशोधकांच्या प्रतिक्रियांचा विचार केला आहे. प्रस्तावनेच्या या योजनेत न बसणारी, पण अन्य दृष्ट्या महत्त्वाची अशी माहिती पाच परिशिष्टांमध्ये दिलेली आहे. भाष्यामध्ये कधी माहिती, कधी विवेचन, कधी संहितानिश्चिती, कधी भाषांतरसंबद्ध प्रश्न, अशा अनेक गोष्टी अंतर्भूत झाल्या आहेत. हा सर्व प्रपंच उभा करताना अनेक पाश्चात्त्य पंडितांच्या ऋणात मी 'अक्षरश:' बुडालेला आहे.

मराठी भाषेतील 'शेक्सपिअर'च्या भाषांतराच्या क्षेत्रात अशा स्वरूपाचा ग्रंथ हा कदाचित पहिलाच असेल. त्यामध्ये त्रुटी या असणारच. तरीही माझ्या मनात एक साफल्याची भावना आहे : या ग्रंथामुळे राजाराम कॉलेजातील माझे इंग्रजीचे प्राध्यापक गुरुवर्य आप्पासाहेब कोकिळ व सौ. गंगूताई कोकिळ यांना मी थोडेफार समाधान देऊ शकलो आणि त्यांच्याकडून कौतुक करून घेण्याची पुन्हा एकदा मला संधी मिळाली हा या ग्रंथाचा एक भाग्ययोग आहे.

अडीच वर्षांत मी भाषांतराचे काम पूर्ण केले. पण वर उल्लेखिलेला इतर प्रपंच साउथ इंडियन एज्युकेशन सोसायटीने एका सहामाहीची अभ्यासरजा मंजूर केली नसती

तर इतक्या लौकर संपू शकला नसता. त्याकरता सोसायटीच्या पदाधिकाऱ्यांचा व प्राचार्य राम जोशी यांचा मी ऋणी आहे. आवश्यक ती पुस्तके उपलब्ध करून देण्यासाठी कवी कुसुमाग्रज, श्री. रामदास भटकळ, श्री. ग. पां. परचुरे, श्री. दि. वि. आमोणकर व डॉ. चं. म. बांदिवडेकर यांनी जी मदत केली त्याबद्दल मी त्यांचा आभारी आहे. मौज प्रकाशनातर्फे हा ग्रंथ प्रकाशित करण्याची इच्छा माझे स्नेही प्रा. श्री. पु. भागवत यांनी व्यक्त केली आणि श्री. वि. पु. भागवत व त्यांचे मुद्रण-सहकारी यांनी तो उभा करण्याची जबाबदारी स्वीकारली हा अप्रत्यक्षपणे या पुस्तकाचा गौरव झाला असेच मी समजतो.

३१-१०-१९७२ **विंदा करंदीकर**

७, आनंदवन, साहित्यसहवास
वांद्रे (पूर्व), मुंबई ४०० ०५१

अ नु क्र म

प्रस्तावना

.१.

'किंग लिअर'सारखी विश्वात्मक कलाकृती सौंदर्यप्रत्ययाच्या दृष्टीने एका प्रकारे स्वायत्त वाटली, तरी मूलत: ती समकालीन युगाच्या प्रेरणा साकारत करीत आणि लेखकाच्या व्यक्तित्त्वाचे विशेष गुणधर्म प्रकट करीतच निर्माण झालेली असते. एल.सी. नाइट्स म्हणतो, "King Lear has the three characteristics of the very greatest work of art : it is timeless and universal; it has a crucial place in its author's inner biography; and it marks a moment of great importance in the changing consciousness of the civilization to which it belongs." काव्यनाट्याच्या बाबतीत तर हे विशेषच खरे असते. प्रत्येक युग त्या त्या काळच्या लेखकापुढे काही विशिष्ट पर्याय, विशिष्ट प्रश्न आणि विशिष्ट आव्हाने उपस्थित करते; त्यांतील कोणत्या गोष्टीतून लेखकाला प्रेरणा मिळतात हे पुष्कळदा त्याच्या स्वत:च्या वाङ्मयीन व्यक्तित्वावर व विशिष्ट प्रतिभाधर्मावर अवलंबून राहते. बहुसंख्य लेखक उपलब्ध पर्यायांवरच निर्वाह करतात. पण द्रष्टा लेखक या उपलब्ध पर्यायांत नव्या पर्यायांची भर घालू शकतो. मात्र द्रष्ट्या लेखकालाही आसपासचा युगधर्म संपूर्णपणे डावलता येत नाही. कधी समर्थनाच्या, कधी विरोधाच्या, तर कधी सूक्ष्म अशा संमिश्र प्रतिक्रियांच्या धाग्यांनी तो युगधर्माशी बांधलेला असतो. ऐतिहासिक दूरक्षेप उपलब्ध झाल्यावर त्या नात्याचे स्वरूप अधिक स्पष्ट होऊ लागते. कलाकृती हे एक चित्र आहे असे मानले तर त्याचा आराखडा युगधर्म ठरवतो व त्यातील रंगयोजना कलावंताचे व्यक्तित्व व प्रतिभा ठरवते, असे स्थूलमानाने म्हणता येईल. म्हणूनच 'किंग लिअर'च्या सौंदर्यप्रत्ययाला आधारभूत ठरणाऱ्या त्याच्या स्वरूपाकडे वळण्यापूर्वी प्रथम तत्कालीन युगधर्माचा व शेक्सपिअरच्या वाङ्मयीन व्यक्तित्वाच्या विकासाचा थोडा विचार करणे आवश्यक ठरते.

शेक्सपिअरचा कालखंड हा युरोपच्या सांस्कृतिक पुनरुज्जीवनाचाच एक भाग आहे. पुनरुज्जीवन – किंवा रेनेसान्स – ही एक विशिष्ट राजकीय घटना नव्हती.

जीवनाच्या प्रत्येक क्षेत्रात क्रांतिकारक स्थित्यंतर घडवून आणणारे ते एक सर्वव्यापी, संमिश्र व अनेकपदरी सांस्कृतिक आंदोलन होते. या पुनरुज्जीवनाच्या प्रकाशात बाह्य विश्व आणि आंतरिक जीवन या दोन्ही गोष्टींचे एक वेगळेच दर्शन माणसाला उपलब्ध होऊ लागले. याकोब बुर्कहार्ट म्हणतो, "To the discovery of the outer world the Renaissance added a still greater achievement, by first discerning and bringing to light the full, whole nature of man." पंधराव्या व सोळाव्या शतकांत आणि सतराव्या शतकाच्या सुरुवातीला या आंदोलनाने युरोपचा कायाकल्प केला. भूमध्य समुद्राजवळ उगम पावलेली ही ऐहिकतासन्मुख चैतन्याची लाट प्रथम इटली, नंतर फ्रान्स व स्पेन, मग फ्लँडर्स व जर्मनी – असे देश आत्मसात करीत सोळाव्या शतकाच्या सुरुवातीला इंग्लंडच्या किनाऱ्यावर येऊन थडकली. पुनरुज्जीवनाच्या या आंदोलनाचे सायमंड्सने केलेले वर्णन अर्थपूर्ण आहे : "What the word Renaissance means is new birth to liberty – the spirit of mankind recovering the beauty of outer world and the body through art, liberating the reasoning in science and the conscience in religion, restoring culture to intelligence and establishing the principle of political freedom." या आंदोलनाने इतर राष्ट्रांप्रमाणेच इंग्लंडचाही पुनर्जन्म झाला. श्रद्धेच्या ऐवजी विचाराला आवाहन होऊ लागले; माणसाचे डोळे परमार्थाकडून ऐहिकाकडे वळले; अभ्युदयसन्मुख जीवननिष्ठेचा सगळीकडे संचार होऊ लागला. माणसाला आणि राष्ट्राला आपल्या व्यक्तित्वाची, स्वातंत्र्याची आणि कर्तृत्वाची जाणीव झाली. संपूर्ण जीवनाला सगळ्या इंद्रियांसह सामोरे जाण्याची ग्रीक सौंदर्यासक्ती कलेची क्षितिजे उजळवू लागली. कोणत्याही एका विशिष्ट कारणावर बोट ठेवून 'त्यामुळे हे असे घडले' असे सांगणे कठीण आहे. तरीपण दोन गोष्टींचा उल्लेख केला जातो : २९ मे १४५३ रोजी कॉन्स्टँटिनोपल पडले आणि त्याचा ताबा तुर्कांनी घेतला. तेथील पंडित आपल्याजवळील प्राचीन ग्रंथांसह प्रथम इटलीत व नंतर इतर देशांमध्ये आसऱ्यासाठी आले. त्यामुळे विद्येचे विकेंद्रीकरण झाले, ही एक गोष्ट. आणि १४५० च्या सुमाराला मेंझमध्ये वेगवेगळ्या अक्षरांचे सुटे टाइप एकत्र जुळवून पुस्तके छापण्याचा शोध लागला व त्यामुळे ज्ञानाचा सुलभतेने प्रसार करण्याचे साधन उपलब्ध झाले, ही दुसरी. या दोन्ही गोष्टींचा संयुक्तपणे विचार केल्यास त्यामुळे विद्येचे पुनरुज्जीवन झाले असे म्हणता येईल. कारण पंधराशे वर्षांचे मालिन्य झटकून दोन हजार वर्षांपूर्वीच्या ग्रीक महात्मतेला सामोरे जाणे या गोष्टीला त्या परिस्थितीत श्रद्धेकडून बुद्धीकडे जाण्याचाच अर्थ होता. पण प्रश्न असा आहे की, अनेक देशांत ही प्रेरणा एवढ्या मोठ्या स्वरूपात याच कालखंडात का

निर्माण व्हावी ? कदाचित त्याचे उत्तर जीवनाला गतिशील करणाऱ्या विरोध-विकासात्मक तत्त्वाच्या आधाराने किंवा इतिहासातील लयबद्ध विकासक्रमाला महत्त्व देऊन शोधावे लागेल. मध्ययुगीन परमार्थपर धर्मश्रद्धेचा गैरवापर आणि सरंजामी अर्थव्यवस्थेचा डळमळणारा डोलारा यांनीच या ऐहिकतासन्मुख व्यक्तित्वनिष्ठ नव्या आंदोलनाला निमंत्रण दिले, असे म्हणावे लागेल.

युरोपिअन संस्कृतीच्या प्रत्येक क्षेत्रात या आंदोलनामुळे निर्माण झालेल्या नवचैतन्याचे दर्शन घेण्यासाठी थोडे तपशिलात शिरू : (१) जर्मनीमध्ये मार्टिन ल्यूथरने पोपविरुद्ध – म्हणजेच जुन्या धर्ममताविरुद्ध व जुन्या धर्मसत्तेविरुद्ध – बंडाचा झेंडा उभारला. त्यामुळे माणसाच्या सदसद्विवेकबुद्धीचे स्वातंत्र्य धर्मविचारात अंतर्भूत होऊ लागले व त्यातून धर्मसुधारणेची चळवळ उभी होऊन प्रॉटेस्टंट धर्मपंथाचा उदय झाला. (२) कोलंबसने १४९२ मध्ये लावलेला अमेरिकेचा शोध, वास्को डि गामाने १४९० मध्ये लावलेला भारताला पोचण्याच्या नाविक मार्गाचा शोध आणि रॅले व ड्रेक यांची साहसी समुद्रपर्यटने – यांमुळे ऐहिक जगाविषयीचे ज्ञान व कुतूहल वाढीला लागले. वसाहती व व्यापार यांनाही नवी क्षेत्रे उपलब्ध झाली. (३) गॅलिलेओ व कोपरनिकस यांनी प्रवर्तिलेल्या नव्या खगोलशास्त्रामुळे धर्मश्रद्धेला छेद देणारा विश्वाच्या स्वरूपाविषयीचा व नियमनाविषयीचा नवा बुद्धिनिष्ठ दृष्टिकोण निर्माण होऊ लागला. (४) मॅकिअव्हॅली, मोर व शेक्सपिअरचा समकालीन बेकन यांच्या वैचारिक लिखाणामुळे अनुक्रमे राज्यशास्त्र, समाजशास्त्र व शास्त्रीय विचारपद्धती यांविषयीच्या चिंतनात नव्या दिशांचे दर्शन घडू लागले. मॅकिअव्हॅलीच्या निरंकुश उपयुक्ततावादाने रूढ नीतिवादाला, बेकनच्या प्रत्यक्षानुसारी विचारपद्धतीने रूढ शब्दप्रामाण्याला व मोरच्या स्वप्नाळू साम्यवादाने रूढ स्थितिप्रियतेला धक्का दिला. मोर रूढ समाजव्यवस्थेचे वर्णन 'गरीबांविरुद्ध धनिकांनी केलेला कट' असे १५१६ मध्येच करतो. (५) लेअनार्दो दा व्हिन्सी व मायकेल एंजेलो या थोर कलावंतांनी नवी चित्रकला, नवी शिल्पकला व नवी वास्तुकला यांत 'न भूतो न भविष्यती' असे सौंदर्याचे नवे आदर्श निर्माण करून शरीरसौंदर्याला केंद्रस्थानी आणले व पुनरुज्जीवनाच्या या आंदोलनाला नवी कलात्मक अस्मिता दिली. (६) 'डॉन क्विक्झोट' लिहिणारा शेक्सपिअरचा समकालीन सरव्हँटीझ व त्याच्याही पूर्वी 'गारगॉंता' निर्माण करणारा रबेला यांनी विनोदाचे एक नवे दालन तर उघडलेच, पण ते करीत असताना नव्या युगाच्या जाणिवांना पोषक असे शरसंधानही केले. सरव्हँटीझने जुनी सरंजामी शिलेदारवृत्ती व रबेलाने जुनी शिक्षणपद्धती व युद्धतत्परता ही हास्यास्पद बनवली. (७) धर्मसुधारणेची चळवळ, व्यापारातील वाढ व चढाओढ, आणि राज्यकर्त्यांच्या वैयक्तिक आकांक्षा या सर्वांच्या संमिश्र परिपाकातून आधुनिक राष्ट्रवादाचा उगम झाला. प्रत्येक राष्ट्राला त्याच्या

वैशिष्ट्याची जाणीव झाली व युरोपच्या लोकजीवनावरील धर्माची सर्वव्यापी पकड ढिली पडली. हे महान सांस्कृतिक आंदोलन निर्नायकी म्हणावे की बहुनायकी म्हणावे, आणि वर उल्लेखिलेल्या व्यक्तींचा (त्यांत शेक्सपिअरही गृहीत आहे) अंतर्भाव पुनरुज्जीवनाच्या कारणांत करावा की कार्यात करावा, याविषयी मीच साशंक आहे. अशा प्रचंड सांस्कृतिक आंदोलनात कार्यकारणांचा परस्परानुप्रवेश गृहीत धरावा लागतो हेच खरे. चैतन्याच्या लाटेने वर फेकलेली ही माणसे महामानव म्हणण्याच्या योग्यतेची होती आणि तरीही सामान्य मातीला चिवटपणाने चिकटणारी होती. धाडशी समुद्रपर्यटनावरून परत येताना रॅली आपल्याबरोबर तंबाखू आणतो, एक पौंड आणि पंधरा शिलिंगांची रक्कम वसूल करण्यासाठी शेक्सपिअर कोर्टाची पायरी चढतो, आणि बेकन आपल्या काल्पनिक विश्वविद्यालयात साखरेच्या संशोधकाचा पुतळा उभारतो – हे सर्व या पार्थिवतेचेच वेगवेगळ्या वजनाचे आविष्कार आहेत. आपल्या व्यक्तित्वाचा सर्वांगीण विकास करण्याकडे व आसपासच्या आयुष्याचा सर्वांगीण स्वीकार करण्याकडे त्यांची प्रवृत्ती होती. जीवनाच्या समग्रतेचा ध्यास हा या आंदोलनाचा एक विशेष मानता येईल. ज्ञानाची सर्वच दालने बेकनला आत्मसात करावीशी वाटली : “I have taken all knowledge to be may province.” असे तो सहज बोलून जातो. तत्त्वज्ञ, शास्त्रज्ञ, निबंधकार, कायदेपंडित, पार्लमेंटचा सभासद, राणीचा खजीनदार, लाचखाऊ न्यायाधीश – अशा अनेक भूमिकांतून तो वावरताना दिसतो. लेअनार्दो दा व्हिन्सी हा सुद्धा चित्रकार व शिल्पकार असतो तसाच तत्त्वचिंतक व शास्त्रज्ञही असतो. एकीकडे तो मोनालिसाची अमर चित्रकृती निर्माण करतो आणि दुसरीकडे शरीरशास्त्रातील रुधिराभिसरणाचे तत्त्व शोधून काढतो. अशी माणसे पुढील युगांत झाली नाहीत असे मला सुचवायचे नाही; युरोपमध्ये गटे आणि आपल्याकडे टागोर यांच्यासारखी माणसे अपवाद म्हणून भेटतात. पण या पुनरुज्जीवनाच्या युगामध्ये ती अधिक मोठ्या संख्येने आढळतात, हे निश्चित. ज्ञानाच्या आणि कलेच्या क्षेत्रांतील शाखोपशाखांचा विस्तार त्यावेळी आजच्या इतका वाढलेला नव्हता हे खरे असले तरी त्या माणसांना चढलेला जीवनाचा कैफ एका क्षेत्रात सामावण्याइतका सौम्य नव्हता, हेही तितकेच खरे. असो. मध्ययुगाचा अस्त होऊन पुनरुज्जीवनाच्या नव्या युगाचे स्वत्व सिद्ध झाल्यावरच शेक्सपिअरचे वाङ्मयीन कार्य सुरू झाले. इंग्रजी वाङ्मयाच्या दृष्टीने शेक्सपिअरचा कालखंड म्हणजे त्या युगातील वाङ्मयाच्या परमोत्कर्षाचा कालखंड.

पुनरुज्जीवनाच्या कालखंडातील आपण आतापर्यंत पाहिलेल्या प्रेरणा सार्वत्रिक स्वरूपाच्या आहेत. इंग्लंडपुरताच विचार केला तर त्यात तरतमभाव करता येईल. इंग्लंडपुरत्याच मर्यादित अशा इतर वैशिष्ट्यांचा विचार केला म्हणजे या कालखंडातील

इंग्रजी वाङ्मय कोणत्या अर्थाने 'राष्ट्रीय' ठरते हेही स्पष्ट होऊ शकेल. त्या दृष्टीने पुढील गोष्टी दखल घेण्यासारख्या आहेत : (१) मानवकेंद्रितता (humanism) आणि त्यात अंतर्भूत असलेली ग्रीक आदर्शांवर अवलंबून राहण्याची वृत्ती ही इटली व फ्रान्सइतकी इंग्लंडमध्ये प्रभावी ठरली नाही. त्यामुळे इंग्रजी वाङ्मय हे ग्रीक वाङ्मयाशी संबद्ध असलेल्या यमनियमांना न जुमानता मुख्यत: आपल्या परंपरेच्या आधारानेच विकसित झाले. मुख्य प्रभाव जाणवतो तो सेनिका या पहिल्या शतकातील लॅटिन लेखकाचा व मॅकिअव्हॅली या समकालीन इटालिअन लेखकाचा. (२) या कालखंडातील इंग्रजी भाषेचे स्वरूप हेही स्वतंत्र निर्मितीला अधिक पोषक असे होते : शब्दरचना व वाक्यरचना ही व्याकरणाच्या नियमांनी जोखडबंद झालेली नव्हती; क्रियाविशेषणे ही क्रियापद, नाम किंवा विशेषण यांच्यासाठी वापरता येत, अगर नामे क्रियापदासारखी वापरता येत. पहिले व्याकरण याच कालखंडामध्ये बेन जॉन्सनच्या हातून लिहिले गेले हे खरे, पण सुदैवाने ते त्याच्या घराबरोबरच जळून गेले ! काव्याच्या भाषेतही वृत्तदर्पणाची दादागिरी नव्हती; शब्दांचा संकोच किंवा विस्तार होणे, अक्षरसंख्या कमीजास्त करणे या गोष्टी जरुरीप्रमाणे घडू शकत. भाषेचे स्वरूप वर्धिष्णू, सचेतन व स्पंदनशील होते. (३) इंग्लंडमध्ये चित्रकला व शिल्पकला यांसारख्या वाङ्मयेतर कलांची म्हणण्यासारखी परंपरा नव्हती. त्यामुळे पुनरुज्जीवनाचा मुख्य भर वाङ्मयावर राहिला; आणि काव्यनाट्य हे अधिक जीवनसन्मुख असल्यामुळे विशेषत: त्याच्यावर. (४) स्वत:चे असे राष्ट्रीय वाङ्मय उपलब्ध असूनही इंग्लंडने भाषांतराच्या कार्यात कमालीचा रस घेतला. त्यामुळे पुनरुज्जीवनाच्या प्रेरणा ज्यांनी अगोदरच आत्मसात केल्या होत्या अशा इटॅलिअन, फ्रेंच व स्पॅनिश वाङ्मयाचे आणि ऐहिकतासन्मुख ग्रीक व लॅटिन वाङ्मयाचे अनेक प्रकार इंग्रजी वाङ्मयात उपलब्ध झाले. इंग्लंडने हे कार्य विजिगीषुवृत्तीने केले, पराभूत वृत्तीने नव्हे. या कार्याचे महत्त्व वर्णन करताना "The rich soil was fertilised by a deep layer of translations" असे शब्द लिग्वी वापरतो. (५) इंग्लंडने काव्याच्या व कवीच्या महात्मतेची कल्पना अधिक जाणीवपूर्वक जोपासलेली आढळते; – काव्याला व नाट्याला सैतानाची शाळा समजणारा गॉसन हा अपवादात्मक. कवी एखाद्या दैवी शक्तीने भारलेला आहे अशा अभिनिवेशात कवी स्वत:च्या काव्याविषयी व टीकाकार कवीविषयी बोलताना आढळतात. आत्मटीकेला प्रतिकूल ठरणारी ही वृत्ती महान प्रकल्पांना हात घालताना प्रेरक ठरण्याची शक्यता होती. (६) इंग्लंडमध्ये या कालखंडात वाङ्मयीन टीकेचे स्वायत्त क्षेत्र अजून अस्तित्वात आलेले नव्हते. सिडने व बेन जॉन्सन हे टीकाकार असले तरी प्रथम कवी व नाटककार होते. त्यामुळे टीकेचा प्रपंच सृजनानुभूतीशी संबद्ध राहिला. (७) पुनरुज्जीवनाच्या प्रेरणा व धर्मसुधारणेच्या प्रेरणा यांच्यात परस्परपोषकता

होती, तसाच ताणही होता. त्यातून निर्माण होणारा वैचारिक संदेह, मानसिक खळबळ व उद्रेकी भावस्थिती या गोष्टींमुळे इंग्रजी वाङ्मय मूलत: गंभीर बनले. (८) आपल्या सामाजिक व राजकीय जीवनातील 'पार्लमेंट'सारख्या प्रातिनिधिक संस्थांची जपणूक करीतच इंग्लंड नव्या आंदोलनाला सामोरे गेले. त्यामुळे फ्रान्सचे या युगातील वाङ्मय जरी उमरावी व विशिष्ट वर्गाचे वाटले, तरी इंग्रजी वाङ्मय जनतेची दखल घेणारे व व्यापक लोकजीवनाशी संबद्ध वाटते. (९) राष्ट्राभिमानाचा संचार इंग्लंडमध्ये अधिक प्रकर्षाने झाला. शेक्सपिअरच्या विशिष्ट कालखंडामध्ये तर तो शिगेला पोचला. त्याला वस्तुस्थितीचा आधार होता. सोळाव्या शतकाचा द्वितीयार्ध हा सर्वार्थाने इंग्लंडच्या भरभराटीचा कालखंड. लोकरीचा व्यापार इतका वाढला की लोकांनी काही शेतांचे रूपांतर कुरणांत केले; आणि शेती इतकी सुधारली की धान्योत्पादन एकरी दुप्पट होऊ लागले; १५५३ मध्ये रशियाशी व्यापार करणारी कंपनी अस्तित्वात आली; १६०० मध्ये ईस्ट इंडिया कंपनी स्थापन झाली; १५७८ मध्ये ड्रेकने जहाजातून पृथ्वीप्रदक्षिणा केली; आठव्या हेन्रीजवळ एकच लढाऊ जहाज होते, तर एलिझाबेथच्या कारकिर्दीत त्यांची संख्या दीडशे झाली. एलिझाबेथ राणीची सुस्थित राजसत्ता, अंतर्गत यादवीचा अभाव, १५८८ तील स्पेनच्या आरमाराचा नेत्रदीपक पराभव आणि समुद्रावर प्रस्थापित झालेले इंग्लंडचे वर्चस्व – ही या राष्ट्राभिमानाची प्रभावी कारणे. 'आपण देवाचे लाडके आहो' हा अभिनिवेश इतक्या थराला पोचला की १५८० मध्ये लिलीने 'The living god is only the English God' असे स्पष्टपणे सांगून टाकले. राष्ट्राभिमानाच्या या लाटेमुळे या कालखंडातील इंग्रजी नाट्यवाङ्मयात राष्ट्रीय बीजकथा, राष्ट्रीय इतिहास व राष्ट्रीय पुरुषांचे आदर्श या विषयांना महत्त्वाचे स्थान प्राप्त झाले. पुनरुज्जीवनाच्या कालखंडातील इंग्रजी वाङ्मयाचा विचार करताना प्रथम उल्लेखिलेल्या सार्वत्रिक प्रेरणेप्रमाणेच ही खास राष्ट्रीय वैशिष्ट्येही जमेला धरावी लागतील. विश्वात्मतेमुळे जगाला आपलासा वाटणारा शेक्सपिअर त्यावेळच्या काही युरोपीय व काही राष्ट्रीय अशा संमिश्र प्रेरणांच्या पार्श्वभूमीवर निर्माण झालेला होता. परंपरेशी व परस्परांशी होणाऱ्या त्यांच्या संघर्षामुळे त्या युगाच्या प्रकृतीतच महान नाट्य सामावलेले होते. शेक्सपिअर पक्ष घेत नाही; त्यातील नाट्य साकार करतो. "I cannot see in Shekespeare either a deliberate scepticism, as of Montaigne, or a deliberate cynicism as of Machiavelli, or a deliberate resignation as of Seneca. I can see that he used all these things, for dramatic ends." असे टी. एस. इलिअट म्हणतो ते परमार्थाने खरे आहे.

या संघर्षाचे सर्व अवसान आत्मसात करून अनेक प्रश्न शेक्सपिअरपुढे उभे ठाकले : विश्वातील अंतिम शक्तीचे स्वरूप कोणते – ती क्रूर आहे, की फक्त न्यायी आहे ?

मानवाचे जीवन निश्चित करण्यात आनुवंशिकतेचा वाटा केवढा, दैवी शक्तींचा वाटा केवढा, परिस्थितीचा वाटा केवढा, आणि त्याच्या स्वभावाचा वाटा केवढा ? जीवनाचे साफल्य कशात आहे – सुखान्तिकेतील सुजाण प्रेमपूर्तीत, पाचव्या हेन्रीप्रमाणे पुरुषार्थ संपादण्यात, हॅम्लेटप्रमाणे चिंतनशील सदसद्विवेकबुद्धीने समाधान साधण्यात, लिअरप्रमाणे दु:खभोगातून उन्नतावस्थेला पोचण्यात, की प्रॉस्पेरोप्रमाणे तटस्थ वृत्तीने दयाशील व क्षमाशील होण्यात ? मानवी जीवन हे मूलत: चांगले आहे, वाईट आहे, की संमिश्र आहे ? नीति-अनीती, धर्माधर्म, सत्यासत्य, न्याय-अन्याय, भावातिरेक व स्थितप्रज्ञता (stoicism), युद्ध व बंडखोरी, सूड व क्षमा, उन्माद व क्रौर्य, प्रेम व असूया, कर्तव्य व त्याग, निष्ठा व द्रोह, निसर्ग व कला – या कल्पनांचे वास्तव व अवास्तव स्वरूप कोणते, त्यांच्या मर्यादा कोणत्या, आणि त्यांचे ऐहिक जीवनातील स्थान कोणते ? राजा-प्रजा, स्वामी-सेवक, सेनापती-सैनिक, पिता-पुत्र, प्रियकर-प्रेयसी, धनको-ऋणको, शत्रू-मित्र, काळे-गोरे, ज्यू-ख्रिश्चन, सुसंस्कृत-असंस्कृत – यांमधील संबंधांची प्रत्यक्ष स्वरूपे कोणती, आणि आदर्श व्यवस्था कोणत्या ? मध्ययुगीन धर्मश्रद्धा, विचारपद्धती व समाजरचना यांत आमूलाग्र बदल झाल्यामुळे जीवनातील लहानमोठ्या प्रत्येक घटनेपुढे एक प्रश्नचिन्ह उभे करून मानवी जीवनाच्या व्यापत संदर्भात त्याचा अर्थ लावण्याची जबाबदारी या युगाने आपल्या लेखकांवर टाकलेली होती. घटनांच्या पार्श्वभूमीवर रक्तामांसाची माणसे उभी करूनच नाटककार-कवीला अशा प्रश्नांची उत्तरे शोधावी लागतात. शेक्सपिअरने ही जबाबदारी स्वीकारली आणि जीवनाच्या व्यापक संदर्भात त्या प्रश्नांचा श्रेष्ठ कलावंतांच्या विशिष्ट पद्धतीने अर्थही लावला : प्रत्येक प्रश्नापुढे त्याने अनेक उत्तरे लिहिली आणि त्या प्रत्येक उत्तरापुढे पुन्हा अनेक प्रश्नचिन्हे उभी केली ! धोपट उत्तरे हवी असतील तर आपल्याला शेक्सपिअरचा नाद सोडून या युगातील दुय्यम लेखकांकडेच वळावे लागेल. सारांश, पुनरुज्जीवनाच्या कालखंडाचा युगधर्म शेक्सपिअरच्या सृजनशील पिंडधर्माला परिपोषक ठरला. कीट्सच्या एका पत्रात सृजनशील पिंडधर्माच्या रहस्याचा विचार आहे. कीट्स लिहितो, "It stuck me what quality went to form a man of achievement especially in literature – I mean Negative Capability, that is when a man is capable of being in uncertainties, mysteries, doubts, without any irritable reaching after fact and reason." हा दृष्टिकोण थोडा एकांगी आहे. 'Uncertainties, mysteries, doubts' या तर असतातच, पण 'irritable reaching after fact and reason' नसते असे नव्हे. पुनरुज्जीवनाच्या कालखंडात या दोन्ही गोष्टींचा अंतर्भाव होता, आणि तसाच शेक्सपिअरमध्येही. म्हणूनच कीट्स कीट्स राहिला व शेक्सपिअर शेक्सपिअर झाला.

२.

पुनरुज्जीवनाच्या उत्कर्षकालातील – म्हणजेच १५७८ ते १६२५ या कालखंडातील – सर्वश्रेष्ठ वाङ्मयप्रकार कोणता असा प्रश्न केल्यास त्याचे उत्तर 'काव्यनाट्य (poetic drama)' असेच द्यावे लागेल. म्हणूनच तत्कालीन नाट्यगृहाला लिग्वी 'निधर्मी देऊळ' असे म्हणतो ते सार्थ वाटते. पन्नास वर्षांच्या या कालखंडात जवळजवळ एक हजार नाटके लिहिली गेली. राजापासून रंकापर्यंत सर्वांनीच नाटकामध्ये रस घेतला आणि सर्वच प्रकारचे लेखक पुन्हापुन्हा नाटकाकडे वळले. खरे म्हणजे नाट्यवाङ्मयाची भरभराट शेक्सपिअरच्या उदयापूर्वीच सुरू झाली होती. पाया घालून इमारत बांधण्याचे काम लिलि, पील, किड, मार्लो व ग्रीन या विश्वविद्यालयीन शिक्षण मिळालेल्या नाटककारांनी सुरू केले, आणि विश्वविद्यालयाची पायरी न चढलेल्या शेक्सपिअरने ती इमारत पुरी करून तिच्यावर कळस चढवला. शेक्सपिअरच्या काव्यनाट्याचे अनेक विशेष कच्च्या स्वरूपात या पूर्वसूरींच्या नाटकांत पाहायला मिळतात : ग्रीनमध्ये कल्पनारम्य अशी भावनेची ऋजुता आढळते; लिलीमध्ये अनुप्रासयुक्त व कोटीबाज अशी भाषेची सौंदर्यासक्ती आढळते; किडमध्ये वेडाचा उन्माद व भयानकता यांनी भारलेले शोकात्म वातावरण आढळते; मार्लोमध्ये काव्यात्म उदात्तता, धक्कान्तिकासन्मुख बेभान वक्तृत्व व ते पेलणारी समर्थ ब्लँक व्हर्स आढळते; आणि पीलमध्ये बीजकथांच्या आश्रयाने वावरणारी काव्यमय अनागरता आढळते; आणि 'आर्डन आणि फेव्हरशॅम' या अनामिक लेखकाच्या कौटुंबिक नाटकात मानवी मनाचे वस्तुनिष्ठ चित्रणही आढळते. शेक्सपिअरचे समकालीन आपापल्या परीने या वारशात भर घालीत होते : वेब्स्टरची नाटके भयकंपित वातावरणामुळे, बेन जॉन्सनची उपहासगर्भतेमुळे व रचनाकौशल्यामुळे, बोमंट व फ्लेचर यांची प्रयोगवश नाट्यतंत्रामुळे, डेक्करची गीतांमुळे व बेछूट आनंदवृत्तीमुळे, आणि मिडलटन व रौले यांची वास्तव जीवनदर्शनामुळे लोकप्रिय व लक्षणीय ठरत होती. पण पूर्वसूरींच्या, समकालीनांच्या व स्वत:च्या खास अशा अनेक वैशिष्ट्यांचा विकास करून जीवनाच्या विश्वात्मतेचा वेध घेणाऱ्या नाट्यसृष्टीमध्ये त्यांना एकात्म व परस्परपोषक बनवण्याचे अलौकिक कार्य शेक्सपिअरने केले. 'अलौकिक' हा शब्द मी वापरला खरा, पण शेक्सपिअरच्या वाङ्मयीन कार्यात लौकिक व अलौकिक अशा दोन्ही वृत्तींची बेगुमान भेसळ झालेली आहे. शेक्सपिअर हा पहिल्या झटक्यात काहीतरी अचाट करून जगाला दिपवणारा कलंदर कलावंत नव्हता. तो परिस्थितीची दखल घेणारा, सावधतेने पावले टाकणारा, इतरांच्या व स्वत:च्या अनुभवातून शहाणपणा शिकणारा, डोळसपणाने व सातत्याने प्रयोगशील राहणारा, आणि टप्प्याटप्प्याने हळूहळू विकसत जाणारा कलावंत होता. प्रस्तुत विभागात

मी शेक्सपिअरच्या या प्रदीर्घ वाङ्मयीन विकासाचा एक स्थूल आलेख वाचकांपुढे ठेवणार आहे.

अनेक कारणांमुळे सत्तावीस वर्षांच्या कालावधीत लिहिलेल्या विविध प्रकारच्या छत्तीस-सदतीस नाटकांतून प्रकट होणारा त्याचा विकासक्रम समाधानकारकपणे उलगडून दाखवणे कठीण आहे : (१) एकदोन गोष्टींचा अपवाद केल्यास त्याच्या आयुष्यातील बाकीच्या घटनांविषयी निश्चित माहिती उपलब्ध नाही; (२) काही नाटकांचा लेखनकाल अजूनही निश्चित झालेला नाही; त्यामुळे आधी काय आणि मग काय हे पुष्कळदा अनिश्चित असते; (३) एकाच वेळी शेक्सपिअर अनेक प्रकारची नाटके लिहू शकतो आणि त्या नाटकांच्या शैलीत व आशयांत भिन्नत्व असते; (४) प्रगतीच्या पुढच्या टप्प्यावर पोचूनही काही वेळा मागच्या टप्प्यातील साधनांचा व दृष्टिकोणांचा स्वीकार करायला शेक्सपिअर चाचरत नाही; म्हणजे कधी दोन पावले पुढे व एक पाऊल मागे अशी स्थितीही आढळते; (५) पुष्कळदा त्याच्या निर्मितीचे स्वरूप हे व्यक्तिगत जीवनानुभव किंवा आसपासच्या सामाजिक घटना यांपेक्षा त्याला तीव्रतेने जाणवणारी कल्पनाप्राप्त जीवनानुभूती हीच निश्चित करीत असते. म्हणूनच प्रस्तुत विवेचनात पाडलेली पर्वे ही मुख्यत: विवेचनाच्या सोयीसाठी आहेत असे समजावे. त्यांत ऐतिहासिक किंवा तार्किक काटेकोरपणा आहे असे समजण्याचे कारण नाही. माझे लक्ष्य शेक्सपिअरच्या वाङ्मयीन जीवनाचे, त्याच्या लेखनातील विविधतेचे, त्याच्या जीवनदृष्टीचे व तिच्याशी सहकंप होणाऱ्या त्याच्या नाट्यसृष्टीचे एक गतिशील चित्र उपलब्ध करून देणे एवढेच आहे. ते करीत असताना सादर होणारा कलाकृतींबद्दलचा तपशील, जुन्या प्रेरणा प्रकर्षाने कुठे आढळतात, त्या कुठे कमजोर झालेल्या दिसतात व कुठे संपल्यासारख्या वाटतात, आणि नव्यांचा पायरव कुठे जाणवतो, त्या कोणत्या वैशिष्ट्यांकडे अंगुलिनिर्देश करतात, ती वैशिष्ट्ये विकसित अवस्थेत कुठे सापडतात, वगैरे गोष्टींवरही थोडाफार प्रकाश टाकील. तपशील ऑस्कर कॅम्प्बेलचा आहे.

निर्णायक पुराव्याशिवाय विधान करायचे नाही, असा निर्धार करून शेक्सपिअरच्या जीवनाविषयी कुणी लिहायचे ठरवल्यास त्याला काहीच लिहिता येणार नाही; निदान आपली सर्व वाक्ये त्याला 'कदाचित' व 'बहुधा' या संशयात्म्यांच्या हवाली करावी लागतील. तितक्या खोलात न शिरता बऱ्याच प्रमाणात विश्वसनीय वाटणारी माहिती अगोदर देतो व नंतर दोनचार दंतकथांचे उल्लेख करतो : विलियम शेक्सपिअरचा जन्म २३ एप्रिल १५६४ मध्ये एव्हन नदीच्या तीरावरील स्ट्रॅटफर्ड या गावी झाला. बाप्तिस्म्याची २६ एप्रिल ही तारीख जितकी नक्की आहे तितकी ही जन्मतारीख नाही. त्याचा बाप जॉन शेक्सपिअर हा कापडाचा व्यापार करी; शेक्सपिअरच्या बालपणात त्याच्या बापाची

चलती होती व मेयर बनण्याइतकी त्याला समाजात प्रतिष्ठा होती. शेक्सपिअरचे शालेय शिक्षण स्ट्रॅटफर्डमधील ग्रॅमर स्कूलमध्ये झाले. लॅटिन, ग्रीक, बायबल, अंकगणित, वक्तृत्वशास्त्र वगैरे विषयांचा अंतर्भाव त्या वेळच्या ग्रॅमर स्कूलमधील शालेय अभ्यासक्रमामध्ये होत असे. बेन जॉन्सन या समकालीन पंडिताच्या मताने शेक्सपिअरचे भाषांचे ज्ञान 'small Latin and less Greek' या शब्दांनी वर्णन करण्याइतके अल्प ठरले तरी प्लिप्टनच्या मताने ते आजकालच्या अमेरिकन विश्वविद्यालयातील सर्वसामान्य विद्यार्थ्यांपेक्षा उजवे होते. १५७६ च्या सुमाराला बापाचा धंदा घसरणीला लागला आणि शेक्सपिअरचे शालेय शिक्षण वयाच्या तेराव्या वर्षीच संपुष्टात आले. यापुढील त्याचे सर्व शिक्षण त्याच्या स्वत:च्या वाचनातून, अनुभवातून, निरीक्षणातून व चिंतनातून होत गेले, असेच समजले पाहिजे. विश्वविद्यालयीन शिक्षणाची बरीचशी उणीव शेक्सपिअरने या मार्गाने भरून काढल्याचा पुरावा त्याच्या वाङ्मयात ठिकठिकाणी मिळतो. १५८२ मध्ये – वयाच्या अठराव्या वर्षी – शेक्सपिअरने ॲन हॅथवे या सव्वीस वर्षांच्या तरुणीबरोबर लग्न केले. लग्नानंतर सहा महिन्यांनी तिला सुसाना ही मुलगी झाली आणि नंतर दोन वर्षांनी हॅमनेट व ज्यूडिथ हे मुलामुलीचे जुळे जन्माला आले. हॅमनेट पुढे १५९६ मध्ये वारला, पण मुली दीर्घायुषी झाल्या. शेक्सपिअरच्या मृत्युपत्रातील पत्नीला देण्यात आलेला 'दुसऱ्या दर्जाचा पलंग', सुनीतावलीतील एका श्यामलेला उद्देशून केलेली क्रीडाप्रवण प्रेमाची उत्कट अभिव्यक्ती, व त्याच सुनीतावलीतील मित्रप्रेमाला आलेले समलिंगी आकर्षणाचे स्वरूप – या गोष्टी जमेला धरल्या, तर शेक्सपिअरचे वैवाहिक जीवन फारसे समाधानकारक ठरलेले नसावे, असा तर्क करण्यास थोडीफार जागा आहे. १५८५ पासून १५९२ पर्यंतच्या सात वर्षांमध्ये शेक्सपिअर कोठे होता व त्याने काय केले याविषयी कोणतीही निश्चित माहिती उपलब्ध नाही, म्हणून त्या वर्षांना 'हरवलेली वर्षे' म्हणण्याचा प्रघात आहे. १५९२ च्या सुमारास ग्रीन हा प्रस्थापित नाटककार शेक्सपिअरची 'प्रवेशघुसळ्या' व 'उपटसुंभ कावळा' या शेलक्या शब्दांनी अवहेलना करताना आढळतो. त्या अवहेलनेचा रोख नट व नाटककार या दोन्ही अंगांवर आहे. त्यावरून शेक्सपिअर १५९२ पूर्वीच लंडनला आलेला असावा व प्रस्थापितांनी चिडण्याइतपत त्याला महत्त्व आले असावे, असा अंदाज काढता येतो. १५९४ मध्ये तो चेंबरलेनच्या नाटकमंडळीतील एक नट भागीदार असल्याचा आणि केंप व रिचर्ड बर्बज या ख्यातनाम नटांबरोबर त्यालाही दरबारामध्ये केलेल्या नाट्यप्रयोगाबद्दल वीस पौंड मिळाल्याचा पुरावा उपलब्ध आहे. त्यावरून तो फारसा चांगला नट नसला तरी निदान बऱ्यापैकी नट असावा, असा तर्क करता येतो. १५९८ मध्ये या कंपनीतील शेक्सपिअर व इतर नटांनी स्वत:चे असे 'ग्लोब थिएटर' बांधले. नाट्यव्यवसायाच्या इतिहासातील हे एक नवे धाडस होते.

नाट्याशी संबंध नसलेल्या धनिकांनी धंदा म्हणून थिएटर बांधायचे व नाटककंपन्यांनी ते भाड्याने घ्यायचे ही जुनी परंपरा. पण हे नट स्वत:च थिएटरचे मालक बनले व सर्व फायदा त्यांच्यातच विभागला जाऊ लागला. १६०३ मध्ये राणी एलिझाबेथ वारली; त्यानंतर पहिल्या जेम्सच्या कारकिर्दीत या कंपनीची प्रतिष्ठा अधिकच वाढली व राजाच्या आश्रयाखाली 'किंग्ज मेन' या नावाने ती वावरू लागली. १६०८ मध्ये या कंपनीने 'ब्लॅक फ्रायर्सने' या नावाचे आणखी एक खाजगी थिएटर भाड्याने घेतले; त्या खाजगी थिएटरमध्येही शेक्सपिअरची भागीदारी होती. नाटककार म्हणून गाजत असताना शेक्सपिअर नाट्याच्या व्यावसायिक बाजूकडे दुर्लक्ष केलेले दिसत नाही. व्यावसायिक व वाङ्मयीन यशांच्या शिखरावर असतानाच १६०१ पासून १६०८ पर्यंत शेक्सपिअरच्या आंतरिक जीवनात खळबळ निर्माण करणाऱ्या काही घटना घडत होत्या : त्याच्या आश्रयदात्यावर राजकीय गंडांतर आले; १६०१ मध्ये एसेक्सच्या अर्लला देहान्ताची शिक्षा झाली; आणि साउदम्पटनाचा अर्ल व पेम्ब्रोकचा अर्ल हे आश्रयदाते तुरुंगात पडले; राणी एलिझाबेथविरुद्ध एसेक्सने केलेल्या बंडाच्या आधल्या दिवशी अनुकूल लोकमत तयार करण्यासाठी शेक्सपिअरच्या 'दुसरा रिचर्ड' या ऐतिहासिक नाटकाचा प्रयोग मुद्दाम करविण्यात आला होता. बंड अयशस्वी झाल्यानंतर ही गोष्ट शेक्सपिअरला अस्वस्थ करणारी होती. याच सुमारास नातेवाइकांच्या मृत्यूचा आघातही शेक्सपिअरला सहन करावा लागला. १६०१ मध्ये त्याचे वडील वारले, १६०७ मध्ये भाऊ वारला व १६०८ मध्ये आई वारली. असो. लंडनमधील अंदाजे वीसपंचवीस वर्षांच्या वास्तव्यात शेक्सपिअरने आपली बहुतेक सर्व नाटके लिहिली. काही पंडितांच्या मताने १६१२ च्या सुमाराला, तर काही पंडितांच्या मताने त्यापूर्वीच शेक्सपिअरने लंडन सोडले, आणि तो पुन्हा आपल्या मूळ गावी म्हणजे स्ट्रॅटफर्डला आला. (योगायोग असा की १६१३ मध्ये 'ग्लोब थिएटर'ही अग्निमुखी पडले.) गावाकडील निवृत्तिकाल सुखावह व्हावा याची पूर्वतयारी त्याने अगोदरच करून ठेवली होती : लंडनमध्ये असताना तो गावाला विसरला नव्हता. बापाची गेलेली प्रतिष्ठा पुन्हा उभी करण्यासाठी १५९६ मध्येच त्याने आपल्या बापाला प्रतिष्ठित घराण्याचे गमक समजले जाणारे कौटुंबिक मानचिन्ह (coat of arms) मिळवून दिले होते. १५९७ मध्ये आपल्या कुटुंबाच्या स्वास्थ्यासाठी 'न्यू प्लेस' नावाचा प्रशस्त वाडा खरेदी केला होता. १६०२ मध्ये बरीचशी जमीन व एक शेतघर यांची आपल्या मूळच्या इस्टेटीत भर टाकली होती. १६०५ मध्ये स्ट्रॅटफर्डमधील उत्पन्नाच्या दशमांश मिळवणारा एक खोती हक्क विकत घेतला होता. शिवाय, स्थानिक लोकांशी पैशाच्या देवघेवीचे काही व्यवहार केले होते आणि ते पैसे वसूल करण्यासाठी त्याला कोर्टात जाणेही भाग पडले होते. सारांश, शेक्सपिअर पुन्हा गावी आला तो चांगल्या सुस्थितीत व गावाकडील सर्व संबंध

शाबूत ठेवून. पण हा निवृत्तिकाल शेक्सपिअरला फार वर्षे लाभू शकला नाही. स्ट्रॅटफर्ड मुक्कामी २३ एप्रिल १६१६ मध्ये वयाची बावन्न वर्षे पुरी होताच शेक्सपिअरचे देहावसान झाले. शेक्सपिअरच्या जीवनाविषयी बऱ्याच प्रमाणात विश्वसनीय समजली जाणारी अशी महत्त्वाची माहिती ही एवढीच. दंतकथा अनेक आहेत : सर टॉमस ल्यूसीच्या पार्कमधील हरिण चोरल्यामुळे शेक्सपिअर स्ट्रॅटफर्ड सोडून लंडनला पळाला ही एक; लंडनला आल्यावर थिएटरपुढे नाटक पाहणाऱ्या उमरावांचे घोडे सांभाळण्याचे काम सुरुवातीला शेक्सपिअर करीत असे ही दुसरी; सर विलिअम डॅव्हेनंट हा नाटककार-कवी शेक्सपिअरचा अनौरस मुलगा होता ही तिसरी; बेन जॉन्सनच्या संगतीत मद्यपानाची बैठक अतिरिक्त रंगवल्यामुळे शेक्सपिअरचा मृत्यू ओढवला ही चौथी. अशा दंतकथांचे एक भारूडच गेल्या चारशे वर्षांत रचले गेले आहे. त्या खऱ्या आहेत असे मानले तरीही शेक्सपिअर माणूस होता हीच गोष्ट त्या पुन्हा पुन्हा सांगत आहेत, असे वाटते. शेक्सपिअरच्या कलात्मक विकासाचे व त्यातील वळणांचे स्वरूप सूचित करू शकतील अशा जबरदस्त स्वयंप्रकाशी घटना त्याच्या वैयक्तिक आयुष्यात आढळत नाहीत. त्याच्या वाङ्मयाचे स्थूल स्वरूप हेरताना वैयक्तिक जीवनापेक्षा युगधर्म महत्त्वाचा ठरतो, आणि त्याच्या विकासातील सूक्ष्म स्थित्यंतरांचा वेध घेताना वैयक्तिक जीवनापेक्षा त्याच्या प्रतिभेची आंतरिक निकड हीच निर्णायक ठरते. घटनांच्या प्रकाशात विकासाचा अन्वयार्थ लागतो असे म्हणण्यापेक्षा विकासाच्या प्रकाशात घटनांचा अन्वयार्थ लागतो असे म्हणावे लागते.

[अ] शेक्सपिअरच्या वाङ्मयीन विकासातील पहिले पर्व सहा वर्षांचे आहे. या पर्वाला 'अनुसरण पर्व' असे म्हटले तरी चालेल. १५८९ पासून १५९४ पर्यंतच्या या कालखंडात शेक्सपिअरने 'टायटस अँड्रॉनिकस' ही शोकान्तिका; 'द कॉमिडी ऑफ एरर्स', 'द टेमिंग ऑफ द श्र्यु', 'द टू जंटलमेन ऑफ व्हेरोना', 'लव्ह्ज लेबर्स लॉस्ट' या सुखान्तिका; 'सहावा हेन्री' (त्रिनाट्य) व 'किंग जॉन' ही ऐतिहासिक नाटके; 'व्हीनस अँड अडोनिस' व 'रेप ऑफ ल्युक्रीस' ही कथाकाव्ये; आणि एकशे चौपन्न सुनीते असलेली एक सुनीतावली लिहिली. लोकप्रिय झालेले वाङ्मयप्रकार या पर्वात शेक्सपिअर आत्मसात करू पाहतो व ते साधण्यासाठी प्रस्थापितांचे अनुसरण करतो. शालेय अभ्यासात हाताशी आलेले वक्तृत्वशास्त्रातील आडाखे व सेनिकाच्या नाटकातील वृत्तिविशेष, किड व मार्लो यांनी लोकप्रिय केलेले धक्कान्तिकांचे तंत्र आणि लिलीने प्रवर्तित केलेली अनुप्रासयुक्त कोटीबाज शैली यांचा फार दांडगा प्रभाव या पर्वातील त्याच्या लिखाणावर पडलेला आढळतो. सुरुवातीची त्याची ब्लँक व्हर्सही मार्लोचा आदर्श मिरवू पाहणारी आहे. या पर्वात यमकाधीन पद्यही तो मोठ्या प्रमाणात वापरतो. त्याचा भर कलेपेक्षा कसबावर, कल्पनेपेक्षा क्लृप्तीवर व चिंतनापेक्षा चतुरतेवर राहतो. उथे भारलेले कमी आणि

ताणलेले जास्त. तरी पण एकूण निर्मिती लक्षात घेतली की शेक्सपिअरने आपले वाङ्मयीन कार्य केवढ्या जिद्दीने व चौफेर स्वरूपात सुरू केले ही गोष्ट लक्षात येते. तसेच ही निव्वळ लेखनकामाठी आहे असेही नव्हे; भावी विकासाकडे अंगुलिनिर्देश करणारे स्वतंत्र वृत्तीचे व प्रतिभेचे स्पर्श काही ठिकाणी दिसू शकतात. या पर्वातील लिखाणात समकालीनांशी संबंध प्रस्थापित करीत असतानाच शेक्सपिअर आपल्या खास शक्तिस्थानांचा शोध घेत आहे, असेही म्हणता येईल.

'द कॉमेडी ऑफ एरर्स' (१५८९) या पहिल्या सुखान्तिकेत प्लॉटस या रोमन नाटककाराची रचनापद्धती व लिली या पूर्वसुरीची भाषाशैली या दोन्ही गोष्टींचे मिश्रण केलेले आढळते. औचित्याचा विशेष विचार न करता शालेय वक्तृत्वशास्त्र वापरले जाते. सारख्याच दिसणाऱ्या जुळ्यांच्या दोन जोड्यांमुळे होणारे घोटाळे हा कथानकाचा आधार प्रतिभेच्या बालक्रीडेशीच सुसंगत वाटतो. साम्य किंवा विरोध हे यांत्रिक वाटावे इतके कृत्रिम बनतात. नाटकातील निम्मा भाग साचेबंद ब्लँक व्हर्समध्ये व निम्मा भाग यमकाधील पद्यामध्ये लिहिलेला आहे. 'टायटस अँड्रोनिकस' (१५८९) ही शेक्सपिअरने शोकान्तिका लिहिलेली असली तरी आता ती धक्कान्तिकाच समजली जाते. सेनिका या रोमन नाटककाराचा आणि किड व मार्लो या पूर्वसूरींचा प्रभाव या नाटकात प्रकर्षाने जाणवतो. क्रौर्याचे चित्तथरारक दर्शन; सूड, खून आणि बलात्कार यांचे प्रतीकात्मक वेष; खऱ्या व खोट्या वेडाचे आक्रस्ताळे मिश्रण; अलंकारांचा अतिरिक्त उपयोग; साचेबंद ब्लँक व्हर्स – या सर्व गोष्टी शेक्सपिअरची अनुकरणशीलता व अविकसित अवस्था सूचित करतात. १५८८ मध्ये स्पेनबरोबरच्या आरमारी युद्धात इंग्लंडचा विजय झाला; प्रेक्षकांच्या राष्ट्राभिमानाची दखल घेऊन मार्लोप्रमाणे शेक्सपिअरसुद्धा ऐतिहासिक नाटकाकडे वळला असावा. 'सहावा हेन्री' (१५९०-९२) या ऐतिहासिक त्रिनाट्यात शेक्सपिअर पंधराव्या शतकातील यादवी युद्धांच्या कालखंडाला नाट्यरूप देतो. इथेही शैलीवरील शालेय वक्तृत्वशास्त्राची पकड कायम आहे; पुनरुक्ती व विषयविस्तार त्या दृष्टीने आडाखेबंद आहेत. राणी मार्गारेटने सैन्याला उद्देशून केलेल्या भाषणात समुद्र व नौकाभंग या प्रतिमांच्या आधाराने झालेला विस्तार त्याच गोष्टीचा द्योतक आहे. तरीपण या पहिल्याच ऐतिहासिक नाटकात राजकीय धोरणांच्या अंगाने पाहण्याऐवजी मानवी स्वभावाच्या अंगाने पाहण्याचा शेक्सपिअरचा विशिष्ट दृष्टिकोण जाणवू लागतो आणि हेन्रीपेक्षा लॉर्ड टॉलबट महत्त्वाचा ठरतो. अंतर्गत यादवीचा निषेध करणारा सूर व मानवी शक्तीहून अधिक व्यापक अशा शक्तीची जाणीव हीसुद्धा अंशत: प्रकट होतात. केडच्या नेतृत्वाखाली झालेल्या जनतेच्या उठावाला होणारी शेक्सपिअरची प्रतिक्रिया लक्षणीय ठरते : शेक्सपिअरला सामान्यांची हुल्लडबाजी ही तुच्छ वाटत नाही, हास्यास्पद वाटते.

खऱ्या ऐतिहासिक घटनांपेक्षा काल्पनिक प्रसंग तो अधिक साक्षात्कारी करतो; आपले एक शक्तिस्थान त्याच्या प्रत्ययाला येते. 'तिसरा रिचर्ड' (१५९२-९३) या नाटकावरील मार्लोचा प्रभाव सर्वंकष आहे. रिचर्ड हा एक मॅकिअव्हॅली-वृत्तीचा खलपुरुष आहे. त्याच्या व्यक्तिरेखेला महत्त्व यावे म्हणून प्रत्यक्ष इतिहासात त्याच्याशी संबद्ध नसलेल्या अनेक घटना शेक्सपिअर त्याच्याशी संबद्ध करतो; इथेही राजकीय डावपेचांपेक्षा नायकाच्या स्वभाववैशिष्ट्याला महत्त्व आलेले दिसते. घटनांचा मेळ दाखवण्यापेक्षा आपली प्रतिभा स्वभावाचा पीळ दाखवणारी आहे, हे दुसरे शक्तिस्थानही त्याच्या प्रत्ययाला येते. अंतर्गत यादवीतून बेबंदशाही निर्माण होते व बेबंदशाहीतून झोटिंग निर्माण होतो, ही राजकीय समज नाटकाच्या स्वरूपातच बांधलेली आहे. सातत्याने दुराचरण केल्यामुळे इच्छाशक्तीला येणारे दुबळेपण रिचर्डची व्यक्तिरेखा सूचित करून जाते. नैतिक प्रश्नाला या नाटकात प्रथमच महत्त्व प्राप्त होते. ब्लँक व्हर्स बहुतांशी साचेबंद असली तरी मार्लोच्या ब्लँक व्हर्सची ओजस्विता व उद्दीपकता तिने आता बऱ्याच प्रमाणात आत्मसात केलेली दिसते. 'किंग जॉन' (१५९०-९७) हे 'तिसऱ्या रिचर्ड'च्या अगोदर लिहिले गेले असण्याचीही शक्यता आहे. ते अधिक अपरिपक्व आहे. ऑर्थर या अल्पवयी राजपुत्राचे डोळे काढण्यासाठी तापलेल्या सळ्या घेऊन येणाऱ्या ह्यूबर्टच्या प्रवेशातील भयानकता, ऑर्थरने केलेल्या दयेच्या याचनेतील अतिरेकी विव्हलता व तिसऱ्या अंकातील कॉन्स्टन्सच्या पुत्रशोकातील भेसूर प्रतिमासृष्टी – ही सर्व धक्कान्तिकेच्या वातावरणाशीच सुसंगत वाटतात. मात्र या नाटकातील फॉल्कन्ब्रिज या अनौरस वीरपुरुषाची शौर्य, देशाभिमान, उपहासनिपुणता व बिलंदरपणा व्यक्त करणारी व्यक्तिरेखा स्वभावचित्रणातील शेक्सपिअरची कुशलता सिद्ध करते. 'द टेमिंग ऑफ द श्र्यू' (१५९३-९४) व 'द टू जंटलमेन ऑफ व्हेरोना' (१५९४-९५) या सुखान्तिकांमध्ये शेक्सपिअर समकालीन इटॅलिअन सुखान्तिकांचा आदर्श डोळ्यासमोर ठेवतो. त्यातील पहिलीला सुखान्तिका म्हणण्यापेक्षा प्रहसन म्हणणेच अधिक योग्य. एक मूर्ख व एक धूर्त एकत्र आणून केलेला विनोद किंवा ग्रेमिको या म्हाताऱ्याच्या प्रेमचेष्टा हा मसाला मुख्यत: प्रहसनाचाच. त्या मानाने बाएंकाच्या तीन प्रियकरांच्या प्रियाराधन करण्याच्या तीन तऱ्हांत अधिक कल्पकता आहे : ल्यूसेंशिओ शब्दाचे व्याकरण चालवून, हॉर्टेन्शिओ संगीताच्या साधनाने व पेट्रुशिओ शरीरसामर्थ्याचे प्रदर्शन घडवून आपले प्रेम अभिव्यक्त करतात. इटलीमधील विशिष्ट वातावरण निर्माण करण्यासाठी शेक्सपिअर कसोशीने प्रयत्न करतो. प्रसंगी इटालिअन भाषाही वापरतो. पण विकासाची खरी खूण म्हणजे पात्रांच्या वर्तनाला लाभणारा स्वभावाचा आधार. पेट्रुशिओची त्याच्या वधूवरील जुलूम-जबरदस्ती ही पौरुषाच्या प्रदर्शनाने तिला अधिक आकर्षित करण्यासाठी चाललेली असते. 'द टू जंटलमेन ऑफ व्हेरोना'मध्ये खास शेक्सपिअरी

सुखान्तिकेकडे वाटचाल करणारी दोन वैशिष्ट्ये आढळतात : एक म्हणजे संस्कारित भावना व सुविहित चालरीत यांनी उजळलेले वातावरण; आपल्या उमरावी आश्रयदात्यामुळे अशा वातावरणाशी शेक्सपिअर आता परिचित झालेला असावा. दुसरे म्हणजे भावनोत्कट भाषा : ज्युलिआ आपल्या प्रेमाचे वर्णन करताना नदीच्या प्रवाहाचे रूपक वापरते; ते रूपक अजूनही चौदा ओळी व्यापते; पण पूर्वी उल्लेखिलेल्या मार्गारिटच्या रूपकाप्रमाणे नाट्यात्मतेला व काव्यात्मतेला बाध आणीत नाही. 'Who is Silvia' सारखे एखादे नाट्यगीत तर अनेक अंगांनी नाट्याचा व स्वभावाचा परिपोष साधते. निर्भरशील जीवनदृष्टी इथे अजूनही जाणवत नाही; कथानकाचा झोक प्रेमापेक्षा स्नेह श्रेष्ठ असेच सुचवणारा आहे; त्याच्या बुडाशी लिलीचा प्रभाव असेल किंवा वैयक्तिक अनुभवही असू शकेल.

लंडनमधील प्लेगच्या साथीमुळे १५९२-९३ या वर्षात नाट्यगृहे बंद ठेवण्यात आली. हे विघ्न एका अर्थाने शेक्सपिअरच्या पथ्यावर पडले. या कालावधीत शेक्सपिअरने आपली 'व्हीनस अँड अडोनिस' व 'रेप ऑफ ल्युक्रीस' ही ग्रीक बीजकथांवर आधारलेली कथाकाव्ये व सुनीतावलीतील बहुसंख्य सुनीते लिहिली. त्या वेळी कथाकाव्य लिहिणाऱ्या स्पेन्सर व मार्लो यांसारख्या कवींना निव्वळ काव्यनाट्य लिहिणाऱ्या लेखकापेक्षा उमरावी आश्रयदात्यांमध्ये अधिक प्रतिष्ठा होती. ही दोन्ही कथाकाव्ये त्याच्या सर्व नाटकांप्रमाणेच ब्लँक व्हर्समध्ये नसून कडवी असलेल्या यमकबद्ध पद्यांत आहेत. 'व्हीनस अँड अडोनिस' (१५९२-९३) या काव्यात कामवासनेविषयीच्या दोन दृष्टिकोणांचा संघर्ष आहे. व्हीनस ही कामार्त देवता रूपवान अडोनिसवर आषक्त होते; पण अडोनिस तिची मिलनेच्छा पुरी न करताच मरण पावतो. अडोनिस कामेच्छेचा अधिक्षेप करतो, तर व्हीनस कामेच्छा हे सौंदर्याची पुनर्निर्मिती करण्याचे साधन आहे असे त्याला पटवू पाहते. या काव्यात एकीकडे संवेदनासमृद्ध कामुक भाषेची नवी कमाई आढळते; तर दुसरीकडे सशाच्या व घोड्याच्या वर्णनात तपशिलाचा अतिरेक व उथळ वस्तुनिष्ठा आढळते. 'रेप ऑफ ल्युक्रीस' (१५९३-९४) मधील कथाभाग हा पातिव्रत्याचा गौरव करणारा आहे. टार्किन हा खलपुरुष ल्युक्रीसच्या पातिव्रत्याचा बळजबरीने भंग करतो व नवऱ्याकडून त्याच्या सूडाचे आश्वासन घेतल्यावर ल्युक्रीस आत्महत्या करते. या काव्यावर सेनिकाचा प्रभाव आहे. लंब्या वक्तृत्वाने व आलंकारिक वर्णनाने निवेदनाचा ओघ खंडित होतो. या दोन्ही कथाकाव्यांपेक्षा शेक्सपिअरची सुनीतावली (१५९२-९५) अधिक महत्त्वाची ठरते. सुनीतांतील श्यामलांगी स्त्री कोण असावी, रूपवान स्नेही कोण असावा, त्यांमागील प्रेरणा वैयक्तिक जीवनातून आलेली असावी की सुनीतांच्या परंपरेतून आलेली असावी, या गोष्टी अजूनही विवाद्य आहेत. काल व सौंदर्य यांतील संघर्ष, प्रेमातून वाहणारा कडवट

अंत:प्रवाह, कल्पनाविलासी व घरगुती प्रतिमांचा सहभाव, संबंधित व्यक्तींची अनिश्चितता – या सर्वांमुळे शेक्सपिअरची सुनीतावली संमिश्र, भावोत्कट व चिंतनीय ठरली आहे. प्रथम भेटीतच या रूढ काव्यप्रकाराला शेक्सपिअरने सर्वस्वी आपला करून टाकले. नाट्यगृहे बंद असताना झालेले वाचन व चिंतन आणि प्रतिमासमृद्ध भावोत्कट भाषेची नवी कमाई शेक्सपिअरला पुढील नाट्यलेखनात उपयोगी पडलेली असावी. १५९४ च्या सुमाराला नाट्यगृहे पुन्हा खुली झाली व त्याच सुमाराला शेक्सपिअरने 'लव्हज लेबर्स लॉस्ट' (१९९४-९५) ही सुखान्तिका लिहिली. फ्रान्समधील दरबारी वातावरणाच्या पार्श्वभूमीवरील या नाटकात तीन वर्षेपर्यंत स्त्रियांशी संबंध न ठेवण्याची तीन उमरावांनी केलेली प्रतिज्ञा तीन स्त्रियांमुळे कशी निकालात निघते हा कथाभाग दाखवलेला आहे. वरवर पाहिल्यास भाषेवर लिलीचा प्रभाव दिसतो; पण त्यामागील शेक्सपिअरचे प्रयोजन त्या भाषेचा उपहास करणे हेच आहे. होलोफर्नस या अलंकारवादी विद्वज्जड शिक्षकाच्या हास्योत्पादक व्यक्तिरेखेमुळे ते अधिकच स्पष्ट होते. प्रस्थापितांची चाकोरी सोडून अनुसरणपर्व संपत आल्याचे हे एक प्रसादचिन्ह आहे.

[ब] शेक्सपिअरच्या वाङ्मयीन विकासातील दुसऱ्या पर्वाला 'अभ्युदयपर्व' असे म्हणणे अन्वर्थक ठरेल. या पर्वात १५९५ ते १६०० हा सहा वर्षांचा कालखंड अंतर्भूत होतो. या कालखंडात शेक्सपिअरने 'दुसरा रिचर्ड', 'चौथा हेन्री' (द्विनाट्य) व 'पाचवा हेन्री' ही ऐतिहासिक नाटके; 'रोमिओ अँड ज्यूलिएट' व 'ज्यूलिअस सीझर' या शोकान्तिका आणि 'ए मिडसमर नाइट्स ड्रीम', 'मर्चंट ऑफ व्हेनिस', 'द मेरी वाइव्ह्ज ऑफ विंडसर', 'मच अडू अबाउट नथिंग', 'ॲज यू लाइक इट' व 'ट्वेल्थ नाइट' या सुखान्तिका लिहिल्या. अनुकरण करीत असतानाच शेक्सपिअरला स्वत:च्या प्रतिभेची वैशिष्ट्ये व तिचे अंगभूत सामर्थ्य जाणवत गेले आणि त्याची परिणती या पर्वात दिसणाऱ्या कलात्मक आत्मविश्वासात झाली. त्याचा आर्थिक उत्कर्ष व व्यावसायिक सुस्थिती ही सुखान्तिकांतील जीवनदृष्टीला पूरक ठरणारी होती हे खरे, पण त्याच्या प्रतिभेचा स्वयंविकास त्यांच्या अभावामुळे थंडावला असता, असे समजण्याचेही कारण नाही. या कालखंडात त्याच्या स्वतंत्र कलावृत्तीला त्याच्या निर्मितीचा आशय व घाट ठरवताना निर्णायक महत्त्व येते. सुलभीकरणाचा धोका स्वीकारून असे म्हणता येईल की त्याची या कालखंडातील जीवनदृष्टी मुख्यत: आशावादी आहे. नाट्याच्या केंद्रस्थानी चांगले व वाईट या दोन प्रवृत्तींचा संघर्ष असतो आणि त्या संघर्षात स्थूलमानाने चांगल्याचा विजय होतो. हा दृष्टिकोण अभ्युदयदर्शी ऐतिहासिक नाटकांशी व आनंदमार्गी सुखान्तिकांशी अधिक सुसंगत असल्यामुळे या कालखंडात शेक्सपिअरच्या हातून त्याची सर्वोत्कृष्ट ऐतिहासिक नाटके व त्याच्या सर्वोत्कृष्ट सुखान्तिका लिहिल्या गेल्या असाव्या.

त्या नाटकांतील जीवनचित्रणात कृती व वृत्ती, घटना व स्वभाव यांना सारखेच महत्त्व येते; उत्स्फूर्तता व कसब या गोष्टी सारख्याच प्रमाणात नाट्याचे स्वरूप नियंत्रित करतात. आलंकारिक भाषेचा व वक्तृत्वशास्त्रीय आडाख्यांचा अतिरेकी मोह टाळला जातो आणि ब्लँक व्हर्सची लय वैणिक भाववृत्तीप्रमाणेच नाट्यात्म संवादांनाही पोषक राहते.

'रोमिओ अँड ज्यूलिएट' (१५९५) ही कवीने लिहिलेली शोकान्तिका आहे. तिचे वैशिष्ट्य असे की इथे प्रथमच निर्भरशील प्रेमवृत्तीचा शोकान्तिकेतील दैव, विसंवाद व आत्यंतिकता या गोष्टींशी मिलाफ घडतो. परिणामी सबंध शोकान्तिका वैणिक वृत्तीतून लिहिली जाते व निर्भरशील प्रेमवृत्तीची शोकात्म अवस्था नाट्यबद्ध होते. 'दुसरा रिचर्ड' (१५९५-९६) या नाटकात शेक्सपिअर शोकात्म स्वभावरचनेच्या आद्य स्वभाववैशिष्ट्यावर अचूकपणे बोट ठेवतो. शेवट शोकात्म होतो तो खलत्वामुळे नव्हे, दैवामुळे नव्हे, तर रिचर्डच्या स्वभावातील एका वैगुण्यामुळे; स्वभाव हीच नियती ठरते. त्याची आत्मरती त्याच्या देशप्रेमावर मात करते. या नाटकामध्ये शोकात्म प्रमादाचे शेक्सपिअरने हेरलेले हे तत्त्व पुढील पर्वामध्ये अधिक प्रभावीपणाने कार्यान्वित होताना दिसते. मध्ययुगीन इतिहासाकडे वळण्यात कलात्मक आत्मविश्वास जाणवतो व अभ्यासपूर्वक अनुरूप वातावरणाची निर्मिती करण्यात ऐतिहासिक नाटकाकडे पाहण्याची नवी दृष्टी जाणवते. आता ब्लँक व्हर्सच्या मांडणीत मार्लोचा प्रभाव जाणवत नाही; ती अधिक लवचीक व वैणिक बनते. कवी व नाटककार परस्परांना पूरक ठरतात. 'ए मिडसमर नाइट्स ड्रीम' (१५९५-९६) मध्ये शेक्सपिअरची प्रतिभा पऱ्यांसंबंधीची एक नवी बीजकथाच निर्माण करते. स्वप्नधूसर अवास्तव व गावरान वास्तव यांचा इतका विमुक्त, स्वैर व कल्पनारम्य परस्परानुप्रवेश शेक्सपिअरला पुन्हा साधता आला नाही, असे म्हटले तरी चालेल. सापेक्ष औचित्यविचारामुळे वृत्तांची फिरतही वेगवेगळ्या वजनांची व त्या त्या वृत्तीला व व्यक्तीला अनुरूप अशी झालेली आहे. 'द मर्चंट ऑफ व्हेनिस' (१५९६-९७) ची झेप वेगळ्या प्रकारची आहे. मानवी मनाची संमिश्रता यथार्थपणे प्रकट करण्याचे पहिले श्रेय शायलॉकच्या व्यक्तिरेखेला आहे. शायलॉक हा नुसताच खलनायक नाही, तो माणूसही आहे. या ज्यूमध्ये रक्तपिपासू धनको आहे, तसाच मेलेल्या पत्नीवर अवाक प्रेम करणारा पती आहे व मुलीवर माया असलेला पिताही आहे. इथून पुढे शेक्सपिअरची पात्रे हे 'प्रॉब्लेम्स' होऊ लागतात; त्यांच्यावर सोयिस्कर शिक्के मारणे कठीण होऊन बसते. परमेश्वराच्या निर्मितीशी तुल्य अशी जिवंत, संमिश्र व काही प्रमाणात अनाकलनीय अशा पात्रांची निर्मिती हे शेक्सपिअरचे खास वैशिष्ट्य. त्याचा पहिला साक्षात्कार या नाटकात घडतो. 'चौथा हेन्री' (१५९६-९७) या द्विनाट्यात भेटणारी मोठी गोष्ट म्हणजे सर जॉन फॉल्स्टाफ हे शेक्सपिअरचे सर्वश्रेष्ठ विनोदी पात्र. फॉल्स्टाफ हे सृजनशील प्रतिभेला

मिळालेले देवाघरचे लेणे आहे; ते कशातून निर्माण होत नाही आणि कशाकडे बोट दाखवीत नाही. अशा किमयेपुढे विकासक्रमाची सर्व भाषाच गैरलागू ठरते. तरीपण विकासक्रमाच्या दृष्टीने लक्षणीय अशा दुसऱ्या दोन गोष्टी चौथ्या हेन्रीमध्ये आढळतात : प्रिन्स हॉलचे विकसनशील स्वभावचित्रण व सामान्यांच्या दु:खाची दखल घेणारी जीवनदृष्टी. स्वभावाचा विकास दाखविणे या नाट्यांतर्गत मुष्किल करामतीची सुरुवात ठळक स्वरूपात या नाटकापासून होते. असहाय व खंगलेल्या रिक्रूटांची अनुकंपनीय स्थिती चित्रीत करताना शेक्सपिअर कदाचित समकालीन समाजस्थितीवरच अप्रत्यक्षपणे प्रहार करीत असण्याची शक्यता आहे. सहानुभूती आणि उपहास यांचे शेक्सपिअरी संमिश्रण हेही प्रथम इथेच जाणवते. 'द मेरी वाइव्ह्ज ऑफ विंड्सर' (१५९७) ही प्रहसनप्राय सुखान्तिका आहे. त्यात भेटणारी फॉल्स्टाफची नवी व्यक्तिरेखा सामान्य म्हणावी लागेल. त्या मानाने दुय्यम पात्रेच अधिक लक्षणीय ठरतात. राणी एलिझाबेथला सर जॉन फॉल्स्टाफ प्रेमात पडलेला पाहण्याची हौस होती, म्हणून शेक्सपिअरने हा मामला रचला हे रोवेचे म्हणणे कदाचित खरे असेल. 'पाचवा हेन्री' (१५९८-९९) हे शेक्सपिअरचे शेवटचे ऐतिहासिक नाटक. ऐतिहासिक नाटकांचा विकासक्रम इथे कळसाला पोहोचतो. या नाटकाच्या आधारे आदर्श राजाची, खऱ्या देशाभिमानाची व राष्ट्रीय ऐक्याची आपली कल्पना शेक्सपिअर साकार करतो. 'चौथ्या हेन्री'त फॉल्स्टाफशी दोस्ती ठेवून हूडपणे वागणारा प्रिन्स हॉल हा 'पाचव्या हेन्री'मध्ये राज्यकर्ता झाल्यावर सर्वस्वी वेगळा बनतो. भारतीयांना त्याने केलेला फॉल्स्टाफचा त्याग काही प्रमाणात रामाने केलेल्या सीतेच्या त्यागाची आठवण करून देईल ! पाचवा हेन्री हे पुरुषार्थाचे प्रतीक आहे; धर्म आणि सदसद्विवेक ही या व्यक्तिरेखेत एकात्म होतात. वेल्स, आयर्लंड व स्कॉटलंड यांचे प्रतिनिधित्व करणाऱ्या वल्ली विनोदी वाटल्या तरी राष्ट्रीय ऐक्याने प्रेरित होऊन इंग्लिश सैनिकांइतक्याच निष्ठेने व शौर्याने लढताना त्या दाखविलेल्या आहेत. पूर्वी उल्लेखिलेल्या मार्गारेटच्या आलंकारिक व वाचाळ वक्तृत्वाशी तुलना केली की हेन्रीच्या भाषणातील सच्चे ओज ही विकासाची फार मोठी झेप वाटते. या ऐतिहासिक नाटकाला महाकाव्यातील उदात्तता भेटवून शेक्सपिअरने ऐतिहासिक नाटकाचा एक नवा आदर्श निर्माण केला असे म्हणावे लागेल. याच सुमारास जीवनातील बाह्य संघर्षापेक्षा मनातील आंतरिक संघर्ष हा शेक्सपिअरला अधिक महत्त्वपूर्ण वाटू लागलेला असावा आणि त्याचे पर्यवसान ऐतिहासिक नाटकाकडून व सुखान्तिकेकडून शोकान्तिकेकडे वळण्यात झालेले असावे. या जाणिवेची अभिव्यक्ती पुढील पर्वात झालेली असली तरी या पर्वातील 'ज्यूलिअस सीझर' (१५९९-१६००) या नाट्यदृष्ट्या अत्यंत यशस्वी ठरलेल्या शोकान्तिकेत त्या जाणिवेच्या काही खुणा आढळतात. ब्रूटसच्या स्वभावचित्रणात

मनातील आंतरिक संघर्षाला महत्त्वाचे स्थान प्राप्त होते. मित्रप्रेम की स्वातंत्र्यप्रेम, व्यवहार की कर्तव्य या संघर्षाने ब्रूटसच्या मनाला दुभंगलेपण आलेले दिसते आणि पुढील पर्वातील हॅम्लेटच्या व्यक्तिरेखेकडे अंगुलिनिर्देश होतो. आता शेक्सपिअरने सारे वक्तृत्वशास्त्र खऱ्या अर्थाने पचवलेले असते, म्हणूनच व्योजोक्तिपूर्ण वक्तृत्वाच्या संमोहनशक्तीची व समूहाच्या मानसशास्त्राची विकसित समज अँटनीच्या भाषणात कार्यान्वित होते. नैतिक व राजकीय प्रश्नांची गुंतागुंत जाणवू लागते आणि धोपट उत्तरे अदृश्य होतात. ब्रूटस हाही एक 'प्रॉब्लेम' बनतो. तरीही या पर्वातील शेक्सपिअरच्या सर्वोत्कृष्ट कलाकृती म्हणजे त्याच्या सुखान्तिकाच. 'मच अडू अबाउट नथिंग' (१५९८-९९), 'अॅज यू लाइक इट' (१५९९-१६००) व 'ट्वेल्थ नाइट' (१५९९-१६००) या तीन नाटकांनी सुखान्तिकेच्या एका प्रकाराची – निर्भरशील सुखान्तिकेची – पूर्णावस्था गाठली, असे म्हणता येईल. त्यांच्या स्वरूपातील विविध घटकांना आलेली परस्परपूरकता व त्यातून निर्माण होणारी एकात्मता यांत त्यांचे कलात्मक साफल्य साठवलेले असले तरी त्याचे विवरण या धावत्या आढाव्यात करता येणार नाही. स्थूल वैशिष्ट्ये टिपता येतील. शेक्सपिअरच्या या निर्भरशील सुखान्तिकांत तरुण-तरुणींचे प्रथमदर्शनीच निर्माण होणारे काव्यात्म प्रेम ही नाट्यवस्तूला गतिशील करणारी प्रधान प्रेरणा आहे. हे प्रेम क्रीडाप्रवण असले तरी उत्कट आहे. बनवाबनवी, लपवालपवी, वेषांतर वगैरे गोष्टींना पूरक ठरवीत वळणा-आडवळणाने ते अचूकपणे परिपूर्ती गाठते. प्रेमाची अतिरंजितता हा नाजूक उपहासाचा विषय झाला तरी प्रेमाच्या उत्कटतेला कवीची वैणिकवृत्ती सदैव सामोरी जाते. विघ्ने येतात ती मूल्य वाढवण्यासाठी व पराक्रम घडतो तो परिपूर्तीला भेटण्यासाठी. ही प्रेमवृत्ती पुरुषांपेक्षा स्त्रियांमध्ये अधिक सखोल असते : 'मच अडू'मधील बिट्रिसमध्ये, 'अॅज यू लाइक इट'मधील रोझॅलिंडमध्ये व 'ट्वेल्थ नाइट'मधील व्हाओलामध्ये. पुरुषांमध्ये ती अधिक आविष्कारप्रवण बनते. प्रेम हे उपरोधाचे भक्ष्य बनत नाही; त्यासाठी जेकीझ किंवा मालव्होलिओ यांसारखी पुरुषपात्रे निर्माण केली जातात. आणि ते हास्यास्पदही बनवलेले नसते; हास्योत्पादनासाठी डाग्बेरी किंवा टच्स्टोन असे वेगवेगळे पर्याय पुरवले जातात. या सुखान्तिकेतील जीवनदर्शनात प्राधान्य राहते ते आनंदाला, हास्याला नव्हे. या नाटकांत मध्ययुगीन शिलेदारी प्रेमोपचाराचे कवच फोडून शेक्सपिअर प्रेमाच्या पक्ष्याला विमुक्त आकाशाचे दर्शन घडवतो. शेक्सपिअरच्या निर्भरशील सुखान्तिकेतील ही जीवनदृष्टी वर उल्लेखिलेल्या तिन्ही सुखान्तिका वेगवेगळ्या पद्धतीने पण सारख्याच सफलतेने साकार करतात आणि सुखान्तिकेच्या एका प्रकाराला त्याचे आदर्श रूप प्राप्त होते. असो. एका दिशेची हद्द गाठल्यावर दुसऱ्या दिशेला प्रस्थान ठेवण्याची आवश्यकता जाणवणे ही शेक्सपिअरी प्रतिभेच्या स्वयंविकासाची एक आतंरिक निकड होती.

[क] १६०१ पासून १६०८ पर्यंतच्या पुढल्या कालखंडाला 'अवगाहन पर्व' असे म्हणता येईल. या कालखंडात शेक्सपिअरने 'ऑल्स वेल दॅट एन्ड्स वेल', 'ट्रॉइलस अँड क्रेसिडा' व 'मेझर फॉर मेझर' या सुखान्तिका आणि 'हॅम्लेट', 'अथेल्लो', 'किंग लिअर', 'मॅक्बेथ', 'अँटनी अँड क्लीअपॅट्रा', 'टाय्मन ऑफ अथेन्स' व 'कॉरिआलेनस' या शोकान्तिका लिहिल्या. शेक्सपिअरच्या सर्वोत्कृष्ट शोकान्तिका या पर्वातच का निर्माण झाल्या आणि या पर्वातील सुखान्तिकाही शोकात्म वृत्तीच्या आहारी का गेल्या याची वेगवेगळी कारणे सुचविण्यात येतात. जवळच्या नातेवाइकांचा मृत्यू, प्रेयसीने केलेली प्रतारणा, आश्रयदात्यांना आलेला आपत्काळ, युगान्ताच्या कल्पनेतून निपजलेली अस्थिरतेची व नश्वरतेची जाणीव, प्रकृतीचे अस्वास्थ्य – ही सर्वच कारणे संभवनीय आहेत. सर सिडने ली हा शेक्सपिअरचा चरित्रकार या संभाव्य कारणांना छेद देतो : "The biographic record lends no support to the suggestion of a prolonged personal experience of tragic suffering." आतापर्यंत पाहिलेल्या विकासक्रमाच्या आधारानेही दोन निष्कर्ष काढण्यासारखे आहेत : निर्भरशील आनंदमार्गी सुखान्तिकेची पूर्णावस्था गाठल्यावर तोच आदर्श गिरवत बसणे हे शेक्सपिअरच्या प्रतिभाधर्माशी सुसंगत नव्हते हा एक आणि मागील पर्वामध्ये शोकान्तिकेच्या स्वरूपाविषयी शेक्सपिअरला जे अनेक शोध लागत गेले त्या सर्वांना परस्परपूरक पद्धतीने कार्यान्वित करण्याइतकी त्याच्या प्रतिभेला आता प्रौढता व परिपक्वता येणे नैसर्गिक होते हा दुसरा. या खंडातील त्याच्या शोकान्तिकांमुळे – विशेषत: 'हॅम्लेट', 'अथेल्लो', 'किंग लिअर' व 'मॅक्बेथ' या शोकान्तिकांमुळे – निर्भरशील शोकान्तिकेचा एक नवा आदर्श जगाला उपलब्ध झाला. या पर्वातील शेक्सपिअरची निर्मिती जीवनाच्या तळाचा ठाव घेते. सनातन आणि म्हणूनच चिरनूतन असे प्रश्न कलाकृतीच्या केंद्रस्थानी येतात. मानवी स्वभाव हा अतिशय संमिश्र व तर्कातीत असल्याचा प्रत्यय येतो. वैयक्तिक, सामाजिक व वैश्विक शक्तींच्या कधी परस्परपूरक तर कधी परस्परछेदक अशा संघातामुळे जीवनाचे स्वरूप चिंतनाला सतत आव्हान देणाऱ्या पण उत्तराला सतत हुलकावणी देणाऱ्या गूढ समस्येसारखे बनते. या पर्वातील प्रमुख पात्रांना जितकी प्रत्यक्षता असते तितकीच प्रतीकात्मकताही असते. घाट व जाणीव एकरूप होतात. या पर्वात कोणतीही अभिव्यक्तीची पद्धती किंवा कोणत्याही कलात्मक व्यूह शेक्सपिअर मूलत: त्याज्य मानीत नाही; शैलीची आणि भाषेची सगळ्या प्रकारची फिरत त्याच्या अंतिम कलात्मक लक्ष्याला साहाय्यभूत झालेली दिसते. निरनिराळ्या वजनाची त्या त्या आशयाशी एकरूप होणारी ब्लँक व्हर्स, प्रसंगी पद्य, प्रसंगी गीत, प्रसंगी यमकबद्ध दुहाई – या सर्व गोष्टी आवश्यकतेनुसार वापरल्या जातात. त्याचा औचित्यविचार संपूर्णत: सापेक्ष बनतो. उत्स्फूर्तता आणि कारागिरी ह्या

दोन्ही एकाच माणसाच्या दोन हातांसारखे सहकार्य करतात आणि जे निर्माण होते ते घाटाच्या दृष्टीने कमालीचे एकात्म व अर्थाच्या दृष्टीने कमालीचे गहन असते. या पर्वातील जीवनदृष्टी स्थूलमानाने निराशावादी असली आणि चांगले व वाईट यांच्या संघर्षात चांगल्याचा पराभव झालेला दिसला, तरी चांगल्याचे मूल्य आणि तेज त्या पराभवाने अधिकच प्रकाशमान झाल्यासारखे वाटते.

'ट्राइलस अँड क्रेसिडा' (१६०१-२), 'ऑल्स वेल दॅट एन्ड्स् वेल' (१६०२-३) व 'मेझर फॉर मेझर' (१६०४-५) या सुखान्तिकांतील आनंद जीवनातील कटुतेमुळे गढूळलेला असल्यामुळे काही पंडित त्यांना 'कृष्ण सुखान्तिका (dark comedies)' म्हणतात; तर शेक्सपिअरच्या सहानुभूतीचे लक्ष्य व त्याला अभिप्रेत असलेली जीवनसमस्येची उकल ही आपल्याला सुस्पष्ट होत नसल्यामुळे काही पंडित त्यांना 'समस्यांकित नाटके' (problem plays) असे संबोधतात. या सुखान्तिकांतील पात्रांकडे लेखक कधी तटस्थतेने, कधी उपहासाने तर कधी किंचित तुच्छतेने पाहत असावा, असे भासते. रूढ अर्थाने या सुखान्तिकांत 'नायका'चा अभाव आहे. प्रीतीला अपात्र असलेल्या पुरुषावर या नाटकांतील नायिका प्रेम करताना दिसतात, आणि त्यांच्या प्रीतीच्या प्रवाहाला विषयवासनेची धार असते. शेक्सपिअरच्या या सुखान्तिकांतील उपहासाचे व विनोदाचे बेन जॉन्सनच्या उपहासाशी व विनोदाशी बरेच साधर्म्य असल्यामुळे त्याच्या प्रभावाचा काही पंडित आवर्जून उल्लेख करतात, पण मी त्यांचा संबंध शेक्सपिअरच्या व्यक्तिगत अनुभवाशी व प्रतिभेच्या स्वयंविकासाशी अधिक आहे असे मानतो. या सुखान्तिकांतील प्रेम विकारवश, आत्मपीडक व विचारातीत असे आहे. ते कधी फसवते; कधी फसले जाते; कधी औचित्याची बंधने झुगारून देते. क्रेसिडा फसवते, ट्राइलस फसवला जातो. 'मेझर फॉर मेझर'मधील हेलेना तिचा तिरस्कार करणाऱ्या माणसावर प्रेम करते; एवढेच नव्हे तर गुप्तपणाने त्याच्या प्रेयसीच्या ठिकाणी आपण झोपून त्याच्या नकळत त्याच्यापासून आपणाला गर्भ राहील याची दक्षता घेते. प्रेमाच्या किंवा वासनेच्या ज्या जाणिवा निर्भेळ आनंदमार्गी सुखान्तिकांमध्ये व्यक्त होऊ शकत नव्हत्या त्या शेक्सपिअरने या तीन नाटकांत शब्दबद्ध केल्या आहेत. त्यांचे कलात्मक यश विवाद्य असले तरी त्यांतील जीवनाचे अवगाहन अधिक तळाशी भिडणारे होते हे निर्विवाद आहे; इतके तळाशी गेल्यावर काही चिखल व काही गाळ हाताला लागणे हेही स्वाभाविक होते.

सबंध कलाकृती एखाद्या प्राण्यासारखी सचेतन व स्पंदनशील स्वरूपात जाणवणे व त्यातील प्राणतत्त्वाने त्या कलाकृतीचा प्रत्येक घटक भारलेला दिसणे ही सृजनशील कल्पनाशक्तीची प्रौढावस्था आहे. शेक्सपिअरला पूर्णार्थाने ही अवस्था या पर्वातच प्रथम

भेटली. 'हॅम्लेट' (१६००-१), 'अथेल्लो' (१६०४), 'किंग लिअर' (१६०५-६), 'मॅक्बेथ' (१६०६) ह्या चार शोकान्तिका त्या प्रौढावस्थेचा प्रत्यय देतात. 'हॅम्लेट' हे शेक्सपिअरचे सर्वश्रेष्ठ नाटक. सर्वश्रेष्ठ अशासाठी की सगळ्या अंगांनी ते सारखेच समर्थ आहे. भाषेची फेक व शैलीची फिरत, पात्रांची निर्मिती व कथानकाची रचना, प्रयोगवश नाट्यतंत्र व काव्यात्म उत्कटता, व्यापक जीवनप्रत्यय व सखोल तत्त्वचिंतन – या सर्व गोष्टी शेक्सपिअरला पुन्हा कधीच इतक्या एकात्म करता आलेल्या नाहीत. 'हॅम्लेट'चे यश हे प्रामुख्याने आंतरिक संघर्षाच्या प्रभावी प्रकटीकरणात सामावलेले आहे : सूडसन्मुख कर्तव्यबुद्धी आणि न्यायसन्मुख सदसद्विवेकबुद्धी यांच्यामधील आंतरिक संघर्षाला या नाटकात जुन्या जगाची मूल्ये आणि नव्या जगाची मूल्ये यांच्यामधील संघर्षाचे वजन प्राप्त होते आणि हॅम्लेट हा त्याच्याच काळाचा नव्हे तर संक्रमणकालातील प्रत्येक मानवाचा प्रतिनिधी बनतो. हॅम्लेटला एका जिवंत व्यक्तीची प्रत्यक्षता प्राप्त झाल्याशिवाय ही प्रतीकात्मता नाट्यगत होऊ शकणार नाही हे ओळखून शेक्सपिअर या केंद्रीय ताणाशी अनेक भावनात्मक ताण संबंधित करतो. हे ताणही संमिश्र असतात : आईशी व अफीलियाशी असलेल्या त्याच्या संबंधांत प्रेम आणि द्वेष या दोन्ही भावनांचे कडवट संमिश्रण झालेले आढळते. या सर्व ताणांच्या आवर्तामुळे हॅम्लेट निष्क्रिय ठरतो. हॅम्लेटची निष्क्रियता मोजण्यासाठी क्रियाशील फॉर्टिन्ब्रासचे माप पुरविले जाते. अधिक तपशील न वाढवता असे म्हणावेसे वाटते की बापाच्या समंधापासून तो खड्डा खणणाऱ्या मांगापर्यंत शेक्सपिअर सर्व पात्रांना त्यांचे स्वत:चे असे व्यक्तित्व तर देतोच, पण ते करीत असताना 'हॅम्लेट'मधील केंद्रीय ताणाला नवी परिमाणे प्राप्त करून देतो. परंपरागत स्वगतापासून तो नाट्यांतर्गत नाटुकल्याच्या अभिनव प्रयोगापर्यंत लहानमोठी सर्व तंत्रे त्याच दिशेने कार्यान्वित होतात. कल्पनाशक्तीचा आवाका आणि कस पूर्णपणे विकसित झाल्यावरच शेक्सपिअरला अशा शोकान्तिका लिहिणे शक्य होते. पुढील तीन शोकान्तिकांमध्ये विषयांच्या वेगळेपणामुळे स्वभावचित्रणात व रचनेत भिन्नत्व असले तरी कल्पनाशक्तीचा कस तोच राहतो. 'अथेल्लो'मधील नायक हा क्रियाशील वीरवृत्तीचा असल्यामुळे त्या नाटकाला असलेले तत्त्वचिंतनाचे परिमाण फारच मर्यादित आहे. पण तिथेही अथेल्लो हा मूर – म्हणजेच काळा – व डेस्डिमोना ही इटॅलियन – म्हणजेच गोरी – असल्याने काळ्यागोऱ्यांच्या वैवाहिक जीवनाची एक सामाजिक समस्या अंतर्भूत होते. शेक्सपिअरच्या सर्व खलनायकांत जटिल कुटिलपणाची परिसीमा गाठणाऱ्या इआगोची व्यक्तिरेखा व एकपेडी बांधेसूद कथानक ही या शोकान्तिकेची लक्षणीय वैशिष्ट्ये आहेत. 'किंग लिअर'चे सविस्तर विवेचन प्रस्तावनेच्या चौथ्या भागात येणारच आहे. काव्यात्म उत्कटतेच्या, सर्वंकष जीवनवेधाच्या व उन्नत तत्त्वचिंतनाच्या दृष्टीने 'किंग लिअर' ही

शेक्सपिअरची सर्वश्रेष्ठ कलाकृती असली तरी शोकान्तिका या दृष्टीने प्रयोगवश नाट्यतंत्राची उणीव ही तिची फार मोठी मर्यादा आहे. 'मॅक्बेथ'मध्ये वेगवेगळ्या जातीच्या महत्त्वाकांक्षांनी प्रेरित होऊन मॅक्बेथ व त्याची पत्नी ही राजा डंकनचा खून करतात. पापाच्या जाणिवेचा त्यांच्या आंतरिक जीवनावर होणारा वेगवेगळा परिणाम नाटकाच्या विकासाबरोबर साकार होत जातो. गुन्ह्याला प्रवृत्त करणारी स्वभावांतर्गत कारणे व गुन्ह्यातून निष्पन्न होणारे स्वभावांतर्गत परिणाम यांना केंद्रीय महत्त्व देऊन शेक्सपिअर एका गुन्हेगारकथेमधून एका महान शोकान्तिकेची निर्मिती करतो. मॅक्बेथच्या स्वगतामधून कल्पनेने पछाडलेल्या पापी मनाची आणि लेडी मॅक्बेथच्या निद्राचलनातील उद्गारांमधून तिच्या अंतर्मनातील हालचालींची शेक्सपिअरने दाखवलेली समज आश्चर्यकारक वाटावी इतकी सखोल आहे. शेक्सपिअरच्या या चार श्रेष्ठ शोकान्तिकांमध्येही वाचकाला प्रथमदर्शनी काही भाग रटाळ वाटण्याची शक्यता आहे, आणि नेमकी त्याच ठिकाणी त्याने आपली कलात्मक समज जागरूक ठेवण्याची आवश्यकता आहे. उदाहरणार्थ, हॅम्लेटच्या पहिल्या प्रवेशात हॉरेशिओने निवेदन केलेला डेन्मार्क व नॉर्वे यांच्यामधील विद्रोहाचा रटाळ वृत्तांत. खरे म्हणजे त्यानंतर होणारे समंधाचे पुनरागमन अचानकतेने व अद्भुततेने अधिकच भारले जावे यासाठी शेक्सपिअरने हा वृत्तांत मुद्दाम रटाळ केला आहे. वरवर रटाळ वाटणाऱ्या अशा भागात एखादे कलात्मक प्रयोजन दडलेले असते आणि ते लक्षात आले की शेक्सपिअरचा सापेक्ष औचित्यविचार हळूहळू आत्मसात होऊ लागतो. विकासाच्या या अवस्थेत शेक्सपिअरने कोणतेच तंत्र वर्ज्य मानलेले नाही. 'हॅम्लेट' व 'मॅक्बेथ' यांच्यामध्ये भेटणारे समंध व चेटकिणी, 'किंग लिअर'मधील वेड व डोळे काढण्याचा प्रसंग, चारही शोकान्तिकांत अधूनमधून घडणारे खून, आत्महत्या, मारामाऱ्या व लढाया – हे धक्कान्तिकासदृश बाह्य दृश्य परिणाम शेक्सपिअर आंतरिक स्वरूपाच्या शोकात्म परिणामाला पूरक ठरवतो. 'हॅम्लेट'मधील मांगाचा विनोद, 'मॅक्बेथ'मधील द्वारपालाची उपहासगर्भ टिंगलबाजी, 'लिअर'मधील विदूषकाची व टुकार टॉमची फेकाफेक – हा सर्व प्रहसनप्राय मसाला वापरून शेक्सपिअर आपली शोकान्तिका अधिक आशयघन करतो. या अवस्थेत पात्रांची सूडबुद्धी त्याच्या शोकान्तिकांना समकालीनांच्या पातळीवर आणीत नाही किंवा त्यांच्यातील बेडर सहनशीलता (stoicism) त्यांना सेनिकाच्या नाट्यविश्वाचे नागरिक बनवीत नाही.

या चार शोकान्तिकांच्या असामान्य यशाने शेक्सपिअरची शोधक व प्रयोगशील दृष्टी अंधावली नाही किंवा तो आत्मसंतुष्ट झाला नाही. 'अँटनी अँड क्लीअपॅट्रा' (१६०६-७) या पुढच्या शोकान्तिकेची रचना प्रसंगानुसारी आहे. तिचे एक वैशिष्ट्य म्हणजे भौगोलिक व सांस्कृतिक व्याप्तीचा मोठा आवाका; दुसरे म्हणजे प्रौढ वयातील

प्रेमानुभवाचे चित्रण. प्रौढ वयातील रोमन अँटनीचे झपाटलेले वैषयिक प्रेम आणि इजिप्शिअन क्लीअपॅट्राची प्रणयचंचल नित्यनूतन प्रीती यांचे शोकात्म नाट्य शेक्सपिअर रोमन साम्राज्यातील अंतर्गत यादवीच्या पार्श्वभूमीवर उभे करतो. पौर्वात्य आणि पाश्चिमात्य वृत्तींची व संस्कृतींची भिडत इथे प्रथमच नाट्यरूप घेते. 'टाय्मन ऑफ अथेन्स' (१६०७-८) आणि 'कॉरिअलेनस' (१६०७-८) या शेक्सपिअरच्या शेवटच्या शोकान्तिका. 'टाय्मन ऑफ अथेन्स'मध्ये एका उदार वीरपुरुषाचे जनतेच्या कृतघ्न वृत्तीमुळे एका मनुष्यद्वेष्ट्या क्रूरकर्म्यात रूपांतर होते. टाय्मनची पहिली उदारता आणि त्याहूनही नंतरचा मानवद्वेष ही दोन्ही अतिरेकी आहेत. इथे शोकात्म भावनांना सर्वंकष उपहासाने छेद दिला आहे. 'कॉरिअलेनस'मध्ये सधन वर्ग व सामान्य लोक यांतील सामाजिक संघर्ष अभिप्रेत आहे; पण या संघर्षापेक्षाही कॉरिअलेनसच्या स्वभावातील मद आणि क्रोध ही शोकात्म वैगुण्येच प्रभावी ठरताना दिसतात. त्याच्याविषयीच्या इतर पात्रांच्या बहुसंख्य प्रतिक्रिया उपहासपूर्ण झाल्यामुळे इथेही शोकात्म भावनांचे पाणी गढूळले जाते. या शोकान्तिकांतील स्वभावचित्रणात सद्गुणदुर्गुणयुक्त सामान्य माणसांना प्राप्त होणारी अनिश्चितता सातत्याने जाणवत राहते. 'उपहासात्मक शोकान्तिका' असा काहीतरी नवा प्रकार घडविण्याचा शेक्सपिअर या शेवटच्या दोन शोकान्तिकांमध्ये प्रयत्न करीत असावा. कॉरिअलेनसची आई व्हॉलम्निआ ही मातृत्वाच्या रूढ कल्पनेहून अगदी निराळी वाटते. आत्मगौरवासाठी मुलाला साधन म्हणून वापरणारी व त्याच्यावर देशत्यागाचा प्रसंग येताही स्वत:चा मोठेपणा जतन करणारी अशी ही स्त्री आपल्या वेगळेपणाने उठून दिसते. या दोन शोकान्तिकांचे यश बेताचे असले तरी मनुष्याच्या मनाचे उरलेले कप्पे उघडून पाहण्याचा व शोकात्म जीवनचित्रणाच्या दुसऱ्या शक्यता अजमावून पाहण्याचा शेक्सपिअरचा कलात्मक शोध किती सातत्याने सुरू होता याचा प्रत्यय त्या देऊ शकतात.

[ड] विकासक्रमातील १६०९ पासून १६१३ पर्यंतच्या शेवटच्या पाच वर्षांच्या कालखंडाला वाटल्यास 'अधिवास्तवपर्व' असे म्हणता येईल. या कालखंडात शेक्सपिअरने 'पेरिक्लीझ', 'सिंबिलीन', 'द विंटर्स टेल' व 'द टेंपिस्ट' ही चार अद्भुतरम्य किंवा कल्पनाविलासी नाटके लिहिली. (१६१३ साली लिहिल्या गेलेल्या 'आठवा हेन्री' व 'टू नोबल किन्समेन' या नाटकांतील शेक्सपिअरने लिहिलेला भाग किती आणि फ्लेचरने लिहिलेला भाग किती, हे अजूनही अनिश्चित आहे. सध्याची प्रवृत्ती 'आठवा हेन्री' हे संपूर्णत: शेक्सपिअरचे आहे असे मानण्याकडे झुकते; तरीही या धावत्या आलेखातून ती वगळणेच इष्ट ठरते.) त्यांचे अंतिम लक्ष्य वास्तव जीवनाहून अधिक उन्नत अवस्थेत भेटणाऱ्या सहनशील, क्षमाशील व निर्वैर मन:स्थितीचे दर्शन घडवणे हे आहे. इथेही

चांगले-वाईट, सज्जन-दुर्जन हे भेद आहेत; पण सज्जन सहनशील व क्षमाशील असतात आणि दुर्जनांना पुढेमागे पश्चात्ताप होतो; परिणामी दोघांमध्ये सामंजस्य निर्माण होते. या नाटकांतील कथानके स्थलकालाची बंधने ढिली करणारी, अद्‌भुत घटनांनी भरलेली व तर्कातीत पलटे घेणारी आहेत. त्यांच्या विकासाची दिशा मानवी स्वभावापेक्षा दैवाच्या लीलेनेच आखली आहेत. त्यांची भाषा अधिक काव्यमय बनते व त्यातील ब्लँक व्हर्सची लयकारी अधिक विमुक्त होते. या पर्वातील नाटकांच्या वेगळेपणाची कारणमीमांसा व त्यांचे कलात्मक मूल्यमापन या बाबतीत पंडितांमध्ये अनेक मतमतांतरे आहेत. १६०८ मध्ये शेक्सपिअरच्या नाटक मंडळीने 'ब्लॅक फ्रायर्स' हे नाट्यगृह घेतले आणि त्या ठिकाणी येणाऱ्या उमरावी प्रेक्षकवर्गाची विशिष्ट अभिरुची लक्षात घेऊन शेक्सपिअरने ही नाटके घडवली, असे बेंटलेचे मत. मृत्यूसाठी आपल्या आत्म्याची तयारी करीत असताना शेक्सपिअरने ही नाटके लिहिली, असे एम्प्सनचे मत. थकलेल्या प्रतिभेच्या शेक्सपिअरने ही हिणकस नाटके निव्वळ धंद्यापोटी लिहिली, हे लिटन स्ट्रॅचीचे मत. शेवटच्या दोन शोकान्तिकांमध्ये व्यक्त झालेला लौकिक जगाविषयीचा उद्वेग लक्षात घेतला की त्याच्या पाठोपाठ शेक्सपिअरला संघर्षातीत होऊ शकणाऱ्या उन्नत मन:स्थितीची यथार्थता जाणवणे क्रमप्राप्त होते हे डाउडनचे मत. विल्सन नाइटच्या मताने ही नाटके एका गूढ जीवनदृष्टीचे गूढ दर्शन घडवणारी आहेत : 'mystical representations of a mystic vision'. ट्रॅव्हर्सीसारख्या हल्लीच्या टीकाकाराच्या मताने प्रतीकात्मक, बीजकथात्मक व काव्यात्मक अशा नव्या तंत्राचा उपयोग करून शेक्सपिअरची ही नाटके वेगळ्याच जातीचे कलात्मक यश आत्मसात करतात. काही प्रमाणात शेवटचे तीन दृष्टिकोण मला स्वीकारार्ह वाटत असले तरी 'द टेंपिस्ट'चा अपवाद करता या नाटकांची कलात्मक पातळी शेक्सपिअरच्या विख्यात सुखान्तिका किंवा सुविख्यात शोकान्तिका यांहून मला बरीच खालची वाटते.

'पेरिक्लीझ' (१६०८-९) ह्या नाटकाच्या कथानकात पित्याच्या प्रियाराधनापासून तो कन्येच्या वाङ्‌निश्चयापर्यंतचा सुमारे वीस वर्षांचा कालावधी अंतर्भूत होताना दिसतो. या कालावधीत अनेक अद्‌भुत गोष्टी घडून येतात. उदाहरणार्थ, थैसा मेली अशा जाणिवेने तिची शवपेटी पेरिक्लीझ समुद्रात सोडतो, पण ती पेटी किनाऱ्याला लागल्यावर त्याची ती मृतप्राय पत्नी वैद्यकीय उपचाराने पुन्हा जिवंत होते. काही गोष्टी निव्वळ योगायोगाने घडतात : लिओनाइन हा मरिनाला ठार मारणार इतक्यात डाकू लोक हल्ला करून तिला पळवून नेतात आणि तिचे प्राणरक्षण होते. मनुष्यस्वभावाची परस्परविरुद्ध टोके सादर केली जातात : अँटिओकस राजा स्वत:च्या मुलीशीच लैंगिक संबंध ठेवतो, तर मरिना कुंटणखान्यात विकली जाऊनही पावित्र्यापासून ढळत नाही. शेवट सुखान्त

होतो तो काहीसा पात्रांच्या सहनशक्तीमुळे, पण बराचसा दैवयोगामुळे. कसेही वाटले, तरी त्या कालखंडात हे नाटक लोकप्रिय ठरले होते. 'सिंबिलीन' (१६०९-१०) या नाटकाचे कथानक तिपेडी आहे. सिंबिलीन राजाची कन्या इमोजेन ही त्याच्या इच्छेविरुद्ध पॉस्थ्यूमस या सामान्य सद्गृहस्थाशी लग्न करते, त्यामुळे राजाचा कोप होतो : पॉस्थ्यूमसला देशत्यागाची शिक्षा होते व इमोजेनचाही दु:खभोग सुरू होतो. इमोजेनच्या पातिव्रत्याची कसोटी हे त्याचे एक केंद्र असले तरी कथानकात खुणेची अंगठी, स्वत:ला पेटीत लपवून पुरुषाने साधलेला अंत:पुरप्रवेश, स्त्रीपुरुषांचे वेषांतर, जंगलातील गुहा, झोपेची औषधे ठरणारे फसलेले विषप्रयोग वगैरे गोष्टींची रेलचेल आहे. चुकीच्या माहितीने निर्माण झालेली संशयग्रस्तता शेवटी नष्ट होते; इमोजेनची सहनशक्ती सर्व दु:खभोगांवर मात करते; दुरावलेल्या पतिपत्नींत व बापलेकींत शेवटी सामंजस्य निर्माण होते. क्षमाशील व निर्वैर मन:स्थितीत सिंबिलीन हा ब्रिटनचा विजया राजा रोमन सम्राटाच्या पराभूत सेनापतीला खंडणी द्यायला तयार होऊन समेटाचा व शांतीचा पुरस्कार करतो. सारांश, व्यक्तीव्यक्तीतील संबंधांप्रमाणेच राष्ट्राराष्ट्रातील संबंधही या नव्या जीवनदृष्टीने संस्कारित होतात. 'द विंटर्स टेल' (१६१०-११) मध्ये राजा लीऑंटीझ आपली पत्नी हरमिऑन हिच्या शीलाबद्दल संशयग्रस्त होतो आणि तिला राहिलेला गर्भ पॉलिक्झेनीझ या आपल्या मित्रापासून आहे अशी कल्पना करून घेऊन तिचा छळ आरंभतो. या कथानकाचा प्रवासही राणीचा तुरुंगवास, तुरुंगात होणारा राजकन्येचा जन्म, राजाने केलेल्या देववाणीच्या अधिक्षेपामुळे घडणारा राजपुत्राचा व राणीचा मृत्यू, परित्यक्त राजकन्येचे धनगराकडून होणारे संवर्धन, वेषांतर केलेल्या फ्लॉरिझॉल या पॉलिक्झेनीझच्या मुलाची व पर्डिटा या परित्यक्त राजकन्येची पडणारी आकस्मिक गाठ व प्रेमसंभव – अशा अद्भुत घटनांच्या मार्गाने पश्चात्तापाच्या पार्श्वभूमीवर होणाऱ्या मित्रामित्रांच्या व बापलेकीच्या सामंजस्याकडे होतो. 'द टेंपिस्ट' (१६११-१२) ही या चार नाटकांतील सर्वांत सफल कलाकृती. आशयाच्या, घाटाच्या व भाषेच्या दृष्टीने ते अधिक एकात्म आहे. त्यातील जीवनदृष्टीत सहनशीलता, क्षमावृत्ती, समेटसन्मुखता, पश्चात्ताप या गोष्टी अंतर्भूत आहेतच. प्रॉस्पेरो हा नाटकाच्या शेवटी आपल्या पश्चात्ताप पावलेल्या शत्रूंना क्षमा करून सामंजस्य साधतो. पण या जीवनदृष्टीबरोबरच कथानकाच्या बांधणीत जीवनविषयक काही नव्या समस्या अंतर्भूत झालेल्या आढळतात. इंद्रजालविद्येचा प्रॉस्पेरोने केलेला अभ्यास व उपयोग, कॅलिबन या असंस्कृत अर्धमानवाशी व एरिअल या अपार्थिव चैतन्यशक्तीशी त्याने ठेवलेले विशिष्ट संबंध, कॅलिबन आणि एरिअल यांना अभिप्रेत असलेल्या स्वातंत्र्याच्या वेगवेगळ्या कल्पना व शेवटी दोघांनाही स्वातंत्र्य देण्यात त्याने दाखवलेली जीवनाची समज – या गोष्टींमुळे या नाटकातील कथानकाला

एक वेगळीच आशयघनता व स्वभावचित्रणाला एक वेगळेच नावीन्य प्राप्त होते. प्रॉस्पेरोची मुलगी मिरांडा व त्याच्या शत्रूचा मुलगा फर्डिनंड यांच्यामधील प्रेमकथाही मिरांडाच्या संस्कारातीत निष्पाप सहजतेमुळे अनोखी बनते. प्रॉस्पेरोचे बेटावरील एकाकी जीवन हे दोन वादळांच्या अर्थपूर्ण प्रतीकामध्ये बसवलेले आढळते. पहिले वादळ बेटावर आणायला आणि दुसरे वादळ त्याने बेट सोडायला कारणीभूत होते. या प्रतीकात्मतेमुळे कथानकाला संयतशील आटोपशीरपणा तर येतोच, पण नाट्याच्या आशयालाही वेगळी अर्थवाहकता लाभते. हे बेट म्हणजे लंडन तर नव्हे व हा जादूगार प्रॉस्पेरो की शेक्सपिअर, असा भ्रम निर्माण होतो; आणि प्रॉस्पेरोच्या तोंडून निघणारे

> "We are such stuff
> As dreams are made on and our little life
> Is rounded with a sleep."

हे शब्द शेक्सपिअरने घेतलेला जीवनाचा अंतिम वेधच साकार करीत आहेत, असे वाटते. या नाटकाच्या समाप्तीबरोबरच शेक्सपिअरचे वाङ्मयीन जीवन संपुष्टात येते. थोडा अधिक विचार केला तर तेथेच तो आपल्या चिरंतन मुशाफिरीचे प्रस्थान ठेवतो, असेही म्हणता येईल.

३.

शेक्सपिअरच्या शोकान्तिकांना निर्भरशील शोकान्तिका (romantic tragedies) असे म्हटले जाते. असे म्हणताना त्या मेटरलिंक, इब्सेन, चेकाव्ह, ओनेल, विलीअम्स, आयनेस्को वगैरे लेखकांनी लिहिलेल्या विविध प्रकारच्या अर्वाचीन शोकान्तिकेपेक्षा वेगळ्या जातीच्या शोकान्तिका आहेत असे सुचविण्यापेक्षाही प्राचीन ग्रीक वाङ्मयातील ईस्किलस, सॉफक्लीझ व युरिपिडीझ यांच्या संयतशील शोकान्तिकांपेक्षा (classical tragedies) वेगळ्या जातीच्या शोकान्तिका आहेत असे सुचविण्यावर भर असतो. लॅटीन वाङ्मयातील सेनिकाच्या शोकान्तिका हासुद्धा शोकान्तिकेचा एक प्रकार असला तरी त्यातील काही अंगे युरिपिडीझच्या ग्रीक शोकान्तिकेशी जवळीक करणारी आणि काही अंगे पुनरुज्जीवनाच्या कालखंडातील संयतशील व निर्भरशील अशा दोन्ही जातींच्या शोकान्तिकेमध्ये अंतर्भूत झालेली आहेत. सेनिका हा एका अर्थाने या दोन जातींतील दुवा आहे. पण तेवढ्यामुळे इंग्रजीतील निर्भरशील शोकान्तिका परभृत ठरण्यासारखी नाही. तिची पाळेमुळे धार्मिक उत्सवाशी संबंध असलेल्या व बायबलमधील प्रसंगमाला चित्रीत करणाऱ्या चमत्कारनाट्याइतकी (miracle plays) आणि पंधराव्या शतकापासून

प्रचलित असलेल्या व मानवी आत्म्याचा कब्जा करण्यासाठी सद्गुण व दुर्गुण यांच्यात होणारा संघर्ष चित्रीत करणाऱ्या नीतिनाट्याइतकी (morality plays) खोल आहे. इंग्रजीतील त्या चमत्कारनाट्याने स्थलकालाची बंधने कधीच स्वीकारलेली नव्हती आणि या नीतिनाट्याने – विशेषत: 'एव्हरिमॅन' या विशिष्ट नीतिनाट्याने – गंभीर जीवनचित्रणाचा एक देशी आदर्श उपलब्ध केला होता. या परंपरेचा निर्देश करणे म्हणजे पुनरुज्जीवनाने उपस्थित केलेल्या परदेशी प्रेरणा नाकारणे नव्हे. विकासाच्या प्राथमिक अवस्थेत इंग्रजीतील निर्भरशील शोकान्तिका सेनिकाच्या आहारी गेलेली वाटली – सेनिकातील धक्कान्तिकासदृश अंग, त्यातील दैववाद, त्यातील प्रभावी ठरणारी सूडाची भावना, त्याच्या खलनायकाची बेडर सहनशीलता (stoicism), त्याच्या नाट्यतंत्रातील समंधाचे स्थान, त्याच्या पात्रांचे दणकेबाज वक्तृत्व, त्याच्या संवादांतील सुभाषितांचा सुकाळ, या सर्व गोष्टी काही प्रमाणात तिने स्वीकारलेल्या दिसल्या – तरी तिचे विकसित स्वरूप सेनिकाच्या शोकान्तिकेहून वेगळे आहे. तरीही निर्भरशील शोकान्तिकेचे हे विकसित स्वरूप समजून घेण्याच्या दृष्टीने सर्वार्थाने वेगळ्या वाटणाऱ्या सेनिकापूर्वीच्या संयतशील ग्रीक शोकान्तिकेशी तिची तुलना करणे हेच अधिक फलदायी ठरेल. तसा प्रयत्न करून निर्भरशील शोकान्तिकेची – म्हणजेच पर्यायाने शेक्सपिअरी शोकान्तिकेची – व्हॉगनने दाखवलेली काही वैशिष्ट्ये समजून घेणे हे 'किंग लिअर'च्या पुढील विभागातील चर्चेला पूरक ठरणारे आहे.

निर्भरशील शोकान्तिकेचे प्रथमदर्शनीच लक्षात येणारे एक महत्त्वाचे स्थूल वैशिष्ट्य म्हणजे तिची जीवनसमावेशकता. ही जीवनसमावेशकता निरनिराळ्या पातळ्यांवर अनुभवाला येते. कर्माच्या पातळीवर तिचा अर्थ घटनांची विविधता व विपुलता असा होईल. संयतशील शोकान्तिकेवर निरनिराळ्या कारणांमुळे या बाबतीत मर्यादा पडत. स्थलैक्याच्या दंडकामुळे वेगवेगळ्या ठिकाणी घडणाऱ्या घटना रंगभूमीवर प्रत्यक्ष दाखविणे शक्य होत नसे. रंगभूमी हे एक विशिष्ट ठिकाण – समजा, राजवाडा – असे एका कल्पिल्यानंतर त्या ठिकाणी घडू शकतील तेवढ्याच घटना सबंध नाटकात दाखवाव्या लागत. कालैक्याच्या कल्पनेला दंडकाचा दर्जा प्राप्त झाला नसला तरी त्याचा कल रंगभूमीवर चित्रीत होणारा कालखंड आटोपशीर ठेवण्याकडे होता आणि त्यामुळे आपोआपच घटनांच्या संख्येवर मर्यादा पडे. शिवाय, हिंसात्मक कृत्ये प्रत्यक्ष रंगभूमीवर दाखविली जाऊ नयेत असा संकेत तिने स्वीकारलेला होता. कथानकाची मांडणी व पात्रांची रंगभूमीवरील वर्तणूक या गोष्टी ही अवधाने लक्षात घेऊनच आखलेल्या असत. आत्महत्या, खून, मृत्यू, लढाया वगैरे घटना घडल्याच तर त्या अन्यत्र घडत आणि त्यांचे निवेदन तेवढेच जासूदाकरवी प्रत्यक्ष रंगभूमीवर सादर केले जाई. पण जीवनोत्साहाने दुथडी भरून वाहणारा व मजबूत

नसा असलेला एलिझाबेथकालीन प्रेक्षकवर्ग अशा निवेदनांवर संतुष्ट होणे कठीण होते. विविध घटनांमधून वाहणारा जीवनाचा खळबळणारा प्रवाह रंगभूमीवर पाहण्यासाठी तो आसुसलेला होता. त्याच्या डोळ्यांची भूक त्याच्या कानांइतकीच दांडगी होती. सगळ्या प्रकारची कृतिरूप भयानकता त्याला प्रेक्षणीय वाटत होती. निर्भरशील शोकान्तिकेने वरील दंडक व संकेत झुगारून दिले व ती जीवनसमावेशक बनली. मात्र कर्मांच्या पातळीवर अनुभवास येणारी ही जीवनसमावेशकता नेहमीच कलात्मकतेला पूरक ठरत होती असे नव्हे. काही वेळा आततायी धक्कानाट्य शोकान्तिकेत शिरले; काही वेळा लढायांची दृश्ये हास्यास्पद ठरू लागली; काही वेळा नाटकात मृत्यूची आणि रंगभूमीवर प्रेतांची भाऊगर्दी झाली – तरीही या समावेशकतेमुळे निर्भरशील शोकान्तिकेतील जीवनदर्शन अधिक गतिशील, अधिक साक्षात्कारी व अधिक वास्तवदर्शी बनले, हे मान्य करावे लागेल. या नव्या स्वातंत्र्यामुळे ग्लास्टरचे डोळे काढण्याचा प्रसंग रंगभूमीवर दाखवला गेला, तसेच लिअरचे वेड, निसर्गातील वादळ व लिअरचा शोकात्म शेवट हे प्रसंगही रंगभूमीवर सादर करता आले. कधी दरबारात तर कधी शेतघरात, कधी वैराण माळरानावर तर कधी ग्लॉस्टरच्या किल्ल्यावर, असा स्वैर संचार शेक्सपिअरच्या कल्पनाशक्तीला करता आला. दिंडीऐवजी दरवाजा उघडून शोकान्तिका जीवनात घुसली.

जीवनसमावेशकतेचा एक अर्थ कथानकाच्या पातळीवरही लावता येईल. संयतशील शोकान्तिकेतील कथानक एकात्म असे; पण ते एका विशिष्ट अर्थाने : त्यात एकाच कर्माची अनुकृती अपेक्षित असल्यामुळे मुख्य कथानक व दुय्यम कथानक असे दोन जीवनप्रवाह त्यातून वाहताना आढळत नसत किंवा कार्यकारणसंबंधाच्या साखळीत न बसणाऱ्या अशा निव्वळ स्वभावदर्शक किंवा वातावरणपूरक प्रसंगांना त्यात स्थान नसे. निर्भरशील शोकान्तिकेच्या कथानकात या दोन्ही गोष्टी अंतर्भूत होऊ लागल्या. 'किंग लिअर'मध्ये लिअर व त्याच्या मुली यांच्या कथानकाबरोबरच ग्लॉस्टर व त्याचे मुलगे यांचे दुय्यम कथानकही उपस्थित झालेले आढळते. कथानकाची गती पुढे न रेटताही निव्वळ स्वभावचित्रणाला पोषक असल्यामुळे उजाड माळावरचे प्रवेश नाटकामध्ये अंतर्भूत झाले; आणि वातावरणपूरक कल्पनात्मक परिणामाचे लक्ष्य डोळ्यापुढे ठेवून वादळ व वादळाचे प्रत्यक्षीकरण करणारी लिअरची भाषणे यांना नाटकामध्ये महत्त्वाचे स्थान प्राप्त झाले. याचा अर्थ निर्भरशील शोकान्तिकेने एकात्मतेचे तत्त्व सोडले असा नव्हे, तर संयतशील शोकान्तिकेला अभिप्रेत असलेले त्याचे तांत्रिक निष्कर्ष तिने स्वीकारले नाहीत. जीवनदर्शनाला प्राधान्य देऊन अधिक मूलग्राही अर्थाने त्या तत्त्वाचा स्वीकार केला आणि त्यासाठी वेगळा तांत्रिक पर्याय हुडकून काढला. मुख्य कथानक व दुय्यम कथानक ही परस्परपूरक व अन्योन्यप्रकाशी बनवून ती एकात्म जीवनदर्शनाची

साधने ठरवली. जीवनदर्शनाची एकात्मता हे प्रधान लक्ष्य मानल्याने जे कथानकाला, स्वभावाला किंवा वातावरणातील प्रतीकात्मक अर्थवाहकतेला पोषक ठरले ते या मूलग्राही एकात्मतेला स्वीकारार्ह वाटले.

खरे म्हणजे 'जीवन' या शब्दाचा आशयच निर्भरशील शोकान्तिकेने बदलून टाकला; त्याला बहिर्मुखतेऐवजी अंतर्मुखता दिली. याचा परिपाक कथानकापेक्षा स्वभावचित्रणाला, घटनांपेक्षा माणसांना आणि ती काय करतात यापेक्षा ती काय आहेत या प्रश्नाला महत्त्व प्राप्त होण्यात झाला. संयतशील शोकान्तिका करुणा व भीती या विशिष्ट भावनांचा परिपोष डोळ्यापुढे ठेवून विशिष्ट घटनांची व त्या अनुरोधाने मनुष्याच्या स्वभाववैशिष्ट्यांची निवड करीत असे. सृजनशील कविमन जाणीवपूर्वक या विरुद्धक्रमाचा अंगीकार करी असे गृहीत धरणे अवास्तव ठरेल; पण सामान्यत: कवीची जीवनदृष्टी घटनाक्रमाला व कथानकाला केंद्रीय महत्त्व देई हे नक्की. म्हणूनच ॲरिस्टॉटलने संयतशील शोकान्तिकेचे विवेचन करताना कथानक हा शोकान्तिकेचा आत्मा आहे असे विधान केले. कथानकाला इतके महत्त्व प्राप्त होण्याचे एक दुय्यम कारण म्हणजे ग्रीक बीजकथा व त्यातील वीरपुरुष ह्यांना धार्मिक संकल्पनेची प्रतिष्ठा होती आणि त्यांच्या स्वभावाचे प्रेक्षकांना अपरिचित असे दर्शन घडवणे हा अधर्म मानला जाण्याची शक्यता होती. इंग्रजी नाट्याच्या विकासामध्ये धार्मिक संकल्पनेची त्याच्यावरील पकड नाहीशी झाल्यावरच निर्भरशील शोकान्तिका उदयाला आली; एलिझाबेथकालीन शोकान्तिकाकर्त्यांनी नजीकच्या राष्ट्रीय इतिहासातील वीरपुरुषांविषयी शोकान्तिका लिहिल्या असत्या तर निदान राष्ट्राभिमानाच्या संकल्पनेपोटी स्वभावदर्शनाचे स्वातंत्र्य मर्यादित करावे लागले असते. पुरेतिहासातील बीजकथांबद्दल पुनरुज्जीवनाच्या कालखंडातील नाटककारांना कसलेच दडपण वाटण्याची आवश्यकता नव्हती. स्वभावदर्शनाच्या बाबतीत त्यांच्या प्रतिभेचा संचार अप्रतिहतपणे चालू शकत होता. शिवाय पुनरुज्जीवनाच्या कालखंडातील मानवकेंद्रितता ही सर्वसंचारक होती आणि तिचा प्रभाव शोकान्तिकेच्या स्वरूपावर पडणे अटळ होते. पूर्वी विचारात घेतलेली जीवनसमावेशकता हीसुद्धा पर्यायाने स्वभावदर्शनाला पूरक ठरणारी होती. इतक्या विविध घटना नाटकात येणे याचा अर्थ इतके विविध आरसे उपलब्ध होणे असाच होता. स्वभावदर्शनाला प्राधान्य दिल्यामुळे इतक्या विविध घटना एकत्र येऊ लागल्या हे जितके खरे तितकेच इतक्या विविध घटना एकत्र आणणे शक्य झाल्यामुळे स्वभावदर्शनाला प्राधान्य देता आले हेही खरे. असो. कथानकाऐवजी स्वभावदर्शन हाच निर्भरशील शोकान्तिकेचा आत्मा बनला. त्यातून निर्माण होणारे व्यक्तीचे दर्शन हे विकसनशील, संमिश्र, विविधांगी व म्हणूनच अधिक वेधक झाले. संयतशील शोकान्तिकेतील व्यक्तींचा स्वभाव सुरुवातीपासून शेवटपर्यंत एका साच्याचा असे;

निर्भरशील शोकान्तिकेतील व्यक्ती अंत:प्रेरणेने, अनुभवाने व चिंतनाने बदलत जातात; त्यामुळे माणसाचे मन व माणसाचा अनुभव यांत एक जिवंत नाते प्रस्थापित होते. कालैक्याची कल्पना झुगारून दिल्यामुळे उपलब्ध होऊ शकणारा प्रदीर्घ कालावधी हाही या विकसनप्रक्रियेला पोषक ठरला. पहिल्या अंकातील लिअर व शेवटच्या अंकातील लिअर हे वेगळे आहेत. व्यक्तीचा स्वभाव नुसता विकसनशील झाला असे नव्हे तर तो अधिक संमिश्र – वरवर परस्परविरोधी वाटणारे घटक अंतर्भूत करणारा – असा होऊ लागला. लिअरमध्ये प्रेम आणि द्वेष, वात्सल्य आणि अहंभाव, स्वार्थत्याग आणि अभिलाषा यांचे मिश्रण झालेले आढळते. आता मनुष्यस्वभाव हा परस्परविरुद्ध प्रवृत्तींचे, हेतूंचे व निष्ठांचे संघर्षस्थान म्हणून कल्पिला जाऊ लागला. कथानकापेक्षा स्वभावाला महत्त्व आले याचा अर्थ जीवनातील बाह्य संघर्षापेक्षा मनातील आंतरिक संघर्षाला अधिक महत्त्व आले, असाही करता येईल. निर्भरशील शोकान्तिकेतील खऱ्या लढाया समरभूमीवर लढल्या जात नाहीत, त्या पात्रांच्या मनोभूमीवर लढल्या जातात, विशेषत: शोकात्म नायकाच्या मनोभूमीवर. आतंरिक संघर्षाचे दर्शन घडविण्याच्या दृष्टीने घटना, बाह्य कृती किंवा व्यक्तींचे संवाद ही साधने अपुरी वाटू लागली आणि आत्मप्रकटन करणाऱ्या काव्यात्म व चिंतनशील स्वगतांना शोकान्तिकेच्या रचनेमध्ये महत्त्व प्राप्त झाले, पण व्यक्तीच्या स्वभावचित्रणाचे खरे यश ती नुसती विकसनशील व संमिश्र आहे असे दाखविण्यात नसते, तर ती तशी असूनही पुन्हा मूलत: एकच आहे असे दाखवण्यात – तिचे स्वत्व (identity) सांभाळण्यात – असते : लिअर बदलतो, पण तरीही लिअर लिअरच असतो. निर्भरशील शोकान्तिकेत – विशेषत: शेक्सपिअरी शोकान्तिकेत – ही अद्‌भुत व मुष्कील कामगत कशी केली जाते, याचे ठोकताळे बसविण्यात विशेष स्वारस्य नाही. निर्भरशील शोकान्तिकेत व्यक्तींच्या विचारपूर्वक होणाऱ्या प्रतिक्रियांप्रमाणेच व्यक्तीच्या विचारातीत प्रतिक्रियांनाही महत्त्व आले. त्यामुळे त्यातील स्वभावचित्रण अधिकच गहिरे व गूढ बनले. एका अर्थाने लिअरने सुबद्ध अवस्थेत केलेल्या भाषणांप्रमाणेच त्याने वेडाच्या अवस्थेत केलेली भाषणेही त्याच्या स्वभावाची निदर्शक ठरतात. मनुष्याच्या स्वभावाविषयीची मूळ कल्पना बदलली गेल्यावाचून हे घडणे अशक्य होते.

निर्भरशील शोकान्तिकेचे आणखी एक वैशिष्ट्य म्हणजे तिच्यातील जीवनचित्रणात आढळणारा गांभीर्य आणि विनोद यांचा सहभाव. उत्कटतेच्या एकसुरी कल्पनेमुळे व तिच्या विशुद्धतेचे फाजील स्तोम माजवल्यामुळे संयतशील शोकान्तिकेतील सर्व प्रसंग गंभीर शोकात्म वृत्तीचा एकेरी सूर आळवणारे असत. पण शोकात्म वृत्तीला पूरक ठरणारा असा सुखात्म वृत्तीचा अनुप्रवेश साधणे शक्य आहे, ही गोष्ट प्रथम निर्भरशील शोकान्तिकेनेच हेरलेली दिसते. विशिष्ट पद्धतीने व विशिष्ट ठिकाणी विनोदाचा अनुप्रवेश

साधल्यास मूलत: गंभीर असलेल्या घटना त्यामुळे अधिक गंभीर होतात, शोकान्तिकेच्या गांभीर्याला अधिक व्यापक व खोल असा अर्थ लाभतो, आणि नाटकाचा शोकात्म परिणाम शबल न होता अधिक समर्थ होतो ही गोष्ट निर्भरशील शोकान्तिकेच्या लेखकांनी – विशेषत: शेक्सपिअरने – पूर्णपणे ओळखली होती. बऱ्याच पंडितांचा कल या सुधारणेचे श्रेय कलावंताच्या प्रगत कलादृष्टीला देण्यापेक्षा त्या कालखंडातील प्रेक्षकवर्गाच्या पारंपरिक अभिरुचीला देण्याकडे आहे. पण शेक्सपिअरी शोकान्तिकेमध्ये हा विनोद – प्रसंगी प्रहसनप्राय विनोद – नेमक्या जागी व नेमक्या वेळी उपस्थित होताना आढळतो. त्याचे कलात्मक मर्म कलावंताने हेरले नसल्यास इतकी योजनाबद्धता सातत्याने प्रत्ययाला आली नसती. 'मॅक्बेथ'मधील द्वारपालाची विनोदी सरबत्ती त्यापूर्वी घडलेल्या डंकनच्या खुनाची भीषणता अधिक भेदक बनते. 'हॅम्लेट'मधील खड्डा खणणाऱ्या मांगाची विनोदी आतषबाजी त्यानंतर प्रविष्ट होणाऱ्या हॅम्लेटच्या जीवनविषयक चिंतनाला अधिक गंभीर बनवते. 'किंग लिअर'मधील विदूषक नाटकात योग्य वेळी उपस्थित होतो, आपल्या विनोदाने लिअरला आत्मदर्शन घडवतो व योग्य वेळी नाटकातून अंतर्धान पावतो. अशाप्रकारे विनोद किंवा विनोदी पात्रे शोकान्तिकेत अंतर्भूत होणे याचा अर्थ तिच्यातील जीवनसमावेशकता परिपुष्ट होणे असा होता.

संयतशील शोकान्तिकेतील 'वृंद' (chorus) ही संस्था निर्भरशील शोकान्तिकेत आढळत नाही. संयतशील शोकान्तिकेचे एक शक्तिस्थान म्हणजे वृंद. नाटकाच्या सुरुवातीपासून शेवटपर्यंत रंगभूमीवर उपस्थित असणारा, नाटकातील घटक असूनही त्यातील घटनांकडे तटस्थपणे पाहू शकणारा आणि त्यातील घटनांवर व व्यक्तींवर पारंपरिक, धार्मिक किंवा व्यवहारी दृष्टिकोणातून भाष्य करणारा असा हा वृंद म्हणजे मानवजातीचे प्रतिनिधित्व करणारे एक सामूहिक पात्र होते. त्याच्या अस्तित्वामुळे संयतशील शोकान्तिकेला वैणिक काव्यात्मतेचे व सनातन चिंतनाचे एक वेगळे परिमाण प्राप्त होई. स्थलैक्याची अट स्वीकारल्याशिवाय अशा स्वरूपाचा वृंद निर्भरशील शोकान्तिकेमध्ये अंतर्भूत होणे कठीण होते; म्हणून तिने स्थलैक्याबरोबरच वृंदाचीही हकालपट्टी केली व वृंदाचे अर्थपूर्ण कार्य आत्मसात करण्यासाठी दुसरे मार्ग योजले. गीताचे कार्य गीतानुकूल पात्रामार्फत, भाष्याचे कार्य एखाददुसऱ्या चिंतनशील पात्रामार्फत व काव्यात्मतेचे कार्य पात्रांच्या तोंडातील बहुसंचारी ब्लॅंक व्हर्समार्फत साधून निर्भरशील शोकान्तिकेने वृंदाची उणीव भरून काढली. वृंदाचे बांधेसूद देखणे स्वरूप रंगभूमीवरून हरवल्यासारखे वाटले तरी वृंदाचे कार्य अशा पद्धतीने विभागले गेल्यामुळे ते अधिक स्वाभाविक, औचित्यपूर्ण व जीवनसदृश झाले. निर्भरशील शोकान्तिकेतील स्वभावदर्शनाच्या आद्य घटकाला ते पूरक ठरले. सारांश, निर्भरशील शोकान्तिकेने वृंदाची हकालपट्टी केली

असे म्हणण्यापेक्षा वृंदाचे विकेंद्रीकरण केले, असे म्हणणेच सयुक्तिक होईल. शिवाय, संयतशील ग्रीक शोकान्तिकेत 'जगणे' आणि 'जाणणे' या दोन गोष्टींची काहीशी फारकत झालेली होती : 'जगणे' नाटकातील इतर पात्रांकडे व 'जाणणे' हे नाटकातील वृंद या समूहपात्राकडे; निर्भरशील शोकान्तिकेने हे द्वैत मिटवून टाकले. तिच्यातील नायक जगत असतानाच त्या जगण्याचा अर्थ लावू पाहणारे चिंतनही करताना दिसतात. वृंदाचे स्वतंत्र अस्तित्व नाहीसे झाल्यामुळे निर्भरशील शोकान्तिका ही अधिक खोल अर्थाने अस्तित्वसन्मुख झाली.

संयतशील शोकान्तिका आणि निर्भरशील शोकान्तिका या दोहोंत भाषाशैलीच्या दृष्टीनेही फार मोठा फरक जाणवतो. निर्भरशील शोकन्तिकेतील भाषाशैली ही तिच्यातील जीवनदर्शनाइतकीच समावेशक आहे. निरनिराळ्या स्वरूपाचे प्रसंग, निरनिराळ्या स्वभावाची माणसे व निरनिराळ्या वृत्तींचे गुणधर्म हे एकाच विशिष्ट शैलीतून – मग ती कितीही कलात्मक, सौंदर्यपूर्ण व समर्थ असो – साकार होणे शक्य नव्हते. घटनेशी, वृत्तीशी, व्यक्तीशी, किंबहुना त्या त्या व्यक्तीच्या त्या त्या भावस्थितीशी कंपायमान होणारी भाषा त्या त्या ठिकाणी वापरणे आवश्यक झाले. बहुलक्ष्यी झाल्यामुळे शैली बहुरूपी बनली. घरगुती बोलभाषेपासून तो दणकेबाज वक्तृत्वापर्यंत, अत्यंत स्वाभाविक व अनलंकृत भाषेपासून तो अत्यंत कृत्रिम व आलंकारिक भाषेपर्यंत, औपचारिक रूक्ष भाषेपासून तो भारलेल्या काव्यात्म भाषेपर्यंत आणि निरर्थक बडबडीपासून तो आशयघन दुर्बोधतेपर्यंत भाषेची सर्व सप्तके निर्भरशील शोकान्तिकेला आपली मानावी लागली. जातिदर्शक व व्यक्तिदर्शक गुणांचे स्वभावचित्रणात घडणारे संमिश्रण जुने अलंकारशास्त्र किंवा वक्तृत्वशास्त्र अपुरे ठरवू लागले. उदाहरणार्थ, 'अथेल्लो'मधील इयागो आणि 'लिअर'मधील एडमंड हे दोन्ही जातीने बदमाष असले तरी त्यांची व्यक्तित्वे भिन्न आहेत; म्हणून एडमंडची भाषा ही इयागोच्या भाषेहून भिन्न झाली. हॅम्लेट आणि लिअर हे दोघेही शोकान्तिकांचे 'नायक' असले तरी त्यांच्या व्यक्तित्वांत जमीनअस्मानाचे अंतर आहे; म्हणून हॅम्लेटची भाषा ती लिअरची नव्हे; एवढेच काय, शेवटचा लिअर तो सुरुवातीचा लिअर नव्हे, म्हणून त्याच्या भाषेचे पहिल्या अंकातील चलन व शेवटच्या अंकातील चलन ही वेगवेगळी राहिली. भाषेच्या बाबतीतील शेक्सपिअरचा औचित्यविचार हा संपूर्णत: सापेक्ष आहे. मुख्य पात्राच्या बाबतीत ही सावधानता दक्षतेने पाळली गेली तरी गौण पात्रांच्या बाबतीतही या सापेक्ष औचित्यविचाराकडे फार दुर्लक्ष झालेले नाही. शेक्सपिअरची सर्व पात्रे एकाच भाषेत बोलतात हा टॉलस्टॉयचा आक्षेप, ती इंग्रजी या एकाच भाषेत बोलतात या पोरकट अर्थाने खरा मानता येईल! एरवी संवेदनाशील वाचकाला तो सर्वस्वी अनाकलनीय वाटेल. निर्भरशील शोकान्तिकेतील भाषाशैलीचे आणखी एक

वैशिष्ट्य म्हणजे तिची प्रतीकात्मता. विल्सन नाइटसारख्या काही पंडितांना ती प्रतीकात्मता इतकी महत्त्वाची व अर्थपूर्ण वाटते की या प्रतीकात्मतेच्या अंगाने ते शेक्सपिअरी शोकान्तिकेतील घाटाचा व जीवनदृष्टीचा वेध घेऊ पाहतात.

निर्भरशील शोकान्तिकेची संयतशील शोकान्तिकेशी तुलना करून हाती आलेली ही सर्व वैशिष्ट्ये म्हणजे पर्यायाने शेक्सपिअरच्या 'हॅम्लेट', 'अथेल्लो', 'किंग लिअर', 'मॅक्बेथ' वगैरे विकसित अवस्थेतील शोकान्तिकांची स्थूल वैशिष्ट्ये आहेत असे समजता येईल. शेक्सपिअरच्या बऱ्याच समकालीनांनी ती बव्हंशी आत्मसात केलेली होती. कोणत्याही एका वैशिष्ट्याचे प्रवर्तन प्रथम शेक्सपिअरने केले असे म्हणण्यापेक्षा त्यांतील प्रत्येक वैशिष्ट्याचा परमोत्कर्ष शेक्सपिअरने गाठला असे म्हणणेच वस्तुनिष्ठ ठरते. या स्थूल वैशिष्ट्यांच्या पार्श्वभूमीवरच शेक्सपिअरी शोकान्तिकेतील रचना, कर्म (action), नायक व शोकात्म परिणाम यांचे खास स्वरूप समजून घेणे सोयीचे होईल.

नाट्यात्म संघर्षाला केंद्रीय महत्त्व देऊन शेक्सपिअरी शोकान्तिकेच्या रचनेचे ब्रॅडलेने केलेले विवेचन हे मला मोल्टनसारख्या जुन्या किंवा विल्सन नाइटसारख्या नव्या पंडितांनी केलेल्या विवेचनापेक्षा अधिक समाधानकारक वाटते. ब्रॅडलेने काढलेले निष्कर्ष असे : (१) संघर्षाला प्राधान्य दिल्यास शेक्सपिअरी शोकान्तिकेचे पाच भाग पडतात : प्रस्ताव, प्रवर्धन, उत्कर्षबिंदू, परावर्त व निर्वहण. (२) प्रस्तावा (exposition) मध्ये नाट्यात्म संघर्ष ज्या परिस्थितीतून निर्माण होतो त्या परिस्थितीशी प्रेक्षकांचा परिचय घडतो. पहिल्या अंकाच्या पूर्वांगामध्ये हे काम उरकले जाते. हा संघर्षपूर्व भाग नाट्यात्म करणे कठीण असते. ते साधण्यासाठी शेक्सपिअर दोन मार्गांचा अवलंब करतो : प्रेक्षकांच्या मनाची पकड घेणारा एखादा लहानसा प्रसंग प्रथम दाखवणे व मग खालच्या पातळीवर येऊन आवश्यक ती माहिती उपलब्ध करणे हा एक मार्ग; किंवा साध्या संभाषणाने माहिती द्यायला सुरुवात करून लगेच नायकाचा प्रवेश घडवणे व आवश्यक ती माहिती त्याच्या तोंडून पुरी करणे हा दुसरा मार्ग. 'किंग लिअर'मध्ये दुसऱ्या मार्गाचा अवलंब केलेला दिसतो. (३) प्रवर्धन, उत्कर्षबिंदू आणि परावर्त ह्या नाट्यात्म संघर्षाच्या विकासातील तीन अवस्था असतात. प्रवर्धनाच्या (rising action) अवस्थेत नाट्यात्म संघर्ष सुरू होतो व त्याचा विकास होतो. पुढे हा संघर्ष अशा अवस्थेला पोचतो की त्या ठिकाणी कोणत्या तरी एका पक्षाचे निर्णायक सामर्थ्य प्रकट होते; तो क्षण येण्यापूर्वी प्रेक्षकांची उत्कंठा पराकोटीला पोचलेली असते. या उत्कर्षबिंदू (crisis or climax) नंतर संघर्षाचा प्रवास विरुद्ध दिशेकडे होऊ लागतो. म्हणजेच परावर्ताची (falling action) सुरुवात होते. प्रवर्धन पहिल्या अंकाचा उत्तरार्ध, दुसरा अंक व तिसऱ्या अंकाचा पूर्वार्ध व्यापते; सामान्यत: तिसऱ्या अंकाच्या मध्यावर उत्कर्षावस्था भेटते; आणि तिसऱ्या

अंकाचा उत्तरार्ध, चौथा अंक व पाचव्या अंकाचा पूर्वार्ध यांत परावर्त घडून येतो. संघर्षाची ही मांडणी सामान्यत: नायकाला केंद्र समजून होत असली तरी प्रत्येक वेळी तसेच घडते असे नव्हे. उदाहरणार्थ, 'किंग लिअर'मध्ये ही मांडणी गॉनरिल, रीगन आणि एडमंड यांना केंद्र मानूनच समजून घ्यावी लागेल. लिअरला केंद्र मानल्यास उत्कर्षबिंदू पहिल्या अंकातच कल्पावा लागेल आणि ते हास्यास्पद ठरेल. या शोकान्तिकेत लिअरकडे फक्त भोक्तृत्व असते आणि गॉनरिल, रीगन व एडमंड यांच्याकडे संघर्षाचे कर्तृत्व असते. (माझ्या मताने बाह्य संघर्षाऐवजी लिअरच्या मनातील आंतरिक संघर्ष विचारात घेतल्यास लिअरचे केंद्रीय स्थान न हालवताही संघर्षाच्या या तीन अवस्था नेहमीच्या ठिकाणी मिळू शकतात आणि या नाटकाच्या विशिष्ट रचनेमध्ये शेक्सपिअरला तसा विचारच अभिप्रेत असावा.) (४) संघर्षाच्या या तिन्ही अवस्थांत शोकान्तिकेतील प्रवेशक्रमाचे नियमन करणारे प्रधान तत्त्व म्हणजे एकांतरतत्त्व (principle of alternation) : जास्त ताणाचे प्रसंग व कमी ताणाचे प्रसंग यांची एक सोडून एक अशी होणारी क्रमबद्ध मांडणी. शिवाय, पहिल्या व चौथ्या अंकात कमी ताणाचे प्रसंग अधिक दीर्घ तर उरलेल्या तीन अंकांत जास्त ताणाचे प्रसंग अधिक दीर्घ. 'लिअर'च्या तिसऱ्या अंकाचे उदाहरण घेतल्यास पहिला, तिसरा व पाचवा हे कमी ताणाचे प्रसंग अनुक्रमे ५५, २६ व २६ ओळींचे तर दुसरा, चौथा व सहावा हे जास्त ताणाचे प्रसंग अनुक्रमे ९५, १८६ व १२२ ओळींचे आहेत. नंतर सातवा प्रवेश हा पुन्हा जास्त ताणावा असल्याने सहाव्या प्रवेशाच्या शेवटच्या तीस ओळी या हेतुपूर्वक कमी ताणाच्या ठेवलेल्या आहेत. हेच एकांतरतत्त्व संघर्षातील आंतरिक चढउतारांनाही लागू पडते. संघर्षाच्या पूर्वांगात स्थूलमानाने 'अ'ची सरशी असली व उत्तरांगात 'ब'ची सरशी असली तरी दोन्ही अंगांमध्ये सूक्ष्म स्वरूपात कधी 'अ'चा पुढाकार तर कधी 'ब'चा पुढाकार अशी रस्सीखेच सुरू राहून आशा व भीती ही सतत दोलायमान ठेवली जातात. (५) प्रस्तावाप्रमाणेच परावर्ताची अवस्था नाटककाराच्या कौशल्याची कसोटी पाहणारी असते; कारण संघर्षातील उत्कर्षबिंदू मागे पडल्याने संभाव्य निर्वहणाची प्रेक्षकांना कल्पना आलेली असते. ही अवस्था वेधक करण्यासाठी शेक्सपिअर अनेक मार्गांचा अवलंब करतो : प्रवर्धनामध्ये प्रभावी झालेल्या शक्तीला परावर्तामध्ये तितकाच प्रभावी प्रत्याघात झालेला दाखवणे, नायकाच्या मनातील प्रतिक्रियांना महत्त्व देणे, मुख्य संघर्षाशी संबंध नसलेला असा एखादा झगडा किंवा कारुण्यपूर्ण प्रसंग सादर करणे ('किंग लिअर'च्या चौथ्या अंकातील एडगर व ऑझ्वल्ड यांची लढत किंवा नंतर येणारा लिअरच्या जागृतीचा कारुण्यपूर्ण प्रसंग हे या स्वरूपाचे आहेत), विरोधाने शोकात्म परिणामाची उत्कटता वाढवील असा विनोदी प्रसंग अंतर्भूत करणे, प्रभावी दृश्य परिणाम निर्माण करणारा युद्धाचा प्रसंग उपस्थित करणे, नायकाच्या

यशाबद्दल फसवी आशा निर्माण करणे (एडगर योग्य वेळी तुरुंगात पोचून कॉर्डिलियाचे प्राण वाचवील ही आशा तशाच स्वरूपाची) किंवा निर्वहणाचा थोडा विस्तार करून परावर्ताचा भाग मुळातच आटोपशीर करणे. ब्रॅडलेने काढलेल्या वरील निष्कर्षांच्या बरोबरच शेक्सपिअरी शोकान्तिकेतील निर्वहणा **(catastrophe)** विषयीचा एक सर्वमान्य विचारही आपल्याला लक्षात घ्यावा लागेल. शेक्सपिअरी शोकान्तिकेतील निर्वहणात नायकाचा मृत्यू अंतर्भूत होत असला तरी त्या मृत्यूनंतर थोडा वेळ पुन्हा कमी ताणाचा शांत व धीरगंभीर संवाद चालू राहतो. एकदम पडदा पाडण्याची सोय त्या रंगभूमीवर नव्हती हे खरे असले तरी शेक्सपिअर या विशिष्ट परिस्थितीचा फायदा घेऊन त्या विशिष्ट संवादाने नाटकाच्या शोकात्म परिणामाला प्रेक्षकांची शांत व धीरगंभीर मन:स्थिती सामोरी करतो हेही तितकेच खरे. असो. शेक्सपिअरी शोकान्तिकेच्या रचनेचे ब्रॅडलेने हेरलेले एक प्रमुख तत्त्व म्हणजे एकांतरतत्त्व. वस्तुत: ग्रीक शोकान्तिकेच्या रचनेतही ते तत्त्व वेगळ्या पद्धतीने कार्यान्वित झालेले दिसते. ग्रीक संयतशील शोकान्तिकेमध्ये प्रसंगात्मिका आणि वृंदगीत ही अशीच आळीपाळीने येत असताना दिसतात आणि जास्त व कमी ताणाच्या भागांचा एकांतरक्रम आपोआपच सिद्ध होतो. रचनेच्या बाबतीत एकच सौंदर्यलक्षी लयतत्त्व निर्भरशील व संयतशील शोकान्तिकांमध्ये वेगवेगळ्या प्रकारे साकार होते असे म्हणणे यथार्थ ठरेल.

शेक्सपिअरी शोकान्तिका ही महनीय स्थानावरील एका मोठ्या माणसाचा मुख्यत: त्याच्याच स्वभावगुणामुळे वैभवापासून विनाशाकडे जाणारा जीवनसंघर्ष साकार करते. ही व्यक्ती महनीय स्थानावरील असल्यामुळे तिच्या जीवनामधील उलथापालतीत सबंध समाज अंतर्भूत झाल्यासारखा वाटतो आणि तिच्या दु:खभोगाला सबंध मानवी दु:खभोगांची प्रतीकात्मता लाभते. ही प्रतीकात्मता नायकाच्या व्यक्तिदर्शक गुणधर्मांना जातिदर्शक गुणधर्मांची जोड मिळाल्यामुळे द्विगुणित झालेली आढळते. या व्यक्तींच्या शोकात्म कर्मामध्ये मुख्य स्थान संघर्षाला असते; हा संघर्ष दोन व्यक्तींत असतो, दोन समूहांत असतो, तसाच नायकांच्या मनातील दोन प्रवृत्तींमध्येही असतो. नायकाचा विनाश हा मुख्यत: त्याच्या कर्मांमुळे घडत असला तरी ती कर्मेही मुख्यत: स्वभावनियत असल्यामुळे त्याचा अंतिम विनाश हा त्याच्या स्वभावाचाच परिपाक ठरतो आणि 'स्वभाव हीच नियती' हे शेक्सपिअरी शोकान्तिकेबद्दलचे स्थूल विधान परमार्थाने खरे ठरते. मात्र या मोघम विधानाला चार गोष्टींचा काटशह आहे हे विसरता कामा नये : (१) नायकाची सगळीच कर्मे विनाशाकडे जाणाऱ्या अपरिहार्य प्रसंगमालेमध्ये अंतर्भूत होणारी नसतात. उदाहरणार्थ, कॉर्डीलिआला फाशी देणाऱ्या माणसाचा लिअरने केलेला वध. (२) नायकाची सगळीच कर्मे जाणीवपूर्वक घडलेली नसतात. अशी कर्मे व्यापक अर्थाने स्वभावदर्शक असली तरी शोकात्म परिणामाशी संबद्ध नसतात. लिअरला सुरुवातीपासूनच वेडसर मानला

तर त्याचा अधिकारत्याग करण्याचा निर्णय व त्याची परिणती ही शोकात्म ठरणार नाहीत. (३) शेक्सपिअरी शोकान्तिकेत काही वेळ समंध किंवा चेटकिणी यांसारख्या दैवी शक्तींचा वापर कर्माला गती व दिशा देण्यासाठी करण्यात येतो. (४) शेक्सपिअर क्वचित प्रसंगी – विशेषत: शोकान्तिकेच्या उत्तरांगात – 'योगायोग' ही स्वभावाशी संबद्ध नसलेली गोष्टही कर्माच्या शोकात्म परिपाकाला उपकारक ठरेल अशा पद्धतीने वापरतो. उदाहरणार्थ, एडगर तुरुंगात पोचण्यापूर्वीच कॉर्डीलिआ फाशी जाते हा योगायोग आहे. या सर्वांचा अर्थ असा की शोकात्म परिपाकाशी नायकाची काही स्वभावदर्शी कर्मे संबद्ध नसतात आणि नायकाच्या स्वभावाहून किंवा कर्माहून भिन्न अशा काही गोष्टी शोकात्म परिपाकाला उपकारक झालेल्या आढळतात. हा काटशह जमेला धरून मग स्थूलार्थाने 'स्वभाव हीच नियती' असे म्हणायला हरकत नाही. मुख्यत: शोकात्म परिपाक हा शोकात्म प्रमादाशी (tragic error) संबंधित असतो; आणि शोकात्म प्रमाद हा नायकाच्या स्वभावातील शोकात्म वैगुण्यामुळे (tragic flaw) घडलेला दिसतो. म्हणून नायकाच्या स्वभावचित्रणात शोकात्म वैगुण्याला केंद्रीय महत्त्व असते. निर्भरशील व संयतशील शोकान्तिकांतील स्वभावचित्रणांना जोडणारा हा एक महत्त्वाचा दुवा आहे. लिअरच्या बाबतीत कॉर्डीलिआचा परित्याग हा शोकात्म प्रमाद मानला तर अतिरेकी अहंभाव हे लिअरच्या स्वभावातील शोकात्म वैगुण्य मानता येईल. मॅक्बेथच्या बाबतीत डंकनचा खून हा शोकात्म प्रमाद मानला तर अतिरिक्त महत्त्वाकांक्षा हे स्वभावांतर्गत वैगुण्य मानता येईल. शोकात्म नायकाच्या जीवनशक्तीची परिमाणे मोठी असल्यामुळे हे वैगुण्यही मोठे असते किंवा मोठे भासते, पण सामान्य माणसामध्ये कधीच नसणारा असा एखादा खास गुणधर्म नायकाच्या स्वभावात असतो असे नव्हे. त्याचा मोठेपणा व त्याचे असामान्यत्व हे सामान्य माणसातील गुणधर्मांच्या उत्कटीकरणातून शेक्सपिअरने उभे केलेले असते. म्हणजे शेक्सपिअर एका अर्थाने त्याला सामान्य माणसाशी संबंधित ठेवतो, तर एका अर्थाने सामान्य माणसांपासून वेगळा करतो. एकाच भावनेच्या आहारी जाण्याची, एकाच गोष्टीचा ध्यास घेण्याची, एकाच विचाराने ग्रस्त होण्याची त्याची ताकद सामान्य माणसापेक्षा अनेक पटींनी जास्त असते. बेडर सहनशीलता (stoicism) व काव्यात्म कल्पनाशक्ती या गोष्टीही त्याच्या प्रतिक्रियांमध्ये फार उत्कट स्वरूपात कार्यान्वित होतात. त्याच्या स्वभावात चांगले आणि वाईट यांचे परस्परावलंबी व काहीसे अनाकलनीय असे मिश्रण झालेले आढळते, आणि वाईटाबरोबरच चांगलेही अटळपणे नष्ट होणार असल्यामुळे प्रेक्षकांचे मन बेचैन होते. या बेचैन अवस्थेच्या पार्श्वभूमीवर करुणा व भीती या भावना प्रकर्षाने जाणवतात तशाच विस्मय व आदर या भावनाही जाणवतात. नायकाचे लौकिक वैभव व सामर्थ्य नष्ट होत असतानाच त्याचे अलौकिकत्व अधिक उत्कटतेने आपल्या

प्रत्ययाला येऊ लागते. हा विनाश होत असतानाच काहीतरी अविनाशी प्रतीत होऊ लागते आणि जीवनाचे अंतिम साफल्य त्याच्याशी संबंधित होऊन मानवी जीवन व मानवाचा संघर्ष मूल्यगर्भ बनतात. "Shakespearian tragedy is the apotheosis of the spirit of man" हे चार्लटनचे म्हणणे काही मर्यादेपर्यंत खरे वाटू लागते. सुरुवातीला मुख्यत: नायकाच्या स्वभावाच्या अंगाने विकसत जाणारी निर्भरशील शोकान्तिका निर्वहणाची सम गाठण्यापूर्वी स्वभावांतर्गत विमुक्त भावोर्मी, घटनांतर्गत कार्यकारणभावाची पकड व या दोघांनाही पोटात घेणारी वैश्विक शक्ती या तिघांना एकात्म करते. न्याय-अन्यायाच्या स्थूल कल्पनेत या वैश्विक शक्तीचा संचार बसवता येत नाही; आणि एका आर्त, गहनगंभीर व चिंतनात्मक अवस्थेत निर्भरशील शोकान्तिकेच्या निर्वहणाला आपण सामोरे जाते. ब्रॅडले सांगतो तशी 'a world travailing for perfection' प्रत्येकालाच जाणवली नाही तरी "Tragedy would not be tragedy if it were not a painful mystery" या त्याच्या विधानाची यथार्थता प्रत्येकाला जरूर जाणवते.

वरील विवेचनात 'निर्भरशील शोकान्तिका' व 'शेक्सपिअरी शोकान्तिका' असे शब्द पुन:पुन्हा आलेले आहेत. त्या जातीच्या शोकान्तिकांतील काही ठळक प्रवृत्तींवर व वैशिष्ट्यांवर वाचकांचे लक्ष केंद्रीभूत करणे हा मुख्य हेतू असल्याने सुलभीकरणातील धोका स्वीकारूनही तसे करणे इष्ट वाटले. मात्र त्याचा परिणाम शेक्सपिअरच्या प्रत्येक शोकान्तिकेला आलेले प्रतिभाप्राप्त विवक्षित स्वरूप नाकारण्यात होता नये. एल. सी. नाइट्सचे पुढील शब्द हा त्या धोक्यावरील एक उतारा आहे : "The fact that King Lear was written so soon after Othello (1604) is a reminder of how misleading the phrase 'Shakespearean Tragedy' can be. Each play is a 'new beginning', a fresh 'raid on the inarticulate', for although there is development there is no repetition. Even from the narrowly technical point of view there are marked differences of manner and approach between the tragedies, corresponding to equally marked differences of intention." पुढील विभागातील 'किंग लिअर'च्या विवेचनावरून ही वस्तुस्थिती अधिक स्पष्ट होईल.

४.

'किंग लिअर'संबंधीच्या एका समीक्षासंकलनाला 'किंग लिअरचा गोंधळ' (The King Lear Perplex) असे बोलके शीर्षक एका संपादकाने दिलेले आहे आणि ते

अनेक दृष्टींनी सार्थ आहे. 'हॅम्लेट' वाचल्यावर आपल्या मनाचा गोंधळ झाला तरी 'हॅम्लेट' ही अंतर्गत सुसंगती असलेली सफल कलाकृती आहे याबद्दल मनात गोंधळ नसतो (एखादा इलिअट हा अपवाद); पण 'किंग लिअर' वाचल्यावर आपण दोन्ही दृष्टींनी गोंधळात पडतो. आपल्या सर्व प्रतिक्रियांचा एक सुसंवादी असा अर्थ लावणे हे जितके कठीण होते तितकेच ह्या कलाकृतीतील सर्व घटकांमध्ये अंतर्गत सुसंगती कशी शोधावी हेही कळेनासे होते. ही सुसंगती शोधून काढणे हे शेक्सपिअरने समीक्षकांना दिलेले सर्वात मोठे आव्हान ठरलेले आहे. या जबाबदारीची जाणीव झाली की 'किंग लिअर'च्या वाङ्मयीन महात्मतेविषयीची मोघम मते अधिकच अस्वस्थ करू लागतात. शेक्सपिअरला निंदणारा बर्नार्ड शॉसुद्धा या नाटकाच्या बाबतीत "No man will ever write a better tragedy than Lear" असा कबुलीजबाब देताना आढळतो; स्विनबर्ग या नाटकाला "the most Aeschylean of his works, the most elemental and primaeval, the most oceanic and Titanic in conception" असे समजतो; आणि मॅटरलिंक "the mightiest, the vastest, most stirring, most intense dramatic poem that has ever been written" या शब्दांनी 'किंग लिअर'च्या कलात्मक श्रेष्ठतेचा गौरव करतो. पण या शोकान्तिकेचा विषय काय, असा अगदी साधा प्रश्न विचारला तरी त्याचे उत्तर देणे हेही गोंधळात टाकणारे ठरते. वरवर पाहिल्यास 'अपत्यांच्या कृतघ्नतेची शोकान्तिका' व 'राज्याच्या विभाजनाची शोकान्तिका', थोडे अधिक बारकाईने पाहिल्यास 'अतिरिक्त संतापाची शोकान्तिका' व 'अतिरिक्त अहंभावाची शोकान्तिका', त्याहून अधिक खोल गेल्यास 'प्रेममापनाची शोकान्तिका' व 'अर्धसंन्यासाची शोकान्तिका', आणि त्याहूनही तळाशी भिडल्यास 'मानवाच्या पार्थिव अस्मितेची शोकान्तिका'. पण गंमत अशी की अमक्याची शोकान्तिका व तमक्याची शोकान्तिका अशा विनाशसूचक शब्दांनी 'किंग लिअर'च्या सबंध विषयाला कधीच भिडता येणार नाही. कारण या नाटकामध्ये कशाचा नाश होतो या जाणिवेइतकेच कशाचे सृजन होते ही जाणीवही महत्त्वाची आहे आणि त्यातील सृजनात्मक जाणीव व्यक्त करण्यासाठी 'आत्म्याचे पुनरुज्जीवन' असा शब्दप्रयोग विषयाच्या मांडणीतच अंतर्भूत करावा लागेल. या नाटकाचा विषय विनाश आहे तसाच सृजनही आहे. ''पार्थिव अस्मितेच्या विनाशातून घडलेले मानवी आत्म्याचे पुनरुज्जीवन'' हा 'किंग लिअर'चा खरा विषय. नकाराला नकार भेटवीतच 'किंग लिअर'मधील जीवनदर्शनाचा वेध घ्यावा लागतो. आपल्या प्रतिक्रियांच्या गोंधळामधूनच शेक्सपिअर आपल्याला नाटकाच्या गगनगंभीर आशयाकडे खेचून नेतो. मात्र तळाशी असणाऱ्या अर्थाचा ठाव घेताना पृष्ठभागावर असणारे अर्थ दुर्लक्षिण्याची आवश्यकता नसते. ते अर्थ साकार करीत करीतच हा अर्थ

साकार केला जातो. कदाचित या नाटकाच्या सृजनप्रक्रियेशीही या गोंधळाचा संबंध असावा. मिडल्टन मरी या नाटकाला शेक्सपिअरचे "deliberate prophylactic against his own incoherence" असे काहीसे अधिक्षेपाने म्हणतो, त्यातला अधिक्षेपाचा सूर व पहिल्या शब्दाने सूचित होणारी जाणीवपूर्वकता पटणारी नसली तरी उरलेले शब्द वस्तुस्थितिसूचक वाटतात, म्हणूनच की काय, 'किंग लिअर'विषयी बोलताना टीकाकार परस्परविरोधी शब्दांत बोलल्यासारखे वाटतात. उदाहरणार्थ, हारबेज म्हणतो, "King Lear is not true. It is an allegory of truth !" इथे गोंधळ हा गहनतेकडे नेण्याचा मार्ग आहे.

या विभागातील विवेचन अर्थवाही ठरण्यासाठी सबंध नाटक प्रथम काळजीपूर्वक वाचलेले असणे आवश्यक आहे. पण निदान स्थूल स्वरूप तरी डोळ्यापुढे असावे म्हणून पात्रे, प्रसंग व प्रतिमा यांना एकत्र गुंफणारा कथानकाचा आराखडा प्रथम देतो : (अंक पहिला) अतिरेकी वृत्तीचा ब्रिटनचा वयोवृद्ध राजा लिअर हा राज्यकारभाराच्या झकाझकीतून निवृत्त होण्याच्या इच्छेने आपले सर्व राज्य व सत्ता आपल्या तीन मुलींत विभागून द्यायचा निर्णय घेतो. जी आपल्यावरील प्रेम अधिक प्रभावीपणे वर्णन करील तिला अधिक मोठी वाटणी मिळेल, असा आव आणतो. गॉनरिल व रीगन या बनेल विवाहित मुली राजाची खुशामत करण्यासाठी आपले पितृप्रेम भडक भाषेत व्यक्त करतात; पण कॉर्डीलिआ ही त्याची लाडकी धाकटी मुलगी तिच्या सत्यनिष्ठ व मानी स्वभावामुळे मुलीला अनुरूप तेवढेच प्रेम आपण पित्यावर करू शकतो असे सांगते. राजा संतप्त होतो, कॉर्डीलिआशी संबंध तोडतो व आपले सर्वस्व इतर दोन मुली व त्यांचे नवरे यांच्यामध्ये विभागून देतो. यापुढे राजा ही किताबत व शंभर शिलेदार एवढेच आपल्याशी ठेवून तो गॉनरिल व रीगन यांच्याकडे आलटून-पालटून एकेक महिना राहायचे ठरवतो. स्वामिनिष्ठ केंट राजाला आपला निर्णय बदलायला सांगतो व कॉर्डीलिआची वकिली करतो, पण त्यामुळे राजा अधिकच संतप्त होऊन त्याच्याच हद्दपारीचा हुकूम देतो. बर्गंडीचा नरेश व फ्रान्सचा राजा हे दोघे कॉर्डीलिआच्या प्राप्तीसाठी अधीर असतात, पण कॉर्डीलिआ निर्धन झाल्यामुळे बर्गंडीच्या नरेशाला ती आता स्वीकारार्ह वाटत नाही. उलट, फ्रान्सच्या राजाला ती अनाथ झाल्यामुळेच अधिक प्रिय होते व त्याच्याबरोबर कॉर्डीलिआ फ्रान्सला जाते. राजकुटुंबाप्रमाणेच ग्लॉस्टरच्या जहागीरदाराच्या कुटुंबामध्येही असाच एक बेबनाव होतो. ग्लॉस्टरच्या म्हाताऱ्या व भोळ्या जहागीरदाराला दोन मुलगे असतात : मोठा एडगर हा औरस व धाकटा एडमंड हा अनौरस. अनौरसपणाचा कलंक व वारसाहक्काचा अभाव या दोन गोष्टींचा डंख मनात बाळगून महत्त्वाकांक्षी एडमंड हा सद्गुणी एडगरविरुद्ध कारस्थान करतो; तो बापाच्या जिवावर उठला आहे अशी बापाची

समजूत करून देतो. इकडे ऑल्बनीच्या नरेशाची पहिली पत्नी गॉनरिल ही लिअरच्या पहिल्याच मुक्कामावर नाखूष असते. त्या दोन्ही क्रूर व दुष्ट मुलींनी बापाला त्रस्त करण्याची मसलत अगोदरच केलेली असते. त्याबरहुकूम गॉनरिल ऑझ्वल्ड या आपल्या कारभाऱ्याला राजाचा अपमान करायला प्रोत्साहन देते. लिअर संतप्त होतो व त्याला मार घालतो. वेष पालटून राजाच्या नकळत त्याचीच सेवा करणारा केंट हा ऑझ्वल्डच्या तंगड्या ओढतो. शिलेदारांच्या बेजबाबदार वर्तनावर गॉनरिल कडक टीका करते आणि त्यांची संख्या शंभरावरून पन्नासावर आणण्याची सूचना करते. तिच्या कृतघ्नतेबद्दल लिअर तिला शाप देतो आणि कॉर्डीलिआशी आपल्या झालेल्या वर्तनाबद्दल पश्चात्ताप करीत रीगनच्या घराकडे मुक्कामासाठी जातो. (अंक दुसरा) : एडमंडने एडगरविरुद्ध रचलेले कारस्थान वाढीला लागते. स्वत:ला जखम करून घेऊन ती जखम बापाचा खून करणे अयोग्य आहे हे एडगरला पटवीत असताना त्याने केलेल्या वारामुळे झाली, असे एडमंड ग्लॉस्टरला पटवतो. ग्लॉस्टरच्या किल्ल्यासमोरच केंट व ऑझ्वल्ड यांची गाठ पडते व त्या दोघांची जुंपते. ऑझ्वल्डच्या ओरड्यामुळे ग्लॉस्टरचा जहागीरदार, रीगन व रीगनचा नवरा क्रूरकर्मा कॉर्नवॉलचा नरेश ही सर्व त्या ठिकाणी जमा होतात, ऑझ्वल्डच्या जबानीवर विश्वास ठेवून कॉर्नवॉल केंटला खोड्यात अडकवतो. लिअर तिथे पोचताच त्याला हे दृश्य दिसते व अतिशय संताप येतो. गॉनरिलने केलेली मानहानी लिअर रीगनच्या कानावर घालीत असतानाच प्रत्यक्ष गॉनरिल तिथे उपस्थित होते. मग दोघीही एकमेकींचे समर्थन करीत चढत्या क्रमाने त्याच्या शिलेदारांची काटकसर सुचवतात. ''एक तरी कशाला ?'' या रीगनच्या शब्दांनी ही मानहानी कळसाला पोहोचते. लिअर हतबुद्ध होतो, उफाळून येतो, अश्रू आवरायचा निग्रह करून त्यांचा सूड घेण्याचा निश्चय करतो व मानवी निवाऱ्याचा त्याग करून रात्रीच्या अंधारात व भेसूर वादळात स्वत:ला झोकून देतो. कॉर्नवॉल व रीगन ही ग्लॉस्टरच्या जहागीरदाराला किल्ल्याचा दरवाजा आतून लावून घेण्याची विनंती करतात. (अंक तिसरा) : वादळ गर्जत असते; विजा कडाडत असतात. बेभान अवस्थेत लिअर त्या भयंकर वादळाला सगळी दुनिया सपाट करून कृतघ्न माणसाला निर्माण करणारे सगळे बीजद्रव्य नष्ट करण्याचे पिसाट आवाहन करीत असतो. वेषांतर केलेला केंट आणि प्रेमळ सहवासाने विरंगुळा देणारा व बोचक विनोदाने आत्मज्ञान घडविणारा विदूषक हे दोघेच त्याचे सांगाती असतात. ते एका खोपटीशी येतात. बेघर माणसाविषयी एक विशाल करुणा लिअरच्या अंत:करणात दाटून येते आणि त्याचे पर्यवसान अभाग्याला उद्देशून केलेल्या पश्चात्तापपूर्ण प्रार्थनेत होते. विदूषक आसऱ्यासाठी खोपटीत शिरतो, पण पिशाच्चाला भिऊन बाहेर पडतो; कारण प्राणरक्षणासाठी 'टुकार टॉम' या नावाने वेड्या भिकाऱ्याच्या वेषात वावरणारा एडगर याच खोपटीत

लपलेला असतो. तोही अचानक बाहेर येतो. वेडाच्या काठावर पोचलेला लिअर या धक्क्याने संपूर्णपणे वेडा होतो. 'टुकार टॉम'च्या अर्धनग्न पशुसदृश स्वरूपात लिअरला माणसाच्या मूलस्वरूपाचे दर्शन घडते आणि सुसंस्कृतपणाची सगळी प्रावरणे भाडोत्री वाटू लागतात. तो आपल्या अंगावरील कपडे फाडून टाकतो. कॉर्नवॉलच्या नरेशाने बंदी घातली असताही ग्लॉस्टरचा जहागीरदार लिअर, विदूषक, केंट व 'टुकार टॉम' या सर्वांना आपल्या शेतघरात आसरा देतो. तिथे वेडाच्या लहरीत लिअर हा 'टुकार टॉम', केंट व विदूषक यांच्या न्यायासनासमोर त्याच्या कल्पनास्वप्नात दिसणाऱ्या गॉनरिल व रीगन या दोघींवर खटला भरतो. या सृष्टीमध्ये अमानुषता का निर्माण होते, असा प्रश्न उपस्थित करतो. लिअरच्या जिवाला मुलींकडून धोका होण्याची शक्यता जाणवल्यामुळे ग्लॉस्टर लिअरला केंटबरोबर डोव्हरला पाठवतो. आपल्या बापाने लिअरला निसटून जाण्यात मदत केली याचा पुरावा एडमंडच कॉर्नवॉलला देतो आणि परिणामी ग्लॉस्टरला गिरफदार करून कॉर्नवॉल त्याचे डोळे काढतो. दुसरा डोळा काढण्यापूर्वी कॉर्नवॉलच्या सेवकाला आपल्या मालकाची ही अमानुषता असह्य होते व तो त्याच्यावर उलटतो; त्या झटापटीत कॉर्नवॉलला प्राणघातक जखम होते. तरीही ग्लॉस्टरचा दुसरा डोळा काढण्याचे काम कॉर्नवॉल पुरे करतो. आपल्याविरुद्ध पुरावा देणारा प्रत्यक्ष एडमंडच होता, हे कळल्यावर आंधळ्या ग्लॉस्टरचे डोळे उघडतात, आणि सच्च्या एडगरचा छळ केल्याबद्दल त्याला पश्चात्ताप होतो. (अंक चौथा) : डोव्हरच्या कड्यावरून उडी ठोकून आत्महत्या करावी, या इराद्याने 'टुकार टॉम'चा हात धरून ग्लॉस्टर डोव्हरकडे जातो. पण 'टुकार टॉम' (म्हणजेच एडगर) त्याला कड्याकडे न नेता सपाट मैदानात नेतो, तो कड्याशी पोचला आहे असे त्याला पटवून त्याच्याकडून उडी मारवतो व कड्यावरून उडी मारूनही तो जिवंत राहिला हा दैवी चमत्कार आहे असे भासवून त्याच्या निराशेवर उतारा देतो. मध्यंतरी गॉनरिल ही एडमंडवर आषक झालेली असते व त्याच्याकरवी ऑल्बनीचा काटा काढण्याचा व्यूह रचते. ग्लॉस्टर जीवनसन्मुख बनल्यावर त्याची रानफुलांचा चित्रविचित्र वेष घातलेल्या लिअरशी गाठ पडते. लिअरला ग्लॉस्टर ही दाढी लावलेली गॉगरिल वाटते, पण लौकरच ते दोघे एकमेकांना ओळखतात. वेडाच्या लहरीतच लिअरला अस्तित्वाच्या अनेक अंगांचे सम्यग्दर्शन घडते. आपली सर्व खुषमस्करी खोटी होती, आपण ज्वरविमुक्त नाही, फक्त माणूस आहोत, हे सत्य त्याला प्रकर्षाने जाणवते. सत्ता, न्याय, व्यभिचार, दंभ, दारिद्र्य व श्रीमंती, सद्‌गुण व दुर्गुण, पाशवी लैंगिक वासनेची सार्वत्रिकता या सर्व गोष्टींविषयी वेडसर पण आशयघन असे लिअरचे बडबडणे स्वैरपणे सुरू राहते. जाहीर बक्षिसाच्या विलोभनाने व रीगनच्या इच्छेनुसार ऑझ्वल्ड ग्लॉस्टरला ठार मारण्यासाठी वार करणार इतक्यात 'टुकार टॉम'चे सोंग सोडून शेतकऱ्याचे नवे सोंग घेतलेला एडगर त्याला

प्रत्यवाय करतो व ऑझ्वल्डलाच ठार मारतो. एडगरला ऑझ्वल्डच्या खिशात ऑल्बनीचा काटा काढण्यासाठी गॉनरिलने एडमंडला लिहिलेले प्रेमपत्र सापडते. मध्यंतरी लिअरवरील अन्यायाचा सूड घेण्यासाठी फ्रान्सचा राजा व कॉर्डीलिआ ही सैन्यानिशी डोव्हरजवळच उतरलेली असतात. ती वेड्या लिअरचा शोध घेते. प्रदीर्घ निद्रेनंतर लिअर शुद्धीवर येतो. त्याला थडग्यातून बाहेर काढल्यासारखे वाटते. सुरुवातीला कॉर्डीलिआ ही त्याला आनंदमय चैतन्यशक्तीसारखी वाटते. शेवटी तो तिला आपली मुलगी म्हणून ओळखू शकतो. तिने गुडघे टेकताच आपणही तिच्यापुढे गुडघष टेकतो. ''विसरून जा, आणि क्षमा कर !'' असे आर्त शब्द त्याच्या मुखावाटे बाहेर पडतात. (अंक पाचवा:) सेवकाने केलेल्या प्राणघातक जखमेमुळे कॉर्नवॉल मरण पावतो आणि एडमंड हा रीगनचा शय्यासोबती बनतो. गॉनरिललाही तो हवा असतो. लिअरला त्यांनी मदत केली म्हणून नव्हे तर ब्रिटिश मुलखावर त्यांनी आक्रमण केले म्हणून ऑल्बनी फ्रेंचांशी लढण्याची तयारी करतो. रीगनचा प्रतिनिधी म्हणून एडमंड युद्धाची सज्जता करतो ती जमल्यास शेवटी इंग्लंडचे राजपद घशात घालता यावे, या महत्वाकांक्षी विचाराने. दोघांची एक संयुक्त फळी तयार होते. मध्यंतरी वेषांतर केलेला एडगर ऑझ्वल्डच्या खिशात सापडलेले पत्र ऑल्बनीच्या हवाली करतो आणि त्यामुळे एडमंड व गॉगरिल यांचे प्रेमप्रकरण व स्वत:विरुद्ध केलेला कट त्याच्या लक्षात येतो. फ्रेंच व ब्रिटिश यांच्यामधील युद्धात मुख्यत: एडमंडच्या शौर्यामुळे फ्रेंचांचा पराभव होतो. कॉर्डीलिआ व लिअर तुरुंगात पडतात. ऑल्बनीला नकळत त्या दोघांना फाशी देण्याचा हुकूमही एडमंडने सोडलेला असतो. रीगन एडमंड हा आपला पती झाल्याचे जाहीर करते, पण त्यापूर्वीच मदनमत्सराने गॉनरिल तिच्यावर विषप्रयोग करते. राजद्रोहाच्या आरोपाखाली ऑल्बनीकडून एडमंडला अटक केली जाते. आरोप सिद्ध करण्याचे एडमंडचे आव्हान स्वीकारण्याची एडगर शस्त्रसिद्ध अशा शिलेदाराच्या वेषात प्रविष्ट होतो. द्वंद्वयुद्धात एडमंडला प्राणघातक जखम होते. आल्बनी पत्राचा पुरावा पुढे करतो व गॉनरिल बेभान अवस्थेत निघून जाते. एडगर आपले सत्यस्वरूप प्रकट करतो व सुखदु:खाच्या अतिरेकी संघर्षात बापाचा देहान्त कसा घडला ते निवेदन करतो. पाठोपाठ आत्महत्या करून मेलेल्या गॉनरिलचे व विषप्रयोगामुळे मेलेल्या रीगनचे अशी दोन प्रेते आणली जातात. या सर्वांचा परिणाम एडमंडलाही प्राणोत्क्रमण होण्यापूर्वी काही सत्कृत्य करावे असे स्फुरण होते. तो फाशीचा हुकूम रद्द करण्याची आज्ञा देतो. पण ती आज्ञा तुरुंगात पोचण्यापूर्वीच कॉर्डीलिआ फाशी गेलेली असते. तिला बाहूंवर घेऊन लिअर प्रवेश करतो. त्याचे अंत:करण प्रेमाने भारावलेले व मृत्यूने जडावलेले असते. कधी त्याला ती जिवंत होईल अशी खुळी आशा वाटते, कधी ती आशा पार नाहीशी होते. शेवटी तिचे ओठ निरखीत असताना निर्माण झालेल्या प्रचंड

भावोर्मीने त्याचा देहान्त होतो. केंट, ऑल्बनी व एडगर यांचे गंभीर सहजोद्गार निघतात; आणि राज्याचा कोसळता डोलारा पुन्हा सावरण्याची सर्व जबाबदारी त्यांच्यावर पडल्याचे सूचित होऊन शोकसंगीत सुरू होते.

पार्थिव अस्मितेच्या विनाशातून घडलेले मानवी आत्म्याचे पुनरुज्जीवन हा 'किंग लिअर'चा खरा विषय असल्यास इतका विश्वात्मक विषय शेक्सपिअरने दुसऱ्या कोणत्याच शोकान्तिकेत हाताळलेला नाही हे मान्य करावे लागेल. 'किंग लिअर'च्या वाङ्मयीन महात्मतेचा मुख्य आधारस्तंभ म्हणजे ही विश्वात्मकता. इथे नाटक एकसंध बनते ते निव्वळ त्यातून उलगडत जाणारी गोष्ट एकसंध आहे म्हणून नव्हे, किंवा त्यातील पात्रे परस्परांशी भावनात्मक संबंधांनी बांधलेली आहेत म्हणून नव्हे, तर नाटकात अंतर्भूत होणारे अनुभवविश्व हे सतत या केंद्रीय अशा विश्वात्मक आशयाला अनेक अंगांनी व पद्धतींनी प्रकाशमान करीत सामोरे येते म्हणून. वास्तव व अवास्तव यांची भिडत सतत सुरू ठेवल्याशिवाय त्या दोहोंहून अधिक उन्नत असे हे जीवनसत्य प्रतीत करता येणार नाही याची जाणीव शेक्सपिअरला असावी हे नाटकाच्या रचनेत अंतर्भूत असलेल्या पद्धतीचा विचार केला की आपल्याला स्पष्ट दिसते. त्या पद्धतीच्या काही खुणा अशा: शेक्सपिअरने नाटकातील जीवनदर्शन कोणत्याही एका विशिष्ट ऐतिहासिक कालखंडाशी पूर्णार्थाने निगडित होऊ दिलेले नाही. काही गोष्टी ब्रिटनच्या पुरेतिहासाशी – ख्रिस्ती धर्ममत उदयाला येण्यापूर्वीच्या बहुदेवतावादी व प्राय: निसर्गपूजक कालखंडाशी-संलग्न असल्या, तरी शेक्सपिअरने त्यामध्ये मध्ययुगीन शासनपद्धतीशी संलग्न असलेले काही संकेत व त्यानंतरच्या पुनरुज्जीवनाच्या कालखंडात प्रभावी ठरलेले काही वृत्तिविशेष अंतर्भूत केले. वातावरणातील हे तीन घटक स्वतंत्रपणे वास्तव असले तरी त्यांचा सहभाव अवास्तव आहे. शिवाय, लिअरचे कथानक व ग्लॉस्टरचे कथानक या दोन्ही जीवनप्रवाहांत शेक्सपिअरने मोक्याच्या ठिकाणी वास्तव व अवास्तव या घटकांचा कधी सहभाव ठेवला तर कधी ते आलटूनपालटून येतील याची दक्षता घेतली. लिअरच्या कथानकाची सुरुवात वास्तव व अवास्तव यांच्या भिडतीनेच होते. म्हातारपणी इस्टेटीच्या वाटण्या करणे किंवा एखाद्या अपत्यावर बापाची गैरमर्जी होणे या गोष्टी वास्तवाला अज्ञात नाहीत, पण ज्या प्रकाराने व ज्या प्रमाणावर या गोष्टी 'किंग लिअर'मध्ये घडून येतात ते अवास्तव आहे. मुली कृतघ्न होणे हे वास्तवाला अज्ञात नाही, पण त्यांच्या कृतघ्नतेचा जो चढत्या क्रमाने रीतिबद्ध (stylized) आविष्कार घडतो तो अवास्तव आहे. लिअरचे वेड हेही सतत वास्तव व अवास्तव अशा दोन्ही पातळ्यांमध्ये गिरमिटताना आढळते. लैंगिक जाणिवेची आदिम पातळी व न्याय, अधिकार, दंभ वगैरे संकल्पनांची सामाजिक पातळी ही वास्तवाशी निगडित आहेत, तर असंबद्ध बडबडीची आभासमय पातळी व न्यायालयीन चौकशीची

विभ्रमयुक्त पातळी ही अवास्तवाशी निगडित आहेत. 'टुकार टॉम'चा आविर्भाव व विदूषकाचा विनोद हेही दोन्ही पातळ्यांना स्पर्श करतात. ग्लॉस्टरची उडी ही एका अर्थाने वास्तव तर एका अर्थाने अवास्तव. मोक्याच्या जागा सोडून दुय्यम जागांकडे वळले तरीही काही ठिकाणी हा प्रकार आढळू शकतो. उदाहरणार्थ, तिसऱ्या अंकातील दुसऱ्या प्रवेशाच्या शेवटी असलेले विदूषकाचे भविष्य वर्तवणारे भाषण. तिथे उपहासाचे लक्ष्य झालेले वास्तव व आदर्शाशी जवळीक करू पाहणारे अवास्तव यांची भिडत होते आणि गल्लतही होते. लिअर शुद्धीवर येतो तिथेही या दोन्ही पातळ्या कार्यक्षम होतात. वास्तव व अवास्तव यांचा हा खेळ नाटकाच्या शेवटापर्यंत – कॉर्डीलिआच्या मृत्यूला होणाऱ्या लिअरच्या शेवटच्या प्रतिक्रियेपर्यंत – सातत्याने सुरू राहतो.

'किंग लिअर'मधील कथानक दुपेडी आहे : लिअरचे कथानक हे मुख्य कथानक व ग्लॉस्टरचे कथानक हे दुय्यम कथानक. नाट्यांतर्गत जीवनदर्शनाच्या दृष्टीने कधी ती एकमेकांना अनुकारक ठरतात, कधी पूरक ठरतात, कधी प्रेरक ठरतात, तर कधी 'भेदक' ठरतात. साम्याच्या व विरोधाच्या अनेक स्थूल व सूक्ष्म ताणांनी ती परस्परांशी बांधलेली आहेत आणि त्यामुळे त्यांच्या संमिश्र परिणामातून साध्य होणारा अंतिम जीवनवेध कमालीचा एकात्म आहे. वरवर पाहिल्यास अनुकारक साम्यस्थळेच अनेक दिसतील : लिअर चुकीचा निर्णय घेतो तसाच ग्लॉस्टरही चुकीचा निर्णय घेतो. लिअर कॉर्डीलिआला तोडतो, ग्लॉस्टर एडगरला तोडतो. लिअर गॉनरिल व रीगन या दुष्टात्म्यांना जवळ करतो, तसाच ग्लॉस्टर एडमंड या दुष्टात्म्याला जवळ करतो. दोघांच्याही वाट्याला कृतघ्नता येते. लिअर वेडा होतो; ग्लॉस्टर वेडाच्या आसपास पोहोचतो. दोघेही सुरुवातीला आध्यात्मिकदृष्ट्या अंध असतात, दोघांनाही दु:खभोगाच्या अवस्थेत दलितांची करुणा जाणवते, दोघांचीही सहनशक्ती प्राप्त परिस्थितीत अपुरी पडते, दोघांनाही पश्चात्ताप होतो, दोघांनाही दैवी चैतन्यशक्ती भेटल्यासारखी भासते, दोघांनाही शेवटी अधिक उन्नत अशी मन:स्थिती प्राप्त होते. दोघांचीही तोडलेली अपत्येच शेवटी त्यांच्या मदतीला धावतात. दोघांच्याही शोकान्त शेवटाला आनंदाचा स्पर्श असतो. लिअरचा अतिरेकीपणा हा गॉनरिल व रीगनमध्ये उतरलेला दिसतो, तर ग्लॉस्टरचा व्यभिचारीपणा हा एडमंडमध्ये उतरलेला दिसतो. काही प्रमाणात या साम्यस्थळांमुळे आपण पाहतो ते अपवादात्मक नाही, ते सार्वत्रिक स्वरूपाचे आहे, अशी जाणीवही प्रेक्षकांमध्ये निर्माण होऊ लागते. पण निव्वळ साम्याच्या अंगानेच हे दोन जीवनप्रवाह विकसत जाते तर त्याने जीवनानुभवाचे उत्कटीकरण न होता यांत्रिकीकरण झाले असते. म्हणून प्रत्येक साम्यामध्ये विरोधाचा एक सूक्ष्म ताण शेक्सपिअर सतत स्पंदनशील ठेवतो. शिवाय, लिअरची जीवनशक्ती ही ग्लॉस्टरच्या जीवनशक्तीहून अधिक उग्र व दमदार आहे. लिअरने घेतलेला चुकीचा निर्णय

हा संपूर्णपणे त्याचा आहे, अंत:स्फूर्त आहे; ग्लॉस्टरने घेतलेला चुकीचा निर्णय एडमंडच्या प्रभावाखाली घेतलेला आहे. लिअरच्या वाट्याला आलेला मानसिक दु:खभोग हा शारीरिक दु:खभोगापेक्षा मोठा आहे. ग्लॉस्टरच्या बाबतीत वस्तुस्थिती उलट आहे. पर्यायत: लिअरला घडलेले जीवनसत्याचे दर्शन हे ग्लॉस्टरला घडलेल्या दर्शनापेक्षा अधिक सर्वंकष, अधिक उन्नत व अधिक होकारात्मक आहे. 'अनपेक्षित आनंद हा अतिरिक्त दु:खापेक्षा अधिक प्राणघातक' या आशयाच्या शेक्सपिअरकालीन म्हणीचा प्रत्यय दोघांच्याही मृत्यूत येत असला तरी तिथेही एक सूक्ष्म असा फरक आहे. मृत्यूत आसपास लिअरला भेटणारे दु:ख हे वास्तव आहे व आनंद हा अवास्तव आहे, तर ग्लॉस्टरला भेटणारा आनंद वास्तव आहे व दु:ख काल्पनिक आहे. अगदी भाषेच्या पातळीवरही शेक्सपिअरने या दोन जीवनप्रवाहांतील साम्य व विरोध यांचे ताण सतत कार्यान्वित ठेवले आहेत. नाटकातील पहिल्या प्रवेशात लिअरला कॉर्डीलिआचा नकार 'Nothing' भेटतो, तसाच दुसऱ्या प्रवेशात ग्लॉस्टरला एडमंडाचा नकार 'Nothing' भेटतो. शब्द तेच, पण वजन किती वेगळे! साम्य व विरोध यांचे हे विविध ताण लक्षात घेतल्यावर आता आपण या दोन कथानकांच्या परस्परपूरकतेकडे वळू. या संबंधात हेल्मन म्हणतो, ''Lear and Gloucester are in structure not duplicates but complements: this is one key to the unity of King Lear. The completeness of the play, its cosmic inclusiveness, which we sense without being able to put our finger upon it is in part attributacle to this double focussed presentation of the tragic error of understanding. We see its basic forms, action and inaction.'' हेल्मनच्या प्रतिपादनाचा रोख असा की लिअर आपली इच्छा इतरांवर लादू पाहतो, तर ग्लॉस्टर इतरांची आपणावर लादून घेतो. आणि शेक्सपिअरने व्यक्त केलेली शोकात्म प्रमादाची कल्पना ह्या दोन्ही गोष्टी एकत्र केल्यावरच आत्मसात होऊ शकते. एल्टनच्या विवेचनात ती वेगळ्या अर्थाने परस्परपूरक दाखवलेली आहेत. शेक्सपिअरकालीन मानसमीमांसेत क्रोध आणि कामुकता ही एका पिंडधर्माची दोन अंगे मानली जात. शेक्सपिअरने तो मूळ पिंडधर्म दोघांमध्ये विभागला आहे. त्याने क्रोधाच्या अंगाने लिअर व कामुकतेच्या अंगाने ग्लॉस्टर उभा केला; आणि क्रोधाची परिणती वेडात होणे व कामुकतेची परिणती अंधत्वात होणे हा युगसंकेतही अप्रत्यक्षपणे यथार्थ ठरविला. एल्टनचा हा दृष्टिकोण थोडा ताणलेला वाटतो. त्यांची परस्परपूरकता ही नाट्यात्म दु:खभोगाच्या अंगानेच तपासली पाहिजे. आंतरिक संघर्ष व दु:खभोग लिअरच्या अंगाने विकसत जातो तर शारीरिक दु:खभोग ग्लॉस्टरच्या अंगाने. दोन्ही उत्कर्षबिंदू तिसऱ्या अंकाच्या अनुक्रमे सहाव्या व सातव्या प्रवेशांत आपणाला पाहायला मिळतात

आणि ते अलग पडू नयेत म्हणून ग्लॉस्टरचा दु:खभोग हा लिअरच्या दु:खभोगाशी संबंधित केला जातो. ग्लॉस्टरला शिक्षा होते ती लिअरचा बचाव केल्याबद्दल. 'किंग लिअर'मधल्या जीवनदर्शनातील दु:खभोगाचे केंद्रीय महत्व लक्षात न घेता निव्वळ बाह्य संघर्षाच्या दृष्टीने नाटकाचा उत्कर्षबिंदू शोधू गेल्यास तो गॉनरिल, रीगन व एडमंड यांच्या हालचालींशी संबद्ध करावा लागतो, हे ब्रॅडलेच्या विवेचनावरून स्पष्ट होते. पण असे करणे म्हणजे मुळातच गफलत करून 'किंग लिअर'चे शेक्सपिअरच्या इतर निर्भरशील शोकान्तिकांपेक्षा असलेले मौलिक वेगळेपणा नाकारण्यासारखे आहे. ही दोन कथानके परस्परपूरक व परस्परप्रेरक ठरवण्यासाठी शेक्सपिअरने किमान पाच महत्त्वाच्या गाठी मारलेल्या आहेत: ग्लॉस्टरने आणलेल्या कॉर्नवॉलच्या उत्तराने होणारा लिअरचा क्रोधस्फोट ही पहिली गाठ; 'टुकार टॉम'च्या अकल्पित प्रकटण्याच्या धक्क्याने साकार झालेले लिअरचे वेड ही दुसरी गाठ; लिअरला डोव्हरकडे पाठवण्यात ग्लॉस्टरने घेतलेला पुढाकार ही तिसरी गाठ; लिअरच्या मुली गॉनरिल व रीगन आणि ग्लॉस्टरचा मुलगा एडमंड यांच्यामधील प्रेमप्रकरण ही चौथी गाठ; आणि एडमंडने सोडलेला लिअर व कॉर्डीलिआ यांना फाशी देण्याचा हुकूम ही पाचवी गाठ. आतापर्यंत केला त्या पद्धतीने या दोन कथानकांच्या परस्परावलंबित्वाचा विचार करणे ही गोष्ट 'किंग लिअर'ची विशिष्ट नाट्यप्रकृती लक्षात घेतल्यास खरे म्हणजे महत्त्वाची नाही. त्यातून होणाऱ्या जीवनवेधाला एकात्मता येते ती त्यांच्या परस्पर 'भेदक' संचारामुळे. विचार व प्रतिमा यांच्या अंगाने एकातील अनुभवविश्वाची छाया दुसऱ्यातील अनुभवविश्वावर सतत पडत राहते. लिअरने वेडाच्या अवस्थेत निर्माण केलेली लैंगिक वासनेच्या सार्वत्रिकतेची प्रखर जाण ग्लॉस्टर, एडमंड, गॉनरिल व रीगन यांची विषयासक्ती आपण समजून घेत असताना अध्याहृत राहते. 'परिपक्वता हेच सर्वस्व' ह्या एडगरच्या महावाक्याचा घुमार ग्लॉस्टरच्या उत्तरायुष्यापुरताच मर्यादित राहत नाही; आपल्या नकळत तो घुमार लिअरच्या उत्तरायुष्यातही निनादत राहतो. वेडाच्या अवस्थेत लिअरला ग्लॉस्टर हा 'दाढी लावलेली गॉनरिल' वाटतो. एका अर्थाने हे ग्लॉस्टरचे विरूपीकरण आहे, दुसऱ्या अर्थाने गॉनरिलचे विरूपीकरण आहे, पण अधिक भेदक अर्थाने त्यात लिअरचे स्वत:चेच विरूपीकरण आहे. गॉनरिलला दाढी लावणे म्हणजे लिअरने आपल्या तारुण्याचे पुनर्दर्शन घेणे! अशा पद्धतीने या दोन्ही जीवनप्रवाहांच्या एकात्मतेचा विचार सुरू झाला की ग्लॉस्टरने कड्यावरून मारलेली अवास्तव उडी ग्लॉस्टरपुरतीच मर्यादित राहत नाही. लिअरही 'टुकार टॉम'ने बांधलेल्या अंधाराच्या बुरुजावरून उडी ठोकतो ! ग्लॉस्टरला एडगर झेलतो तर लिअरला कॉर्डीलिआ झेलते. असो. प्रतिपादनाचा रोख असा की काव्यात्म वृत्तीचा संचार सतत सुरू ठेवूनच ह्या दोन्ही कथानकांची मूलभूत एकात्मता अनुभवाला येते.

'किंग लिअर'मधील स्वभावचित्रण हे सर्वसामान्य निर्भरशील शोकान्तिकांतील स्वभावचित्रणापेक्षा किंवा 'हॅम्लेट', 'मॅक्बेथ' व 'अथेल्लो' या शेक्सपिअरच्या इतर शोकान्तिकांतील स्वभावचित्रणापेक्षा कलात्मक हेतूच्या व पद्धतीच्या दृष्टीने वेगळे आहे. खरे म्हणजे शेक्सपिअरच्या नाटकातील स्वभावचित्रण हा कोणत्याही स्थूल आडाख्यात न बसणारा असा सृजनोत्सव असतो. पण 'किंग लिअर'मधील स्वभावचित्रण हे अंतिम जीवनवेधाला साहाय्यभूत होईल अशा मर्यादितच आखलेले आहे. निर्भरशील नाट्याने स्वभावचित्रणाच्या क्षेत्रात उपलब्ध करून घेतलेल्या निरंकुश स्वातंत्र्याचा शेक्सपिअर इथे जाणीवपूर्वक व विशिष्ट कलात्मक हेतूने संकोच करीत आहे असे पुन:पुन्हा वाटते. जणू काय 'किंग लिअर'मधील पात्रांची आखणी करीत असताना शेक्सपिअर हा काहीसा प्राचीन इंग्रजी नीतिनाट्यातील गटपद्धतीकडे वळल्यासारखा वाटतो. ऑस्कर कॅम्पबेल म्हणतो, ''King Lear is, in my opinion, a sublime morality play, the action of which is set against a back-drop of eternity.'' पात्रांच्या बाबतीतही ते खरे आहे. सकृद्दर्शनी 'किंग लिअर'मधील पात्रांचे मूलत: चांगली माणसे व मूलत: वाईट माणसे असे दोन स्थूल गट पडल्यासारखे वाटतात. लिअर, कॉर्डीलिआ, केंट, विदूषक, ग्लॉस्टर, एडगर, फ्रान्सचा राजा, ऑल्बनी व कॉर्नवॉलचा सेवक हा मूलत: चांगल्या माणसांचा गट आणि गॉनरिल, रीगन, एडमंड, कॉर्नवॉल, ऑझ्वल्ड, बर्गंडीचा राजा हा मूलत: वाईट माणसाचा गट. नीतिनाट्याप्रमाणे इथेही मानवी आत्मा हाच शोधाचा विषय बनतो आणि हे दोन गट त्या आत्म्याच्या, समाजाच्या, निसर्गाच्या व विश्वरचनेच्या दोन अंगांचे प्रतिनिधित्व करू लागतात. पुनरुज्जीवनाच्या कालखंडामध्ये सृष्टीविषयीच्या दोन वेगवेगळ्या दृष्टिकोणांमध्ये असलेल्या संघर्षाची छाया 'किंग लिअर'वर पडलेली आहे, असे डॅन्बीचे प्रतिपादन आहे. बेकनच्या व हूकरच्या मताने सृष्टी ही सुष्ट, तर हॉब्जच्या मताने सृष्टी ही दुष्ट. पहिला दृष्टिकोण काहीसा पारंपरिक तर दुसरा अत्याधुनिक. लिअर आणि मंडळी पहिला अनुसरणारी तर एडमंड आणि मंडळी दुसरा अनुसरणारी. ही मांडणी अंतिम जीवनवेधाला उपकारक ठरते तशीच एका महत्त्वाच्या समकालीन तात्त्विक संघर्षाला नाट्यरूप देऊ शकते. म्हणूनच की काय, 'किंग लिअर'मध्ये पात्रांच्या सुट्या अस्तित्वापेक्षा त्यांच्यां सामूहिक अस्तित्वाला, त्यांच्या स्वत्वापेक्षा त्यांच्या परस्परसंबंधित जीवनाला अधिक महत्त्व लाभते. 'हॅम्लेट'शी तुलना करून आर्थर सेवेलने 'किंग लिअर'मधील स्वभावचित्रणाच्या या वेगळ्या वैशिष्ट्यावर अचूक बोट ठेवले आहे. तो म्हणतो, ''In King Lear, however, all the characters are conceived - and this is central to the vision - in their relationships with other people, in their relationships with each other and society is a vital complex of such relationships.'' कौटुंबिक संबंधांना केंद्रीय महत्त्व देऊन व्यक्तींच्या जीवनातील खाजगी व सामाजिक ही दोन्ही अनुभवक्षेत्रे सांधली जातात. या संबंधात हेलमन म्हणतो, ''The ultimate identity of public and private is exactly figured forth in the symbolism of kinship : the family mediates between the soul of man and the community to which he belongs.'' खरे म्हणजे 'किंग लिअर'ची सबंध रचनाच संगीतानुसारी – म्हणजे स्वरमेळासारखी – आहे. उजाड माळावरील प्रवेशातील पात्रांचा संवाद (किंवा विसंवाद) आपण ज्या कलात्मक वृत्तीतून ऐकत असतो त्याच वृत्तीतून नाटकातील उतर संवादही आपण ऐकायला पाहिजेत. सारांश, 'किंग लिअर'मधील पात्रांच्या मांडणीत एक मूलभूत सुलभीकरण आहे; त्यामुळे पात्रांची प्रतीकात्मकता वाढली, पण जीवनसदृशता कमी झाली. जीवनसदृशतेच्या अपेक्षेने न पाहता काव्यात्म वृत्तीने 'किंग लिअर'मधील पात्रसमुच्चयाकडे पाहिले की त्यांत माणसांप्रमाणेच लिअरच्या भाषणात येणाऱ्या देवता, 'टुकार टॉम'च्या भाषणात येणारी पिशाच्चे, ओसाड माळावरील वादळ व विद्युत्गर्जना आणि अंधाराचा बुरूज व डोव्हरचा कडा ही सर्वच मंडळी सामील झालेली दिसू लागतील. वरील सर्व गोष्टी लक्षात घेऊन प्रत्येक पात्राचे व्यक्तिचित्र सादर करण्याचा प्राध्यापकी मोह आवरावासा वाटतो. तरीही लिअरच्या आत्मिक विकासाचा एक आलेख सादर करणे हे 'किंग लिअर'मधील जीवनवेधाचे स्वरूप समजून घेताना उपकारक ठरेल. मात्र हा आलेख म्हणजे नाटक वाचताना किंवा पाहताना येणारा गुंतागुंतीचा प्रत्यक्षानुभव नव्हे, तर त्या प्रत्यक्षानुभवात उमटलासा वाटणारा चिंतनप्राप्त आराखडा आहे, हे विसरता कामा नये.

लिअरच्या आयुष्यामधील म्हातारपणातील एक विशिष्ट व मर्यादित कालखंड एवढाच नाट्यबद्ध झालेला असला तरी लिअरच्या संपूर्ण जीवनाची व्याप्तीच त्या कालखंडामध्ये प्रतीत व्हावी या हेतूने जीवनाच्या दोन्ही टोकांना सांधणाऱ्या प्रतिमा शेक्सपिअर ठिकठिकाणी वापरताना आढळतो. सुरुवातीलाच लिअरच्या भाषणात मृत्यूकडे 'रांगत' सरकण्याचा उल्लेख येतो. रांगण्यासंबंधीच्या या प्रतिमेतून बाल्याचा झंकार निघतो, आणि बालपणापासून म्हातारपणापर्यंत किंवा जन्मापासून मृत्यूपर्यंत असा संपूर्ण जीवनविस्तार सूचित होतो. गॉनरिल व कॉर्डीलिआ याही त्याच्याविषयी बोलताना बाल्यसूचक शब्द काही ठिकाणी वापरताना आढळतात. पाचव्या अंकातील लिअरच्या भाषणातील 'सोनेरी फुलपाखरांना हसत बसू' हा शब्दसमूहही पुन्हा तोच परिणाम साधू शकतो. पण नाटकातील त्याचे जीवन हे केवळ त्याच्याच संपूर्ण जीवनाचे प्रतीक आहे असे नव्हे, तर परमार्थाने मानवाच्या संपूर्ण जीवनाचेच प्रतीक आहे. त्याचा आत्मिक

विकास हा प्रातिनिधिक आहे. या आत्मिक विकासात त्याला ज्या प्राथमिक अवस्थांतून जावे लागते, बव्हंशी त्याच अवस्थांतून जात जात अनेक माणसांना त्यांचा स्वत:चा आत्मिक विकास भेटलेला आहे. लिअरच्या आत्मिक विकासातील महत्त्वाच्या अवस्था अशा : अस्मिता, अपेक्षाभंग, एकाकीपणा व दु:खभोग, जागृती आणि पुनरुज्जीवन. (१) लिअरची अस्मिता – म्हणजेच अहंभाव – अतिरेकी आहे. बाप व राजा या दोन्ही भूमिकांत तो स्वत:ला कर्तुमकर्तुम समजतो. बाप या भूमिकेत कौटुंबिक बंधनांनी व राजा या भूमिकेत सामाजिक बंधनांनी आपण बांधलेलो आहो, या गोष्टींची जाणीव त्याच्या अस्मितेला अज्ञात आहे. 'निर्भार' होण्याची त्याची इच्छा ही सर्वस्वी आत्मकेंद्रित आहे. म्हणून लिअर आपल्या राज्याच्या तीन वाटण्या करून त्या आपल्या तीन मुलींना देण्याचा व त्यासाठी मुलींची प्रेमपरीक्षा करून अप्रत्यक्षपणे आत्मगौरवाचे समाधान मिळवण्याचा प्रयत्न करतो. प्रेमाचे मोजमाप तो पोकळ शब्दांनी घेऊ पाहतो आणि प्रेमाचे चीजही पार्थिव पद्धतीने वाटण्या लहानमोठ्या ठेवून करू पाहतो. त्याचा अहंभाव इतरांचा अहंभाव गृहीत धरीत नाही; त्याची अस्मिता आंधळी आहे, पार्थिव आहे व अतिरेकी आहे. अविवेक, क्रोध व अन्याय हा तिचा परिपाक आहे. लिअरची ही अस्मिता त्याच्या हाडीमाशी खिळलेली आहे याची कल्पना पहिल्या प्रवेशाच्या शेवटी गॉनरिल व रीगन यांच्या संवादावरून येऊ शकते. प्रदीर्घकाल संचार करीत असलेल्या अस्मितेच्या प्रस्फोटाने नाटकाला सुरुवात होते. (२) त्यानंतरची अवस्था ही अपेक्षाभंगाची अवस्था आहे. मुलींच्या प्रेमाभिव्यक्तीची चढाओढ ही लिअरच्या अस्मितेला एखाद्या सुखद खेळासारखी वाटत असली, तरी त्याच्या मुलींच्या अस्मितेला भर दरबारातील तो खेळ बोचक व अपमानकारक वाटण्याची शक्यता होती. गॉनरिल व रीगन यांनाही तो बोचक वाटला नसेल असे नव्हे, पण त्यांच्या बाबतीत पार्थिव फायद्याचे विलोभन प्रभावी ठरले. (कदाचित त्यांच्या अंतर्मनात दडलेली ती तिडीक त्यांनी पुढे केलेल्या लिअरच्या मानहानीला प्रेरक ठरली असावी.) कॉर्डीलिआचे बापावरील प्रेम ज्या प्रमाणात निरपेक्ष होते त्या प्रमाणात तिला वाटणारा अपमानही अधिक उत्कट होता. निरपेक्ष प्रेम, सत्यनिष्ठा आणि रक्तात उतरलेला बापाच्या अहंभावाचा अंश या सर्वांच्या विचित्र मिश्रणामुळे बापाच्या आवाहनाला तिने दिलेले उत्तर व त्यापूर्वीची नकारांची पुनरुक्ती धारदान बनली. ती अधिक लाडकी असल्यामुळे व तिच्या सान्निध्यात आपले उर्वरित आयुष्य काढण्याचे इमले लिअरने रचलेले असल्यामुळे तिने केलेला अपेक्षाभंग हाच लिअरच्या आयुष्यातील सर्वात उत्कट अपेक्षाभंग होता. पुढे गॉनरिल व रीगन यांनी केलेला अपेक्षाभंग नाट्यमय व अधिक दु:खकारक ठरला तरी मूलत: कमी उत्कट आहे. (३) या दुहेरी अपेक्षाभंगाने लिअर तुटलेला, एकाकी व दु:खी होतो. त्याने कॉर्डीलिआला

निराधार केले; आता गॉनरिल व रीगन त्याला निराधार करतात. कॉर्डीलिआशी आपण केलेल्या वर्तनाबद्दल त्याला पश्चात्ताप होतो. दोन मानसिक ताणांनी लिअरचे मन पिचले जाते. बाह्यात्कारी सत्तात्याग व आंतरिक सत्ताप्रवणता ह्यांतील ताण, आणि स्वत: पाप केल्याची जाणीव व इतरांच्या पापाचे भक्ष्य झाल्याची जाणीव हा दुसरा ताण. विदूषकाच्या बोलण्याने या ताणांचे विसर्जन होत नाही, ते अधिकाधिक तीव्र बनतात. लिअर अधिकच एकाकी बनतो. नुसती माणसेच नव्हे तर वादळाच्या रूपाने सर्व सृष्टीच आपल्यावर उलटली आहे अशी जाणीव निर्माण होते आणि त्याचे आत्मिक एकटेपण सर्वंकष होते. आंतरिक ताण, शारीरिक क्लेश आणि 'टुकार टॉम'च्या दर्शनाचा धक्का यांच्या संयुक्त परिणामाने या सर्वंकष एकटेपणाचे पर्यवसान वेडामध्ये होते. लिअरचे हे वेड जितके नैसर्गिक तितकेच कलात्मक, जितके तर्कातीत तितकेच सत्यशोधक आहे. वेडेपणाच्या अवस्थेत लिअर अस्तित्वाच्या अनेक अंगांचा वेध घेतो : माणसाचे मूलस्वरूप, सामाजिक मूल्यांची सापेक्षता, लैंगिक वासनेची सार्वत्रिकता, इत्यादी. एडगरच्या तोंडातून 'शिलेदार रोलंद पोचला अंधाराच्या बुरुजाशी' ही ओळ निघते, तेव्हा रोलंद नव्हे तर प्रत्यक्ष लिअरच्या त्या अंधाऱ्या बुरुजाशी – अस्तित्वाच्या केंद्रीय गूढाशी – पोचलेला असतो. वेडाच्या अवस्थेत घडलेल्या जीवनसत्याच्या विश्वात्मक दर्शनाने त्याची पार्थिक अस्मिता गळून पडते व आंतरिक संघर्षाचे विसर्जन होते. "The old Lear died in the storm" हे म्यूअरचे म्हणणे बऱ्याच प्रमाणात खरे आहे. (४) लिअरच्या जागृतीचा क्षण हा विलक्षट नाट्यात्मतेने भारलेला आहे. ही जागृती शारीरिक असते तशीच आत्मिकही असते. त्या क्षणी त्याला थडग्यातून बाहेर आल्यासारखे वाटते. कारण ते त्याच्या आत्म्याचे पुनरुत्थान असते. पुनरुत्थानाचा हा क्षण सुख, दु:ख आणि आश्चर्य यांनी भारलेला आहे. जळत्या अग्निचक्रावरून त्याला कॉर्डीलिआच्या रूपाने आनंदमय चैतन्यशक्तीचे दर्शन घडते. (५) यानंतरची शेवटची अवस्था म्हणजे आत्मिक पुनरुज्जीवनाची अवस्था. आत्मकेंद्रित पार्थिव अवस्थेचा नाश झाल्यावर तिची जागा आता एका विशाल माणुसकीने व निरपेक्ष प्रेमाने घेतलेली आहे. तरीही हा लिअर म्हणजे योगी किंवा मुक्तात्मा नव्हे. तो अजूनही स्वप्नरंजनात रमू शकतो, गॉनरिल व रीगन यांचे अनिष्ट चिंतू शकतो, कॉर्डीलिआला फाशी देणाऱ्या माणसाला ठार मारू शकतो, तिच्या मृत्यूची वस्तुस्थिती नाकारू पाहतो. पण या गोष्टी आत्मकेंद्रित पार्थिक अस्मितेतून स्फुरलेल्या नसतात. कॉर्डीलिआवरील निरपेक्ष प्रेमाचाच हा सर्व मानवसुलभ आविष्कार ठरतो. ही विशिष्ट पुनरुज्जीवनाची अवस्था एडवर्ड डाऊडन, थिओडर स्पेन्सर, डी.जी. जेम्स, ऑर्थर सेवेल व जिऑफ्रे बुश वगैरे समीक्षक सुचवतात तशी 'स्टॉइकल' नव्हे; किंवा ब्रॅडले, डॅन्बी, व्हिटेकर, स्पेट, सीगेल, पार्कर, हेलमन, बिकरस्टेथ, विल्सन

नाइट वगैरे समीक्षक सुचवतात तशी ख्रिश्चनही नव्हे. शेवटच्या प्रवेशाच्या सुरुवातीला लिअरच्या भाषणात एकेश्वरी कल्पनेचा व पाठोपाठ बहुदेवतावादी कल्पनेचा परस्परांना काहीसा छेद देणारा उल्लेख आढळतो, पण सबंध नाटकभर देवतांना उद्देशून चालणारी लिअरची आवाहने त्यानंतर कायमची अंतर्धान पावतात; कॉर्डीलिआच्या मृत्यूच्या संदर्भात तो देवतांना उद्देशून एकदाही आवाहन करीत नाही. तिच्या मृत्यूतील वास्तवाला व विभ्रमांना तो प्रेमार्त माणुसकीच्या अपरिहार्य शब्दांनीच सामोरा जातो. लिअरचे आत्मिक पुनरुज्जीवन हे निरपेक्ष, पार्थिवताविन्मुख, करुणेने दाटलेले, प्रेमाने ओथंबलेले व जीवनसत्याला भिडू पाहणारे – या व्यापक अर्थानेच आध्यात्मिक आहे. आपल्या विशिष्ट अस्मितेपासून सुरुवात करून अपेक्षाभंग, एकाकीपणा, दु:खभोग, जागृती या मार्गाने लिअर शेवटी आत्मिक पुनरुज्जीवनाच्या अवस्थेपर्यंत पोहोचलेला आढळतो. 'किंग लिअर'ची विश्वात्मकता ही बऱ्याच प्रमाणात या आलेखाच्या विश्वात्मकतेशी संबद्ध आहे.

केंद्रीय आशयाशी निगूढ विश्वात्मकता, कथारूपाशी संगीतानुसारी बंदीश, घटनांना, पात्रांना व प्रतिमांना आलेली प्रतीकात्मकता, जीवनानुभवातील व भाषेतील भावनिर्भर झपाटलेपण – या विविध गोष्टींमुळे 'किंग लिअर'ला सर्वसंचारी काव्यात्मता प्राप्त झाली आहे. इथे नाट्यात्मता व काव्यात्मता ही अंतिम जीवनदर्शनात एकरूप होतात; त्यांचा स्वतंत्रपणे विचार करणे म्हणजे मुळातच गफलत करण्यासारखे ठरते. तसेच काव्याच्या संकुचित व सर्वसामान्य लोकप्रिय कल्पनेनुसार कुणी वाचक 'किंग लिअर'मधील यमकबद्ध गीतप्राय भागात या काव्यात्मतेचा शोध घेऊ लागल्यास त्याची मोठीच फसगत होईल. 'किंग लिअर'मध्ये काही ठिकाणी वैणिक छंदात रचलेली गीते, किंवा गीते म्हणण्यापेक्षा गीतप्राय भाग जरूर आहे; पण तो वैणिक भावस्थितीऐवजी उपहासगर्भ विनोदाचाच आविष्कार करणारा आहे. म्हणून प्रस्तुत परिच्छेदाच्या सुरुवातीलाच ज्या व्यापक व मौलिक अर्थाने ही काव्यात्मता समजून घ्यायची आहे त्या अंगांचा निर्देश केला. या व्यापक अर्थानेच कोलरिज 'किंग लिअर'ला "the most tremendous effort of Shakespeare as a poet" समजतो, आणि शेली 'किंग लिअर'ला "the most perfect specimen of dramatic poetry existing in the world" मानतो. खरे म्हणजे आतापर्यंत झालेल्या चर्चेत नाट्यात्मतेबरोबरच या काव्यात्मतेची चर्चाही अंतर्भूत झालेली आहे. तरीही गीतप्राय भागाशी संलग्न होऊ पाहणाऱ्या संकुचित काव्यकल्पनेला सर्वस्वी टाकून, पण सुरुवातीला सूचित केले तितक्या व्यापक काव्यकल्पनेचा पाठपुरावा न करताही, 'किंग लिअर'मधील काव्यात्मतेचा पृष्ठरूपाशी (texture) अधिक जवळीक करणारा असा वेध आपल्याला इथे घेता येईल. 'किंग लिअर'चे पृष्ठरूप त्यातील जीवनदर्शनाचे प्रत्यक्षीकरण करणाऱ्या सघन व सूचक प्रतिमांनी दाटलेले आहे. माणसातील

पार्थिव पशुतेचा साक्षात्कार घडवण्यासाठी प्रस्तुत नाटकात निरनिराळ्या चौसष्ट प्राण्यांचे नामनिर्देश करणाऱ्या एकशे तेहतीस प्रतिमा अवतरलेल्या आढळतात. मानवी दु:खभोगातील ताण प्रत्ययाला आणण्यासाठी शारीरिक पीडेशी संबद्ध असलेल्या क्रियादर्शक प्रतिमांची एक सविस्तर यादीच कॅरोलिन स्पर्जिअन या त्या क्षेत्रातील आद्य संशोधिकेने सादर केलेली आढळते; संस्कृतीची लक्तरे वेशीवर टांगण्यासाठी वस्त्रसूचक प्रतिमाही पुन:पुन्हा येतात; निसर्गाची सुष्ट व दुष्ट रूपे साकार करणाऱ्या प्राकृतिक प्रतिमा अनेक ठिकाणी भेटतात. पण अशा जातिसूचक किंवा संख्यात्मक प्रतिमाविचारांपेक्षा नाटकातील दोनतीन उतारे घेऊन सरळ त्याच्या पृष्ठरूपाला भिडणे 'किंग लिअर'मधील काव्यात्मता समजून घेण्याच्या दृष्टीने अधिक सोयीचे ठरेल. तिसऱ्या अंकाच्या दुसऱ्या प्रवेशातील वादळाची अभिव्यक्ती साधणारी लिअरची आवाहने, चौथ्या अंकाच्या सहाव्या प्रवेशातील डोव्हरच्या कड्यावरून दरीच्या दृश्याचे एडगरने केलेले काल्पनिक वर्णन, आणि पाचव्या अंकाच्या तिसऱ्या प्रवेशाच्या सुरुवातीला कॉर्डीलिआला उद्देशून होणारे लिअरचे स्वप्नरंजनात्मक भाषण – हे तीन उतारे मूळ इंग्रजीतून काळजीपूर्वक वाचले तरीसुद्धा 'किंग लिअर'च्या पृष्ठरूपाशी जवळीक करणाऱ्या काव्यात्मतेचे तीन वेगवेगळ्या प्रकारचे आदर्श आपल्या प्रत्ययाला येऊ शकतील. ('मूळ इंग्रजीतून' असे म्हणण्याचे कारण हे की मराठी भाषांतरात पृष्ठरूपाशी संलग्न असणारी काव्यात्मता संपूर्णपणे उतरू शकत नाही.) तिसऱ्या अंकाच्या दुसऱ्या प्रवेशातील लिअरचे आवाहने वादळाहून वादळी आहेत : पहिले आवाहन नऊ ओळींचे आहे व दुसरे अकरा ओळींचे आहे. पहिल्यात बाह्य वादळ केंद्रस्थानी आहे, तर दुसऱ्यात आंतरिक वादळ केंद्रस्थानी आहे. पहिल्या ओळीतील सर्व शब्द एकाक्षरी (monosyllabic), देशी भाषेतील व सहजोद्‌गारसूचक आहेत. त्यानंतर 'cataracts', 'hurricanoes', 'sulphrous', 'thunderbolts', 'rotundity' या परभाषाप्राप्त घणाघाती शब्दांची व 'thought-executing', 'vauntcouriers', 'oak-cleanving', 'all-shaking' या विस्तारशील जोडशब्दांची प्रमाथी जुगलबंदी आढळते. शेवटच्या दोन ओळींत एकाक्षरी व अनेकाक्षरी शब्दांचा सहभाव व समतोल राहतो. या पहिल्या नऊ ओळींत वस्तुदर्शक नामे, स्फोटक विशेषणे व गतिशील क्रियापदे ही सर्वच प्रतिमारूपाने वादळाचे प्रत्यक्षीकरण साधतात. त्यातील ध्वनिसंगतीही आशयाला साथ देताना दिसेल : वादळाचा सोसाटा सुचवणारा 'स्' हा ऊष्मवर्ण वीस वेळा, 'ट्' हे कठोर व्यंजन चौदा वेळा, 'क्' हे कठोर व्यंजन तेरा वेळा, 'ड्'चा गडगडाट नऊ वेळा, 'न्' ह्या अनुनासिकाचा घुमार चौदा वेळा. शब्द, जोडशब्द व शब्दसमूह हेही अर्थानुकारी. आज्ञार्थामध्ये होणारी वाक्यांची मांडणी हीसुद्धा लिअरच्या रक्तात भिनलेली कर्तुमकर्तुम वृत्ती व्यक्त करणारी. यानंतर येणाऱ्या अकरा ओळींच्या आवाहनातील पलटे आंतरिक

संघर्षाची लय शब्दबद्ध करतात. असो. चौथ्या अंकाच्या सहाव्या प्रवेशातील पूर्वी उल्लेखिलेला उतारा म्हणजे शेक्सपिअरच्या संमोहक वर्णनात्मक शैलीचा एक उच्च बिंदू आहे. त्या ठिकाणच्या वर्णनात प्रकट होणारा अवकाशाभास, वस्तुसंकोचातून घडवलेला अंतराचा विभ्रम, खोली सुचवणाऱ्या अनेक शब्दसंगतीनंतर विरोधी ताणाचा प्रत्यय देणारा उंचीचा एकांडा उल्लेख, शब्दाशब्दातून स्फुरणाऱ्या भयकंपाचे संचारी स्वरूप, गलबताच्या एकमेव स्थितिदर्शक तपशिलाला कोंदणात बसवणारे त्यापूर्वीचे व त्यानंतरचे अनेक गतिदर्शक तपशील – या सर्व गोष्टी लक्षात घेतल्या म्हणजे त्या ठिकाणी प्रत्ययाला येणाऱ्या अनोख्या काव्यात्मतेचे स्वरूप स्पष्ट होते. काव्यात्मतेचा एक तिसरा आदर्श म्हणून पाचव्या अंकातील तिसऱ्या प्रवेशातील सुरुवातीच्या लिअरच्या भाषणाचा उल्लेख करता येईल. स्वप्निल वृत्तीत तरंगत राहणाऱ्या लिअरच्या भावार्त प्रतिमाझंकाराला त्याच्या सुरुवातीस व शेवटी येणारा 'तुरुंग' हा रोकडा शब्द वास्तवाच्या उग्र चिमट्यात पकडून ठेवतो. लिअरने संपादलेली आर्द्र तटस्थता त्या उताऱ्यातील प्रत्येक शब्दात, प्रत्येक प्रतिमेत, प्रत्येक लयकारीत व्यक्त झाली आहे. (जोडीला परिशिष्ट पाच पाहा.) नमुन्यादाखल म्हणून फक्त तीन उताऱ्यांचा उल्लेख केला असला तरी ही काव्यात्मता 'किंग लिअर'मध्ये सर्वसंचारी आहे हे पुन्हा सांगण्याची जरुरी नाही. ज्या ठिकाणी एखादा शब्दसमूह आपले नाट्यांतर्गत व्यावहारिक प्रयोजन साधीत असतानाच सबंध नाटकाच्या व्यापक संदर्भात अर्थप्रक्षेप करू लागतो तिथे तिथे ही काव्यात्मता उपस्थित असते. हा मुद्दा स्पष्ट होण्यासाठी वरवर गद्यप्राय वाटणारे पहिल्या अंकाच्या प्रवेशातील गॉनरिलच्या तोंडचे ''चला लागा जेवणाच्या तयारीला'' व त्याच अंकाच्या चौथ्या प्रवेशातील लिअरच्या तोंडचे ''जेवणासाठी मी क्षणभरही खोळंबणार नाही'' ही दोन वाक्ये एकत्र पाहा. त्यांच्यामध्ये एक सूक्ष्म संबंध आपोआपच प्रस्थापित होतो आणि गॉनरिल व लिअर या दोघांच्याही रक्तातील पार्थिव आसक्ती त्यात प्रतिबिंबित झालेली दिसू लागते. शिवाय नाट्यांतर्गत व्यावहारिक प्रयोजनाच्या दृष्टीने जेवणाविषयी सूचना देणे हे गॉनरिलच्या गृहिणीपदाशी आणि भूक अनावर होणे हे लिअरच्या म्हातारपणाशी व शिकारीच्या श्रमाशी संबद्ध असते. या प्रतीकात्मक काव्यात्मतेच्या अंगाने शेक्सपिअर आशयघन जीवनवेधाला सतत गवसणी घालू पाहत असला तरी त्याचे शब्द मातीचा वास हरवून बसत नाहीत.

ग्रीक नाट्यापासून अत्याधुनिक नाट्यापर्यंत सबंध पाश्चात्त्य नाट्यपरंपराच कोणत्या ना कोणत्या स्वरूपात 'किंग लिअर'मध्ये अंतर्भूत झालेली आढळते. आशयाची, तंत्राची व भाषेची इतकी विविध व विराट परिमाणे असलेली दुसरी शोकान्तिका हुडकून काढणे कठीण पडेल. म्हणूनच विसाव्या शतकातील समीक्षकांना या नाटकाविषयी पुन:पुन्हा

चिंतन करावेसे वाटले. प्रस्तावनेच्या उर्वरित भागात या शतकातल्या शेक्सपिअरी समीक्षेमधील विशिष्ट प्रवाहांचे प्रतिनिधित्व किंवा प्रवर्तन करणाऱ्या समीक्षकांच्या काही प्रतिक्रिया नोंदवणे प्रस्तुत प्रपंचाला पूरक ठरेल. त्यामुळे आपोआपच त्या विशिष्ट पद्धतींशी वाचकाचा परिचय होईल व 'किंग लिअर'च्या स्वरूपावरही निरनिराळ्या दृष्टिकोणांतून प्रकाश पडेल.

५.

विसाव्या शतकातील शेक्सपिअरवरील समीक्षावाङ्मयाची अर्थपूर्ण सुरुवात ब्रॅडलेच्या 'शेक्सपिरिअन ट्रॅजिडी' (१९०४) या असामान्य ग्रंथाने झाली. त्यानंतरची बरीचशी समीक्षा एकतर त्याचा पुरस्कार करीत किंवा त्याला प्रतिरोध करीत पुढे गेल्यासारखी वाटते. खरे म्हणजे ब्रॅडलेची पद्धती या कॉलरिज व हॅझलिट यांच्या निर्भरशील पद्धतीचेच एक विकसित स्वरूप आहे. त्या पद्धतीत अंतर्भूत असलेला एक महत्त्वाचा दोष म्हणजे शेक्सपिअरच्या पात्रांना नाटकामध्ये अंतर्भूत न झालेले असे इतर वास्तव जीवन आहे किंवा ती खरीखुरी माणसे आहेत असे समजून त्यांचे मनोव्यापार व व्यवहार यांची संगती लावण्याचा प्रयत्न; दुसरा रोष म्हणजे ऐतिहासिक व शेक्सपिअरकालीन वस्तुस्थितीकडे दुर्लक्ष करून स्वत:च्या वैयक्तिक प्रतिक्रियांना दिलेले आत्यंतिक महत्त्व; आणि तिसरा दोष म्हणजे शेक्सपिअरला अभिप्रेत असलेली विशिष्ट रंगभूमी (परिशिष्ट तीन पाहा) व तिचे संकेत डोळ्यापुढे न ठेवता केलेले दोषदिग्दर्शन. तरीही ब्रॅडलेची वर उल्लेखिलेल्या पुस्तकातील दोन्ही व्याख्याने ही 'किंग लिअर'च्या रसग्रहणाला प्रेरक ठरणारी व अनेक अर्थांनी चिंतनीय आहेत. "'किंग लिअर' ही शेक्सपिअरची सर्वश्रेष्ठ कलाकृती असली तरी माझ्या मताने ते शेक्सपिअरचे सर्वश्रेष्ठ नाटक नाही,'' हे ब्रॅडलेच्या पहिल्या व्याख्यानातील केंद्रीय वाक्य आहे. त्या नाटकाची कलात्मक सर्वश्रेष्ठता कशामध्ये आहे, असे विचारल्यास ब्रॅडलेचे उत्तर असे : "The immense scope of the work : the mass and variety of intense experience which it contains : the interpretation of sublime imagination piercing pathos, and humour almost as moving as the pathos; the vastness of the convulsion both of nature and of human passion; the vagueness of the scene where the action takes place, and of the movement of figures which cross this scene; the strange atmosphere, cold and dark, which strikes on us as we enter this scene, enfolding these figures and magnifying their dim outlines like a winter mist; the half realised suggestions of vast universal powers working in the world of individual fates and passions." या महावाक्यातील प्रत्येक शब्दसमूहाचे विवेचन पहिल्या व्याख्यानात करून दुसऱ्या व्याख्यानात ब्रॅडले 'किंग लिअर'मधील व्यक्तींच्या स्वभावनिरूपणाकडे वळतो. तो सर्व भागही या नाटकाची कलात्मक श्रेष्ठताच सिद्ध करणारा आहे. मग ही सर्वश्रेष्ठ कलाकृती सर्वश्रेष्ठ नाटक समजायला ब्रॅडले का तयार नाही ? 'किंग लिअर'च्या नाट्यरूपावर ब्रॅडलेचे अनेक आक्षेप आहेत. नंतरच्या समीक्षकांनी ते बव्हंशी खोडून काढले असले तरीही ते लक्षणीय ठरतात; म्हणून प्रथम ब्रॅडलेचा आक्षेप व नंतर चौकोनी कंसात केनिथ म्यूअरने त्याला दिलेले उत्तर अशा सवालजबाबाच्या पद्धतीने त्यांची मांडणी करतो : (१) ज्या वैशिष्ट्यांमुळे 'किंग लिअर' ही सर्वश्रेष्ठ कलाकृती ठरते ती वैशिष्ट्येच रंगभूमीवर अडचणीची ठरतात. रंगभूमीवर न सामावण्याइतके 'किंग लिअर' हे प्रचंड आहे. [आजकालच्या रंगभूमीवर या नाटकाच्या प्रयोगांना लक्षणीय यश लाभलेले आहे. 'मॅक्बेथ' व 'अथेल्लो' या तुलनेने सोप्या वाटणाऱ्या भूमिकांत पडलेले नटही लिअरच्या भूमिकेत यशस्वी झालेले आढळतात.] (२) वादळातले प्रवेश रंगभूमीवर सादर झाल्याने कसलाच फायदा होत नाही; त्यांचे प्राणतत्त्वच नाहीसे होते. [मेघगर्जना व विद्युत्पात ही बोलणी सुरू असता न दाखवता वाक्यातील पूर्णविरामाच्या ठिकाणी दाखवल्यास हा प्रश्न सुटू शकतो.] (३) चौथा अंक आणि पाचव्या अंकाचा पूर्वार्ध हे रचनेच्या दृष्टीने सदोष आहेत. वेडा लिअर आणि अंध ग्लॉस्टर यांच्यामधील प्रसंग कथानकाच्या दृष्टीने अनावश्यक आहे. [नाटक पाहत असताना तसे वाटत नाही.] (४) एडमंडचे गॉनरिलशी व रीगनशी असलेले प्रेमप्रकरण त्रुटित स्वरूपात दाखवलेले आहे. [हा दोष नव्हे; कारण त्यामुळे आपले लक्ष लिअरवरच केंद्रित होऊन राहते.] (५) असंभाव्य वाटणाऱ्या अनेक गोष्टींचे अस्तित्व 'किंग लिअर'च्या नाट्यस्वरूपाला हानीकारक ठरते. [त्यांपैकी बहुतेक गोष्टींची असंभाव्यता नाटक पाहताना प्रेक्षकांच्या लक्षात येत नाही.] (६) एडगरला एडमंडशी बोलणे शक्य असता, त्याने आपल्याला पत्र लिहिले, असे एडमंड ग्लॉस्टरला सांगतो व ग्लॉस्टर त्याच्यावर विश्वास ठेवतो. त्यातील असंभाव्यता ग्लॉस्टरच्या कशी लक्षात येत नाही ? [त्या परिस्थितीत पत्रलेखन हे एडगरच्या दगाबाजीशी अधिक सुसंगत ठरेल. हस्ताक्षर नाकारता येते; किंवा एखाद्याची परीक्षा पाहण्यासाठी ते लिहिले, असेही म्हणता येते. शिवाय, त्यावेळी ग्लॉस्टर हा असले बारकावे शोधण्याच्या मन:स्थितीत नसतो.] (७) ग्लॉस्टरला आत्महत्या करण्यासाठी डोव्हरला जाण्याची जरुरी नसते. [शेवटच्या अंकात सगळी पात्रे एकत्र आणावी, हा शेक्सपिअरचा प्रधान हेतू. पण ग्लॉस्टरला डोव्हरला जाण्याची मानसशास्त्रीय निकड

'डोव्हरलाच कशासाठी ?' या प्रश्नाच्या कॉर्नवॉल व रीगन यांनी केलेल्या सरबत्तीमुळे त्या बेभान अवस्थेत निर्माण होणे अशक्य नाही.] (८) वेषांतर केलेला एडगर ऑझ्वल्डशी देहाती भाषेत बोलू लागल्यावर ग्लॉस्टरला आश्चर्य कसे वाटत नाही ? [नेत्रनाशामुळे ग्लॉस्टरच्या श्रवणशक्तीवर परिणाम झाला, असा त्याचा भ्रम अगोदरच निर्माण केलेला आहे. तशात आश्चर्य वाटले तर ते शब्दांऐवजी मुद्राभिनयानेही व्यक्त होऊ शकेल.] (९) एडगर आपले सत्यस्वरूप ग्लॉस्टरपुढे अगोदरच का प्रकट करीत नाही ? [काव्यनाट्यातील तत्कालीन संकेताशी एडगरचे वर्तन विसंवादी नाही. ग्लॉस्टर पूर्णपणे जीवनसन्मुख झाल्यावर व स्वत:वरील कलंक दूर झाल्यावर मगच प्रकट व्हावे, असाही एडगरचा हेतू असेल. शिवाय, प्रकट होण्यात उशीर केला ही चुकी झाली, असे एडगरनेही सूचित केलेले आहे.] (१०) लिअर व कॉर्डीलिआ यांच्या जीवाला असलेला धोका पश्चात्ताप झालेला एडमंड लौकर का सांगत नाही ? [गॉनरिलबद्दलची थोडीफार निष्ठा हे एक कारण; व पश्चात्ताप त्या तीव्रतेचा नसतो, हे दुसरे.] (११) शेक्सपिअर शेवटपर्यंत विदूषकाचे काय झाले हे सांगत नाही. [का सांगावे ? विदूषक हा कामापुरता असतो व काम झाल्यावर जातो, असा संकेत होता. कादंबऱ्यांच्या अर्वाचीन वाचकांना वाटणारे कुतूहल भागवणे हे शोकान्तिकाकर्त्याचे काम नव्हे.] हे दोषदिग्दर्शन केल्यानंतरही 'किंग लिअर'मध्ये नाट्यात्म गुण हे नाट्यात्म दोषांपेक्षा अधिक आहेत, ही गोष्ट ब्रॅडले प्रांजळपणे मान्य करतो. गंमत अशी की अनेक समीक्षकांना परीकथेसारख्या असंभवनीय वाटणारा 'किंग लिअर'चा पहिला प्रवेश – विशेषत: राज्याची वाटणी व मुलींची प्रेमपरीक्षा हा भाग – ब्रॅडलेला मुळीच असंभवनीय वाटत नाही. ग्लॉस्टरची उडीही त्याला नाटकाच्या वातावरणाशी सुसंगत वाटते, हास्यास्पद वाटत नाही. उलट, बहुसंख्य समीक्षकांना आवश्यक वाटणारे ग्लॉस्टरचे दुय्यम कथानक हे ब्रॅडलेला त्रासदायक वाटते, डोळे काढण्याचा प्रसंग नाटकावरील कलंक वाटतो आणि नाटकाचा शोकात्म शेवट हा अपरिहार्य वाटत नाही. केवळ मानसशास्त्रीय दृष्टीने पात्रांकडे व प्रत्यक्षानुसारी दृष्टीने घटनांकडे पाहिल्यामुळे ब्रॅडलेला 'किंग लिअर'मध्ये कोणते दोष आढळले याचा हा धावता आढावा घेण्याचा हेतू असा की त्यामुळे त्या पद्धतीच्या काही अंगभूत मर्यादा स्पष्ट व्हाव्या व 'किंग लिअर'च्या नाट्यस्वरूपावरही थोडाफार प्रकाश पडावा.

१९०३ सालच्या सुमाराला अर्नेस्ट क्रॉस्बीच्या 'शेक्सपिअर अँड द वर्किंग क्लासिस' या पुस्तिकेला टॉल्स्टॉयने एक प्रस्तावना लिहिली व तीच पुढे १९०६ साली 'शेक्सपिअर अँड द ड्रामा' या शीर्षकाखाली प्रसिद्ध झाली. या निबंधात टॉल्स्टॉयने अठराव्या शतकाच्या अखेरीला सुरू झालेल्या व एकोणिसाव्या शतकात शिगेला पोहोचलेल्या शेक्सपिअरपूजनाला उतारा देण्याचा अतिरेकी व अयशस्वी प्रयत्न केला. शेक्सपिअरचे

अवमूल्यन करण्यात टॉल्स्टॉयचे तीन हेतू दिसतात : नव्या पिढीला शेक्सपिअरच्या अनिष्ट प्रभावातून मुक्त करणे, निर्भरशील प्रवृत्तीतून निर्माण झालेल्या शेक्सपिअरच्या अतिरेकी प्रशंसेला लगाम घालणे आणि स्वत: प्रवर्तित केलेले जीवनविषयक तत्त्वज्ञान व कलामीमांसा विचारवंतांमध्ये सुप्रतिष्ठित करणे. टॉल्स्टॉयने आणलेला तटस्थतेचा आव फारसा टिकण्यासारखा नाही. तरीपण टॉल्स्टॉयचे काही निष्कर्ष हे धर्म, नीती व मानवता यांना केंद्रीय महत्त्व देणाऱ्या एका विशिष्ट समीक्षापद्धतीशी संबद्ध असल्यामुळे व ते निष्कर्ष मुख्यत: 'किंग लिअर'च्या अवमूल्यनातून सिद्ध करण्याचा त्याचा प्रयत्न असल्यामुळे इथे त्यांची दखल घेणे आवश्यक वाटते. वस्तुत: टॉल्स्टॉयचा 'What is Art' हा ग्रंथ १८९६ मध्येच प्रसिद्ध झाला होता व या हल्ल्याची तात्त्विक पूर्वतयारी अगोदरच झालेली होती. त्या ग्रंथात कलेचा हेतू पुढील शब्दांत मांडलेला आहे : "It is a means of union amongst men, joining them together in the same feelings and indispensable for the life and progress towards wellbeing of individuals and of humanity." हे मानवी ऐक्य फक्त दोन प्रकारच्या भावनात्मक चित्रणातून निर्माण होऊ शकते : आपण परमेश्वराची लेकरे व परस्परांचे बंधू आहोत या जाणिवेतून निर्माण होणाऱ्या भावना आणि मानवमात्राच्या अनुभवातून अंतर्भूत असणाऱ्या आनंद, दया, शांती यांसारख्या भावना. या भावनांचे कलाकृतीतील चित्रण जितके संसर्गकारी ठरेल तितकी कला अधिक श्रेष्ठ. कलेची ही संसर्गशक्ती (infectiousness of art) त्या भावनांच्या व्यक्तित्वावर, भाषेच्या प्रासादिकतेवर व मुख्यत: अनुभूतीच्या प्रामाणिकपणावर (sincerity) अवलंबून असते. शेक्सपिअरमध्ये – आणि पर्यायाने 'किंग लिअर'मध्ये – टॉल्स्टॉयला यांपैकी कुठलीच गोष्ट आढळत नाही. अनुभूतीचा प्रामाणिकपणा तर नाहीच नाही. (इथे हॅझ्लिटने 'किंग लिअर'विषयी केलेल्या विरुद्धार्थक विधानाची आठवण होते : "It is then the best of all Shakespeare's play, for it is the one in which he was the most in earnest.") शेक्सपिअरला निदान एखाद्या 'सर्वसामान्य लेखकाचा' दर्जा देणे हेही टॉल्स्टॉयला फार वाटते ! शेक्सपिअरच्या 'किंग लिअर'मधील जवळजवळ प्रत्येक गोष्टीत टॉल्स्टॉयला अर्थहीनता, असंभाव्यता किंवा जीवनसदृशतेचा अभाव जाणवतो. शेक्सपिअरच्या 'किंग लिअर'शी तुलना करता टॉल्स्टॉयला शेक्सपिअरने आधार म्हणून वापरलेले जुने 'लेअर' हे नाटक (परिशिष्ट दोन पाहा) सहस्रपटीने उजवे वाटते. टॉल्स्टॉय कारणे देतो : "It is so because it has not got the utterly superfluous characters of the villain Edmund, and unlifelike Gloucester and Edgar, who only distract one's attention; secondly because it has not got the completely false effects of Lear running about the heath, his conversation with the fool and all these impossible disguises, failures to recognize and accumulated deaths." विदूषकाचे पात्र त्याला अनावश्यक वाटते. स्वत:च्या वाङ्मयविषयक पूर्वग्रहांना चिकटून राहिल्यामुळे, ख्रिश्चन धर्मवृत्तीच्या संपूर्णपणे आहारी गेल्यामुळे व विकसित काव्यात्म वृत्तीच्या अभावामुळे, शेक्सपिअर 'किंग लिअर'मध्ये काय साकार करू पाहत आहे हे समूजन घेण्याचा प्रयत्न टॉल्स्टॉय करीत नाही. पात्रांचे व्यक्तीकरण होण्यासाठी त्यांच्या भाषेचेही व्यक्तीकरण होणे आवश्यक आहे, हे टॉल्स्टॉयचे प्रतिपादन बहुतेकांना मान्य होण्यासारखे आहे; पण शेक्सपिअरला हे कधीच करता येत नाही हे त्याचे म्हणणे हास्यास्पद अधिक की बेजबाबदार अधिक, हे ठरवणे कठीण आहे. टॉल्स्टॉय लिहितो, "All his characters speak not their own, but always one and the same Shakespearean pretentious and unnatural language... they speak all alike, Lear raves exactly as does Edgar when feigning madness. Both Kent and the fool speak alike : शेक्सपिअरचे अवमूल्यन करण्याची निकड टॉल्स्टॉयला का वाटली, याची तीन कारणे सुरुवातीलाच सूचित केली आहेत. जॉर्ज ऑर्वेल त्यात आणखी दोन कारणांची भर घालतो : टॉल्स्टॉयचे शेक्सपिअरशी असलेले भांडण हे मूलत: ख्रिस्ती धर्मवृत्तीचे रेनेसान्सच्या जीवनसन्मुखतेशी असलेले भांडण आहे. शिवाय, 'किंग लिअर'चे विशिष्ट अवमूल्यन ही तर टॉल्स्टॉयच्या अंतर्मनाचीच निकड होती. लिअर उत्तरायुष्यात संन्यास घेण्याचा प्रयत्न करतो व अयशस्वी होतो. टॉल्स्टॉयनेही उत्तरायुष्यात संन्यस्त होण्याचा प्रयत्न केला व त्यात तोही अयशस्वी झाला होता. शेक्सपिअरने 'किंग लिअर'च्या रूपाने टॉल्स्टॉयसमोर एक आरसा धरला आणि त्यातले स्वत:चे प्रतिबिंब त्याला असह्य व भयप्रद वाटू लागले. टॉल्स्टॉयने केलेला हल्ला हा स्वभावचित्रणाला व जीवनसदृशतेला समीक्षकांनी दिलेल्या अतिरिक्त महत्त्वामुळे निर्माण झाला, हे विल्सन नाइटचे मत त्याने प्रवर्तिलेल्या प्रतीकात्मक पद्धतीचा अप्रत्यक्षपणणे पाठपुरावा करणारे वाटते. असो. शेक्सपिअर हा इतका भिकार लेखक असताना त्याचे वाङ्मय चार खंडांत चारशे वर्षे गाजत कसे राहिले, असे विचारल्यास टॉल्स्टॉयची त्यालाही दोन उत्तरे आहेत : एक, विभूतिपूजेमुळे निर्माण होणाऱ्या संमोहकशक्तीचा वाचकावरील प्रभाव; दोन, त्याच्या नाटकांशी सुसंवादी ठरणारा अधार्मिक व अनैतिक वरिष्ठ वर्ग. "They corresponded to the irreligious and immoral frame of mind of the upper classes of his time and ours." पहिल्यामध्ये सत्याचा थोडा अंश आहे. पण शेक्सपिअरच्या नाटकांत खालच्या किंवा मध्यमवर्गाला रस नव्हता (किंवा नाही) असे म्हणणे म्हणजे वस्तुस्थितीच नाकारण्यासारखे आहे.

फ्राइडने प्रवर्तिलेल्या मनोवगाहनशास्त्रामुळे विसाव्या शतकाला वाङ्मयाकडे पाहण्याचा एक नवा डोळा उपलब्ध झाला. फ्राइडने प्रथम १९१३ मध्ये व नंतर १९३४ मध्ये मनोवगाहनपद्धतीने 'किंग लिअर'मधील काही बाबींवर प्रकाश टाकण्याचा प्रयत्न केला. फ्राइड आपल्या शास्त्रीय लिखाणात वेळोवेळी मिळून शेक्सपिअरची शंभराहून अधिक वाक्ये उद्धृत करताना आढळतो आणि जवळजवळ प्रत्येक वेळीच शेक्सपिअरची वाक्ये त्याच्या विधानांना पुष्टिकारक ठरलेली दिसतात. मानवी मनाचा शेक्सपिअरने घेतलेला वेध हा फ्राइडला किती वास्तवदर्शी व मोलाचा वाटतो याचा हा अप्रत्यक्ष पुरावा मानता येईल. फ्राइडला वाङ्मय हे स्वप्नसदृश वाटते : दडपलेल्या इच्छा काही वेळा स्वप्नाप्रमाणेच वाङ्मयातही प्रत्यक्षीकरणाचा व आत्मतृप्तीचा प्रयत्न करतात. म्हणजेच 'किंग लिअर'मध्ये आपल्याला शेक्सपिअरच्या काही दडपलेल्या इच्छांचे दर्शन घडू शकेल, असे तो समजतो. मात्र 'किंग लिअर'वरील आपल्या चिंतनात फ्राइड या आद्य सिद्धांताचा पाठपुरावा करताना दिसत नाही; त्याचा भर विरुद्ध-प्रस्थापनेचा सिद्धांत (replacement of the opposite) व सुप्त कामपीडेचा सिद्धान्त (Oedipus Complex) या दोन गौण सिद्धांतांवर राहतो. 'किंग लिअर'च्या पहिल्या अंकात कॉर्डीलिआ अबोल राहते; पण अबोलपणा हा लोकवाङ्मयात मृत्युसदृश मानलेला आहे. शिवाय, ती रूपसुंदर असल्यामुळे विरुद्धप्रस्थापनेच्या सिद्धांतानुसारही कुरूप मृत्यूचे प्रतीक बनते. म्हाताऱ्या लिअरला मृत्यूची कल्पना असह्य वाटत असल्यामुळेच तो तिचा अव्हेर करतो. या अव्हेरावर सुप्त कामपीडेचा सिद्धांत आणखी प्रकाश टाकतो : लिअरला कॉर्डीलिआबद्दल सुप्त स्वरूपाचे लैंगिक आकर्षण वाटते, ते आकर्षण दाबून टाकण्याच्या प्रयत्नात तो कॉर्डीलिआचा अव्हेर करतो. मेलेल्या कॉर्डीलिआला बाहूंवर घेऊन तो प्रवेश करतो तेव्हा मरणोत्तर होणाऱ्या स्वत:च्या निर्गमनाची परावृत्ती (reversal) साधण्याची सुप्त प्रेरणा कार्यान्वित होते. 'किंग लिअर'वरील पॉक्झ व डॉनेली यांचे चिंतनही फ्राइडने दाखवलेली दिशाच चोखाळणारे आहे. पॉक्झच्या मताने राज्याच्या वाटण्या करण्याची खरी कारणे लिअर सांगतो ती नव्हेत. तिन्ही मुलींवरील त्याच्या प्रेमात लैंगिकता आहे; कॉर्डीलिआवरील प्रेमात अधिक आहे. मुलींची प्रेमोक्ती ऐकून त्यांची लैंगिक वासना स्वत:ला सुखावू पाहते. प्रियकराने प्रियाराधनेचे साधन म्हणून नजराणा द्यावा तशाच वृत्तीने राज्याचा एकेक तुकडा लिअर आपल्या मुलींना देऊ पाहतो. कॉर्डीलिआ त्याची निराशा करते व त्याच्या द्वेषाचे लक्ष बनते. बर्गंडीच्या नरेशाने किंवा फ्रान्सच्या राजाने तिला स्वीकारू नये, याकरिता तो सांगतो ती कारणे वरवरची आहेत. आतून त्याला ती दुसऱ्यांना मिळायला नको असते. लिअरच्या वेडात ही दडपलेली लैंगिक भावना पुन:पुन्हा पृष्ठरूपावर येते व भाषणामधील व्यभिचार, संभोग वगैरे अर्थाच्या प्रतिमांतून व

कल्पनास्वप्नातून अभिव्यक्त होऊ पाहते. जावयांना ठार मारण्याची कल्पना व नवरदेवासारखे स्वत: चमकण्याची कल्पना या गोष्टी त्या दडपलेल्या लैंगिक वासनेशीच संबद्ध आहेत. डॉनेली हाच दृष्टिकोण थोड्या वेगळ्या पद्धतीने मांडतो. लिअरला कॉर्डीलिआचे अर्धे प्रेम पुरेसे वाटत नाही, कारण त्याला ती सर्वस्वी हवी असते. पुढे पाचव्या अंकातील ''आपण दोघेच गात राहूया पिंजऱ्यामधील पक्ष्यासारखी'' ही लिअरची ओळ डॉनेलीला एखाद्या प्रियकराने प्रेयसीला उद्देशून म्हणावी तशी वाटते. तिघांचेही निष्कर्ष मला बऱ्याच प्रमाणात ताणलेले वाटतात. डॉ. जोन्सने 'हॅम्लेट'चा केला तसा 'किंग लिअर'चा सविस्तर विचार या पद्धतीच्या एखाद्या पुरस्कर्त्याने केला असल्यास अजून तो माझ्या पाहण्यात आलेला नाही.

ऐतिहासिक व वस्तुनिष्ठ दृष्टिकोणातून 'किंग लिअर'कडे पाहण्याचा प्रयत्न 'कॅरॅक्टर प्रॉब्लेम्स इन शेक्सपिअर्स प्लेज' (१९२२) या आपल्य ग्रंथात प्रथम शुकिंगने आणि त्यानंतर स्टोलने केला. शुकिंग व स्टोल या दोघांनाही जीवनदर्शनाचा वेध घेताना कथानकाला आद्य स्थान द्यावेसे वाटते. व्यक्तींचे स्वभावविशेष समजून घेतानादेखील निर्भरशील टीकाकाराप्रमाणे स्वत:च्या वैयक्तिक प्रतिक्रियांना महत्त्व न देता ते शेक्सपिअरला व त्याच्या प्रेक्षकांना अभिप्रेत असलेले स्वभावविशेष कोणते, हे शोधण्याचा प्रयत्न करतात. नाटकातील परस्परविरुद्ध गोष्टींचा संबंध ते नाटकातील तांत्रिक निकडीशी जोडतात. नाटकाचा अर्थ लावीत असताना तत्कालीन नाट्यगृहाचे स्वरूप, त्याच्याशी संबंधित असलेले संकेत, स्वभावसूचक असे पारंपरिक साचे, तत्कालीन प्रेक्षकांच्या संभाव्य प्रतिक्रियांची शेक्सपिअरने घेतलेली नाट्यलेखनातील दखल या गोष्टींना ते महत्त्व देतात. नाटकातील पात्रांनी वेळोवेळी केलेली आत्मप्रकटने व आत्मस्पष्टीकरणे ही प्रेक्षकांना मार्गदर्शक ठरावी या हेतूने व त्या संबंधातील तत्कालीन संकेत जमेला धरूनच शेक्सपिअरने कल्पिलेली आहेत, असा शुकिंगचा सिद्धांत आहे. नाटक प्रभावी व परिणामकारक करणे हे शेक्सपिअरचे प्रधान लक्ष्य, कथानकात किंवा स्वभावात सुसंगती ठेवणे हे नव्हे. मानसशास्त्राच्या दृष्टीने वास्तव ठरेल असे चित्रण करणे हा शेक्सपिअरचा हेतू नाही आणि तो शोधू पाहणे सर्वस्वी अर्थहीन आहे. लिअरच्या स्वभावाचे आद्य वैशिष्ट्य म्हणजे त्याचा शीघ्रसंतापीपणा. बेघर माणसाबद्दल लिअरला करुणा वाटते व तेथूनच त्याच्या आत्मिक शुद्धीकरणाला सुरुवात होते, हे प्रतिपादन शुकिंगला चुकीचे वाटते. अशा स्वरूपाच्या सामाजिक जाणिवेला शेक्सपिअरचा प्रेक्षकवर्ग मूल्यगर्भ मानीत नव्हता. निराश्रिताविषयी वाटणारी करुणा किंवा समाजव्यवस्थेवर लिअरने ओढलेले कोरडे हे तत्कालीन प्रेक्षकांना त्याच्या वेडाचाच परिपाक वाटणारे होते. लिअरची वेडातील वृत्ती ही एलिझाबेथकालीन खिन्नात्म्याच्या साचेबंद पारंपरिक कल्पनेशी **(melancholy type)**

मिळतीजुळती आहे. शेक्सपिअरच्या सर्वसामान्य दृष्टिकोणातून 'किंग लिअर'मधील घटनाक्रमाकडे पाहिले तर लिअर शेवटी वरच्या पातळीवर पोहोचतो असा निष्कर्ष काढायला जागा नाही. लिअरची सुरुवातीला आढळणारी जबरदस्त जीवनशक्ती हळूहळू ढासळत जाऊन शेवटी नष्टप्राय होते, एवढेच खरे आहे. सुरुवातीच्या लिअरपेक्षा शेवटचा लिअर अधिक मोठा मानणे म्हणजे सबंध नाटकाचा विपर्यास करण्यासारखे आहे. शुकिंगचे हे सर्व प्रतिपादन सर्वांनाच स्वीकारार्ह वाटले नाही तरी चिंतनीय निश्चितच आहे. स्टोलच्या म्हणण्यानुसार कथानकातील अवास्तव व असंभाव्य गोष्टी शेक्सपिअरला समजत नव्हत्या असे नव्हे, तर तत्कालीन प्रेक्षकांना नाटक पाहताना त्या खटकणार नाहीत याची त्याला खात्री होती. कॉर्डीलिआचा अबोलपणा व लिअरचा संताप या त्या नाटकाच्या स्वरूपसिद्ध गरजा आहेत असे समजले पाहिजे; त्या गोष्टींना पात्रांच्या मूळ स्वभावात खास मानसशास्त्रीय असे स्थान आहे असे समजण्याचे कारण नाही. प्रेक्षकावर लगेच होणारा भावनात्मक परिणाम हे शेक्सपिअरचे प्रधान लक्ष्य आहे. त्याच दिशेने पुढे जाऊन स्टोल असेही सुचवतो की 'किंग लिअर'मध्ये प्रतीकात्मकता वगैरे काही नाही, पण प्रेक्षकावर प्रभावी भावनात्मक परिणाम करू पाहणारे परंपरानुसारी साचेबंद रीतीकरण (stylization) जरूर आहे. हे निष्कर्ष शुकिंगच्या वाटेनेच पुढे जाणारे वाटतात. पण स्टोलचा वस्तुनिष्ठ दृष्टिकोण शुकिंगपेक्षा अधिक व्यापक आहे. तो नाट्यबाह्य तत्कालीन वास्तवाप्रमाणेच नाट्यांतर्गत कल्पित वास्तवालाही महत्त्व देतो. परिणामी शुकिंगला अवास्तव वाटणारी लिअरच्या आत्मिक विकासाची व शुद्धीकरणाची कल्पना स्टोलला वास्तव वाटते. सुरुवातीला उभयतांच्या ऐतिहासिक व वस्तुनिष्ठ पद्धतींचा सामान्य गुणक बाजूला काढताना त्यांच्या वेगळेपणाकडे केलेले दुर्लक्ष आता वाचकांच्या लक्षात येऊ शकेल. ही पद्धती एकांगी असली तरी एका महत्त्वाच्या अर्धसत्याकडे अंगुलिनिर्देश करते. "What is structure is turned into psychology" ही स्टोलची निर्भरशील टीकाकारांविरुद्ध खरी तक्रार आहे.

विल्सन नाइट हा शेक्सपिअरच्या संबंधातील प्रतीकात्मक समीक्षापद्धतीचा प्रधान प्रवर्तक आहे. त्याच्या 'द व्हील ऑफ फायर' (१९३०) या ग्रंथामध्ये 'किंग लिअर'वर दोन लेख आहेत. प्रतीकात्मक पद्धतीने होणाऱ्या आपल्या विवेचनाचा अंतर्भाव 'समीक्षे'त (criticism) न करता 'निरूपणा'त (interpretation) करण्यात यावा, असा विल्सन नाइटचा आग्रह आहे. त्या पद्धतीची मुख्य गृहीततत्त्वे अशी : (१) शेक्सपिअरचे प्रत्येक नाटक हे एक स्वतंत्र जीवनदर्शन असून त्या त्या नाटकाने स्वत:वरच लादलेल्या नियमांनीच बद्ध होणारे असते. (२) प्रत्येक नाटकाला 'कालात्मक' (temporal) व अवकाशात्मक (spatial) अशी दोन अंगे असतात; म्हणजे प्रत्येक प्रसंग किंवा भाषण

हे कालात्मक अशा जीवनकथेच्या मांडणीशी व अवकाशात्मक अशा वैचारिक व कल्पनामय वातावरणाशी संबद्ध करावे लागते. (३) प्रत्यक्ष जीवनप्रवाहाशी संबद्ध नसलेल्या प्रवाहांचा उपयोग व अर्थ स्पष्ट करणे, प्रतीकात्मक वाटणाऱ्या दुय्यम प्रतीकांची दखल घेणे, पुनरावृत्त होणाऱ्या प्रतिमांचे साहचर्य कशाशी आहे हे तपासणे व पुढे त्या सुट्या स्वरूपात भेटल्या तरी पूर्वीची साहचर्यजन्य शक्ती अभिप्रेत आहे असे समजणे – या गोष्टींना शेक्सपिअरचे नाटक समजून घेताना महत्त्व असते. (४) शेक्सपिअरचे प्रत्येक नाटक म्हणजे एक विस्तारलेली उत्प्रेक्षा (expanded metaphor) असते. प्रतीकात्मकतेच्या आधारानेच शेक्सपिअरच्या निर्मितीतील सुसंवाद स्पष्ट होऊ शकतो. निव्वळ पात्र, वैचारिक आशय किंवा संख्यात्मक प्रतिमाविचार यांच्या अंगाने केलेले चिंतन गोंधळ निर्माण करते. त्या सर्व चिंतनाला प्रतीकात्मक पद्धती एकात्म बनवते. (५) प्रतीकात्मक पद्धती ही नैतिकतेऐवजी परोक्षाकडे जाऊ पाहते : "The keynote of symbolic interpretation is the replacing of the moral by the metaphysical." (६) म्हणून स्वभावचित्रे व कथानक या अंगांनी नाटकाचा अर्थ शोधण्याऐवजी 'वादळे' व 'संगीत' अशा प्रतीकांतून तो शोधणे अधिक उपकारक. हे करीत असताना संबंधाचे स्वरूप अगोदर समजून घ्यावे लागते व त्या दृष्टिकोणातून विशिष्ट भागांचा अर्थ लावावा लागतो. "The pattern of the whole must be grasped before we can understand the significance of the parts." (७) शेक्सपिअरच्या विकासक्रमामध्ये एखाद्या विशिष्ट नाटकाचे स्थान कुठे आहे हे कळल्यास काही वेळा फायदा होतो. पण विकासक्रमाच्या पूर्वसंचित कल्पनेमुळे एखाद्या नाटकाच्या विवक्षित स्वरूपाची जाणीव विकृत होता नये. विल्सन नाइट हा स्वत: प्रवर्तिलेल्या या पद्धतीशी नेहमीच एकनिष्ठ असतो असे नव्हे; प्रत्यक्षामध्ये स्वभावदर्शनाची आवश्यक तेवढी दखल त्याने घेतलेली आढळते. पण त्याचा भर प्रतीकात्मक पद्धतीवर राहतो आणि त्याच पद्धतीने 'किंग लिअर'मधील जीवनदर्शनाला तो भिडू पाहतो. 'किंग लिअर'मध्ये दैवी शक्तींचा (supernatural) वापर शेक्सपिअर करीत नाही असे कुणाला वाटेल; पण विल्सन नाइटच्या मताने एडगरचे वेडेचार, त्याला छळणाऱ्या पिशाच्चांचे उल्लेख, भयानक वादळ व वैराण माळरान या सर्वांच्या एकात्म परिणामातून शेक्सपिअर दैवी शक्तीच्या प्रभावी संचाराची जाणीव नाट्यबद्ध करतो; वास्तवालाच एका संमिश्र व समर्थ अशा प्रतीकात्मकतेच्या पातळीवर चढवतो. त्याच्या दृष्टीने सर्व पात्रे प्रतीकात्मक ठरतात : कॉर्डीलिआ हे प्रेमाचे प्रतीक, लिअर हे स्वत:विषयी व जगाविषयी सत्यशोधन करणाऱ्या अर्धसंस्कृत अवस्थेतील मानवाचे प्रतीक. स्थळकाळच्या संबंधात 'किंग लिअर'मध्ये आढळणारी धूसरता, अनिश्चितता व विसंगती हीसुद्धा तो नाटकातील गूढ जीवनप्रत्ययाचे

प्रतीक मानतो. प्रतीकात्मकतेच्या आधाराने विल्सन नाइट हा 'किंग लिअर'मधील निसर्ग, देवता, मानवी व दैवी न्याय, व्यक्तींची बेडर सहनशीलता (stoicism), त्यांचा पापविमोचक दु:खभोग – यांचा विचार करीत करीत शेवटी लिअरचा जीवनप्रवाह हा एक अपार्थिव अशा साक्षात्काराच्या सौंदर्याला स्पर्श करताना दाखवतो. पद्धती वेगळी असली तरी त्याने घडवलेले 'किंग लिअर'मधील गंभीर शोकात्म अंगाचे दर्शन हे बऱ्याच प्रमाणात ब्रॅडलेलाच अनुसरून पुढे गेलेले वाटते. सुरुवातीला नैसर्गिक अवस्थेशी संबद्ध असलेला लिअर हा त्याच्याही मताने पापविमोचक दु:खभोग व जीवनसत्याचा शोध या मार्गाने आध्यात्मिक धर्मकल्पनेला भिडू शकतो. मानवाच्या आत्मिक उत्क्रांतीचे लिअर हे प्रतीक बनते. पण ब्रॅडलेच्या पलीकडे जाऊन 'किंग लिअर'वरील समीक्षेत विल्सन नाइटने टाकलेली महत्त्वाची भर म्हणजे 'किंग लिअर'मधील विरूपात्मक (grotesque) अंगावर त्याने पाडलेला प्रकाश. विल्सन नाइटला लिअर व विदूषक आणि ग्लॉस्टर व एडगर यांच्या संबंधात घडलेले विरूपाचे दर्शन भेदक आहे. त्याच्या मताने 'किंग लिअर'मधील विदूषक हा अप्रत्यक्षपणे जीवनाच्या विपरीततेवरच (absurdity) भाष्य करीत असतो. लिअरच्या जीवनानुभवातील हास्यास्पदता त्यालाच प्रकर्षाने जाणवते. लिअरच्या जीवनानुभवातील भयानकता एका बाजूने कल्पनातिरेकाला (fantastic) व दुसऱ्या बाजूने विपरीततेला भिडणारी आहे. ग्लॉस्टरच्या जीवनानुभवात त्याच वृत्तींची द्विरुक्ती होते. अंतिम विश्लेषणात क्रौर्य आणि चेष्टा, कल्पनातिरेक आणि विपरीतता या गोष्टी नियतीशीही संबद्ध होतात. "We must beware of sentimentalising the cosmic mockery of the play" असे विल्सन नाइट कटाक्षाने सांगतो. प्रथम चर्चिलेले गंभीर शोकात्म अंग व नंतर चर्चिलेले विरूपात्मक अंग ही विल्सन नाइटच्या निरूपणात परस्परांना आव्हान देतात, पण छेद देत नाहीत. तो 'किंग लिअर' ही मुख्यत: शोकात्मिकाच मानतो. अर्वाचीन ननाट्याच्या पुरस्कर्त्यांना केंद्रीय वाटणारी 'किंग लिअर'मधील प्रयोजनशून्यता, मूलभूत क्रौर्य, वैश्विक उपहास व विरूपात्मक अंग विल्सन नाइटने १९३० सालीच हेरलेली असली, तरी कॉटसारख्या अत्याधुनिक समीक्षकाप्रमाणे तो संपूर्ण 'किंग लिअर' हीच एक विरूपिका आहे असे समजत नाही; शेवटी त्या सर्वांचा परिपाक शोकात्म विशुद्धीकरणात होतो असे तो समजतो. विल्सन नाइट लिहितो, "The tragedy is not poignant in that it is purposeless, unreasonable. It is the most fearless artistic facing of the ultimate cruelty of things in our literature. That cruelty would be less were there not this element of comedy which I have emphasised... Mankind is, as it were, deliberately and comically tormented by 'the gods'. He is not even allowed to die tragically... Yet as we close the sheets of this play, there is no horror, nor resentment. The tragic purification of the essentially untragic is yet complete."

'किंग लिअर'कडे पाहण्याचा अत्याधुनिक दृष्टिकोण म्हणजे ती शोकान्तिका नसून मूलत: एक विरूपिका आहे, एक प्रकारचे ननाट्य आहे, असे समजणारा यान कॉट या पोलिश प्राध्यापकाचा त्याच्या 'शेक्सपिअर अवर कंटेंपररी' (१९६४) या ग्रंथात व्यक्त झालेला दृष्टिकोण. त्यातील 'किंग लिअर'वरील निबंधाचे शीर्षकच " 'किंग लिअर' ऑर 'एंडगेम' " असे आहे. बेकेटच्या 'एंडगेम' या ननाट्याची मूळ कल्पना शेक्सपिअरच्या 'किंग लिअर'मध्ये अभिप्रेत आहे, बेकेटने 'किंग लिअर'मधील कृतिसूचक बाह्य तपशील गाळून टाकला आणि मूळ कल्पनेचा सांगाडा 'एंडगेम'मध्ये सादर केला, अशा आशयाचे एक विधान कॉटने प्रस्तुत निबंधात केलेले आढळते. वृत्तिसादृश्य दाखवणारे दोन्ही नाटकांतील उतारे कॉट वेळोवेळी उद्धृत करतो. आजकालच्या निरर्थवादी ननाट्यात अंतर्भूत असलेल्या विश्वकल्पनेचे कॉट सुरुवातीला विवेचन करतो व पुढील मुद्यांवर जोर देतो: (१) ननाट्यामध्ये शोकात्मता नसते, विरूपता असते; आणि हे विरूप शोकात्मतेहून अधिक क्रूर असते. (२) विरूपिकेमध्ये किंवा ननाट्यामध्ये 'व्यक्ती' नसतात, व्यक्तित्वाचे विघटन असते. (३) शोकात्म नायकाचे अध:पतन हे अप्रत्यक्षपणे एका केवल (absolute) शक्तीचे अस्तित्व व महत्त्व सिद्ध करते, पण विरूपात्म नायकाच्या अध:पतनामुळे विनाश होणारा, विनाश करणारा आणि त्यांना होत असलेला केवल शक्तीचा आभास ही सर्वच हास्यास्पद ठरतात. (४) शोकान्तिकेमुळे विरेचन होऊ शकते, पण विरूपिका कसल्याच समाधानाला जागा ठेवीत नाही. (५) विरूपिकेतील विनाशाची जबाबदारी केवलशक्तीवर टाकता येत नाही; केवलशक्तीचे स्थान मानवी अस्तित्वातील विपरीततेने घेतलेले असते. ही केवलशक्ती हेतुहीन, घटनांच्या पिंजऱ्यासारखी, यंत्रसदृश, अंध व विपरीतरूपिणी असते. (६) माणसापुढे असलेले दोन्ही पर्याय ज्या वेळी सारखेच विपरीत, सारखेच असंबद्ध व सारखेच मूल्यहीन ठरतात त्या वेळी घटनेतील शोकात्मतेचे विरूपात्मतेमध्ये रूपांतर होते. (७) विरूपात्मिका ही नुसती देव, निसर्ग व नियती या केवलकल्पनाच हास्यास्पद ठरवते असे नव्हे, तर ऐतिहासिक अपरिहार्यतेची कल्पनाही हास्यास्पद ठरवते. आतील माणसांच्या असंबद्ध हालचालींनी घसरत जाणाऱ्या एखाद्या पिंपासारखी समाजजीवनाची गतिशीलता असते. (८) शोकान्तिका उपस्थित करते तेच मूलभूत प्रश्न विरूपिका उपस्थित करीत असली तरी त्या प्रश्नांना विरूपिकेत मिळणारी उत्तरे भिन्न असतात. (९) शोकान्तिका ही धार्मिकांची रंगभूमी, तर विरूपिका ही विदूषकांची रंगभूमी. आधुनिक ननाट्याची बहुतेक वैशिष्ट्ये कॉटला शेक्सपिअरच्या 'किंग लिअर'मध्ये सापडू शकतात. 'किंग लिअर' हे ऐहिक व पारमार्थिक सुखांना आधारभूत असलेल्या सर्व

तत्त्वज्ञानांना हास्यास्पद ठरवते. ही सर्वंकषता सिद्ध व्हावी याच हेतूने शेक्सपिअर लिअरमध्ये मॅक्बेथची ऐहिकता व जॉबची आध्यात्मिकता यांचे संमिश्रण करतो. कॉटच्या समीक्षेमध्ये विदूषकाला केंद्रीय महत्त्व प्राप्त होते. (एनिल वेल्सफोर्डने १९३५ साली आपल्या समीक्षेमध्ये विदूषकाला असेच केंद्रीय महत्त्व दिलेले होते व त्यातून "Lear's tragedy is the investing of the king with motley: it is also the crowning and apotheosis of the fool." असा निष्कर्ष काढलेला होता.) विदूषकाच्या दृष्टीने सगळेच विदूषक असतात. लिअरला त्याच्या स्वत:च्या विदूषकीचा साक्षात्कार घडवल्यावर हा विदूषक अदृश्य होतो. सृष्टीचा व्यवहार तर्कसंगत व्हावा असे अपेक्षिणे हाच मूर्खपणा. तो मूर्खपणा विदूषक तेवढाच करीत नाही. तो तेवढाच मॅक्बेथची ऐहिकता व जॉबची आध्यात्मिकता या दोहोंपासून विमुक्त असतो. त्याची भाषा ही ननाट्याची भाषा आहे. ग्लॉस्टरने काल्पनिक दरीमध्ये मारलेली काल्पनिक उडी मानवी अस्तित्वाच्या दृष्टीने प्रतीकात्मक आहे. कॉट लिहितो, "It is the abyss, waiting all the time. The abyss, into which one can jump, is every where." 'एंडगेम'प्रमाणेच ननाट्याच्या अंगाने 'किंग लिअर' सादर केल्याशिवाय त्यातील मूलभूत विश्वात्मक क्रौर्य साकार होऊ शकणार नाही, असे कॉटचे प्रतिपादन आहे. "Yet the cruelty of Lear was to the Elizabethans a contemporary reality and has remained real since. But it is a philosophical cruelty. Neither the romantic nor the naturalistic theatre was able to show that sort of cruelty, only the new theatre can." 'किंग लिअर'मध्ये ननाट्याचे अंग आहे हे निश्चित; पण कॉट समजतो तितक्या सर्वंकष स्वरूपात निश्चित नाही. कदाचित मॅरॉविट्झ सुचवितो तशा पद्धतीने प्रयोग केल्यास दोन्ही गोष्टी काही प्रमाणात साधू शकतील. मॅरॉविट्झ लिहितो, "I now suspect that the removal of sympathy and identification is the price we must pay for epic objectivity; ...we prepare ourselves for the profound emotionalism which comes from understanding the merciless logic of the play's totality: the realization that the tragedy is not Lear's but ours." प्रयोग कॉटच्या दिशेने केलेला असो की मॅरॉविट्झच्या दिशेने केलेला असो, असा प्रयोग व परिणाम शेक्सपिअरला किंवा शेक्सपिअरच्या प्रेक्षकांना अपेक्षित होता का, असा प्रश्न शुकिंग नेहमीच विचारू शकेल !

विसाव्या शतकाच्या मध्यावर उभ्या असलेल्या आजकालच्या पाश्चात्त्य नाट्यरसिकाला 'किंग लिअर' ही शोकान्तिका अधिक जवळची व अधिक अर्थपूर्ण का वाटते, याचे विवेचन मेनॉर्ड मॅकने 'किंग लिअर इन अवर टाइम' (१९६५) या ग्रंथामध्ये

केलेले आहे. अप्रत्यक्षपणे त्या विवेचनात काही अन्य वैशिष्ट्यांवर प्रकाश पडत असल्याने त्याची दखल घेऊन प्रस्तावनेचा प्रपंच आवरता घेतो. त्याने दाखवलेले विसाव्या शतकाला आपलेसे वाटणारे 'किंग लिअर'मधील वृत्तविशेष असे : (१) 'किंग लिअर' हे वीरत्वाच्या साचेबंद कल्पनांना झुगारून देते; लिअरचा मृत्यू हा केंटप्रमाणे आपल्यालाही त्याच्या सुटकेसारखा वाटतो. त्या मृत्यूला शौर्याची झालर लावलेली नाही. (२) 'किंग लिअर'मध्ये मृत्यू ही एक धीरोदात्त घटना आहे असे अवसान आणलेले नाही. सगळ्यांचे मृत्यू हे वेगवेगळ्या कारणांनी व वेगवेगळ्या परिस्थितीत घडतात. त्यामागे कसलीच सुसंगती नाही. मृत्यू हा एक अस्तित्वाचा अटळ भाग म्हणून स्वीकारलेला आहे. (३) सध्याप्रमाणेच युगान्ताची व जग नष्ट होण्याची भीती 'किंग लिअर'मध्ये सर्वसंचारक स्वरूपात वावरताना आढळते. (४) 'किंग लिअर'मधील जीवनप्रवाह क्रोध, हिंसा, क्रौर्य व दु:ख यांनी गढूळलेला आहे. हे चित्रण करताना त्यामागील मानसिक प्रक्रियांवर शेक्सपिअरने या नाटकात जोर दिलेला नाही. जणू काय आपल्या विकारांमागील व कृतींमागील मानसशास्त्रीय उपपत्तींचा फोलपणाच शेक्सपिअर सूचित करतो. त्यामुळे व्यक्तीच्या इच्छास्वातंत्र्याला धार चढली आहे. (५) 'किंग लिअर'मधील जीवनचित्रणात सर्वव्यापी समाजमनस्कता आहे. पात्रांचा समूह हा संपूर्ण समाजाचा प्रातिनिधिक आहे व सर्व पात्रे सामाजिक व कौटुंबिक संबंधांनी बांधलेली आहेत. मानवाची संबंधाधिष्ठित अवस्था हेच शोकात्मतेचे आद्य कारण आहे अशी कल्पना अप्रत्यक्षपणे सूचित झाली आहे. (६) मानवाची शोकात्म 'संबंधाधिष्ठित' अवस्था प्रकट करीत असतानाच व्यक्तीच्या स्वत्वाचा (identity) प्रश्नही अस्वस्थता निर्माण करील अशा पद्धतीने उपस्थित केला आहे : ''हा लिअर नाही... कोण सांगू शकेल मी कोण आहे ते ?'' (७) या सर्व गोष्टींचे ज्ञान होणे व सहनशील वृत्तीने त्या ज्ञानाचा स्वीकार करणे हीच मानवी जीवनाची सांगता, असे 'किंग लिअर' ठामपणाने नव्हे तर अनिश्चितार्थक (ambiguous) पद्धतीने सूचित करते. वरील सात वृत्तिविशेषांवर मेनॉर्ड मॅकने विशेष जोर दिलेला असला तरी कॉर्डीलिआचे नि:स्वार्थी प्रेम व लिअरचे आत्मज्ञान, सहनशक्ती व आशावादित्व यांच्या संकलित परिणामातून प्रेक्षकाला भेटणारी उन्नत व उत्तेजित भावस्थिती तो नाकारीत नाही. 'किंग लिअर'चे नाट्यस्वरूप तपासताना तो नाटकातील जातिप्रतिमा (archetype), रूपककथा (parable) व कल्पनाप्रत्यय (vision) या गोष्टींना विशेष महत्त्व देऊन 'किंग लिअर' हे मांडणीच्या दृष्टीने 'एव्हरीमॅन' या नीतिनाट्याशी अधिक मिळतेजुळते आहे, असे प्रतिपादन करतो. कोणतीही साचेबंद तात्त्विक भूमिका न घेता मेनॉर्ड 'किंग लिअर'चे विसाव्या शतकाच्या पिंडधर्माशी जोडलेले नाते अप्रत्यक्षपणे 'किंग लिअर'ची विश्वात्मकताच सिद्ध करू लागते.

आपल्या युगाशी त्याला कळेल अशा भाषेत बोलत असतानाच अनेक युगांशी त्यांना भावेल अशा पद्धतीने संवाद साधणे म्हणजे अद्‌भुत असेल तर ते सातत्याने करणारा कलावंत एकच – विल्यम शेक्सपिअर, मुक्काम स्ट्रॅटफर्ड. कोणत्याही श्रेष्ठ कलाकृतीचा प्रत्यक्षानुभव हा बऱ्याच प्रमाणात अव्याख्येय व अविश्लेषणीय असतो. तरीही थोड्याफार सुजाण वृत्तीने मराठी वाचकांना शेक्सपिअरच्या 'किंग लिअर'ला सामोरे जाता यावे या हेतूने प्रस्तावनेचा हा प्रपंच करावासा वाटला. या प्रस्तावनेत शेक्सपिअरच्या वैयक्तिक जीवनाविषयी विशेष तपशील देता आला नाही याचे दु:ख मला नाही. "The rarest thing in literature, and the only success, is when the author disappears and his work remains." असे फ्रँक्वा मॉरिॲक आपल्या मुलाखतीत सांगतो. शेक्सपिअरचे यश त्या कोटीतले आहे.

राजा लिअर

नाटकातील पात्रे

लिअर, ब्रिटनचा राजा
फ्रान्सचा राजा
बर्गंडीचा नरेश
कॉर्नवॉलचा नरेश, रीगनचा नवरा
ऑल्बनीचा नरेश, गॉनरिलचा नवरा
केंटचा जहागीरदार
ग्लॉस्टरचा जहागीरदार
एडगर, ग्लॉस्टरचा मुलगा
एडमंड, ग्लॉस्टरचा अनौरस मुलगा
करन, एक दरबारी गृहस्थ
ऑझ्वल्ड, गॉनरिलचा कारभारी
म्हातारा माणूस, ग्लॉस्टरचे एक कूळ
वैद्य
विदूषक
एक अधिकारी, एडमंडच्या सेवेमधील
सद्‌गृहस्थ, कॉर्डीलिआचा सेवक
भाट
कॉर्नवॉलचे सेवक
गॉनरिल, रीगन, कॉर्डीलिआ — लिअरच्या मुली
लिअरच्या लवाजम्यातील शिलेदार; अधिकारी, जासूद, सैनिक आणि सेवक

स्थळ : ब्रिटन

अंक पहिला

प्रवेश पहिला

[राजा लिअरच्या प्रासादातील दरबाराची जागा.
केंट, ग्लॉस्टर आणि एडमंड प्रवेश करतात.]

केंट मला वाटायचे, कॉर्नवॉलच्या नरेशापेक्षा ऑल्बनीच्या नरेशावर महाराजांची अधिक मर्जी.

ग्लॉस्टर आपल्याला नेहमी तसेच वाटायचे; पण आता मात्र राज्याच्या ह्या वाटण्या पाह्यल्यावर त्यांपैकी कोणता नरेश महाराजांना अधिक आवडतो ते सांगणे कठीण झाले आहे. कारण, वाटण्या इतक्या समतोल आहेत की त्यांपैकी कोणतीही वाटणी बारकाईने तपासली तरी कोणा एकासाठी म्हणून त्याची खास निवड करता येणे अशक्य.

केंट सरकार, हे आपलेच चिरंजीव ना ?

ग्लॉस्टर त्याचे संगोपन माझ्या खर्चाने झाले; तो माझा आहे हे कबूल करताना मी इतक्यांदा शरमलो आहे की आता मला त्याचे काहीच वाटत नाही.

केंट आपला गर्भितार्थ नाही पकडू शकलो.

ग्लॉस्टर सरकार, या तरुण गृहस्थाच्या आईला तो पकडता आला; त्यामुळे तिचे पोट गोलाकार झाले आणि तिच्या पलंगाला पती भेटण्याअगोदरच पाळण्याला पोरगा भेटला. तुम्हांला कसल्या स्खलनाचा वास आला की काय ?

केंट त्या स्खलनाला इतके सुंदर फळ आल्यामुळे ते व्हायला नको होते असे वाटले नाही.

ग्लॉस्टर तथापि माझा एक मुलगा कायद्याच्या कक्षेनुसार झालेला आहे; याच्यापेक्षा जवळवजळ वर्षाने मोठा; तरीसुद्धा तो माझा याच्याइतका लाडका नाही. हा पोरगा उद्धटपणाने निमंत्रण मिळण्यापूर्वीच जगात आला असला तरी त्याची आई कमनीय होती; त्याला घडवताना खेळ रंगला होता; आणि म्हणून हा रांडलेक आपला आहे हे कबूल करणे भाग आहे. एडमंड, तू ह्या उमरावांना ओळखतोस ?

एडमंड नाही, सरकार.

ग्लॉस्टर हे आपले केंटचे जहागीरदार : माझे एक माननीय स्नेही म्हणून यापुढे त्यांना ओळखीत जा.

एडमंड हुजुरांच्या सेवेला हजर आहे.

केंट मलाही तुझ्यावर लोभ ठेवावा लागेल, तुझी ओळख वाढवावी लागेल.

एडमंड सरकार, त्याला पात्र ठरण्याचा प्रयत्न करीन.

ग्लॉस्टर नऊ वर्षे तो परदेशात होता आणि पुन्हाही तो दूरच जाणार. प्रत्यक्ष महाराजच आले.

[तुतारीची ललकारी. एकजण लहानसा मुकुट घेऊन, राजा लिअर, कॉर्नवॉल, ऑल्बनी, गॉनरिल, रीगन, कॉर्डीलिआ आणि हुजऱ्ये प्रवेश करतात.]

लिअर ग्लॉस्टर, आणा भेटीला फ्रान्सच्या आणि बर्गंडीच्या अधिपतींना.

ग्लॉस्टर आणतो सरकार.

[ग्लॉस्टर आणि एडमंड जातात.]

लिअर मध्यंतरीच्या वेळात आम्ही आपले गुप्त मनोगत करतो प्रकट.
तो नकाशा आणा माझ्याकडे. लक्षात घ्या, आम्ही आपल्या
या राज्याचे आहेत केलेले तीन भाग; आमच्या वार्धक्यातून
झटकून टाकायच्या सगळ्या काळज्या आणि कटकटी
सोपवायचे त्यांना तरुणांच्या ताकदीवर, आणि सरकायचे रांगत मृत्यूकडे
निर्भार होऊन, असा आहे आम्ही आता निर्धार केलेला.
अहो, आमचे कॉर्नवॉलचे जामात, आणि आमचे तितकेच लाडके
ऑल्बनीचे जामात, आम्ही आहे आता ठरवलेले
आमच्या कन्यांचे विशिष्ट स्त्रीधन याच घटकेला जाहीर करण्याचे,
भावी संघर्ष आधीच लक्षात घेऊन. आमच्या कनिष्ठ
कन्येच्या प्रेमातील थोर प्रतिस्पर्धी, फ्रान्सचे आणि बर्गंडीचे युवराज,

आहेत प्रदीर्घकाल आमच्या दरबारात प्रियाराधन करण्यासाठी,
त्यांनाही आहे आज इथेच निर्णय सांगायचा. आजपासूनच
आम्ही सोडणार आहो राज्यावरील सत्ता, मुलुखावरील ताबा,
कारभाराच्या कटकटी. आमच्या कन्यकांनो, सांगा,
तुमच्या तिघींपैकी कोण आमच्यावर सर्वांत अधिक प्रेम करते ते,
म्हणजे आम्हांला येईल देता आमची सर्वांत मोठी देणगी,
जिथे निसर्ग करील प्रस्थापित आपला हक्क गुणवत्तेच्या जोरावर.
गॉनरिल, तू आहेस सर्वांत वडील, तू प्रथम बोल.

गॉनरिल महाराज, मी आपल्यावर करते प्रेम, शब्दांना न पेलणारे;
स्वत:ची दृष्टी, सृष्टी व स्वातंत्र्य यांहून अधिक;
ज्याला अमूल्य व अपूर्व मानतात त्याच्या पलीकडचे;
नेटक्या, निरोगी, सुंदर, सन्माननीय जीवनाहून जास्त;
जितके कधीकाळी मूल करू शकले वा बाप मिळवू शकला;
प्रेम, जे श्वासाला ठरवते दरिद्री, भाषेला असमर्थ;
मी आपल्यावर करते प्रेम 'अमुक इतके' असे म्हणण्याच्या पलीकडचे.

कॉर्डीलिआ (बाजूला) काय बोलणार ही कॉर्डीलिआ ? प्रेम कर आणि शांत बस.

लिअर आम्ही करतो आहो तुला स्वामिनी, ह्या रेषेपासून त्या रेषेपर्यंतच्या
सगळ्या मुलुखाची, आणि त्यातील घनदाट जंगले,
विपुल नद्या नि विस्तृत कुरणे या सर्वांची.
हे राहील पुढे निरंतर तुझ्या आणि ऑल्बनीच्या संततीकडे.
काय म्हणते आमची द्वितीय कन्या, लाडकी रीगन,
कॉर्नवॉलची पत्नी ?

रीगन ज्या धातूची बनली माझी बहीण त्याच धातूची बनले मीही,
आणि समजते मी मला तितक्याच मोलाची. माझ्या हृदयात
मला भासते आहे तिने माझ्या प्रेमाची करणीच वर्णन केल्यासारखी.
फक्त तिचे वर्णन पडते फारच तोकडे : मी समजते
स्वत:ला वैरीण त्या अत्यंत अमूल्य अशा इंद्रियांच्या चौकटीत
सामावणाऱ्या सुखांची आणि मला लाभतो परमानंद
फक्त परमप्रिय हुजुरांच्या प्रेमामध्ये.

कॉर्डीलिआ गरीब बिचारी कॉर्डीलिआ !
आणि तशीही नाही. कारण मलाही आहे आत्मविश्वास
माझी प्रीती माझ्या जिभेहून वजनदार आहे असा.

लिअर हा तुला आणि तुझ्यांना आहे दिलेला वंशपरंपरेने
या आमच्या सुंदर राज्याचा विपुल असा एकतृतीयांश,
क्षेत्र, मूल्य आणि सुखसमृद्धी या सर्वांमध्ये
गॉनरिलला दिलेल्या त्या भागाहून कमी नसलेला.
आता आमच्या सुखाची रास, सगळ्यात शेवटची आणि लहान असली तरी
जिच्या सुकुमार प्रीतिप्रीत्यर्थ फ्रान्सच्या द्राक्षवेली व बर्गंडीचे दूध
यांची आहे चुरस लागलेली; काय शकतेस तू सांगू,
तुझ्या बहिणींना लाभला त्याहून अधिक संपन्न
तिसरा भाग स्वत:ला मिळवण्यासाठी ? बोल.

कॉर्डीलिआ काही नाही, महाराज.

लिअर काही नाही ?

कॉर्डीलिआ काही नाही.

लिअर काही नाहीमधून निघेल काही नाहीच : पुन्हा बोल.

कॉर्डीलिआ अशी आहे मी कमनशिबी, मला नाही उचलता येत
माझे हृदय माझ्या तोंडापर्यंत; मी महाराजांवर करते प्रेम
माझ्या अपत्यधर्माशी सुसंगत असलेले; ना अधिक, ना कमी.

लिअर कसे, कसे, कॉर्डीलिआ ! थोडी किंचितशी कर सुधारणा तुझ्या बोलण्यामध्ये
नाहीपेक्षा करून बसशील तू आपल्या दौलतीची नासाडी.

कॉर्डीलिआ आपण मला जन्माला घातलेत, मला जोपासलेत, मला लाडावलेत :
मी देते त्यांना प्रतिसाद ती त्यासाठी योग्य असल्यामुळे;
मानते आज्ञा, करते प्रेम, आणि दाखवते आपणाविषयी आत्यंतिक आदर.
कशाला हवे असतात माझ्या बहिणींना त्यांचे नवरे, जर त्या
म्हणतात तशा करीत असतील सर्व प्रेम फक्त आपणावर.
यदाकदाचित, जेव्हा होईन मी विवाहित, तेव्हा माझ्याशी
वचनबद्ध होणारा पतीचा हात जाईल घेऊन आपल्याबरोबर माझ्या
प्रेमाचा अर्धा भाग, अर्धा सेवाभाव, अर्धी कर्तव्यनिष्ठा :
मी निश्चितच नाही होणार अशी विवाहित माझ्या बहिणींसारखी
सगळे प्रेम बापावर करण्यासाठी.

लिअर पण तू हे सगळे मनापासून बोलतेस ?

कॉर्डीलिआ होय, महाराज.

लिअर इतकी तरुण आणि इतकी ताठ ?

कॉर्डीलिआ महाराज, इतकी तरुण आणि इतकी सच्ची.

लिअर ठीक आहे; तर मग तुझा सच्चेपणा हेच ठरू दे तुझे स्त्रीधन;
कारण, सूर्याच्या पवित्र दीप्तीची, पाताळदेवतेच्या गूढ विधींची,
आमचे जन्म आणि मरण निश्चित करणाऱ्या ग्रहांच्या शक्तीची
शपथ घेऊन मी देतो इथेच झुगारून माझे पितृकर्तव्य,
माझा आप्तसंबंध, आणि माझे रक्ताचे नाते; इथून कायमची
तू आहेस मला आणि माझ्या हृदयाला परकी झालेली.
रानटी सिथिअन, किंवा स्वत:च्या भुकेसाठी स्वत:च्या संततीचा
घास करणारा, हा यापुढे माझ्या हृदयाला राहील वाटत
तितकाच निकटवर्ती, तितकाच अनुकंपनीय, तितकाच रक्षणार्ह,
जितकी तू, कधीकाळची माझी मुलगी.

केंट महाराज, –

लिअर केंट, गप्प राहा !
ड्रॅगन आणि त्याचा क्रोध यांच्यामध्ये नको येऊस.
तीच होती सगळ्यांत लाडकी, आणि तिच्याच लालनपालनासाठी
ठरविले होते सर्वस्व वेचायचे. नीघ इथून, जा दृष्टीसमोरून !
आता मिळेल मला मन:शांती माझ्या थडग्यातच, तिच्यापासून
तिच्या पित्याचे हे हृदय असे दुरावल्यावर ! बोलवा फ्रान्सला.
कुणी हालतंय का ? बोलवा बर्गंडीला. कॉर्नवॉल व ऑल्बनी,
माझ्या दोन्ही मुलींच्या स्त्रीधनामध्ये करा अंतर्भूत तो तिसरा भाग.
अहंकार, ज्याला म्हणते ती सरळपणा, तोच करू दे तिचे लग्न.
संयुक्तपणे तुम्हा दोघांना मी देत आहे माझी सत्ता.
माझे आधिपत्य, आणि राजपदाशी संलग्न असणारे सर्व मानमरातब.
शंभर शिलेदर तुमच्या खर्चाने जवळ बाळगण्याचा हक्क राखून,
आम्ही करत जाऊ आमचा मुक्काम तुम्हा दोघांकडे आलटून पालटून
महिन्याच्या मुदतीत. फक्त एवढेच, आम्ही आहोत
ठेवणार आमच्याकडे राजा हे अभिधान व सर्व राजबिरुदे;
राजसत्ता, महसूल, इतर गोष्टींची अंमलबजावणी,
ही सर्व, प्रिय जामात हो, राहतील तुमच्याकडेच : याला पुष्टी म्हणून
ह्या मुकुटाची करा वाटणी तुम्हा दोघांमध्ये.

केंट लिअर महाराज,
मी आपणाला नेहमीच सन्मानले आपला राजा म्हणून,

पिता म्हणून केले प्रेम, धनी मानूस केले अनुसरण,
स्मरलो प्रार्थनेमध्ये माझा महान आश्रयदाता समजून –

लिअर धनुष्य आहे सज्ज झालेले; दूर राहा या बाणापासून.

केंट मग तो सुटलेलाच बरा, जर त्याचे ते पाते
असेल घुसायचे माझ्या हृदयात. बनू दे केंट शिष्टाचारशून्य,
जेव्हा लिअर बनतो वेडा. वृद्ध माणसा, काय आहे तुझा विचार ?
काय तुम्हांला असे वाटते, खुशामतीपुढे सत्ता लवली म्हणून
डरेल सेवाधर्म स्पष्ट बोलायला ? निःस्पृहता म्हणजेच ठरते तत्त्वनिष्ठा
जेव्हा राजसत्ता करते मूर्खपणा. आपले राज्य ठेवा आपल्याजवळ,
आणि हा भयानक अविचार आवरा शहाणपणाने.
माझ्या निर्णयाला राहू दे जामीन माझे आयुष्य,
नाही आपल्यावरील आपल्या कनिष्ठ कन्येचे प्रेम रतिमात्र कमी,
किंवा नाहीत ती माणसे रित्या हृदयाची, ज्यांचा अस्फुट
असा आवाज नाही घुमवीत कसलीही पोकळी.

लिअर केंट, बेतेल प्राणावर, अधिक बोललास तर.

केंट माझ्या प्राणांना मी होते फक्त मानलेले तुमच्या शत्रूंच्या
विरुद्ध लढणारे एक प्यादे; नाही भिणार ते गमवायला
तुमच्या संरक्षणाच्या हेतुप्रीत्यर्थ.

लिअर हो चालता माझ्या दृष्टीसमोरून !

केंट लिअर महाराज, दृष्टी सुधारा; आणि मला होऊ दे निरंतर
आपल्या डोळ्याचे खरेखुरे लक्ष्य.

लिअर आता, सूर्याशपथ, –

केंट आता सूर्याशपथ, हे राजा,
तू घेतो आहेस आपल्या देवांच्या अर्थहीन शपथा.

लिअर अरे नीचा ! अरे पापकर्म्या !
[आपल्या तलवारीला हात घालतो.]

ऑल्बनी, कॉर्नवॉल } महाराज, हात आवरा.

केंट खुशाल मारा आपला वैद्य, आणि द्या आपली बिदागी
किळसवाण्या रोगाला. आपली देणगी करा रद्दबातल.

नाहीपेक्षा माझ्या नरड्यातून टाहो फुटेतो मी राहीन
तुम्हांला सांगत तुम्ही करता ते अनिष्ट आहे म्हणून.

लिअर बेइमान माणसा, ऐक !
ऐक, ती तुझी राजनिष्ठेची शपथ आठवून !
ज्या अर्थी तू आहेस प्रयत्न केलेला आमच्या हातून
वचनभंग घडवण्याचा, आमच्या हातून कधीही न घडलेला,
आणि ज्या अर्थी अतिरिक्त अहंभावाने तू आलास आम्हांला आडवा
आमचा अधिकार व आमचा हुकूम या दोहोंमध्ये,
जी गोष्ट असह्य आमच्या स्वभावाला व आमच्या स्थानाला,
त्या अर्थी आमच्या अधिसत्तेचा प्रत्यय म्हणून ही घे तुझी बक्षिसी :
आम्ही आहेत पाच दिवस तुला दिलेले, ऐहिक संकटापासून
संरक्षण करण्यासाठी तुला तरतूद करता यावी म्हणून,
सहाव्या दिवशी ती तुझी तिरस्कृत पाठ पाहिजे वळली
आमच्या राज्यावर : हो चालता. ज्युपिटरची शपथ, सूर्याशपथ,
हे नाही कदापिसुद्धा होणार रद्दबातल.

केंट भले होवो तुझे, राजा; अशीच वागल्यास तुझी स्वारी,
स्वातंत्र्य आहे इथून दूर आणि इथेच हद्दपारी.
(कॉर्डीलिआला उद्देशून)
मुली, घेवोत देव तुला त्यांच्या छत्राखाली इष्ट,
योग्य तेच तुला वाटले आणि बोललीस अगदी स्पष्ट !
(गॉनरिलला व रीगनला उद्देशून)
आणि प्रेमाच्या या शब्दांना चांगलीच यावीत फळे नित्य,
म्हणून तुमची कृतीच ठरवू दे तुमच्या भरघोस भाषणांना सत्य.
अहो नरेशांनो ! तुम्हा सर्वांना केंट करतो त्याचा सलाम,
नव्या देशात पुन्हा चालवील तो आपले जुनेच काम. (जातो.)
[तुतारीची ललकारी. फ्रान्स, बर्गंडी व हुजरे यांच्यासह ग्लॉस्टर प्रवेश करतो.]

ग्लॉस्टर महाराज, फ्रान्स आणि बर्गंडी आहेत उपस्थित झालेले.

लिअर बर्गंडीचे अधिपती, आम्ही आहोत प्रथम बोलणार आपणाला उद्देशून;
आमच्या कन्येसाठी आपण आहे राजाशी स्पर्धा चालवलेली.
किती किमात रोख स्त्रीधन तिच्याबरोबर लागेल आपणाला,
नाहीपेक्षा आपण आपले थांबवाल प्रियाराधन ?

बर्गंडी महनीय राजाधिराज,
मी नाही काहीही वांछीत देऊ केले त्याहून अधिक,
आणि आपणही नाही देणार त्याहून कमी.

लिअर माननीय बर्गंडी,
जेव्हा ती होती आमची लाडकी, तेव्हा ती होती आम्हांला मूल्यवान,
पण आता तिची किंमत आहे घसरलेली. ती तिथे उभी आहे.
त्या इवल्याशा भासणाऱ्या वस्तूतील कोणताही भाग,
किंवा ती सगळीच, आमची गैरमर्जी भरीला घालून,
आणि काहीही अधिक न अपेक्षिता, आपल्याला आवडत असेल,
तर आहे ती तिथे, आणि आहे ती आपलीच.

बर्गंडी काय बोलावे तेच कळत नाही.

लिअर स्नेहाला आचवलेली, आमच्या तिरस्काराला नुकतीच पात्र झालेली,
आमच्या शापाचे स्त्रीधन लाभलेली, आमची आमच्या शपथेने दुरावलेली,
अशी ती, तिने कमावलेल्या ह्या सर्व वैगुण्यांसमवेत,
तुम्ही स्वीकारणार की अव्हेरणार ?

बर्गंडी अशा अटीवर निवडीबाबतचा निर्णय घेणे आहे अशक्य.

लिअर मग, महाशय, तिला अव्हेरा; मला घडवणाऱ्या शक्तीची शपथ,
तिच्या संपूर्ण संपत्तीची कल्पना मी आहे तुम्हांला दिलेली.
(फ्रान्सला उद्देशून)
राजश्रेष्ठ, आता तुमच्याविषयी;
तुमचे लग्न मी जिचा तिरस्कार करतो तिच्याशी लावण्याइतका
मी नाही ढळू शकणार तुमच्यावरील माझ्या प्रेमापासून;
म्हणून तुम्हांला करतो विनंती, आपली म्हणायला निसर्गाने लाजावे
अशा एखाद्या अवदसेपेक्षा तुम्ही वळवा आपली आवड
अधिक लायक दुसऱ्या स्थळाकडे.

फ्रान्स हे आहे भलतेच विलक्षण,
जी अगदी आतापर्यंत होती आपली सर्वोत्कृष्ट चीज,
आपल्या प्रशंसेचा एकमेव विषय, वार्धक्यातील आपला विरंगुळा,
सर्वांहून चांगली, सर्वांहून लाडकी, प्रत्यक्ष तिनेच करून टाकावी
अशीच एखादी राक्षसी गोष्ट या क्षणार्धात की ज्यामुळे
पार उस्कटावी आपल्या मर्जीची सारी घडी. निश्चितच तिचा गुन्हा

असला पाहिजे राक्षसी ठरण्याइतका कमालीचा अस्वाभाविक
किंवा आपल्या पूर्वकथित प्रेमात असला पाहिजे
काहीतरी बिघाड झालेला. तिच्या संबंधात असल्या गोष्टीवर
विश्वास ठेवण्यासाठी लागणार श्रद्धाच, जिची लावणी माझ्यामध्ये करणे
बुद्धीला चमत्काराशिवाय आहे अशक्य.

कॉर्डीलिआ अजूनही महाराजांना मी करते एक विनंती,
– करायचे नसताही बोलून दाखवण्याची ती वाचाळ व ओशट कला
नाही माझ्यापाशी, जे वाटते मला मनापासून
ते करते मी बोलण्यापूर्वीच – आपण एवढेच करा जाहीर :
आपली कृपा आणि मर्जी यांना आचवले त्याचे कारण
नाही कसलाही दुराचाराचा ठपका, खून वा बदमाषी,
नाही कसलेही शीलभ्रष्ट वर्तन ना कुमार्गावरील वाकडे पाऊल;
तर आहे मला अधिक संपन्न करणाराच माझ्यातील अभाव
निरंतर याचनाप्रवण अशा डोळ्यांचा, आणि एका असल्या जिभेचा,
जी माझ्याजवळ नाही यातच आहे समाधान, जरी तिच्या अभावामुळेच
लागली गमवावी आपली मर्जी.

लिअर मला याहून अधिक समाधान न देण्यापेक्षा
तू जन्मालाच न येतीस तर होते अधिक बरे.

फ्रान्स फक्त हे एवढेच ना ? एक प्रकारचा स्वाभाविक घुमेपणा
उद्देश असूनही त्यामागील आंतरिक भावना अनुच्चारित ठेवणारा.
बर्गंडीचे नरेश, काय आहे आपला विचार या युवतीविषयी ?
मुख्य मुद्याशी संलग्न नसलेल्या इतर गोष्टींचा विचार करते
ते प्रेम प्रेमच नव्हे. आपण करणार का तिचा स्वीकार ?
ती स्वत: म्हणजेच आहे एक स्त्रीधन.

बर्गंडी महाराज,
द्या आपण ठरवला होतात तेवढा हिस्सा
आणि इथेच मी घेतो कॉर्डीलिआचा हात माझ्या हातामध्ये
बर्गंडीची राणी म्हणून.

लिअर काहीही नाही. मी आहे शपथेवर बोललेलो. मी अढळ आहे.

बर्गंडी मग मी दिलगीर आहे; आपला बाप असा गमावल्यावर
तुला नवराही लागणार गमवावा !

कॉर्डीलिआ बर्गंडीनी शांत राहावं !
मानमरातब आणि संपत्ती हीच त्यांची प्रेयसी असल्यामुळे
मी नाही कधीही होणार त्यांची पत्नी.

फ्रान्स कमनीय कॉर्डीलिये, निर्धन असल्यानेच तू आहेस अत्यंत सधन;
परित्यक्त असल्यानेच अत्यंत अमोल; तिरस्कृत असल्यानेच अत्यंत लाडकी !
मी इथेच करतो स्वीकार तुझा आणि तुझ्या सद्‌गुणांचा :
दुसऱ्यानी फेकलेले मी उचलतो हे असूदे कायद्याला मान्य.
ह्या देवदेवता ! किती विलक्षण, त्यांनी केलेल्या कमालीच्या उपेक्षेमुळेच
माझे प्रेम पेट घेऊन व्हावे परिणत ज्वलंत आदरामध्ये.
हे राजा, स्त्रीधनाविरहित तुझी कन्या आता आहे
राणी झालेली, आमची स्वत:ची, आमच्या लोकांची, आमच्या फ्रान्सची.
पाणथळ बर्गंडीतील सगळ्या नरेशांनाही आता माझ्यापासून नाही येणार
विकत घेता सर्वांनी उपेक्षिलेले हे स्त्रीधन. कॉर्डीलिये,
जरी निर्दय असले तरीही घे सर्वांचा निरोप सरता
तू आहेस गमावीत 'इथे', अधिक चांगल्या 'तिथे'करता.

लिअर फ्रान्स, ती तुम्हीच घ्या; होऊन जाऊ दे ती तुमचीच,
कारण आम्हांला नाहीच झालेली असली मुलगी, आणि आम्हांला
नाही इच्छा तिचे तोंड पुन्हा पाहण्याची; म्हणून निघा येथून
आमच्या कृपेशिवाय, आमच्या प्रेमाशिवाय, आमच्या आशीर्वादाशिवाय.
बर्गंडीचे नरेश, या आमच्याबरोबर.
[तुतारीची ललकारी. लिअर, बर्गंडी, कॉर्नवॉल, ऑल्बनी, ग्लॉस्टर आणि हुजरे जातात.]

फ्रान्स घे निरोप आपल्या बहिणींचा.

कॉर्डीलिआ अहो आमच्या वडिलांच्या रत्नांनो, धुतलेल्या डोळ्यांनी ही कॉर्डीलिआ
घेते आहे तुमचा निरोप. मी ओळखते तुम्ही काय आहा ते.
बहीणच असल्यामुळे मी आहे फार नाखूष तुमच्या दोषांचा
खऱ्या नावांची उल्लेख करायला. करा वडिलांवर पुरेपूर प्रेम.
मी त्यांना आहे सोपवीत तुम्हीच वर्णिलेल्या तुमच्या अंतरंगावर.
पण, अरेरे, जर का माझ्यावर अजूनही असती त्यांची मर्जी,
अजूनही त्यांना करते शिफारस अधिक चांगल्या दुसऱ्या ठिकाणाची.
असो, घेते निरोप तुम्हा दोघींचा.

रीगन आम्हांला नको शिकवू आमचे कर्तव्य.

गॉनरिल तुझे यजमान समाधानी राहतील
याचेच चालू देत तुझे प्रयत्न; त्यांनी आहे तुला स्वीकारलेले
नशिबाने घातलेली भीक समजून. तू हेटाळलीस सारी नम्रता,
आणि जे गमावून बसलीस ते गमावण्याचीच तुझी योग्यता.

कॉर्डीलिआ ज्याला लपवते बुरख्यातील कपट त्याला उघड्यावर आणतो काल,
जो लपवतो दोष त्याचे शेवटी शरमेने होतात हाल.
चालू दे तुमची अशीच चलती.

फ्रान्स रूपसुंदर कॉर्डीलिये, चल माझ्याबरोबर.
[फ्रान्स व कॉर्डीलिआ जातात.]

गॉनरिल मला तुझ्याजवळ पुष्कळ गोष्टींबद्दल बोलायचे आहे, आणि त्या गोष्टींचा आपणा दोघींशीही फार जवळचा संबंध आहे. मला वाटते, आपले वडील आज रात्रीच इथून निघणार.

रीगन ते तर अगदी निश्चितच; आणि जाणारही तुझ्याकडेच; पुढच्या महिन्याला आमच्याकडे येतील.

गॉनरिल म्हातारपणी ते किती अस्थिर झाले आहेत, पाहिलेस ना; आपण काही ही गोष्ट कमी वेळा पाहिलेली नाही. आपल्या बहिणीवरच त्यांचे सर्वांत जास्त प्रेम; आणि तिलाच त्यांनी किती अविचाराने टाकून दिले, हे उघडउघड दिसते आहे.

रीगन तो त्यांचा म्हातारचळ म्हणता येईल. पण एरव्हीसुद्धा स्वत: काय करतो हे कळण्याची त्यांची कुवत बेताचीच होती.

गॉनरिल आयुष्यातील अगदी उभारीच्या काळातही त्यांचा स्वभाव अतिरेकी होता. अशा परिस्थितीत आपण त्यांच्या वार्धक्याकडून दीर्घकाल अंगात मुरलेल्या त्या दोषांचीच अपेक्षा ठेवून भागणार नाही, तर त्याच्या जोडीला या व्याधिग्रस्त आणि शीघ्रसंतापी वयाबरोबर येणारा दुर्दम्य असा हट्टीपणा गृहीत धरला पाहिजे.

रीगन केंटच्या त्या हद्दपारीसारखे त्यांच्या लहरींचे झटके आपल्या वाट्यालाही येऊ शकतील.

गॉनरिल ते आणि फ्रान्स यांच्यामधील निरोप घेण्याचा शिष्टाचार अजूनही संपलेला दिसत नाही. काय करायचे ते एकमताने करूया एवढीच विनंती : आता आहेत त्याच मन:स्थितीत जर ते अधिकार गाजवू

लागले तर त्यांनी नुकताच केलेला तो सत्तात्याग हा आपणाला अपायकारक ठरायचा.

रीगन त्याचा आपण आणखी अधिक विचार करायला हवा.

गॉनरिल आपण काहीतरी केलेच पाहिजे; आणि तेही तापलेले आहे तेवढ्यात. [जातात.]

प्रवेश दुसरा

[ग्लॉस्टरच्या जहागीरदारांचा किल्ला. एक पत्र घेऊन एडमंड प्रवेश करतो.]

एडमंड हे निसर्गा, तूच आहेस माझी देवता; मी आहे
तुझ्या कायद्याचाच फक्त बंदा. काय म्हणून मी राहावे
या रूढीच्या रोगावर अवलंबून, आणि करावी स्वत:ची वंचना
राष्ट्रांच्या चोखंदळपणामुळे; कारण काय, तर मी जन्मलो
माझ्या भावानंतर बारा किंवा चौदा चांदरातींनी !
काय म्हणून मी अनौरस ? कशासाठी मी कमअस्सल ?
सुशील मातेच्या संतानाइतकेच माझे शरीर आहे बांधेसूद,
माझे आहे दिलदार, माझे रूप आहे बापासारखे.
काय म्हणून हे आमच्यावर ठोकतात तप्तमुद्रा 'कमअस्सल'पणाची ?
'कमअस्सलपणा' ? 'अनौरसपणा' ? 'कमअस्सल', 'कमअस्सल' ?
निद्रा आणि जागृती यांच्या मध्यंतरामध्ये, निर्जीव शिळ्या
थकलेल्या शय्येवर, पैदा होणाऱ्या एका सबंध मूर्खांच्या टोळक्याहून
असतो आमच्यातच अधिक उतरलेला उग्र गुणधर्म,
अधिकांश मिश्रण सहज वासनेच्या बेहोष चौरकर्मामध्ये,
म्हणून म्हणतो, औरस एडगरा, माझाच हक्क तुझ्या जमिनीवर.
आपल्या बापाचे आहे प्रेम या अनौरस एडमंडवरही,
औरसाइतकेच. काय मोठा छान शब्द, 'औरस' !
ए माझ्या औरसा, जर का या पत्राचे उजळले भाग्य,
आणि माझा डाव आला फळाला, तर हा कमअस्सल एडमंडच

चढेल औरसावर – माझीच सरशी, माझाच उत्कर्ष;
आता देवांनो, राहा उभे अनौरसाच्या बाजूने.
[ग्लॉस्टर प्रवेश करतो.]

ग्लॉस्टर केंट झाला असा हद्दपार ! फ्रान्सने संतापातच घेतला निरोप !
काल रात्रीच गेले महाराज ! आपली सत्ता केलेनी मर्यादित !
तनखा मिळण्यापुरती ! आणि घडले हे सर्व एकाच फटक्यामध्ये !
एडमंड, काय बाबा, काय बातमी ?

एडमंड काही नाही, सरकार.
[खिशामध्ये पत्र दडवीत.]

ग्लॉस्टर मग एवढ्या काळजीने ते पत्र का दडवतो आहेस ?

एडमंड कसलीच बातमी नाही मिळालेली, सरकार.

ग्लॉस्टर मग तो कागद कसला वाचत होतास ?

एडमंड काहीच नाही, सरकार.

ग्लॉस्टर काहीच नाही ! मग इतक्या भयंकर तातडीने तो खिशात कोंबायचे काय कारण ? जे मुळातच नसेल ते लपून का बसेल ? आम्हांला पाहू दे तो. चल आण इकडे. काहीच नसले तर मला चाळिशीही नको.

एडमंड मला माफी करा, सरकार; ते आहे माझ्या भावाचे पत्र. मी अजून ते सर्व वाचलेसुद्धा नाही. जे वाचले, तेवढ्यावरून ते आपणाला दाखवण्याच्या लायकीचे नाही, असे वाटले.

ग्लॉस्टर अहो महाशय, ते पत्र माझ्याकडे आणा.

एडमंड दिले तरी आपला अपमान, नाही दिले तरी अपमान. या गोष्टीला जबाबदार त्यातला मजकूरच, जे थोडेफार कळले त्यावरून.

ग्लॉस्टर पाहू द्या आम्हांला, पाहू द्या आम्हांला.

एडमंड माझ्या भावाच्या बाजूने मी असे म्हणेन की हे पत्र त्याने माझ्या सच्चेपणाची परीक्षा घेण्यासाठी लिहिले असावे.

ग्लॉस्टर (पत्र वाचतो.) ''वडील माणसाबद्दल आदर बाळगण्याचे हे धोरण आपल्या आयुष्यातील उभारीच्या वेळी काजरा कालवते. म्हातारे होऊन आपल्या जिभेची चव जाईपर्यंत आपली धनदौलत आपल्याला मिळू शकत नाही. जरठांच्या जुलूमजबरदस्तीखाली वावरणे ही एक प्रकारची अर्थहीन गुलामगिरी आहे असे मला वाटू लागले आहे; कारण त्यांचा अंमल चालतो तो त्यांच्या सामर्थ्यामुळे नव्हे, तर आपल्या दुबळेपणामुळे.

तू मला समक्ष भेट, म्हणजे याबद्दल अधिक बोलता येईल. जर मी जागे करीपर्यंत आपले पिताजी झोपून राहिले, तर त्यांचे अर्धे उत्पन्न तू कायमचे भोगशील आणि आयुष्यभर माझे बंधुप्रेम तुला लाभेल – तुझा एडगर.'' अस्सं ! गुप्त कारस्थान ! ''जर मी जागे करीपर्यंत आपले पिताजी झोपून राहिले तर त्यांचे अर्धे उत्पन्न तू कायमचे भोगशील.'' हा एडगर, माझा मुलगा. हे लिहायला त्याचा हात धजलाच कसा ? त्याच्या अंत:करणात, त्याच्या भेज्यात ही कल्पना शिजूच कशी शकली ? हे पत्र तुला केव्हा मिळाले ? कोणी आणले हे पत्र ?

एडमंड कोणीही आणले नाही, सरकार. तीच तर गंमत आहे. मला ते खिडकीच्या झडपातून माझ्या खोलीत टाकलेले सापडले.

ग्लॉस्टर हे अक्षर तुझ्या भावाचेच, याची तुला खात्री आहे ?

एडमंड सरकार, मजकूर चांगला असता तर ते त्याचेच आहे असे मी शपथेवर सांगितले असते; पण मजकुराचा विचार करता ते त्याचे नाही असेच म्हणावेसे वाटते.

ग्लॉस्टर हस्ताक्षर त्याचेच आहे ?

एडमंड सरकार, हे अक्षर त्याचेच आहे; पण मजकुरामागचे हृदय मात्र त्याचे नाही.

ग्लॉस्टर यापूर्वी कधी त्याने तुझ्याजवळ हा विषय काढला होता का ?

एडमंड कधीच नाही, सरकार. मात्र पुष्कळदा तो असे मांडताना ऐकले आहे : मुलगे वयात आले आणि वडील उतरतीला लागले की बापाने मुलाचा पाल्य म्हणून वावरावे आणि मुलाने उत्पन्नाची व्यवस्था पाहावी.

ग्लॉस्टर बदमाष, बदमाष ! या पत्रात त्याचे तेच मत आहे. हलकट ! बदमाष ! अमानुष, ओंगळ, पशुतुल्य बदमाष ! पशूंहूनही वाईट ! आधी नीघ, आणि त्याचा शोध काढ. मी त्याला अटकच करणार आहे. हलकट बदमाष ! कुठे आहे तो ?

एडमंड मला नक्की माहिती नाही, सरकार. पण मला वाटते, तुमच्या दृष्टीने सगळ्यात बिनधोक मार्ग हा : त्याच्या हेतूविषयी तुम्हांला पुरावा उपलब्ध होईपर्यंत तुम्ही आपल्या या क्रोधाला जरा आवर घालावा. त्याच्या हेतूविषयी गैरसमज करून घेऊन तुम्ही आततायीपणाने त्याच्याविरुद्ध कारवाई केलीत, तर त्यामुळे तुमच्या इभ्रतीवर केवढा ठपका येईल आणि त्याच्या सच्चेपणाचे धिंडवडे निघतील ? माझ्या

गळ्याची शपथ घेऊन मी तुम्हांला सांगतो, त्याने हे जे लिहिले ते तुमच्यावरील माझ्या प्रेमाची परीक्षा घेण्यासाठी. त्यात दुसरा कसलाही हेतू नव्हता.

ग्लॉस्टर तुला खरेच असे वाटते ?

एडमंड आपणाला हे योग्य वाटत असेल तर पाहा. मी आपणाला अशा ठिकाणी नेऊन बसवतो की या गोष्टीविषयी आम्ही दोघे बोलत असताना तुम्ही आमचे बोलणे ऐकू शकाल, आणि मग स्वत:च्या कानांवर विश्वासून तुम्हांला स्वत:चे समाधान करून घेता येईल. आणि तेही बिलकूल विलंब न लावता, आज संध्याकाळच्या आत.

ग्लॉस्टर तो इतका अमानुष राक्षस असणे –

एडमंड शक्य नाही, हे नक्की.

ग्लॉस्टर आणि तेही बापाच्या संबंधात, ज्याची त्याच्यावर इतकी माया, इतके अपरंपार प्रेम. हर हर. एडमंड, जा, त्याला शोधून काढ. माझ्यासाठी त्याच्या अंतरंगात छुप्या पावलाने प्रवेश कर. त्याकरता तुझ्या बुद्धीला जे जे इष्ट वाटेल ते ते कर. खरी वस्तुस्थिती काय आहे ते समजण्यासाठी मी दौलतीवर पाणी सोडीन.

एडमंड सरकार, मी लगेच लागतो त्याच्या शोधाला. मिळतील ती सर्व साधने वापरून ही कामगिरी पार पाडतो; आणि त्याची खबर आपल्या कानावर घालतो.

ग्लॉस्टर ही जी नुकतीच सूर्याची आणि चंद्राची ग्रहणे झाली ती काही चांगल्याची लक्षणे नव्हत. निसर्गशास्त्र त्यांची कारणमीमांसा कशीही करो, मानवी जीवनाला त्याचे दुष्परिणाम भोगावे लागतात हे नक्की. प्रेम थंडावू लागते, स्नेही उलटू लागतात, भावांत बेबनाव होतो. शहरामध्ये बंडाळी, देशांमध्ये वैरभाव, राजवाड्यात राजद्रोह. आणि पितापुत्रांतील कर्तव्यबुद्धीही नष्ट होते. हा माझा बदमाष कार्टा हेही त्याचेच प्रत्यंतर : इथे मुलगा आपल्या बापाच्या विरुद्ध. महाराजही आपल्या निसर्गदत्त स्वभावधर्मापासून ढळले : तिथे बाप आपल्या मुलीच्या विरुद्ध. आमच्या आयुष्यातील चांगले दिवस आता संपले. कारस्थाने, बनवाबनवी, विश्वासघात, आणि सगळ्या प्रकारचे विध्वंसक विद्रोह हेच आता थडग्याच्या वाटेवरील आमचे अशांत अनुयायी. एडमंड, जा, त्या बदमाषाला शोधून काढ. त्याची कसलीही तोशीस तुला लागणार नाही.

सर्व काही काळजीपूर्वक कर... आणि तो उमदा, सच्चा दिलाचा केंट हद्दपार ! त्याचा गुन्हा काय, तर सच्चेपणा. सगळेच विपरीत.

[जातो.]

एडमंड जगाच्या भंपकपणाची कमाल आहे ती ही : आपला आपत्काल हा पुष्कळदा आपल्याच आचरणाचा परिपाक असतो, पण त्याची जबाबदारी मात्र आपण टाकतो सूर्य, चंद्र आणि नक्षत्रांवर. जणू काय आपण खलपुरुष असतो ते नियतीच्या अनिवार्यतेमुळे; बिनडोक असतो ते आधिभौतिक सक्तीमुळे; बदमाष, चोर, किंवा राजद्रोही असतो ते आकाशस्थ गोलांच्या प्रभावामुळे; दारुडे, खोटारडे किंवा व्यभिचारी असतो ते ग्रहांच्या आज्ञेचे उल्लंघन करणे अशक्य झाल्यामुळे; आणि ज्या एकूणएक गोष्टींमध्ये आपण पापी असतो ते सर्व दैवी दबावामुळे. रंडीबाज माणसाने आपल्या पाशवी आसक्तीची जबाबदारी एखाद्या नक्षत्रावर लादण्यासाठी काढलेली केवढी ही अप्रतिम पळवाट ! माझ्या बापाने माझ्या आईशी समागम केला तो शेंडेनक्षत्र उगवले असताना, आणि माझा जन्म झाला तो सप्तर्षींच्या प्रभावाखाली; आणि यावरून निष्कर्ष असा : मी विषयासक्त आणि कठोर असलोच पाहिजे ! हुडूत ! एखादी कुवार तारका अंतरिक्षात लुकलुकत असताना जरी माझा हा अनौरस जन्म झाला असता तरीसुद्धा मी आत्ता आहे तसाच असतो. एडगर –

[एडगर प्रवेश करतो.]

आणि लगेच एडगर दत्त, त्या जुन्या नाटकांतल्या चमत्कारासारखा. आता मलाही वेड पांघरून माझ्या भाषणाची सुरुवात एक लांबसा निःश्वास सोडीत फाजील गांभीर्याने केली पाहिजे... छे छे ! ती ग्रहणे म्हणजे या पुढील उत्पातांची पूर्वसूचनाच होती. मऽपऽधऽनीऽ

एडगर एडमंडभाई ! कसल्या गहन चिंतनात गुंतला आहेस बाबा ?

एडमंड अरे भाई, परवाच मी त्या ग्रहणांचे परिणाम काय होणार त्यासंबंधी वाचले. त्याचेच चिंतन करतो आहे.

एडगर असल्या गोष्टींची तू दखल घेतोस तर ?

एडमंड मी तुला सांगतो, त्याने लिहिलेले परिणाम भयंकर आहेत : आईबाप आणि मुले यांच्यामधील बेबनाव, पुरातन स्नेहभावाचा विनाश, विपर्यास व विध्वंस, राज्याच्या फाळण्या, राजा आणि अमीरउमराव यांच्या

विरुद्ध उठाव आणि बंडाळी, अकारण संशयग्रस्तता, सुहृदांची हद्दपारी, सैन्यातली फंदफितुरी, वैवाहिक वैमनस्ये, आणखी काय नि काय ते सांगता येणार नाही.

एडगर हा असा ज्योतिषावर विश्वास केव्हापासून बसला ?

एडमंड अरे खरेच, तू माझ्या वडलांना केव्हा भेटला होतास ?

एडगर गेल्या रात्रीच.

एडमंड तू काही त्यांच्याशी बोललास का ?

एडगर हो हो, चांगला दोन तास.

एडमंड तुमची भेट चांगली झाली ना ? त्यांच्या शब्दात किंवा त्यांच्या चेहऱ्यावर काही रागबीग दिसला की काय ?

एडगर अजिबात नाही.

एडमंड तुझी कोणती गोष्ट त्यांना लागली याविषयी थोडा विचार कर. आणि माझी विनंती म्हणून त्यांचा क्रोधाग्नी कालवशात कमी होईपर्यंत त्यांची भेट टाळ. या क्षणी तो इतका भडकलेला आहे की तुझ्या शरीराला इजा होऊनही तो शमण्याची शक्यता नाही.

एडगर कोणा तरी बदमाषाने माझ्याविरुद्ध कारस्थान केलेले दिसते.

एडमंड मलाही तीच भीती वाटते. त्यांचा राग कमी होईपर्यंत तू माझ्यासाठी आपल्या भावनांना आवर घाल, आणि माझ्याबरोबर माझ्या कोठीवर राहा. योग्य वेळी सरकारांचे बोलणे तुझ्या कानावर पडेल अशा ठिकाणी मी तुला नेईन. मेहेरबानी कर आणि आता नीघ. ही माझी किल्ली घे. जर बाहेर कुठे भटकायचे असेल तर हत्यारबंद राहा !

एडगर काय, हत्यारबंद !

एडमंड अरे भाई, मी तुला तुझ्या भल्यासाठी सांगतो आहे. तुझ्याबद्दल कसलीही सद्भावना इथे वावरत असली, तरी मी सच्चा माणूस नव्हे. मी जे पाहिले आणि ऐकले तेच तुला सांगितले; पण अंधुकसेच; प्रत्यक्षातील त्याच्या भयानकतेचे यथार्थ चित्र हे नव्हे ! मेहेरबानी कर आणि आता जा.

एडगर लौकरच मला सगळे कळवशील ना ?

एडमंड या सर्व प्रकरणात मी तुझ्या पाठीमागे आहे.

[एडगर जातो.]

एक अंधश्रद्ध बाप आणि एक दिलदार भाऊ –

तो स्वभावत:च इतका निरुपद्रवी की इतरांच्या उपद्रवीपणाचा

त्याला नाही शिवत संशयही. त्याच्या बिनडोक सच्चेपणावरच
होतात आरूढ माझे डावपेच. मला समजतो माझा कार्यभाग.
जन्माने नसली, तरी अकलेने मला मिळवू दे जमीन सारी :
जी पडतात माझ्या कामी ती साधनेच मला प्यारी.

प्रवेश तिसरा

[ऑल्बनीच्या नरेशाच्या राजवाड्यातील एक दिवाणखाना.
गॉनरिल व तिचा कारभारी ऑझ्वल्ड प्रवेश करतात.]

गॉनरिल त्यांच्या विदूषकाला फैलावर घेतल्याबद्दल माझ्या वडिलांनी माझ्या
अधिकाऱ्यावर हात टाकला, हे खरं आहे का ?

ऑझ्वल्ड होय, बाईसाहेब.

गॉनरिल दिवसरात्र यांनी चालवला आहे माझा उच्छेद. दर घटकेला
असतात सुरू यांचे उपद्व्याप, एक ना एक. आणि होते
आम्हा सर्वांनाच त्याची डोकेदुखी. हे नाही मी सहन करणार.
त्यांचे शिलेदार माजवतात दंगल, आणि स्वत: आम्हांलाच सुनावतात
लहानसहान गोष्टींवरून. ते शिकारीहून परत आल्यावर
नाही बोलणार मी त्यांच्याशी चकार शब्दही; मी आजारी आहे
असे सांगा त्यांना. आणि तुम्हीही त्यांच्या सेवेत नाही दाखवलीत
पूर्वीची तत्परता, तर बरे होईल; त्याची जबाबदारी राहील माझ्यावर.

ऑझ्वल्ड सरकार, ते येताहेत. मी ऐकला त्यांचा आवाज.
[शिंगे वाजतात.]

गॉनरिल तुम्हांला आणि तुमच्या सहकाऱ्यांना जितके दुर्लक्ष करावेसे वाटेल
तितके करा. मला हवी आहे त्याचीच चर्चा व्हायला.
नसेल आवडत, तर त्यांना खुशाल जाऊ दे माझ्या बहिणीकडे.
मला माहीत आहे, तिचे-माझे या बाबतीमध्ये एकमत आहे हे :
नाहीच मानायची कुणाची दादागिरी. चळलेला म्हातारा !
अजून त्याला होते इच्छा तेच अधिकार पुन्हा गाजवण्याची
जे त्यानेच दिले सोडून ! शपथेवर सांगते, चळलेले म्हातारे

म्हणजे असतात रांगणारी पोरे, जेव्हा ते होतात भ्रमिष्ट
तेव्हा खुशामती करण्याऐवजी लागते दाखवावी त्यांना दहशत.
लक्षात ठेवा, काय सांगितले ते.

ऑझ्वल्ड ठीक आहे, बाईसाहेब.

गॉनरिल आणि त्यांच्या शिलेदारांबरोबर तुम्ही वागा अधिक तुसडेपणाने;
त्याचे पर्यवसान कशात होईल, ही चिंता न करता. सांगा सहकाऱ्यांनाही.
यापुढे मीच आहे घडवून आणणार असे प्रसंग, अगदी न चुकता,
मला झाडायची संधी मिळण्यासाठी. लिहिते लगेच माझ्या बहिणीला,
माझेच धोरण तूही ठेव म्हणून. चला लागा जेवणाच्या तयारीला.
[जातात.]

प्रवेश चौथा

[त्याच राजवाड्यातील एक दिवाणखाना.
वेशांतर केलेला केंट प्रवेश करतो.]

केंट जर मला वेगळ्या पद्धतीने उच्चार करून आले छपवता
स्वत:चे बोलणे, तर ज्यासाठी मी केले माझे वेषांतर
तो हेतू होईल सफळ अगदी शंभर टक्के. हद्दपार माणसा,
राजदंडाला पात्र ठरून मुकला असलास आपल्या सेवाधर्माला,
तरीसुद्धा या मार्गाने तुला आपल्या लाडक्या धन्यासाठी
येतील करता हवे ते काबाडकष्ट.
[आतून शिंगांचे आवाज.
लिअर, त्याचे शिलेदार आणि हुजरे प्रवेश करतात.]

लिअर जेवणासाठी मी क्षणभरही खोळंबणार नाही. जा, त्याच्या तयारीला लागा...
[एक हुजऱ्या जातो.]
काय बाबा, कोण तू ?

केंट सरकार, एक माणूस.

लिअर तुझा धंदा काय ? आमच्याकडे कशासाठी आला आहेस ?

केंट दिसतो त्याहून वेगळा नाही : माझ्यावर विश्वास टाकील त्याची इमानाने
सेवा करणे; सच्चा दिसेल त्याच्यावर माया करणे; शहाणा असेल नि

वटवट नसेल, तर त्याची संगत करणे; राजदंडाचे भय बाळगणे; दुसरा मार्गच नसेल तर लढणे; आणि कसलीही मासळी न खाणे.

लिअर तू आहेस कोण ?

केंट एक फार सच्च्या दिलाचा माणूस, आणि राजाइतकाच कफल्लक.

लिअर राजाच्या मानाने तो जितका कफल्लक, तितकाच प्रजेच्या मानाने तू असलास, तरी तुझी गरिबी काही कमी नाही. तुझे आमच्याकडे काय काम ?

केंट सेवा.

लिअर कोणाची सेवा करायची आहे तुला ?

केंट आपलीच.

लिअर गृहस्था, तू मला ओळखतोस की काय ?

केंट नाही, सरकार; पण तुमच्या चेहऱ्यात ते आहे बघा, की ज्यामुळे तुम्हांला धनी म्हणावेसे वाटते.

लिअर ते म्हणजे काय रे ?

केंट अधिकारीपणा.

लिअर तुला कसली कसली कामे करता येतात ?

केंट गुप्त बोलणे मनात ठेवता येते; रपेट करता येते, धावता येते; एखाद्या चांगल्या गोष्टीचा सांगताना विचका करता येतो, आणि एखादा साधा निरोप सांगताना तो उर्मट बनवता येतो. सामान्य माणसे जे जे करू शकतात ते ते सर्व करता येते. आणि माझ्यातला विशेष गुण म्हणजे कार्यतत्परता.

लिअर तुझे वय काय ?

केंट एखाद्या बाईला गाता येते म्हणून तिच्यावर भाळण्याइतका तरुण नाही, आणि एखादी बाई कशीही असली तरी तिच्यावर जीव टाकण्याइतका म्हातारा नाही. माझ्या पाठीवर अठ्ठेचाळीस वर्षांचे ओझे आहे.

लिअर मग चल माझ्या मागून. तुला माझ्या सेवेला ठेवला आहे. मला आत्ता बरा वाटतोस तितकाच जेवण केल्यावर वाटलास तर तुला काही इतक्यात काढणार नाही. खाना ! अरे ए ! खाना तयार झाला का ? कुठे गेला तो आमचा पोरगा ? आमचा विदूषक कुठे आहे ? तू जा, आणि आमच्या त्या विदूषकाला इकडे बोलाव.

[एक हुजऱ्या जातो. ऑझ्वल्ड प्रवेश करतो.]

अरे एऽ, आमची मुलगी कुठे आहे ?

ऑझ्वल्ड आपण माफ करा. (जातो.)

लिअर काय म्हणाला तो गृहस्थ ? त्या बिनडोकाला परत बोलवा.

[एक शिलेदार जातो.]

अरे, आमचा विदूषक कुठे गेला ? सगळी दुनिया झोपली की काय ?

[शिलेदार प्रवेश करतो.]

काय रे, तो कुतरडा आहे कुठे ?

शिलेदार सरकार, तो म्हणतो तुमच्या मुलीची तब्येत बरी नाही.

लिअर आम्ही बोलावल्यावर तो हलकट आमच्याकडे का नाही आला ?

शिलेदार सरकार, त्याने मला उद्धटपणाने 'मी येणार नाही' म्हणून सांगितले.

लिअर तो येणार नाही !

शिलेदार सरकार, काय भानगड आहे, काही कळत नाही; पण एवढे निश्चित, ज्या इतमामाने आपणाला पूर्वी वागवीत त्या इतमामाने आता वागवीत नाहीत. स्वतः नरेश आणि आपली मुलगी यांच्याप्रमाणेच सामान्य सेवकवर्गाची मर्जीसुद्धा पुष्कळ उतरलेली दिसते.

लिअर अच्छा, तुला असे वाटते ?

शिलेदार सरकार, माझे चुकत असेल तर माफ करा. सरकारस्वारीवर अन्याय झाला तर आमची कार्यनिष्ठा गप्प कशी बसणार ?

लिअर आम्हांला जाणवले होते त्याचीच तू पुन्हा आठवण करून देतो आहेस. हल्ली हल्ली आम्हांलासुद्धा आमच्याकडे थोडे दुर्लक्ष होते आहे असे वाटायचे. आम्ही त्याचा दोष त्यांच्या दुष्ट हेतूवर न लादता आमच्याच खरखरमुंडेपणावर लादीत होतो. आता मात्र आम्ही त्या गोष्टीकडे बारकाईने लक्ष ठेवू. पण काय रे, आमचा तो विदूषक कुठे गेला ? गेले दोन दिवस तो माझ्या नजरेलाच पडलेला नाही.

शिलेदार ताईसरकार फ्रान्समध्ये गेल्यापासून आपल्या विदूषकाने अन्नपाणी टाकले आहे.

लिअर त्याबद्दल चकार शब्द काढू नको. ते आमच्या चांगले लक्षात आले आहे. तू जा, आणि आमच्या मुलीला सांग, आम्हांला तिच्याशी बोलायचे आहे म्हणून.

[एक हुजऱ्या जातो.]

तू जा, आणि आमच्या विदूषकाला बोलावून आण.

[एक हुजऱ्या जातो. ऑझ्वल्ड पुन्हा प्रवेश करतो.]

अहो महाशय, तुम्ही असे इकडे या. महाशय, मी कोण आहे ?

ऑझ्वल्ड माझ्या बाईसाहेबांचे बाप.

लिअर 'माझ्या बाईसाहेबांचे बाप' ! माझ्या बाबासाहेबाच्या बदमाषा : अरे रांडलेका, अरे हरामखोरा, अरे अक्करमाशा कुतरड्या.

ऑझ्वल्ड सरकार, माफ करा; मी यापैकी काहीही नाही.

लिअर अरे हलकटा, माझ्या डोळ्याला डोळा भिडवतोस ? (मारू लागतो.)

ऑझ्वल्ड सरकार, मला मारलेले खपणार नाही.

केंट ए भुक्कड चेंडूबडव्या, पाडलेले खपेल का ?
[पाय ओढून पाडतो.]

लिअर शाब्बास पठ्ठ्या; आमची चांगली सेवा केलीस. आम्ही तुझ्यावर खूष आहोत.

केंट अहो महाशय, आता उठा आणि चालते व्हा ! माणसामाणसांत फरक काय ते तुला चांगले शिकवून ठेवतो. नीघ; हो चालता. तुझी हाडे मोजून घ्यायची असली तर थांब ! हो चालता; काय रे, डोचके ठिकाणावर आहे का ? (ऑझ्वल्ड जातो.) हां, अस्सं.

लिअर आपण गुलामा तुझ्यावर एकदम खूष ! हा घे तुझ्या चाकरीचा इसारा.
[केंटला पैसे देतो. विदूषक प्रवेश करतो.]

विदूषक माझी पण चाकरी कर की. ही घे माझी माकडटोपी.
[केंटला टोपी देतो.]

लिअर अरे गुलामा, तुझा पत्ता काय ?

विदूषक ए गृहस्था, तू माझी माकडटोपी घेणे अधिक बरे.

केंट का रे, विदूषका ?

विदूषक का ? – ज्याची चलती नाही त्याची चाकरी करतोस म्हणून. एवढेच नव्हे; वारा वाहील तशी पाठ फिरवणे तुला जमले नाही तर लौकरच थंडीत कुडकुडण्याची पाळी येणार आहे म्हणून. धर, ही घे माझी माकडटोपी. का ? अरे ह्या माणसाने आपल्या दोन मुलींना हद्दपार केले आहे आणि तिसऱ्या मुलीवर नकळत मोठे उपकार करून ठेवले आहेत; जर ह्याची सेवा करायची असली तर तुला माझी माकडटोपी घालावीच लागणार. कसे काय, काकाजी ! मलाही दोन मुली आणि दोन माकडटोप्या असत्या तर किती बरे झाले असते !

लिअर का रे बेटा.

विदूषक मी माझी जिंदगी त्यांना देऊन टाकली असती तरी माकडटोप्या मात्र स्वत:जवळ ठेवल्या असत्या. ही माझ्या घ्या; दुसरी आपल्या मुलींकडे मागा.

लिअर बेट्या, जपून बोल; नाहीतर चाबूक काढीन.

विदूषक सत्य हा एक कुत्रा आहे; तो घराच्या बाहेरच असला पाहिजे. खुषमस्करीच्या कुत्राबाई चुलीजवळ गेल्या आणि हगल्या तरी चालेल; पण या कुत्र्याला मात्र चाबकाने फटकावून बाहेरच काढले पाहिजे.

लिअर मला छळणारा एक व्रण !

विदूषक ए गृहस्था, मी तुला एक सुभाषित शिकवणार आहे.

लिअर शिकव.

विदूषक काकाजी, तुम्ही नीट लक्ष द्या :

दिसते त्याहुन अधिक असावे,
कळते त्याहुन कमी भकावे,
मिळते त्याहुन कमीच द्यावे,
दौड न करता संथ चलावे,
ऐकिव सगळे चालुन घ्यावे,
सगळ्याचे नच द्यूत करावे,
रांड नसावी, मद्य न घ्यावे,
फक्त स्वगृही शयन असावे,
एक विसाचे – हे केल्यावर –
दोन दहा नच, अधीक घ्यावे.

केंट यात तर काहीच नाही.

विदूषक मग ते फी न मिळालेल्या वकिलाच्या सल्ल्यासारखे असणार. तुम्हीही मला याबद्दल काहीच दिलेले नाही. काय हो काकाजी, या 'काहीच नाही'चा तुम्हांला काहीच उपयोग नसतो का ?

लिअर काहीच नाही, बेटा. 'काहीच नाही' मधून काहीच नाही होऊ शकत.

विदूषक (केंटला उद्देशून) मेहरबानी कर, आणि यांना यांच्या मुलखाचा वसूल किती येतो ते समजावून सांग. माझ्यासारख्या विदूषकावर ते विश्वास ठेवणार नाहीत.

लिअर विदूषक, पण कडू !

विदूषक बेटा तुला कडू विदूषक आणि गोड विदूषक यांतला फरक माहिती आहे का ?

लिअर नाही, बेटा. आम्हांला शिकवून दे.

विदूषक

ज्या उमरावे दिधला सल्ला
देऊन टाका मुलुख असा
त्याला ठेवुन माझ्या जागी
आपण त्याच्या जागि बसा.
गोड आणखी कडू विदूषक
दिसतिल तुम्हा लवलाही
दिसेल पहिला गणवेशातच
दिसेल दुसरा त्या ठायी.

लिअर अरे लेका, मला विदूषक म्हणतोस काय ?

विदूषक जन्माबरोबर प्राप्त झालेली बाकी सर्व बिरुदे तुम्ही सोडलेलीच आहेत.

केंट हा काही नुसता विदूषकच नाही, सरकार.

विदूषक नाहीच; अमीरउमराव आणि बडी माणसे मला तसा थोडाच राहू देणार ? ती सगळी मक्तेदारी मी घ्यायची ठरवली तर त्यातही ते वाटा मागणारच. आणि बायकादेखील; सगळा मूर्खपणा माझ्याकडे सोपवायला त्यासुद्धा नाखूष असतात, सारखा त्याला आपल्याकडे ओढतात. काकाजी, मला तुम्ही एक अंडे द्या आणि मी तुम्हांला दोन मुकुट देतो.

लिअर ते दोन मुकुट असणार कसले ?

विदूषक कसले म्हणजे काय ? मी ते अंडे मधोमध कापणार, त्यातला सगळा बलक खाणार, आणि दोन बाजूंचे दोन मुकुट तुम्हांला देणार. तुम्ही स्वत:चा मुकुट मधोमध कापलात तर त्याचे दोन भाग दोघींना दिलेत तेव्हाच तुम्ही आपले गाढव आपल्या पाठीवर घेतलेत आणि घाण पदरात पाडलीत. तुम्ही आपल्या टकलावरील सोन्याचा मुकुट दुसऱ्यांना दिलात तेव्हाच तुमच्या टकलाखालील मुकुटातील सगळी अक्कल संपली : हे मी आपले मूर्खासारखे बोलतो आहे; ज्याला ते खरे आहे असे वाटेल त्याला पहिल्याप्रथम फटके मारले पाहिजेत.

अनिष्ट इतके वर्ष कधीही
विदूषका नच गेले;
सर्व शहाणे चळले आणिक
सर्व विदूषक झाले.
कळे न त्यांना काय प्रयोजन

डोक्यातिल अकलेला
वर्तन त्यांचे पाहून वाटे
करिती मर्कटलीला.

लिअर काय रे, इतका गाण्याचा नाद केव्हापासून लागला ?

विदूषक तुम्ही आपल्या कन्यांना आपल्या मातोश्री बनविल्यात तेव्हापासून. तेव्हापासून मी हा असा गातो आहे जेव्हा तुम्ही त्यांच्या हातात छडी दिलीत आणि स्वत:ची पाटलोण काढून ठेवलीत,

तेव्हा त्यांना रडू लोटले
अनपेक्षित आनंदाने;
मला जाहले दु:ख असे की
दु:खातून स्फुरले गाणे.
दु:ख असे की, अशा नृपाने
खेळ करावा हा भलता,
मूर्खांमध्ये सामील व्हावे
सोडुनिया सारी सत्ता.

काकाजी, एक विनंती; आपल्या या विदूषकाला 'खोटे कसे बोलावे' हे शिकवण्यासाठी एक शिक्षक ठेवा. खोटे कसे बोलावे हे मला शिकायचे आहे.

लिअर लेका, खोटे तर बोल, तुला चांगला चाबकाने फटकावतो.

विदूषक आपला व आपल्या मुलींचा काय संबंध याचेच मला कोडे पडते : त्या मला फटकावणार मी खरे बोललो तर, तुम्ही मला फटकावणार मी खोटे बोललो तर. आणि काही वेळा मला फटके खावे लागतात ते मी गप्प बसतो म्हणून. विदूषक होण्यापेक्षा दुसरे काहीही व्हावे असे मला आता वाटायला लागले आहे. तरीही काकाजी, तुम्ही आहा ते व्हावे असे मला स्वप्नातही वाटत नाही. तुम्ही आपल्या अकलेची दोन्ही बाजूंनी अशी सालपटे काढली आहेत की मध्ये काही उरलेलेच नाही. हे बघा, हे आले त्यातले एक सालपट.

[गॉनरिल प्रवेश करते.]

लिअर काय, मुली ! कपाळावर ती पट्टी कशासाठी ? हल्ली तुझ्या कपाळाला आठ्या फार पडतात वाटते.

विदूषक तिच्या आठ्यांची फिकीर करण्याची तुला जरुरी वाटत नव्हती तेव्हा तू भला माणूस होतास. आता तू म्हणजे मागे अंक नसलेले शून्य आहेस.

आता तू आहेस त्यापेक्षा मी बरा. मी निदान विदूषक तरी आहे; तू काहीच नाहीस. (गॉनरिलला) होय, खरेच, मला माझी जीभ आवरली पाहिजे; तुम्ही बोलला नाहीत तरी तुमचा चेहरा मला तसे सांगतो आहे. चूप, चूप :

जो न ठेवतो अपुल्यापाशी रोटीचा तुकडाही
सर्वपराङ्मुख अशा नराला कधी न मिळणे काही.

(लिअरकडे बोट दाखवीत) ते पाहा शेंगेचे टरफल.

गॉनरिल कसलाही निर्बंध न मानणारा हा तुमचा विदूषकच नव्हे
तर तुमच्या उद्धट परिवारातील इतर माणसेही
घटकेघटकेला काढतात कुरापती, करतात भांडणे आणि माजवतात
उग्र दंगली, सहन न होण्यासारख्या. मला वाटायचे,
हे आपल्या कानावर घालताच त्या अन्यायाचे होईल परिमार्जन.
पण अलीकडचे तुमचे बोलणे व वागणे पाहिल्यावर आता अशी
वाटते भीती, तुम्हीच धरता आपले छत्र या प्रकारावर,
आणि देता त्याला उत्तेजन आपल्या मान्यतेने. आपण तसे केल्यास,
तो दोष नाही राहणार निर्भर्त्सना झाल्याशिवाय; नाही टळणार
अन्यायाचे परिमार्जन. या दौलतीच्या स्वास्थ्याच्या इच्छेने
ते परिमार्जन घडू लागल्यावर, त्याने कदाचित लाभेल आपल्या
इभ्रतीला धक्का. एरवी ठरते ते लज्जास्पद. मात्र त्या वेळी
अपरिहार्य झाल्यामुळे तोच ठरेल यथायोग्य आचार.

विदूषक कारण, काकाजी, तुम्ही जाणताच :
एक कोकिळा घास भरवुनी चिमणीने मोठी केली
चोच जराशी मोठी होता मान तिची छाटून गेली.
सारांश, मेणबत्ती जशी विझून गेली, आणि आम्ही अंधारात चाचपडतो आहो.

लिअर तू आमचीच मुलगी का ?

गॉनरिल इच्छा एवढीच, आपण आपल्या शहाणपणाचा करावा उपयोग;
ज्याचा आहे मी जाणते आपल्यापाशी भरपूर साठा; आणि सोडावा
हा लहरीपणा, ज्याने आपण बनता वेगळे आहा त्याहून.

विदूषक गाडी घोड्याला केव्हा ओढते हे एखाद्या गाढवालाही कळणार नाही काय ? च्यायला, चिमण्ये, आपला जीव जडला तुझ्यावर.

लिअर इथे कुणीही मला ओळखतो का ? हा लिअर लिअर नव्हे.
काय लिअर असा चालतो ? असा बोलतो ? कुठे आहेत त्याचे डोळे ?

त्याची समज आहे खंगलेली, किंवा त्याची जाणीव आहे
झाली संज्ञाहीन – काय ! जागा आहे ? ते शक्य नाही.
कोण शकेल मला सांगू मी कोण आहे ते ?

विदूषक लिअरची सावली.

लिअर मला ते समजायला हवे. कारण राजचिन्हामुळे,
ज्ञानामुळे आणि विचारामुळे माझा चुकीचा समज व्हायचा
की मला मुली होत्या.

विदूषक त्या तिच्यातून बनवतील एक आज्ञाधारक बाप.

लिअर अहो बाईसाहेब, आपले नाव ?

गॉनरिल विस्मयाच्या या बतावणीला येतो वास त्या तुमच्या
इतर सर्व नव्या चाळ्यांचा. मी निक्षून करते विनंती,
घ्या समजून माझ्या मागण्या आपण काळजीपूर्वक :
आपण आहात वृद्ध नि वंदनीय, तसेच असावे समजूतदारसुद्धा.
हे इथे तुम्ही पाळले आहेत शंभर शिलेदार आणि हुजऱ्ये;
ते आहेत इतके बेशिस्त, इतके विषयासक्त, इतके धिटावलेले
की त्यांच्या चालीरीतींनी दूषित झालेला आमचा दरबार
दिसतो एखाद्या धमालधुंद आरामगृहासारखा. भोगपरता नि आसक्ती
बनवतात त्याला, प्रतिष्ठित अशा एखाद्या राजवाड्यापेक्षा,
एखाद्या गुत्त्यासारखा, एखाद्या वेश्यागृहासारखा. म्हणून तुम्हांला
माझी विनंती : आपल्या लवाजम्यात करा कपात. नाहीपेक्षा
ज्याची आहे मागते भीक तेच लागेल घ्यावे सक्तीने.
आणि आपल्या सेवेला उरलेल्या बाकीच्या लवाजम्यात
असू देत माणसे आपल्या वयाला अनुरूप ठरणारी,
ज्यांना आहे स्वत:ची जाणीव, आणि आपलीही.

लिअर काळोख आणि सैतान !
भरा खोगीर आमच्या घोड्यावर ! बोलवा एकत्र आमचा लवाजमा ! –
हलकट रांडलेकी ! आम्ही नाही तुला देणार आमचा त्रास.
अजून आहे आम्हांला उरलेली एक मुलगी.

गॉनरिल आपण बदडता माझ्या लोकांना, आणि आपली बेशिस्त झुंड
वागवते वरिष्ठांना कनिष्ठांप्रमाणे.
[ऑल्बनी प्रवेश करतो.]

लिअर ज्याला होतो उशिरा पश्चात्ताप, तो संपलाच. ओहो ! आपण आलात वाटते ?
काय ही आपलीच इच्छा ? अहो, बोला ना. करा तयार माझे घोडे.
हे कृतघ्नते, हे पाषाणी काळजाच्या वेताळणी,
जेव्हा होतेस तू प्रगट पोटच्या पोरामधून
तेव्हा दर्यातल्या राक्षसाहूनही तू ठरतेस अधिक भेसूर.

ऑल्बनी महाराज, कृपा करून शांत व्हा.

लिअर गलिच्छ गिधाडणी, तू खोटे बोलतेस.
माझ्या लवाजम्यात आहेत माणसे अगदी खास निवडक अशीच,
जी जाणतात आपली कर्तव्ये तपशिलासहवर्तमान
आणि जपतात आत्यंतिक निष्ठेने आपल्या नावलौकिकाला.
हे प्रमादा ! एवढा लहानसा असूनसुद्धा कॉर्डीलिआमध्ये
तू भासलास केवढा कुरूप ? एखाद्या यंत्राप्रमाणे
त्या प्रमादाने टाकली उखडून माझी मनोरचना,
अढळ स्थानापासून, घेतली शोषून हृदयातली माया,
आणि घातली भर द्वेषबुद्धीत. अरे लिअर, लिअर, लिअर !
ज्या दाराने तुझा मूर्खपणा घेतला आत आणि शहाणपणा
टाकला बाहेर, ते दारच टाक फोडून.
[डोके आपटतो.]
माझ्या माणसांनो, चला निघा.

ऑल्बनी सरकार, मी आहे अगदी निरपराध; आपण कशामुळे इतके संतापलात,
तेही नाही मला कळलेले.

लिअर सरकार, असेल तसेही.
ऐक, निसर्गा, ऐक ! प्रिय देवते, ऐक !
कर स्थगित आपला उद्देश, जर असलेस तू ठरवलेले
ह्या प्राण्याला फलशाली करायचे !
घाल वांझपणा तिच्या गर्भाशयात !
कर शुष्क तिच्यामधली सृजनांची इंद्रिये,
आणि तिच्या भ्रष्ट शरीरामधून नको उपजवूस
एकही पोर तिला मानणारे ! जर व्हायचीच असेल लेकुरवाळी
तर बनव तिचे पोर फक्त द्वेषापासून, जे जगल्यावर
होईल तिच्या विरूप विपरीत दुःखाचे कारण !

ते ठोकू दे तिच्या तरुण कपाळावरती आठ्यांचा शिक्का,
खणू दे कालवे तिच्या गालांवर अश्रूंच्या प्रवाहांनी,
आणि ठरवू दे तिच्या आईने भोगलेल्या वेणा, केलेले संगोपन
हास्यास्पद नि तिरस्करणीय. तेव्हाच तिला येईल समजून,
स्वत:चे पोर कृतघ्न असणे ही गोष्ट असते असह्य
सापाच्या दातांहूनही – निघा येथून, निघा येथून!
[जातो.]

ऑल्बनी पूजनीय देवाशपथ. हे सगळे आले कशामधून ?

गॉनरिल नका घेऊ आपण त्रास त्या संबंधात अधिक जाणण्याचा.
म्हातारचळ नेईल त्या वाटेने खुशाल जाऊ दे
त्यांच्या स्वभावाला.
[लिअर पुन्हा प्रवेश करतो.]

लिअर काय! फक्त पन्नासांचाच लवाजमा, एका दणक्यासरशी;
फक्त पंधरवड्यामध्ये!

ऑल्बनी सरकार, काय प्रकार आहे ?

लिअर सांगतो तुम्हांला. (गॉनरिलला उद्देशून) जन्म आणि मरण!
असे लटपटावे माझे पौरुष तुझ्या सामर्थ्यापुढे,
इतके द्यावे तुला महत्त्व माझ्या तप्ताश्रूंनी, अनावर होऊन,
याचीच वाटते मला शरम. सत्यानाश होवो तुझा!
पडोत तुझ्या इंद्रियांना भोके पितृशापाच्या असाध्य जखमांनी.
माझ्या जीर्ण खुळ्या डोळ्यांनो, जर पुन्हा ढाळलेत अश्रू
या कारणास्तव, तर तुम्हांला टाकीन उपटून.
देईन फेकून तुम्हांला मातीमध्ये, तुमच्या पाण्याने
माती भिजवण्यासाठी. काय, शेवटी इथवर पाळी यावी ना ?
ठीक, तसे होऊ दे. मला आहे आणखी एक मुलगी,
जी निश्चितच आहे सदय आणि सुखदायक.
जेव्हा पडेल तिच्या कानावर हे तुझ्याविषयीचे,
तेव्हा ती आपल्या नखांनी तुझ्या या हिंस्र चेहऱ्याची सोलील चामडी.
तुला दिसेल मी माझे जुने रूप पुन्हा धारण केलेले,
जे असेल तुला वाटले मी कायमचे फेकून दिले म्हणून.
[लिअर, केंट आणि हुजऱ्ये जातात.]

गॉनरिल ते ऐकलेत ?

ऑल्बनी अग गॉनरिल, तुझ्यावर असलेल्या माझ्या महान प्रेमाखातरही
नाही जमणार इतका पक्षपात –

गॉनरिल कृपा करा, स्वस्थ बसा. ए ऑझ्वल्ड ! अरे ए !
[विदूषकाला उद्देशून]
अहो महाशय, विदूषक कमी बदमाष अधिक, निघा धन्यामागून.

विदूषक लिअरकाका, लिअरकाका, जरा थांबा की, हा विदूषक न्या ना आपल्याबरोबर.

असली कन्या, आणिक कोल्ही,
कत्तल करण्यासाठी जाती
जर का माझी टोपी विकुनी
एक फासकी हाती येती;
म्हणुन विदूषक मागावरती.

गॉनरिल या माणसाला दिसते मिळालेली चांगलीच सल्लामसलत. शंभर शिलेदार !
हत्यारबंद शंभर शिलेदार त्यांना आपल्याजवळ ठेवू देणे
हे धोरणीपणाचे आणि सुरक्षित ! छान ! म्हणजे प्रत्येक लहर,
प्रत्येक अफवा, प्रत्येक कल्पना, प्रत्येक तक्रार, प्रत्येक नाखुषी
यांच्याबरोबर त्यांनी वापरावे त्यांचे सामर्थ्य आपल्या म्हातारचळाचा
बचाव करण्यासाठी, आणि ठेवावे आमचे प्राण टांगणीला लावून.
ए ऑझ्वल्ड, मी बोलावलंय !

ऑल्बनी तू कदाचित जादा भीत असशील.

गॉनरिल जादा विश्वासापेक्षा अधिक सुरक्षित.
मला टाकू दे कायमचे गाडून मला भिववणारे सर्व धोके,
त्यांच्या हल्ल्याला कायम भिण्यापेक्षा. मी ओळखते त्यांच्या मनातले.
मी लिहित्ये आहे माझ्या बहिणीला ते म्हणाले ते;
जर तिने दिला आश्रय त्यांना आणि त्या त्यांच्या शंभर शिलेदारांना
त्यांची नालायकी मी दाखवल्यानंतर –
[ऑझ्वल्ड प्रवेश करतो.]
कोण, ऑझ्वल्ड !

ऑझ्वल्ड होय, बाईसाहेब.

गॉनरिल घे बरोबर काही माणसे, आणि नीघ लगेच घोड्यावरून :
तिला सविस्तर दे माहिती माझ्या स्वत:च्या भीतीसंबंधी;

आणि घाल त्यात भरीला तुझी स्वत:ची काही कारणे
ज्याने मिळेल त्याला दुजोरा. चल, उचल पाय,
आणि ये तातडीने परत.
[ऑझ्वल्ड जातो.]
नाही, नाही, सरकार,
मी नाही करीत अधिक्षेप या आपल्या दुधाळ हळुवारपणाचा,
पण तरीसुद्धा, माफी मागून, वाटते सुचवावेसे,
धोकेदायक सौम्यपणाबद्दल प्रशंसा होण्याऐवजी
तुमची होते अधिक नालस्ती शहाणपणा नसल्याबद्दल..

ऑल्बनी किती दूरवर पोचू शकतील तुझे डोळे, सांगणे कठीण :
अधिक चांगले करण्याच्या प्रयत्नात, आपण पुष्कळदा गमावतो असलेले.

गॉनरिल नाही, तर मग –

ऑल्बनी ठीक ठीक; पाहू या आता काय होते ते.
[जातात.]

प्रवेश पाचवा

[त्याच राजवाड्यापुढील अंगण. लिअर, केंट आणि विदूषक प्रवेश करतात.]

लिअर हे पत्र घेऊन तू अगोदर ग्लॉस्टरला जा. तुला माहिती असले तरी माझ्या मुलीला अधिक काही सांगू नकोस. पत्रासंबंधी ती विचारील तेवढेच सांग. तुझी ही कामगिरी तू जलदीने केली नाहीस तर तुझ्याआधी मीच तेथे पोहोचेन.

केंट सरकार, आपले पत्र पोचवीपर्यंत माझी झोप वर्ज्य.

विदूषक माणसाचा मेंदू त्याच्या खोटेत असता तर त्याच्या मेंदूला भोवरी होण्याची भीती असती की नाही ?

लिअर होय, बेटा.

विदूषक मग मी सांगतो, तुम्ही आपले मस्त राहा; तुमच्या बुद्धीला जोडा वापरण्याची जरुरी पडणार नाही.

लिअर हॅ हॅ हॅ !

विदूषक तुमची दुसरी मुलगी तुम्हांला कशी वागवते हे दिसणारच आहे; कारण नासपत्ती जितकी सफरचंदासारखी तितकीच ती हिच्यासारखी असली, तरी पण मला आपले सांगायचे ते सांगतो.

लिअर बेटा, काय सांगतोस ?

विदूषक एका नासपत्तीची चव जितकी दुसऱ्याना सपत्तीसारखी, तितकीच तिची चव हिच्यासारखी. आपले नाक चेहऱ्याच्या मधोमधच का, ठाऊक आहे ?

लिअर नाही बाबा.

विदूषक का ? – आपले दोन डोळे नाकाच्या दोन बाजूंना राहावेत म्हणून; जेणेकरून माणसाला ज्याचा वास घेता येत नाही, ते पाहता यावे.

लिअर मी तिच्यावर अन्याय केला, –

विदूषक तिसरी स्वत:ला शिंपला कसा बनवते, आपण सांगू शकता ?

लिअर नाही.

विदूषक मी पण नाही. मात्र गोगलगायीला घर कशासाठी हवे असते ते मी सांगू शकतो ?

लिअर का ?

विदूषक का म्हणजे, आपले डोके आत घालण्यासाठी, आपल्या मुलींना देण्यासाठी नव्हे; आणि आपल्या शिंगांना एक पेटी असावी म्हणून.

लिअर मी माझा स्वभाव विसरायचे ठरवले आहे. इतका चांगला बाप असूनही ! माझे घोडे तयार होऊ देत.

विदूषक तुमची गाढवे त्या कामाला लागलेली आहेत. कृत्तिका नक्षत्रात सातच तारे का, जास्त का नाहीत, याचे कारण फारच गमतीचे आहे.

लिअर ते आठ नाहीत म्हणून ?

विदूषक अर्थातच : तुम्ही विदूषकाचा धंदा मोठा छान कराल बघा.

लिअर बळाच्या जोरावर ते पुन्हा घेणे ! हे राक्षसी कृतघ्नते !

विदूषक काकाजी, तुम्ही माझे विदूषक असता तर मी तुम्हांला चोपून काढवले असते, अकाली म्हातारे झाल्याबद्दल.

लिअर ते कसे काय ?

विदूषक शहाणे होण्यापूर्वीच म्हातारे होण्याचा तुम्हांला अधिकार नव्हता.

लिअर हे दयाघना ! मला वेड नको लागायला, वेड नको :
माझे डोके ठेव ठिकाणावर; नाहीच होणार मी वेडा !
[एक हुजऱ्या प्रवेश करतो.]
काय रे, घोडे तयार आहेत का ?

हुजऱ्या तयार आहेत, सरकार.

लिअर चल, बेटा.

विदूषक
कुणि असली इथे कुवार
अन् हसली मी जाताना
तर नुरेल कौमार्य तिचे
दीर्घकाळ, निश्चित जाणा
लाभल्याविना आखुडता
ज्या वस्तू लांब तयांना.

[जातात.]

अंक दुसरा

प्रवेश पहिला

[ग्लॉस्टरच्या जहागीरदाराच्या किल्ल्यातील एक प्रांगण.
एडमंड आणि करन एकमेकांना भेटत प्रवेश करतात.]

एडमंड देव तुझे रक्षण करो, करन.

करन आणि आपलेही, सरकार. आपल्या वडिलांची भेट घेतली आणि त्यांना खबर दिली की आज रात्री कॉर्नवॉलचे नरेश व त्यांची पत्नी रीगन ही इथे आपल्याकडे येणार आहेत.

एडमंड ते का बरे ?

करन नाही, ते आपल्याला माहिती नाही. सगळीकडे पसरलेल्या त्या बातम्या तुम्ही ऐकल्यात ना ? म्हणजे कुजबुजल्या जाणाऱ्या, कारण अजून त्या बातम्या फक्त कानगोष्टींचेच विषय आहेत.

एडमंड नाही ऐकल्या. सांग बाबा, त्या आहेत तरी कसल्या ?

करन कॉर्नवॉलचे नरेश आणि ऑल्बनीचे नरेश यांच्यामध्ये होऊ घातलेल्या लढाईबद्दल तुम्ही काहीच ऐकले नाही ?

एडमंड एक शब्दही नाही.

करन मग लौकरच तुम्ही ऐकाल. आपला निरोप घेतो, सरकार. (जातो.)

एडमंड तो नरेश आज रात्री इथे असणार ! अधिकच चांगले ! अत्युत्तम !
हे सगळे घडते आहे माझ्या उद्योगाला पूरक असेच.
माझ्या भावाला पकडण्याकरता माझ्या बापाने ठेवलीय टेहळणी;

आणि माझ्यासमोर उभा आहे एक मोठा गंभीर प्रश्न,
जो लागेल कृतीने सोडवावा. तत्परते नि भवितव्यते, लागा उद्योगाला !
अहो बंधुराज, एक शब्द; खाली उतरा : अहो बंधुराज, मी बोलावतोय.
[एडगर प्रवेश करतो.]
माझ्या वडिलांची आहे टेहळणी; अरे बाबा, या जागेपासून पळ काढ;
तू कुठे लपलेला आहेस याची बित्तंबातमी आहे लागलेली;
आज रात्रीची उत्तम संधी आहे तुला उपलब्ध झालेली.
त्या कॉर्नवॉलच्या नरेशाविरुद्ध तू बोललास, नाही का ?
तोच येतो आहे या इथे, आत्ता, रात्रीच, अगदी तातडीने,
आणि त्याच्याबरोबर आहे रीगनही; त्याच्या बाजूने
ऑल्बनीच्या नरेशाविरुद्ध तू काहीच नाहीस बोललेला ?
विचार कर.

एडगर त्याबद्दल खात्री आहे; एक शब्दही नाही.

एडमंड मला लागत्ये आहे वडील येताहेत याची चाहूल; माफ कर;
डावपेच म्हणून मला तुझ्याविरुद्ध लागेल उपसावी माझी तरवार;
तूही उपस; कर आविर्भाव बचाव केल्याचा; चांगला सामना दे –
शरण ये; हो हजर माझ्या पिताजींसमोर. अरे इकडे उजेड द्या !
बंधुराज, पळ काढा – मशाली ! मशाली ! जपून जा रे.
[एडगर जातो.]
माझ्या अंगातून रक्त काढल्यास होईल समज मी घनघोर
संघर्ष केला असा :
[आपल्या दंडाला जखम करतो.]
मी पाहिले आहेत कित्येक दारुडे
याहून अधिक रक्त काढताना, निव्वळ गमतीने – पिताजी ! पिताजी !
थांब, थांब ! कुणीच नाही मदतीला येत ?
[ग्लॉस्टर आणि मशाली घेतलेले सेवक प्रवेश करतात.]

ग्लॉस्टर एडमंड, कुठे आहे तो बदमाष ?

एडमंड इथे उभा होता या अंधारात, आपली धारदार तरवार उपसून
दुष्ट अभिचारमंत्र तोंडाने पुटपुटत, आणि करीत
चंद्राला आवाहन अभीष्ट देवतेचे कार्य करण्यासाठी.

ग्लॉस्टर पण तो आहे कुठे ?

एडमंड पाहा, सरकार, माझे रक्त.

ग्लॉस्टर एडमंड, कुठे गेला तो बदमाष ?

एडमंड या वाटेने पळाला, सरकार, जेव्हा त्याला कोणत्याही प्रकारे –

ग्लॉस्टर पाठलाग करा त्याचा ! पळा त्याच्यामागून.
[काही नोकर जातात.]
'कोणत्याही प्रकारे' काय ?

एडमंड सरकारांचा कूप करण्यासाठी माझे मन वळवता येईना;
पण जेव्हा सूडार्थी देव समस्त मेघगर्जना वळवतात पितृघ्नाविरुद्ध
असे मी त्याला म्हणालो, किती बहुपेडी आणि बलिष्ठ
अशा बंधनाने अपत्य पित्याशी बांधलेले असते ते सांगितले,
थोडक्यात, सरकार, जेव्हा त्याच्या अमानुष उद्दिष्टाला माझा कडवा
विरोध असलेला त्याला जाणवला, तेव्हा प्राणघातक पवित्रा घेऊन,
त्याने आपल्या नागड्या समशेरीने केलान हल्ला प्रत्यक्ष माझ्या
उघड्या शरीरावर आणि माझ्या या हातावर केलीन जखम,
पण जेव्हा त्याला जाणवली जागृत झालेली माझी वीरवृत्ती
भांडणातील सत्पक्षामुळे धीट बनलेली, प्राप्त प्रसंगामुळे उफाळून आलेली,
किंवा न जाणो मी केलेल्या आरडाओरडीनेच गर्भगळित होऊन
तो पळाला अगदी अचानक.

ग्लॉस्टर तो हवा तितका दूर पळू दे.
या मुलुखामध्ये नाही येणार त्याला राहता पकडला गेल्याशिवाय;
आणि पकडल्यावर – ठार झाल्याशिवाय. माझे धनी सरकार आणि माझे
थोर आश्रयदाते महनीय नरेश आज रात्रीच इथे येताहेत.
त्यांच्या अधिकारावर मी करणार आहे असे जाहीर,
या खुनी भ्याड माणसाला वधस्तंभाकडे खेचून आणण्यासाठी
जो पकडील, त्याला मिळतील आमचे धन्यवाद.
जो कोणी याला लपवील, त्याला देहान्त.

एडमंड जेव्हा लागलो मी करायला त्याला परावृत्त त्याच्या संकल्पापासून
आणि उमगला ते करण्याचाच त्याचा निर्धार, तेव्हा मी परखड भाषेत
त्याला धमकावले तुला उघडकीला आणीन म्हणून : तो म्हणाला,
''भिकारड्या रांडलेका ! काय तुला असे वाटते
मी तुझ्याविरुद्ध उभा ठाकल्यावर, कुणी विश्वास ठेवायचा ठरवला

किंवा तुझ्यामध्ये सद्गुण असले, लायकी असली,
तरी तुझ्या त्या शब्दांवर विश्वास बसेल ? नाही. तो बसेल
माझ्या नाकारण्यावर. हे सर्व मी नाकारीन. जरी प्रत्यक्ष माझे हस्ताक्षर
तू दाखवलेस, तरीसुद्धा मी ढकलीन ते सर्व
तुझ्या चिथावणीवर, तुझ्या कारस्थानावर आणि तुझ्या नीच डावपेचावर
आणि तुला लागेल समजावे अवघ्या दुनियेला अक्कलशून्य,
जर तिला नसतील वाटणार माझ्या मृत्यूमुळे होणारे फायदे
हीच अत्यंत प्रभावी आणि संभाव्य प्रलोभने
तुला त्यासाठी प्रयत्नशील करणारी.''

ग्लॉस्टर केवढा विलक्षण निगरगट्ट बदमाष !
आपले पत्र नाकबूल करीन असे म्हणाला ? तो माझ्या पोटचा नव्हे.
[आतून विशिष्ट असा तुतार्‍यांचा आवाज.]
ऐक, नरेशांच्याच तुतार्‍या ! समजत नाही का येताहेत ते.
करवीन नाकेबंदी सगळ्या बंदरांची, नाहीच निसटणार हा बदमाष;
माझ्यासाठी तेवढे नरेशांनी केलेच पाहिजे. शिवाय त्याची एक छबी
मी देणार आहे सर्वत्र पाठवून, सबंध राज्याला त्याच्यासंबंधी
योग्य दक्षता घेता यावी म्हणून; आणि माझ्या जमीनजुमल्यावर
तुझा हक्क निर्माण होण्यासाठी, माझ्या नैसर्गिक इमानदार पोरा,
मी करणार आहे योग्य ती तजवीज.
[कॉर्नवॉल, रीगन आणि सेवक प्रवेश करतात.]

कॉर्नवॉल काय हो आमचे माननीय मित्रवर्य ! इकडे आल्यापासून आम्ही ऐकतो
भलतीच बातमी, आणि आम्ही इतक्यात आलो.

रीगन जर ती खरी असली, तर गुन्हेगाराच्या मागे लागणारा
सगळा सूड कमीच म्हणायचा. सरकार, आपले ठीक आहे ना ?

ग्लॉस्टर बाईसाहेब, या माझ्या जीर्ण हृदयाचे तुकडे झाले हो, तुकडे झाले.

रीगन म्हणजे ! माझ्या पिताजींचा तो धर्मपुत्र खरेच आपल्या जीवावर उठला ?
ज्याचे माझ्या पिताजींनीच नाव ठेवले तोऽ, तुमचा एडगर ?

ग्लॉस्टर अहो बाईसाहेब, शरमेखातर ती गोष्ट लपवावीशी वाटते हो.

रीगन माझ्या वडिलांच्या दिमतीला असणार्‍या त्या बदफैली शिलेदाराबरोबर
त्याचा दोस्ताना होता नाही का ?

ग्लॉस्टर ते, बाईसाहेब, मला नाही माहीत; फार वाईट हो, फार वाईट.

एडमंड होऽय, बाईसाहेब, तो होता त्याच मंडळीतला.

रीगन मग कसलेच आश्चर्य नाही तो असा बेइमान निघाला तर;
त्यांनीच असणार त्याला उठवलेले म्हाताऱ्याचा खून करण्यासाठी,
त्याच्या उत्पन्नाची यथेच्छ उधळमाधळ करता यावी म्हणून.
या सायंकाळीच मला आहे माझ्या बहिणीने त्या लोकांविषयी
सगळे काही कळवून ठेवलेले, आणि इतके सावध केलेले
की न जाणो माझ्या घरामध्ये मुक्काम ठोकण्यासाठी ते आलेच
तर मी तिकडे नसणार.

कॉर्नवॉल किंवा मीही. तुला, रीगन, एवढे आश्वासन.
एडमंड, तू मात्र आपल्या वडिलांशी अपत्यधर्माला धरून वागलास असे
ऐकायला मिळाले.

एडमंड सरकार, ते माझे कर्तव्यच होते.

ग्लॉस्टर ह्यानेच त्याचा कट आणला उघडकीला; आणि त्याला
पकडण्याच्या प्रयत्नातच ह्याला झाली ही जखम तुम्हांला दिसणारी.

कॉर्नवॉल त्याचा पाठलाग सुरू आहे ना ?

ग्लॉस्टर होय, सरकार.

कॉर्नवॉल जर तो पकडला गेला तर त्याच्याकडून अधिक अपाय
होण्याची भीती बाळगायला नको; तुमचा उद्देश साध्य करण्यासाठी
वापरा इच्छेनुसार माझा अधिकार. आणि एडमंड, हे तुझ्यासाठी,
तुझा सज्जनपणा आणि इमानदारी ही या वेळी आहे ठरलेली
इतकी प्रशंसनीय की यापुढे आम्ही तुला मानणार आपलाच;
आम्हांला आहे फार निकड अशा सखोल नेकीच्या माणसांची;
तुलाच उचलतो आम्ही पहिल्याप्रथम.

एडमंड मी, सरकार, आपली सेवा
करीन इमानदारीने, एरवी कशी असो.

ग्लॉस्टर त्याच्या वतीने मीच मानतो हुजुरांचे आभार.

कॉर्नवॉल तुम्हांला ठाऊक नसेल, आम्ही तुमच्या भेटीला का आलो, –

रीगन अशा अवेळी, ओवीत मार्ग कृष्णाक्षी रात्रीमधून :
महनीय ग्लॉस्टर, तशाच आहेत महत्त्वाच्या घटना,
ज्या बाबतीत आम्हांला आहे लागणार गरज आपल्या सल्ल्याची.
आमच्या पिताजींनी, आणि तसेच आमच्या बहिणीनेही, आहे लिहिलेले

त्यांच्या बखेड्याविषयी; त्याचे उत्तर स्वत:च्या घराऐवजी अन्य ठिकाणाहून
देणेच श्रेयस्कर असे मला वाटले. ते तिकडचे दोन्ही जासूद
आहेत खोळंबलेले आज्ञा होण्यासाठी. वयोवृद्ध मित्रवर्य,
करा सांत्वन आपल्या हृदयाचे. आणि आम्हांला द्या आपला
आवश्यक सल्ला आमच्या कामांबाबत, जी ताबडतोब
केल्याशिवाय नाही गत्यंतर !

ग्लॉस्टर बाईसाहेब, आपल्या सेवेला हजर आहे.
सरकारस्वाऱ्यांचे हार्दिक स्वागत.
[तुतारीची ललकारी. जातात.]

प्रवेश दुसरा

[ग्लॉस्टरच्या किल्ल्यापुढे. केंट आणि ऑझ्वल्ड वेगवेगळ्या बाजूंनी प्रवेश करतात.]

ऑझ्वल्ड मित्रा, सुप्रभात. तू याच घरातला नोकर ना ?

केंट होय.

ऑझ्वल्ड आम्ही आपले घोडे कुठे ठेवायचे ?

केंट चिखलात.

ऑझ्वल्ड तुझे माझ्यावर प्रेम असले, तर सांग.

केंट माझे तुझ्यावर प्रेम नाही.

ऑझ्वल्ड ठीक आहे, मग मलाही तुझी पर्वा नाही.

केंट माझ्या दाढेच्या कचाट्यात तू सापडलास की तुला माझी पर्वा करणे मी भाग पाडीन.

ऑझ्वल्ड तू माझ्याशी असा का वागतो आहेस ? मी तुला ओळखीतसुद्धा नाही.

केंट बेट्या, मी तुला ओळखतो.

ऑझ्वल्ड मला तू कोण समजतोस ?

केंट एक बदमाष, एक हलकट, एक ताटचाट्या; एक कमअस्सल, अहंमन्य, भंपक, भिकारडा, तीन कपड्यांचा, शंभर पौंडाचा, रेशमी मोज्याचा किळसवाणा बदमाष; कच खाणारा, फिर्याद करणारा, आरसे बघणारा,

जोडे पुसणारा, ढंग दावणारा, रांडेच्या अवलादीचा एक हरामखोर; एका वळकटीचा वारसा मिळालेला एक गुलाम; थोरामोठ्यांच्या पदरी असलेला एक रांडदलाल; बदमाष, भिकारी, भ्याड आणि भडवा या सर्वांचा अर्क आणि अक्करमाशा कुत्रीचा औरस पुत्र; या तुझ्या बिरुदांतले एक अक्षर जरी तू नाकारलेस तरी ज्याला केकटायला लागेपर्यंत मी पिटून काढीन असा.

ऑझ्वल्ड काय रे, जो तुला ओळखीत नाही किंवा ज्याला तू ओळखीत नाहीस, अशा माणसाबद्दल इतके भकण्यासाठी तू किती राक्षसी प्राणी असला पाहिजेस !

केंट तू मला ओळखतोस हे नाकबूल करण्यासाठी तू किती निर्ढावलेला बदमाष असला पाहिजेस ! महाराजांसमोर तुझ्या तंगड्या उचलून तुला बदडला, त्याला दोन दिवस तरी झाले का ? ए हरामखोरा, काढ तरवार; कारण अजून रात्र असली तरी चंद्र प्रकाशतो आहे : या चांदण्यात तुझा चांगला रसगुल्ला करतो. (तरवार उपसतो.) ए रांडेच्या अवलादीच्या हलकट हजामहौशा, तरवार काढ.

ऑझ्वल्ड दूर हो ! मला तुझ्याशी काहीही कर्तव्य नाही.

केंट ए बदमाषा, तरवार उपस. महाराजांच्या विरुद्ध लखोटे घेऊन येतोस आणि पित्याच्या महंतेविरुद्ध त्या पुत्रिकेच्या अहंतेची बाजू घेतोस. ए बदमाषा, तरवार उपस; नाहीपेक्षा तुझ्या पोटऱ्यांची अशी सागुती बनवून टाकतो. असा सामोरा ये.

ऑझ्वल्ड धावा हो धावा ! खून ! धावा हो धावा !

केंट ए हलकटा, वार कर; ए बदमाषा, प्रतिकार कर, प्रतिकार; ए छाकट्या, वार कर की. (त्याला बदडतो.)

ऑझ्वल्ड धावा हो धावा ! खून ! खून !

[एडमंड आपली कट्यार उपशीत प्रवेश करतो.]

एडमंड काय रे ! काय प्रकार आहे ? दूर व्हा !

केंट दूर जाईन, पण तुझ्याबरोबर, समजलास बच्चमजी. ये की, तुला पण पहिले रक्त दाखवतो. ये की, मालकाच्या बच्चा.

(कॉर्नवॉल, रीगन, ग्लॉस्टर आणि सेवक प्रवेश करतात.)

ग्लॉस्टर हत्यारे ! शस्त्रे ! काय आहे इथे चाललेले ?

कॉर्नवॉल हात आवरा, आपल्या जिवाची पर्वा असल्यास !
पुन्हा लढेल तो प्राणाला मुकेल – काय आहे हा प्रकार ?

रीगन माझ्या बहिणीकडून आणि महाराजांकडून आलेले जासूद.

कॉर्नवॉल तुमचा तंटा कशाबद्दल ? बोल.

ऑझ्वल्ड हुजूर, मला दम लागला आहे हो.

केंट आश्चर्य नाही, तुझे शौर्य भलतेच उताला आले होते. अरे डरपोक हलकटा, तुला निसर्गाने बनवलेला नाही, शिंप्याने बनवलेला आहे.

कॉर्नवॉल तू एक विक्षिप्तच प्राणी आहेस. माणसाला काय शिंपी बनवतो ?

केंट शिंपीच, सरकार : पाथरवटाने किंवा चिताऱ्याने बनवले असते तर हा इतका कुरूप झाला नसता, त्यांनी नुसती दोन वर्षे धंद्यात काढली असती तरीसुद्धा.

कॉर्नवॉल अजून बोल, हे भांडण निघाले कसे ?

ऑझ्वल्ड सरकार, याची पांढरी दाढी बघून मी याला दिले प्राणदान
तरी या थेरड्या मवाल्याने –

केंट ए रांडेच्या अवलादीच्या 'ळ' ! अरे अनावश्यक अक्षरा ! हुजूर, आपली परवानगी असेल तर या बदमाषाची चुनखडी तुडवून त्याचा चांगला चुना बनवतो आणि काढतो गिलावा संडासाच्या भिंतीला. अरे शेपूटहलव्या, माझी पांढरी दाढी काढतोस काय ?

कॉर्नवॉल अरे ए, तोंड आवर !
पाशवी बदमाषा, तू वरिष्ठांना ओळखतोस की नाही ?

केंट होय सरकार; पण संतापाला काही सवलत असतेच ना.

कॉर्नवॉल तू संतापायचे कारण काय ?

केंट प्रामाणिकपणा न बाळगणारा हा दासीपुत्र स्वत:जवळ
तरवार बाळगतो, हेच कारण. हे असले हसरे हरामखोर
उंदराप्रमाणे टाकतात कुरतडून सहज न सुटणारे गुंतागुंतीचे
पवित्र प्रेमरज्जू. आपल्या धन्याच्या नैसर्गिक स्वभावात
बंडाळी माजवणाऱ्या प्रत्येक विकाराची करतात खुषमस्करी.
त्यांच्या विस्तवात ओततात तेल; त्यांच्या थंडपणावर ठेवतात बर्फ;
देतात नकार, देतात होकार, – आणि फिरवतात स्वत:ची पाठ
वारा वाहील त्या दिशेने आपल्या मालकाच्या लहरीप्रमाणे;
जाणतात फक्त, कुत्र्यासारखे, पाठीमागून कसे जावे ते.
होवो सत्यानाश या तुझ्या फेफऱ्यासारख्या फिक्या चेहऱ्याचा !
मी कुणी विदूषक असल्यासारखा माझ्या बोलण्याला हसतोस काय ?

ए कोंबडीच्या, तू मला मोकळ्या मैदानात भेटून बघ,
असा पिटीन की क्कॅक क्कॅक करीत आपल्या खुराड्यात परत जाशील.

कॉर्नवॉल वृद्ध गृहस्था, तुला वेडबीड लागलेले नाही ना ?

ग्लॉस्टर तुमचे भांडण कसे झाले, ते सांग.

केंट परस्परविरुद्ध कोणत्याही गोष्टींमध्ये जेवढा वैरभाव असू शकतो
त्याहून अधिक आहे माझ्यामध्ये आणि असल्या बदमाषामध्ये.

कॉर्नवॉल का म्हणतोस त्याला बदमाष ? काय आहे त्याचा अपराध ?

केंट त्याचा चेहरा मला खटकतो.

कॉर्नवॉल असेल खटकत कदाचित माझाही, किंवा त्याचाही; किंवा तिचाही.

केंट सरकार, स्पष्ट बोलणे हाच माझा आहे व्यवसाय :
या क्षणी मला माझ्यासमोर कुणाच्याही खांद्यावर दिसतात त्याहून
अधिक चांगले चेहरे आहेत मी पाहिलेले माझ्या आयुष्यात.

कॉर्नवॉल हा आहे कुणीतरी गृहस्थ
स्पष्ट बोलण्याबद्दल प्रशंसा झाल्यामुळे जहाल कठोरपणाचा आव आणणारा
आणि आपल्या स्वभावाशी विसंगत अशी शैली बुद्ध्या स्वीकारणारा :
छे, तो कधीही नाही करीत कुणाचीही खुषमस्करी !
सच्च्या आणि सरळ वृत्तीमुळे तो नेहमीच बोलतो सत्य !
आणि तेच इतरांनीही पाहिजे मानले ! न मानल्यास, तो झाडणारच.
बदमाषांची ही जात मी आहे चांगलाच ओळखून.
शिष्टाचारांना जपत जपत आपली नित्याची कामे ओढणाऱ्या
पन्नास लाचार हुजऱ्यांपेक्षाही ह्यांच्या ह्या सरळपणामध्ये
असतात दडलेले अधिक डावपेच आणि अधिक नाठाळ धोरणे.

केंट सरकार, श्रद्धायुक्त अंत:करणाने आणि विशुद्ध सत्याला स्मरून
चमकत्या आदित्याच्या भालप्रदेशावरील त्या तेजस्वी अग्निवलयाप्रमाणे
जिचा प्रभाव अशा आपल्या महान कृपादृष्टीने प्रेरित होत्साता –

कॉर्नवॉल या सगळ्याचा अर्थ काय ?

केंट तुम्ही जिचा हा इतका अधिक्षेप केलात त्या माझ्या भाषाशैलीतून बाहेर पडणे. सरकार, मी खुषमस्कऱ्या नाही हे मला ठाऊक आहे. ज्याने सरळ बोलून तुम्हांला बनवलेन तो सरळसरळ बदमाषच होता; तशी बदमाषी मी करणार नाही; मी ती करावी अशी तुम्ही विनंती केलीत तर त्याकरिता नाखूष झालात तरीसुद्धा.

कॉर्नवॉल तू त्याचा अपमान केलास तो कोणता ?

ऑझ्वल्ड मी नाही कोणताही केलेला :
नुकतीच महाराजांना, याच्या धनीसाहेबांना, आली लहर
मला चोपावे अशी, त्यांचा काही गैरसमज झाल्यामुळे;
तेव्हा त्यांच्याशी गुप्तगू ठेवून त्यांच्या नाखुषीची खुशामत करणाऱ्या
या माणसाने माझे पाठीमागून ओढलेन पाय; खाली पडल्यावर,
गेला शेफारून, लागला बरळायला, आणि आणलान एवढ्या प्रचंड
पौरुषाचा आव की स्वत:ला बनवलेन सन्माननीय, मिळवलीन प्रशंसा
प्रत्यक्ष महाराजांची तोल जाऊन खाली पडलेल्याला पाडू शकल्याबद्दल;
आणि ह्या भयंकर पराक्रमाच्या प्रथमच मिळालेल्या ऐन धुंदीमध्ये
इथे पुन्हा उपसलीन तरवार माझ्याविरुद्ध.

केंट एकूण एक सर्व बदमाष आणि डरपोक असतात समजत
आपल्या तुलनेने एजॅक्सला महामूर्ख.

कॉर्नवॉल या घेऊन एक खोडा !
अरे निगरगट्ट थेरड्या बदमाषा, वयोवृद्ध घमेंडानंदा,
आम्ही तुला धडाच शिकवतो.

केंट सरकार, धडा शिकायला मी आहे फार म्हातारा.
माझ्यासाठी तुमचा खोडा नको मागवायला. मी आहे महाराजांचा सेवक.
त्यांच्याच कामासाठी मला आहे आपल्याकडे पाठवण्यात आलेले;
प्रत्यक्ष माझ्या धन्याच्याच व्यक्तित्वाचा आणि प्रतिष्ठेचा
आपल्या हातून घडेल अनादर आणि अत्यंत धाडशी अधिक्षेप
ज्यांच्या जासुदाला खोड्यात अडकवल्यास.

कॉर्नवॉल या घेऊन एक खोडा !
माझ्यात प्राण व प्रतिष्ठा असल्यास, तो बसणार त्यात दुपारपर्यंत.

रीगन दुपार होईपर्यंत ! अहो हुजूर, रात्र होईपर्यंत; आणि सबंध रात्रभरसुद्धा.

केंट अहो बाईसाहेब, मी जरी आपल्या वडिलांचा कुत्रा असलो
तरी आपण मला असे वागवता कामा नये.

रीगन महाशय, त्यांचे सेवक असल्याने जरूर वागवीन.

कॉर्नवॉल आमच्या मेव्हणीने वर्णन केले अगदी खुद्द त्याच रंगाचा
हा माणूस. चला, तो खोडा इकडे आणा.
[खोडा बाहेर आणतात.]

ग्लॉस्टर मला हुजुरांना प्रार्थना करू दे, असे काही करू नका.
त्याचा अपराध मोठा आहे, आणि आपले कृपाळू महाराज,
त्याचे धनी, त्याला त्याबद्दल घेतील फैलावर.
आपण योजिलेली रासवट शिक्षा अशी आहे, ती देतात
फक्त अत्यंत खालच्या दर्जाच्या आणि उद्धट अशा अडाण्यांना
चोऱ्यामाऱ्या करण्याबद्दल, आणि अत्यंत हीन अपराधाबद्दल.
जर त्याला अशा रीतीने प्रत्यवाय झाला, आणि आपल्या
जासुदामधून इतके आपल्यालाच कमी लेखलेले त्यांना जाणवले
तर महाराजांची नक्कीच होईल फार इतराजी.

कॉर्नवॉल त्याचे उत्तर मी देईन.

रीगन जर तिने पाठवलेल्या अधिकाऱ्याला झाली शिवीगाळ आणि मारपीट
तिने सांगितलेली कामगिरी करण्याबद्दल, तर न जाणो माझ्या बहिणीची
व्हायची इतराजी त्याहून अधिक. घाला खोड्यामध्ये त्याचे पाय.
[केंटला खोड्यात अडकवतात.]
या, सरकार, आपण निघू या.
[ग्लॉस्टर आणि केंट सोडून बाकी सर्व जातात.]

ग्लॉस्टर मित्रा, फार वाईट वाटते तुझ्याबद्दल. ही नरेशांची लहर आहे;
अवघ्या दुनियेला आहे ठाऊक, त्यांच्या स्वभावाला कसलीही हरकत
किंवा प्रत्यवाय नाही सहन होत. मी तुझ्याबद्दल रदबदली करीन.

केंट सरकार, नको. मला घडला आहे त्रासाचा प्रवास आणि जागरण;
काही काळ झोप काढीन, उरलेल्या वेळात बसेन शीळ घालीत,
कुणाला ठाऊक, सज्जनाचे भाग्य उजळायचे खोड्यातही :
आपली सकाळ सुखाची जाऊ दे.

ग्लॉस्टर या गोष्टीला नरेशच जबाबदार; यामुळे नक्कीच इतराजी होणार.
[जातो.]

केंट अरे राजा, त्या सर्वसामान्य म्हणीचा येणार तुला पडताळा,
प्रथम होतास देवाच्या दारात, तिथून आलास उन्हाच्या माऱ्यात.
मर्त्य लोकांच्या मार्गदर्शक प्रदीपा, ये आसमंतात;
मला वाचू दे हे पत्र त्या तुझ्या सुखावणाऱ्या किरणामध्ये,
फक्त विपत्तीलाच भेटतात चमत्कार, इतरांना नव्हे.
हे कॉर्डीलिआकडून आहे आलेले, याची आहे मला कल्पना;

मोठ्या दैवयोगाने आहे तिला कळवली गेलेली ही माझ्या
वेषांतराची अवस्था; आणि तीही योग्य वेळी करील हस्तक्षेप
या असाधारण अशा परिस्थितीत, अपायावरती उपाय करण्यासाठी.
फार भागलेल्या आणि जागलेल्या या माझ्या जडावलेल्या डोळ्यांनो,
घ्या फायदा या संधीचा हे लाजिरवाणे असे विश्रांतिस्थल
दृष्टिआड करण्यासाठी.
भाग्यदेवते, शुभ रजनी; हास पुन्हा एकदा; फिरव तुझे चक्र!
(झोपतो.)

प्रवेश तिसरा

[एक जंगल. एडगर प्रवेश करतो.]

एडगर मी ऐकली माझ्या नावाने दवंडी पिटलेली;
आणि प्रसंगीच झाडाच्या ढोलीचा आश्रय मिळाल्यामुळे
निसटलो पाठलागातून. एकही बंदर नाही खुले राहिलेले;
नाही एकही अशी जागा जिथे मला पकडण्यासाठी
नाही ठेवलेला खडा पहारा आणि अत्यंत असाधारण गस्त.
जोवर आहे निसटण्याची शक्यता तोवर करणार मी आत्मरक्षण.
मला सुचते आहे एक कल्पना : माणूस किती तिरस्करणीय आहे,
हे दाखवण्यासाठीच विपन्नावस्थेने जनावराच्या आसपास आणलेले
असे एक अत्यंत हीन व दरिद्री सोंग आपण घ्यायचे.
माझा चेहरा रंगवतो घाणीने, माझ्या कंबरेशी गुंडाळतो कांबळे,
माझ्या एकूण एक सर्व केसांचा गुंता करून बनवतो पेळवा,
आणि नागडेपणाचे प्रदर्शन घडवीत करतो सामना
या आकाशाच्या वाऱ्यावादळाशी आणि उपद्रवाशी.
हा देश मला पुरवतो वेड पांघरणाऱ्या अशा भिकाऱ्यांची
अनेक उदाहरणे आणि आदर्श, जे तोंडाने गर्जना करीत
खुपसतात टाचण्या, लाकडाचे काटे, खिळे, टणटणीच्या काटक्या,
आपल्या बधिरलेल्या आणि मृतप्राय उघड्या दंडामध्ये;

आणि या भयप्रद अवतारामुळे घडवतात दानधर्म खालावलेल्या शेतांकडून,
भिकारड्या खेड्यांकडून, मेंढरांच्या मांगराकडून, पिठाच्या चक्क्यांकडून,
कधी पिसाट शाप देत, कधी दयेची प्रार्थना करीत.
''भिक्षा घाला हो भिक्षा ! टुकार टॉमला भिक्षा !''
यात आहे आशा काहीतरी : या एडगरमध्ये काहीच नाही.
[जातो.]

प्रवेश चौथा

[ग्लॉस्टरच्या किल्ल्यापुढे. केंट खोड्यामध्ये आहे.
लिअर, विदूषक आणि एक अधिकारी प्रवेश करतात.]

लिअर ती घरातून अशी निघून जावीत आणि त्यांनी माझा जासूदही परत पाठवू नये हे आहे फार चमत्कारिक.

अधिकारी माझ्या माहितीप्रमाणे
या थारेपालटाची कसलीही कल्पना रात्रीपूर्वी त्यांना नव्हती.

केंट महनीय धनीसाहेब, आपले सुस्वागत.

लिअर वा !
ही असली लज्जास्पद गोष्ट करमणूक मानतोस ?

केंट नाही सरकार.

विदूषक वा, वा ! त्याने घातलेत तलम पायबंद. घोड्यांची डोकी बांधतात, कुत्रे आणि अस्वले यांची मान बांधतात, माकडांच्या कमरा बांधतात, आणि माणसांचे पाय बांधतात : एखाद्या माणसाचे पाय फार वळवळ करू लागले की त्याला हे लाकडी पायमोजे घातलेच पाहिजेत.

लिअर तुला इथे अडकवण्याइतका तुझ्या स्थानाविषयी ज्याने गैरसमज
करून घेतला, तो कोण ?

केंट तो आणि ती अशी दोघे, तुमचे जामात आणि कन्या.

लिअर नाही.

केंट होय.

लिअर मी सांगतो, नाही.

केंट मी सांगतो, होय.

लिअर नाही, नाही; त्यांनी हे केलेले नाही.

केंट होय, त्यांनीच केले.

लिअर मी ज्युपिटरच्या शपथेवर सांगतो, नाही.

केंट मी ज्यूनोच्या शपथेवर सांगतो, होय.

लिअर ते करण्याची त्यांची छाती नाही,
त्यांना ते झेपणार नाही, करावेसे वाटणार नाही. जाणूनबुजून
असा आततायी जुलूम करणे हे आहे खुनाहूनही वाईट.
आमच्याकडून आल्यानंतर त्यांनी तुला अशी वागणूक का दिली
किंवा तू त्या गोष्टीला कशामुळे पात्र ठरलास
हे मला समजावून दे, योग्य तितकी त्वरा करून.

केंट हुजूर, जेव्हा त्यांच्या स्वत:च्या घरी
सरकारस्वारीचे ते लखोटे मी त्यांना सुपूर्द केले
तेव्हा, सेवावृत्तीने गुडघे टेकून माझ्या जागेवरून उठण्यापूर्वीच,
तिथे थडकला घामाने डबडबलेला एक घोडेस्वार,
स्वत:च्या घाईगर्दीत शिजून निघालेला, आणि अर्धवट दमछाक झालेला;
धापा टाकीत त्याने सांगितले त्याच्या मालकिणीचे – गॉनरिलचे – प्रणिपात,
केलान बटवडा स्वत:च्या पत्रांचा दुसऱ्याची कामगिरी चालू असतानाच,
जी त्यांनीही वाचली ताबडतोब : त्यातील मजकुरामुळे त्यांनी तत्काळ
बोलावला एकत्र आपला नोकरवर्ग आणि लगेच पकडले घोडे;
मला फर्मावले मागोमाग यायला, आणि त्यांना सवड मिळेपर्यंत
त्यांच्या उत्तराची वाट पाहायला; माझ्याबद्दल दाखवला तिरस्कार.
आणि माझी या ठिकाणी पडली गाठ या दुसऱ्या जासुदाबरोबर;
त्याच्या स्वागताने माझ्या स्वागतात विष कालवलेले मी पाहिले;
ज्याने नुकतेच सरकारस्वारीपुढे आपल्या उद्धटपणाचे प्रदर्शन केलेन
तोच माणूस हा निघाल्यामुळे, आणि माझ्यात शहाणपणापेक्षा
शौर्य हेच अधिक असल्यामुळे, मी माझी उपसली तरवार;
त्याने उठवले सारे घरदार मोठमोठ्या भेकड किंकाळ्यांनी.
ही आगळीक तुमचे जामात आणि कन्या यांना वाटली
ती इथे भोगीत असलेल्या या लज्जास्पद गोष्टीला पात्र.

विदूषक जंगली हंस त्या दिशेला उडत असतील तर इकडचा हिवाळा अजून संपलेला नाही.

बापाजवळी चिंध्या उरता
मुले आंधळी पैदा होती,
बापाजवळी थैल्या जमता
मुले दयाळू जन्मा येती.
भाग्यदेवता, अस्सल रंडी,
गरिबासाठी दार न उघडी.

ते काही असले, तरी सबंध वर्षामध्ये सांगून संपणार नाही इतके द्रव्य तुम्हांला तुमच्या मुलींकडून मिळेल हे नक्की.

लिअर आयायी ! हा बायगोळा वर सरकतो आहे माझ्या हृदयाकडे; गर्भस्थ वातविकार ! वर चढणाऱ्या दु:खा, खाली सरक ! तुझी खरी जागा खाली आहे. कुठे आहे ती कन्या ?

केंट नरेशांच्या जवळ, सरकार : इथे आतमध्ये.

लिअर नका येऊ, माझ्यामागून. इथेच थांबा तुम्ही.
[जातो.]

अधिकारी तुम्ही सांगता त्याहून अधिक कसलीही आगळीक तुम्ही केली नाही ?

केंट कसलीही नाही.
इतक्या लहान लवाजम्यानिशी महाराज आले, हे कसे घडले ?

विदूषक आणि तुला या प्रश्नाबद्दलच खोड्यामध्ये घातले असते तरीसुद्धा ते योग्य ठरले असते.

केंट का रे, विदूषका ?

विदूषक आम्ही तुला एका मुंगीकडे शिकायला पाठवणार आहोत. ती तुला शिकवून देईल की हिवाळा हा काम करण्यासाठी नसतो. आंधळ्याशिवाय बाकीची सर्व माणसे नाकासमोर जाण्यापूर्वी डोळ्यांचा सल्ला घेतात; आणि विसांमधले एकही नाक असे नसते की ज्याला आंबलेल्या माणसाची घाण येत नाही. एखादे महाचक्र उतारावरून खाली घसरू लागले की ते आपल्या पकडीतून सोडून द्यावे, नाहीतर त्याच्यामागून जाताना तुमच्या मानेचा चुराडा व्हायचा. पण जर का ते महाचक्र चढणीला लागलेले असले तर मात्र ते त्याच्याबरोबर आपल्यालाही वर ओढील असे पाहावे. याहून अधिक चांगला सल्ला तुला एखाद्या शहाण्याने दिला की हा माझा सल्ला मला परत कर. एका मूर्खानेच तो

दिलेला असल्यामुळे बदमाषाशिवाय दुसऱ्या कोणीही तो मानू नये अशी माझी शिफारस आहे.

जो गृहस्थ करतो स्वार्थासाठी सेवा
अन् फिरतो मागुन उपचाराच्यासाठी
तो मारिल दांडी पडेल पाउस तेव्हा
अन् सोडिल तुजला वादळवाऱ्यापोटी.
पण दिसेल तुज हा मूर्ख तुझ्या शेजारी,
पळतील शहाणे जेव्हा तोडुन पाश.
बदमाषच जाता पळून ठरतिल मूर्ख.
हा मूर्ख न ठरणे केव्हाही बदमाष.

केंट अरे विदूषका, हे तू शिकलास कुठे ?

विदूषक अरे खुळ्या, खोड्यामध्ये नव्हे.

[लिअर आणि ग्लॉस्टर पुन्हा प्रवेश करतात.]

लिअर माझ्याबरोबर बोलायचे नाकारतात ! त्यांना बरे नाही ! ती दमली आहेत !
सबंध रात्रभर आहे त्यांना प्रवास घडलेला ! नुसत्या सबबी, समजलास.
ही आहेत बंडाची आणि रोजद्रोहाची लक्षणे.
त्यांच्याकडून अधिक जबाबदार असे उत्तर घेऊन ये.

ग्लॉस्टर हुजूर,
आपण जाणता ह्या नरेशांचा शीघ्रसंतापी स्वभाव,
त्यांनी ठरवलेल्या धोरणाबाबत किती अचल आणि घट्ट
ते असतात ते.

लिअर सूड ! पीडा ! विनाश ! विद्रोह !
शीघ्रसंतापी ! हा कसला स्वभाव ? ग्लॉस्टर, ग्लॉस्टर,
कॉर्नवॉलच्या नरेशाशी, त्याच्या पत्नीशी, मी बोलू इच्छितो.

ग्लॉस्टर हुजूर, मी त्यांना तसे सांगितले.

लिअर तसे सांगितले ! अरे गृहस्था, मी बोलतो ते कळते आहे ना ?

ग्लॉस्टर जी, हुजूर.

लिअर या राजाला त्या नरेशाशी आहे बोलायचे; या सख्ख्या बापाला
आपल्या मुलीशी बोलायचे आहे, अधिकाराने, हक्काने.
हे त्यांना समजले आहे का ? माझा श्वास आणि माझे रक्त !
शीघ्रसंतापी ! शीघ्रसंतापी नरेश ! त्या तापलेल्या नरेशाला सांगा –

नको, पण इतक्यात नको; कदाचित त्यांना बरे नसेल :
नेहमीच आजारपणामुळे होते दुर्लक्ष सगळ्या कर्तव्यकर्माकडे
आपल्या आरोग्याशी निगडित असलेल्या; तेव्हा आपण आपण नसतो,
जेव्हा प्रकृती त्रस्त झाल्यामुळे करते हुकूम आपल्या मनाला
आपल्या शरीराबरोबर क्लेश भोगण्याचा. मी मला आवरले पाहिजे;
बरे नसलेल्या आजारी माणसाच्या एखाद्या लहरीची
खऱ्या माणसाशी गल्लत करणाऱ्या त्या माझ्या अविचारीपणाचाच
मला आहे राग आलेला. पटकी पडो माझ्या राजसत्तेवर !
[केंटकडे पाहून]
ह्याने काय म्हणून यात बसायचे ? ह्या कर्मावरून असे वाटते
की नरेशांचा आणि तिचा हा अंगचुकारपणा आहे बनवाबनवीचा.
माझ्या नोकराला मोकळा करा. जा, त्या नरेशांना
आणि त्याच्या पत्नींना सांगा, मी त्यांच्याशी बोलू इच्छितो,
आत्ता, ताबडतोब : त्यांना म्हणावे बाहेर या, आणि माझे म्हणणे ऐका,
नाहीपेक्षा मी त्यांच्या शयनगृहाच्या दरवाजापुढे ढोल बडवीन
त्यांच्या निद्रेचा मृत्यू होईपर्यंत.

ग्लॉस्टर तुम्हा दोघांमध्ये सदिच्छा नांदो, हीच इच्छा.
[जातो.]

लिअर माझ्या अंत:करणा, माझ्या तडफडत्या अंत:करणा, शांत हो !

विदूषक काकाजी, त्याच्यावरच ओरडा आता; त्या मायाळू काकूबाई जशा त्या वावावर ओरडल्या ना तसे; बिचाऱ्या वावांना जिवंत असतानाच पिठात घातलेन आणि मग त्यांच्या बोडक्यावर काठी आपटीत म्हणते कशी, 'शांत व्हा, मेल्यांनो, शांत व्हा !' त्यांचा भाऊ, त्याने ते सगळे उचललेन आणि गवतात मिसळलेन, स्वत:च्या घोड्यावरील विशुद्ध प्रेमामुळे.
[ग्लॉस्टर पुन्हा प्रवेश करतो. बरोबर कॉर्नवॉल, रीगन आणि सेवक.]

लिअर तुम्हा दोघांनाही सुप्रभात !

कॉर्नवॉल सरकारस्वारींचे स्वागत असो !
[केंटची सुटका होते.]

रीगन हुजुरांची भेट झाल्यामुळे मला फार आनंद झाला.

लिअर रीगन, मलाही वाटते तुला झाला असावा; मला असे का वाटते
तेही आहे मी ओळखून : तुला जर आनंद न होता,
तर तुझ्या आईच्या थडग्यापासून मी घटस्फोटच घेतला असता
ती जारिणीची कबर समजून. (केंटला) अरे ! तू मोकळा झालास वाटते ?
त्याबद्दल पुन्हा केव्हातरी. लाडके रीगन,
तुझी बहीण नीच आहे. अग रीगन, तिची निर्दयता
आहे मला एखाद्या गिधाडाप्रमाणे, इथे डसलेली,
(हृदयाकडे बोट दाखवून)
मला तुला सांगता येणार नाही; तुझा विश्वास बसणार नाही.
किती कमालीच्या हलकटपणाने – अग रीगन !

रीगन सरकार, मी प्रार्थना करते, शांत व्हा. मला वाटते,
आपल्या कर्तव्याकडे ती जितके दुर्लक्ष करते त्याहून दुर्लक्ष
आपण करता तिच्या योग्यतेकडे.

लिअर असे म्हणतेस ? ते कसे काय ?

रीगन माझी बहीण आपल्या कर्तव्यकर्मात यत्किंचितही उणी पडेल
हेच नाही मला पटत. जर सरकार, यदाकदाचित
आपल्या लवाजम्यातील माणसांच्या दंगलीवर तिने असेल
मर्यादा घातलेली, तर असणार अशा कारणासाठी नि अशा सद्हेतूने,
की त्यामुळे ती ठरेल संपूर्ण निर्दोषी.

लिअर कोसळोत तिच्यावर माझे शिव्याशाप !

रीगन सरकार, आपण म्हातारे झालात;
स्वाभाविक शक्तीने आहे आपल्यामध्ये तिच्या मर्यादेची हद्द गाठलेली :
तुमची स्थिती तुमच्यापेक्षाही अधिक समजणाऱ्या तारतम्याचेच
आता तुमच्यावर पाहिजे नियंत्रण आणि अधिसत्ता.
म्हणूनच आपणाला करते प्रार्थना, आपण आमच्या त्या बहिणीकडेच
परत जा. म्हणा तिला, मी तुझ्यावर अन्याय केला असे.

लिअर काय तिची माफी मागू ?
या घराण्याला हे कितपत शोभून दिसेल ते तूच पाहा :
''प्रिय कन्ये, मी कबूल करतो मी आहे वृद्ध झालेला;
वृद्ध माणसे असतात निरुपयोगी. मी गुडघे टेकून भीक मागतो,
[गुडघे टेकतो.]
तू माझ्या अन्न, वस्त्र आणि निवाऱ्याची कृपा करून सोय कर.''

रीगन सरकार, पुरे करा. ह्या सगळ्या किळसवाण्या क्लृप्त्या झाल्या.
तुम्ही माझ्या त्या बहिणीकडे परत जा.

लिअर रीगन, कदापिही नाही.
तिने माझा अर्धा लवाजमा कमी केला;
घातकी नजरेने माझ्याकडे पाहिले; सापासारख्या आपल्या जिभेने
माझ्या हृदयावर फटके मारले; परमेश्वरी कोपाचा यच्चयावत साठा
पडू दे कोसळून तिच्या टाळक्यावर ! विध्वंसक वाऱ्यांनो,
करा पांगळी तिच्या गर्भातील अर्भकाची हाडे !

कॉर्नवॉल धिक्कार, सरकार, धिक्कार !

लिअर अचपळ विद्युल्लतांनो, द्या फेकून अंध करणाऱ्या तुमच्या ज्वाला
त्या तिच्या नतद्रष्ट डोळ्यामध्ये ! शक्तिमान सूर्याकडे आकर्षित होणाऱ्या
दलदलीतील धुक्यांनो, करा रोगग्रस्त तिचे सौंदर्य
तिला स्थानभ्रष्ट, जर्जर करण्यासाठी.

रीगन अगा पूजनीय देवदेवतांनो !
संतापाची लहर आल्यावर तुम्ही मलाही असेच चिंतणार –

लिअर रीगन, नाही, तुला नाही कधीही मिळणार माझे शिव्याशाप :
तुझा सुकोमल असा स्वभाव नाही जाणार कठोरपणाच्या आहारी :
तिचे डोळे आहेत उग्र, पण तुझे आहेत सुखावणारे,
न जाळणारे. नाही होणार तुला इच्छा
माझ्या सुखसोयीबद्दल कुरकूर करण्याची, माझा लवाजमा छाटून टाकण्याची,
विवेक सोडून माझ्याशी तणतणण्याची, माझ्या तनख्याला काट मारण्याची,
आणि सरतेशेवटी माझ्या येण्याला प्रतिबंध व्हावा म्हणून
आपल्या दरवाजाला कडी लावण्याची. तुला आहे अधिक जाणीव
निसर्गप्रणीत कर्तव्यकर्माची, अपत्याच्या प्रेमबंधाची,
दाक्षिण्याच्या वर्तणुकीची, कृतज्ञतेच्या देयाची;
मी तुला प्रदान केलेले अर्धे राज्य तू नाहीस
अजून विसरलेली.

रीगन अहो सरकार, मुद्द्याकडे वळा.

लिअर माझ्या नोकराला या खोड्यामध्ये कुणी घातले ?
[आत एक विशिष्ट असा तुतारीचा आवाज.]

कॉर्नवॉल कुणाची तुतारी ?

रीगन मी ओळखते ती, माझ्या बहिणीची. हे जुळते आहे तिच्या पत्राशी,
ती लौकरच इकडे येणार होती.
[ऑझ्वल्ड प्रवेश करतो.]
तुझ्या धनीसरकार आल्या का रे ?

लिअर हाच तो दासीपुत्र, ज्याची सारी उपरी घमेंड
आहे अवलंबून त्याच्या मालकिणीच्या छचोर मर्जीवर
ए वेठबिगाऱ्या, हो चालता माझ्या दृष्टिसमोरून !

कॉर्नवॉल हुजूर, याचा अर्थ काय ?

लिअर माझ्या नोकराला खोड्यात कुणी घातले ? रीगन, तुला हे माहिती नसावे
अशी मी आशा करतो. हे कोण आले ?
[गॉनरिल प्रवेश करते.]
अगा देवतांनो,
जर असेल तुम्हांला प्रेम वृद्ध माणसांबद्दल, जर तुमच्या मधुर स्वामित्वाची
असेल अनुमती आज्ञाधारकपणाला, जर असलात स्वत:च वयोवृद्ध,
तर हे कार्य माना आपलेच, द्या प्रचीती; राहा माझ्या बाजूने !
(गॉनरिलला) ही माझी दाढी पाहिल्यावर नाही का तुला शरम वाटत ?
अग रीगन, तिच्या हातात तू आपला हात मिळवतेस ?

गॉनरिल सरकार, का नाही मिळवणार ? असा काय अपराध केला मी ?
विवेकशून्यतेला तसा वाटला, आणि म्हातारचळाने तसे म्हटले,
म्हणून सगळाच अपराध नाही ठरत.

लिअर माझ्या फुप्फुसांनो ! तुम्ही भलतीच मुर्दाड आहात;
अजून तुम्ही टिकलातच कशी ? माझा नोकर खोड्यात कसा पडला ?

कॉर्नवॉल सरकार, मी त्याला तिथे घातला; पण त्याचे स्वत:चे गैरवर्तन
त्याहूनसुद्धा हलक्या शिक्षेला पात्र ठरते.

लिअर तुम्ही ! तुम्ही घातलात !

रीगन पिताजी, प्रार्थना करते; दुबळे आहात हे समजून वागा.
तुमचा महिना संपेपर्यंत, जर तुम्ही माझ्या बहिणीकडे
परतणार असाल, आणि आपला अर्धा लवाजमा कमी करून
राहणार असाल, तर त्यानंतर माझ्याकडे या : मी सध्या
आहे दूर माझ्या घरापासून, आणि माझ्याजवळ आहे अभाव
तुमच्या तैनातीसाठी आवश्यक असणाऱ्या सामानसुमानाचा.

लिअर तिच्याकडे परत जायचे ? आणि तेही पन्नास माणसे कमी करून ?
नाही, मी त्यापेक्षा करीन त्याग सगळ्याच छपरांचा
आणि करीन झुंजणेच पसंत वाऱ्याच्या वैराबरोबर.
बनेन सहप्रवासी त्या लांडग्यांचा आणि घुबडांचा.
दारिद्र्याचा दाहक दंश ! तिच्याबरोबर परत जायचे !
तसे केल्यास स्त्रीधनावाचून आमच्या कनिष्ठ कन्येचा स्वीकार करणाऱ्या
त्या विकारवश फ्रान्सच्या सिंहासनापुढे गुडघेही टेकीन,
आणि स्वत:चा क्षुद्र आयुष्यक्रम चालू ठेवण्यासाठी, बारगिरासारखी,
तैनातीची भीकही मागेन. तिच्याबरोबर परत जायचे ?
त्यापेक्षा या तिरस्करणीय चपराशाचाच गुलाम आणि हमाल व्हायला
मला सांगा. (ऑझ्वल्डकडे बोट दाखवीत.)

गॉनरिल सरकार, आपल्याला आवडेल तेच निवडा.

लिअर मुली, मी प्रार्थना करतो, माझे डोके फिरवू नको :
माझ्या पोरी, मी पुन्हा तुझ्या वाटेला जाणार नाही; सुखी राहा.
आपण पुन्हा भेटणार नाही, पुन्हा एकमेकांना पाहणार नाही;
पण तरीही तू आहेस माझेच मांस, माझेच रक्त, माझीच मुलगी;
किंवा त्याहूनही माझ्याच मांसातला एक रोग,
ज्याला मी माझा असे म्हटलेच पाहिजे : तू आहेस एक गळू,
एक प्लेगाची गाठ, किंवा एक कुजलेली काळपुळी,
माझ्या नासलेल्या रक्तामधली. पण मी तुला छेडणार नाही;
जेव्हा शरमेला यायचे असेल तेव्हा येऊ दे, मी तिला बोलावीत नाही;
त्या वज्रधारकाला वज्र फेक असे मी फर्मावीत नाही;
न्यायनिष्ठुर अशा जोव्हला तुझी करणी सांगत नाही.
तुला शक्य होईल तेव्हा सुधार, तुला सवड होईल तेव्हा चांगली हो,
मी सहनशक्ती वापरू शकेन; मी रीगनकडे राहू शकेन,
मी आणि हे माझे शंभर शिलेदार.

रीगन अगदी तसेच नको समजायला;
मी इतक्यात तुमची अपेक्षा केलेली नव्हती, आणि तुमच्या
योग्य स्वागतासाठी माझ्याजवळ नाही तयारीही. सरकार,
माझ्या बहिणीचे तुम्ही ऐका. या तुमच्या आततायीपणाशी

जो आपली बुद्धी भिडवील, त्याला जाणवेल तुमचे वार्धक्य,
आणि म्हणून – पण आपण काय करतो, तिला कळतेच.

लिअर हे बोलणे बरोबर आहे का ?

रीगन सरकार, मी म्हणत्ये ते बरोबर आहे : वा ! पन्नास शिलेदार
हे काय बरोबर नव्हे ? तुम्हांला अधिकांची गरज काय ?
किंवा इतक्यांचीही; कारण असे, त्यांचा खर्च आणि उपद्रव
या दोन्हीही गोष्टी आहेत इतक्या मोठ्या संख्येच्या विरुद्ध.
एकाच घरात दोन हुकुमतींखाली इतके लोक गुण्यागोविंदाने
नांदणारच कसे ? कठीण आहे; जवळजवळ अशक्य आहे.

गॉनरिल हुजूर, ज्यांना ती आपले म्हणते अशा नोकरांकडून,
किंवा माझ्या स्वत:च्या नोकरांकडून, आपण सेवा का घेऊ नये ?

रीगन खरेच, सरकार, का घेऊ नये ? मग जर आपल्या सेवेत ढिलाई झाली,
तर त्यांना आम्ही वठणीवर आणू शकू. आपण माझ्याकडे येणार असाल,
– तो धोका दिसतो आहे – तर आपणाला एक विनंती.
फक्त पंचवीस आणा बरोबर; त्याहून अधिकांना मी थारा
देणार नाही, त्यांची दखल घेणार नाही.

लिअर मी तुम्हांला सर्वस्व दिले –

रीगन आणि तेही वेळीच दिलेत.

लिअर तुम्हांला बनवले माझे व्यवस्थापक, माझे विश्वस्त,
पण ठेवला इतक्या संख्येचा लवाजमा बाळगण्याचा
राखीव हक्क. काय ! मी तुझ्याकडे फक्त पंचविसाचाच
लवाजमा आणावा ? रीगन, तू हे असेच म्हणालीस ?

रीगन हुजूर, आणि तेच पुन्हा म्हणते; त्याहून अधिक माझ्याकडे नको.

लिअर दुष्ट प्राणीही वाटतात चांगले जेव्हा दुसरे निघतात अधिक दुष्ट;
सर्वांहूनही वाईट नव्हे हीसुद्धा एकप्रकारची ठरते प्रशंसा.
[गॉनरिलला] मी येतो तुझ्याबरोबर : तुझे पन्नास हीसुद्धा आहे दुप्पट
या पंचविसांची, आणि तू आहेस दुप्पट तिच्या प्रेमाची.

गॉनरिल हुजूर, माझे ऐका,
काय गरज आहे तुम्हांला पंचविसांची, दहांची किंवा पाचांची
तुमच्या लवाजम्यामध्ये, जिथे घरामधील सगळ्याच नोकरांना
आहे हुकूम तुमची सेवा करण्याचा ?

रीगन एकाची तरी काय गरज ?

लिअर नका करू गरजेचा विचार; आपले भणंग भिकारीसुद्धा
त्या त्यांच्या दरिद्री संसारात बाळगतात वस्तू गरजेहून अधिक.
त्या शरीराला गरज असते तेवढेच फक्त द्या शरीराला,
आणि माणसाचे जीवन बनेल जीवनाहून सस्ते. तू आहेस प्रतिष्ठित स्त्री,
जर स्वत:ला ऊब देणे यातच असता सगळा भपकेदारपणा
तर शरीराला नसती गरज तुझ्या अंगावरील भपकेदार कपड्यांची,
जे देतात तुला ऊब अगदी यथातथाच. पण खऱ्याखुऱ्या गरजेबाबत –
अगा देवतांनो, ती सहनशक्ती मला द्या, मला सहनशक्तीचीच गरज आहे ! –
अरे देवांनो, तुम्ही मला इथे पाहता ना, एक गरीब म्हातारा माणूस,
वार्धक्याइतकाच विपत्तीने गांजलेला, दोन्हींमध्ये सारखाच असहाय !
जर असतील तुम्हीच उठविलेली ह्या मुलींची हृदये बापाविरुद्ध
तर निदान नका करू मला पागल ते नरमाईने
सहन करण्याइतका; माझ्यामध्ये करा संचार उदात्त क्रोधाचा,
आणि त्या बायकांच्या आयुधांनी, पाण्याच्या थेंबांनी, नको डागळायला
ही माझी पुरुषाची गालफडे ! नाही, अमानुष जखिणींनो,
मी तुमचा दोघींचाही असा सूड घेतलेला दिसेल
की ही सबंध दुनिया – अशी कर्मे करून राहीन –
ती कोणती याची अजून मलासुद्धा नाही कल्पना, पण तरीही
ती असतील पृथ्वीला कापवणारी ! तुम्हांला वाटते मी रडेन;
नाही, मी रडणार नाही.
मला रडण्यासाठी आहे कारण अगदी पुरेपूर,
[दुरून वादळाचा आवाज ऐकू येतो.]
पण त्यापूर्वी
हे काळीज विदीर्ण होऊन त्यांचे शंभर हजार तुकडे होतील,
मी तसा रडण्याच्या अगोदर. अरे विदूषका ! मला वेड लागेल रे.
[लिअर, ग्लॉस्टर, केंट आणि विदूषक जातात.]

कॉर्नवॉल आपण आत जाऊ या, वादळ होणार हे नक्की.

रीगन हा वाडा आहे लहान. ते म्हातारबुवा नि त्यांचे लोक
या सर्वांची इथे सोय होणे दिसते अशक्य.

गॉनरिल त्याचा दोष जातो त्यांच्याकडेच; त्यांनीच सोडले स्वत:चे स्वास्थ्य,
आणि आता चाखताहेत फळे स्वत:च्या मूर्खपणाची.

रीगन खास त्यांच्यापुरते, मी त्यांना आनंदाने स्वीकारीन,
पण लवाजम्यापैकी नाही एकही.

गॉनरिल मीही आहे तेच ठरवलेले.
ग्लॉस्टरचे सरकार गेले कुठे ?

कॉर्नवॉल बाहेर गेले म्हातारबुवांच्या मागोमाग. पण आता परतलेले दिसताहेत.
[ग्लॉस्टर प्रवेश करतो.]

ग्लॉस्टर महाराज संतापाने आहेत भडकलेले.

कॉर्नवॉल जाताहेत कोणीकडे ?

ग्लॉस्टर स्वार व्हायचा हुकूम देताहेत; पण जाणार कुठे ते नाही कळलेले.

कॉर्नवॉल त्यांच्या वाटेने त्यांना जाऊ द्यावे हेच उत्तम; तेच आहेत त्यांचे नेते.

गॉनरिल सरकार, कोणत्याही परिस्थितीत त्यांना नको राहण्याचा आग्रह.

ग्लॉस्टर अरेरे ! रात्र आहे येऊ घातलेली, आणि हे उजाड वारे
आहेत घोंघावत भेसूरपणाने, इथे आसपास अनेक कोसांपर्यंत
नाही सापडणार एक झुडूपही.

रीगन अहो सरकार, हट्टी माणसांना
त्यांनी स्वत:वर ओढवलेल्या आपत्तीच ठरतात गुरुस्थानी.
घ्या लावून तुमचे दरवाजे; त्यांच्या सेवेला आहे खडा
आततायी लवाजमा आणि त्यांना आहे सवय बदसल्ला ऐकण्याची;
ते लोक कोणत्या गोष्टीसाठी त्यांना भडकवतील
याचा विचारही शहाणपणाला वाटतो भयप्रद.

कॉर्नवॉल सरकार, घ्या लावून तुमचे दरवाजे; ही रात्र आहे वादळी;
माझ्या रीगनचाच सल्ला योग्य; वादळापासून चला आत.
[जातात.]

अंक तिसरा

प्रवेश पहिला

[एक ओसाड प्रदेश. वादळ; मेघगर्जना होते, विजा कडाडतात. केंट आणि एक सद्‌गृहस्थ परस्परांना भेटत प्रवेश करतात.]

केंट कोण आहे ते, वादळाव्यतिरिक्त ?

सद्‌गृहस्थ वादळासारखीच मन:स्थिती असलेला, एक अस्वस्थ.

केंट आपणांला ओळखतो. महाराज कुठे आहेत ?

सद्‌गृहस्थ करताहेत मुकाबला या प्रक्षुब्ध पंचमहाभूतांशी;
फर्मावताहेत वाऱ्याला ही पृथ्वीच दर्यात फेकण्यासाठी
किंवा उसळणारे दर्याचे पाणी जमिनीवर चढवण्यासाठी,
सगळेच बदलावे वा संपावे म्हणून; उपटताहेत स्वत:चे पांढरे केस;
आणि हा प्रमाथी झंझावात अंध संतापाने त्यांना आपल्या
झपाट्यात पकडून करतो आहे होते की नव्हते;
आपल्या इवल्याशा मानवी दुनियेमध्ये बनताहेत वादळी
ह्या उलटसुलट परस्परांशी झुंजणाऱ्या वाऱ्यापावसाहून.
अशा रात्रीमध्ये, जेव्हा पिलांना पाजणारी अस्वलेही राहतात बसून,
आणि बुभुक्षित लांडगे नि सिंह आपली लोकर ठेवतात कोरडी,
ते तेवढेच बोडक्या डोक्याने धावताहेत इतस्तत:
आणि लावताहेत पणाला सर्वस्व.

केंट पण त्यांच्याबरोबर आहे कोण ?

सद्गृहस्थ विदूषकाशिवाय कोणीही नाही. तो धडपडतो त्यांच्या हृदयातील
लसलसणाऱ्या दु:खावर आपल्या विनोदाने मात करण्यासाठी.

केंट मी, महाशय, आपणाला ओळखतो,
आणि म्हणूनच, या माझ्या ओळखीच्या आधारावर, करतो साहस
एक अत्यंत महत्त्वाचे काम आपल्यावर सोपविण्याचे.
ऑल्बनी नि कॉर्नवॉल या दोघांमध्ये आहे दुफळी, जरी अजूनही
तिचे तोंड आहे आच्छादित दोघांच्या मुत्सद्दीपणाखाली;
दोघांच्या पदरी आहेत सेवक – उच्चीचे ग्रह भाग्यस्थानी आल्यावर,
नसतात कुणाकडे – जे वरकरणी दिसतात तसेच, पण आतून
आहेत गुप्तहेर फ्रान्सच्या राजाचे आमच्याविषयी माहिती पुरवणारे;
नरेशांतील कुरबुरीची आणि कारस्थानाची, किंवा वयोवृद्ध उदार महाराजांशी
दोघांनी केलेल्या कठोर वर्तनाची, किंवा त्याहूनही अधिक गहन
अशा गोष्टीची, जिच्या संदर्भात बाकीचे ठरावे केवळ निमित्तमात्र –
काहीही असो, एवढे खरे, दुभंगलेल्या या दौलतीमध्ये आहे उतरत
फ्रान्सचे सैन्य; त्याने अगोदरच आहेत रोवले आपले पाय
आमच्या काही महत्त्वाच्या बंदरांमध्ये, आमच्या दुर्लक्षाचा फायदा घेऊन;
आणि आता आहे सुसज्ज आपला झेंडा उघडपणे फडकवण्यासाठी.
आता तुमच्या कामाबद्दल : जर माझ्यावर विश्वास ठेवून
डोव्हरपर्यंतचा पल्ला गाठण्याचे तुम्ही साहस करू शकलात,
तर महाराजांना किती अमानुष डोके फिरविणाऱ्या आपत्तींविरुद्ध
न्याय मागायला जागा आहे याविषयी खरी माहिती
उपलब्ध केल्याबद्दल आभार मानणारे काही लोक तुम्हांला भेटतील.
मी आहे उच्च वर्गातील, चांगल्या घराण्यातील, एक सद्गृहस्थ;
आणि मला काही जाणकारी व आत्मविश्वास असल्यामुळेच
हे काम सोपवतोय तुमच्यावर.

सद्गृहस्थ त्याविषयी मी आपल्याला नंतर सांगेन.

केंट नको, नंतर नको.
माझ्या बाह्यांगापेक्षा मी आहे पुष्कळ अधिक, याची खातरजमा
करून घेण्यासाठी तुम्ही ही थैली उघडा, आणि त्यातील
वस्तू उचला. जर आपण कॉर्डीलिआला भेटलात,
– आणि भिऊ नका, तुम्ही भेटालच – तर ही आंगठी तिला दाखवा,
आणि तीच तुम्हांला सांगेल तुम्ही न ओळखलेला

हा गृहस्थ कोण आहे ते. शिरा पडो या वादळावर !
मी महाराजांच्या शोधाला निघतो.

सद्गृहस्थ मला आपला हात द्या. अधिक काही आपल्याला सांगायचे ?

केंट चार शब्द, पण तरीही या सगळ्याहून अधिक महत्त्वाचे;
जर आपणाला महाराज सापडले – तुमचे श्रम त्या तिकडे,
माझे इकडे – तर ते प्रथम दिसतील त्याने दुसऱ्याला
हाक घालायची.
[वेगवेगळ्या बाजूंनी जातात.]

प्रवेश दुसरा

[ओसाड प्रदेशाचा दुसरा भाग. वादळ सुरू आहे.
लिअर आणि विदूषक प्रवेश करतात.]

लिअर गर्जा, वादळांनो, थोबाड फाटेपर्यंत ! करा आक्रोश ! करा गर्जना !
हे जलस्तंभांनो आणि तुफानांनो, सोडा फूत्कार
आमचे मनोरे भिजून जाईपर्यंत, आमचे पवनकुक्कुट बुडेपावेतो !
विचारवेगाने संचार करणाऱ्या हे गंधकाग्नींनो,
ओकाच्या वृक्षांना दुभंगून टाकणाऱ्या वज्रांच्या अग्रदूतांनो,
माझे शुभ्र डोके काढा होरपळून. चराचर कापवणाऱ्या हे विद्युतगर्जने,
हा पृथ्वीचा सघन गोलाकार कर सपाट एकाच तडाख्यात !
टाक फोडून निसर्गाचे साचे, कर नष्ट एका दमात सगळे बीजद्रव्य
ज्यातून निपजते ही जात कृतघ्न माणसांची.

विदूषक अहो काकाजी, घराबाहेरील ह्या पाऊसपाण्यापेक्षा कोरड्या घरातील दरबारी तीर्थ अधिक बरे. काकाजी, आत व्हा, आणि आपल्या मुलींचा आशीर्वाद मागा. ह्या रात्रीला दयामाया नाही, मग ते शहाणे असोत वा मूर्ख असोत.

लिअर कर गडगडाट पोट भरेपर्यंत ! ओक आग ! ओत पाऊस !
पाऊस, वारा, वीज, आग ह्या माझ्या मुली नाहीत.
हे पंचमहाभूतांनो, मी तुमच्यावर नाही करीत निर्दयतेचा आरोप.
मी तुम्हांला नाही दिले माझे राज्य, नाही म्हटले माझी मुले,

तुम्ही माझे काहीही नाही लागत; म्हणून तुमच्या कराल कृपेचा
चालू दे वर्षाव. हा इथे मी उभा आहे, तुमचा गुलाम,
एक गरीब, अशक्त, असहाय आणि तिरस्कारलेला असा म्हातारा.
पण तरीही मी तुम्हांला आहे म्हणणार लाचार हस्तक.
त्या दोन नष्टकर्मी मुलींबरोबर या आपल्या स्वर्गीय सेनेची
मिळवणी करणारे, आणि तीही या अशा इतक्या वृद्ध
आणि शुभ्र डोक्याच्या विरुद्ध. छे छे ! फार भयंकर !

विदूषक ज्याच्याजवळ डोके ठेवायला घर असते त्याचेच शिरस्त्राण उत्तम समजावे.

डोक्यासाठी घर नसताही
लंगोटाला घर देती,
असे भिकारी लग्नानंतर
मिठीमध्ये ऊवा घेती.
दूर लोटुनी हृदय आपले
बोटांना जो जवळ करी,
फक्त भोवरी छळील त्याला
झोप तयाची नष्ट करी.

कारण, आरशात पाहून तोंडे न करणारी सुंदर स्त्री अजून जन्मायची आहे.
[केंट प्रवेश करतो.]

लिअर नाही; मी बनणार सहनशीलतेचा आदर्श;
नाही उच्चारणार एक शब्दही.

केंट कोण आहे रे तिकडे ?

विदूषक इकडे आहे एक महान आणि एक लहान; म्हणजेच एक विद्वान आणि एक विदूषक.

केंट अरेरे ! महाराज, आपण इथे ? रात्रीवरती प्रेम करणारांनाही
नाही आवडत असल्या रात्री; अंधारात भटकणारी श्वापदेदेखील
असले संतापलेले आकाश पाहून होतात भयभीत, आणि राहतात
आपापल्या गुहांमध्ये. ह्या अग्निशलाका, हा असला भेसूर गडगडाट,
वाऱ्यापावसाचा असा आक्रोश, मी माझ्या उभ्या आयुष्यात
नाही आठवत कधी ऐकलेला; ही आपत्ती, ही भयानकता,
माणसाच्या ताकदीला नाही झेपणारी.

लिअर आमच्या डोक्यावर हा असला
भयानक कल्लोळ उभा करणाऱ्या महान देवतांना

घेऊ दे शोध आपल्या शत्रूंचा. उघड न झालेले आपले गुन्हे
अंतरंगात लपवणाऱ्या, न्यायासनाचे फटके चुकवणाऱ्या,
हे अभाग्या, लाग कापायला; खुनी रक्ताने हात माखणाऱ्या,
खोट्या शपथेवर साक्ष देणाऱ्या, व्यभिचार करूनही सद्गुणीपणाचा
आव आणणाऱ्या, बस लपून; वेष पालटून छुपेपणाने
माणसाच्या जिवाविरुद्ध कट करणाऱ्या, हे कमनशिब्या,
पड कोसळून; दडून बसलेल्या गुप्त गुन्ह्यांनो,
द्या भिरकावून आपापले बुरखे आणि करा या भयप्रद
दंडाधिकाऱ्यापुढे दयेची याचना. मी आहे एक माणूस
इतरांवरती अन्याय करण्यापेक्षा इतरांकडून अन्याय झालेला.

केंट अरेरे ! असे बोडके !
महाराज, येथून जवळच दिसते आहे एक खोपटी,
आपणांबद्दल ती दाखवील काही स्नेहभाव या वादळामध्ये,
तिथे विसावा, तेवढ्या वेळात मी त्या क्रूर वाड्यामध्ये –
जो त्याच्या बांधकामामधील दगडापेक्षाही आहे कठोर,
ज्याने आत्ताच, आपली चौकशी केली म्हणून,
केला प्रतिबंध माझ्या प्रवेशाला, त्या वाड्यात मी परततो
आणि तेथील मुर्दाड दाक्षिण्य आणतो वठणीवर.

लिअर माझी बुद्धी भ्रमायला लागली.
बेटा, पुढे चल. अरे बेटा, ठीक आहेस ना ? थंडावलास काय रे ?
मी स्वत:च थंडावलो आहे. अरे गृहस्था, ते गवत कुठे आहे ?
गरजेची किमयाच असते विलक्षण, कचरासुद्धा बनतो किंमतवान.
चल तुझ्या त्या खोपटीकडे. अरे विदूषका, अरे गुलामा,
या माझ्या अंत:करणात एक भाग असा आहे
त्याला तुझी अजूनही दया येते रे.

विदूषक जर भेज्यामध्ये माझ्या अक्कल थोडी
तर मिळेल त्यातच म्या मानावी गोडी
हा वारापाउस हाजिरे हाजी जी जी
हा रोजच पडतो तसाच पडतो आजी.

लिअर बेटा, खरं आहे. चला, न्या आम्हांला त्या खोपटीकडे.
[लिअर आणि केंट जातात.]

विदूषक ह्या असल्या रात्रीमुळे एखादी वारांगनाही थंडी पडायची. जाता जाता एक भविष्य वर्तवतो :

जेव्हा पाद्री अर्थापेक्षा शब्दांतच रमतील,
कलाल जेव्हा पाणी मिसळुन मद्य फिके करतील,
अमीर जेव्हा पढवित अपुल्या शिष्यांना बसतील,
जेव्हा पाखंडी ना जळता, प्रेमवीर जळतील,
कायद्यामध्ये सगळे कज्जे न्यायाचे ठरतील,
बारगीर वा शिलेदार ना कर्जावर जगतील,
जेव्हा निंदानालस्तीने जिव्हा ना भरतील,
खिसे कापणारे ना जेव्हा जमावात शिरतील,
जेव्हा भूमीखालील सोने सावकार कथतील,
कुंटण आणिक रांडा जेव्हा देऊळ उभारतील,
ॲल्बिऑनच्या राज्यामध्ये तेव्हा काय घडेल ?
महाभयंकर अराजकाचा झंझावात सुटेल.
त्यानंतर तो काल यायचा, तोवर जगणे कोणी,
जेव्हा सगळे असतिल चालत स्वत:च्या पायांनी.

हे भविष्य पुढे मर्लिन वर्तवणार आहे; कारण मी आहे त्याच्या पूर्वीच्या काळातला.

[जातो.]

प्रवेश तिसरा

[ग्लॉस्टरच्या किल्ल्यामधील एक दालन.
ग्लॉस्टर आणि एडमंड दिवे घेऊन प्रवेश करतात.]

ग्लॉस्टर छे छे ! एडमंड, हे अमानुष वर्तन मला सहन होत नाही. त्यांच्याबद्दल दया दाखवता यावी म्हणून मी यांच्याकडे परवानगी मागितली, तर यांनी माझ्या स्वत:च्याच वाड्याची वहिवाट माझ्याकडून काढून घेतली. आपली कायमची गैरमर्जी होईल असा दम भरून त्यांच्याशी बोलता कामा नये, त्यांच्याबद्दल रदबदली करता नये, त्यांना कसलाही आधार देता नये, अशी मला ताकीद दिली.

एडमंड किती रानटी आणि किती अमानुष !

ग्लॉस्टर पुरे; तू काही बोलू नकोस. दोघा नरेशांमध्ये फाटाफूट आहे, आणि त्याहूनही एक भयंकर गोष्ट. ह्या रात्रीच मला एक पत्र मिळाले आहे; त्याबद्दल तर बोलणेसुद्धा धोक्याचे. ते आहे माझ्या कपाटामध्ये कडीकुलपात ठेवलेले. सध्या महाराजांना भोगाव्या लागणाऱ्या ह्या यातनांचा निघणार आहे पुरेपूर सूड. सैन्याचा एक भाग आहे यापूर्वीच किनाऱ्यावर उतरलेला. आपण महाराजांचा पक्षच घेतला पाहिजे. मी त्यांना भेटणार आहे आणि गुप्तपणे मदतही करणार आहे. तू जा, आणि त्या नरेशाबरोबर बोलणे सुरू ठेव, म्हणजे माझा हा दयाळूपणा त्यांच्या लक्षात येणार नाही. त्यांनी माझ्याबद्दल विचारलेच, तर मी आजारी असून झोपलेला आहे असे सांग. माझे वयोवृद्ध धनीसरकार, माझे महाराज, यांना आधार मिळालाच पाहिजे; मग त्यामुळे प्रत्यक्ष माझ्या प्राणावर बेतले तरी पर्वा नाही, तशी तंबीही मला मिळाली होती. एडमंड, काहीतरी विलक्षण असे घडणार आहे. कृपा करून, काळजी घे. [जातो.]

एडमंड तुम्हांला सर्वथा मना केलेला हा कृपाळूपणा त्या नरेशाला
कळणार ताबडतोब, आणि तसेच हे पत्रही.
हे कृत्य ठरणार बक्षिसाई, आणि त्यातून मी कमावणार
जे माझा बाप गमावणार : कमीतकमी सर्वच्या सर्व.
नव्या पिढीचा होतो उदय जेव्हा मावळते जुन्याचे पर्व.
[जातो.]

प्रवेश चौथा

[ओसाड प्रदेश. एका खोपटीपुढे लिअर, केंट आणि विदूषक प्रवेश करतात.]

केंट महाराज, हीच ती जागा; महाराजांनी आत चलावे;
ह्या उघड्यावरील रात्रीचा उच्छेद आहे माणसाला असह्य वाटावा
इतका भयंकर.
[वादळ सुरू आहे.]

लिअर मला इथेच राहू दे एकटे.

केंट महाराज, इथे आत चला.

लिअर माझे हृदय फोडणार का आहेस ?

केंट त्यापेक्षा मी फोडीन माझे स्वत:चेच. महाराज, आत चला.

लिअर आमच्या चामडीवर होत असलेला या भांडखोर वादळाचा हल्ला
हाच वाटतो तुला महत्त्वाचा : तुझ्या बाबतीत तो आहेही;
पण ज्याला महान व्याधीने असते ग्रासलेले
त्याला लहान क्वचितच जाणवते. अस्वल वाटेल तुला टाळावेसे;
पण तुझा पळण्याचा मार्ग जर चालला खवळलेल्या दर्याकिडे
तर तू जाशील सामोरा अस्वलाच्या जबड्याला. जेव्हा मनाला असते स्वास्थ्य,
जेव्हा शरीर असते संवेदनाक्षम; माझ्या मनातील हे वादळ
माझ्या इंद्रियांची सगळी जाणीवच नेते हिरावून,
त्याला जाणवते तिथे फक्त धडकते तेवढेच : अपत्यांची कृतघ्नता !
तोंडापर्यंत अन्न आणणाऱ्या या हाताला या तोंडानेच फाडून काढावे
त्यासारखेच हे नव्हे का ? पण मी करणार आहे शासन पुरेपूर :
नाही, मी यापुढे रडणार नाही. अशा रात्रीमध्ये
मला ठेवायचे दाराच्या बाहेर ? आणखी कोसळ; मी सहन करीन.
या अशा असल्या रात्रीमध्ये ? अग रीगन, अग गॉनरिल !
तुमचाच म्हातारा प्रेमळ बाप, दिलेन सर्वस्व उदार अंत:करणाने, –
नाही ! या वाटेला वेड भेटेल; ती मला टाळली पाहिजे;
यापुढे हे वर्ज्य;

केंट महाराज, आत चला हो.

लिअर जा आत तू स्वत:च, पाहा आपले स्वत:चे स्वास्थ्य :
हे वादळ नाही देणार मला सवड विचार करायला
त्याहून अधिक मला छळणाऱ्या इतर गोष्टींबद्दल; तरी मी आत जातो.
(विदूषकाला उद्देशून) बेटा, आत हो; जा प्रथम. बेघर दरिद्र्या ! –
नाही, आधी आत हो. प्रार्थना करीन आणि मग मीही झोपेन.
[विदूषक आत जातो.]
हे गरीब नग्न अभाग्यांनो, या निर्दय वादळाचा मारा
सहन करीत कुठेही असा, तुमच्या डोक्यावर छप्पर नसताना,
रिकाम्या पोटावर, चाळण झालेल्या फाटक्या चिंधुकानिशी,

कसे कराल आपले संरक्षण या असल्या विपरीत हवामानात ?
अरेरे ! मी नाही काहीही घेतली ह्याची काळजी.
पोकळ ऐश्वर्या ! घे औषध; दे फेकून आपले कपडे,
कंगाल अनुभवतात ते अनुभवण्यासाठी; म्हणजे कदाचित
आपली अतिरिक्तता तू ढाळशील त्या अभाग्यावर,
आणि दाखवशील तो परमेश्वर अधिक न्यायी असल्याचे.

एडगर (आतून) एक पुरुष आणि अर्धा, एक पुरुष आणि अर्धा !
टुकार टॉम !
[विदूषक धावत धावत खोपटीच्या बाहेर येतो.]

विदूषक काकाजी, तिकडे आत जाऊ नका; तिकडे एक पिशाच्च आहे.
मला वाचवा ! मला वाचवा !

केंट तुझा हात हातात दे. त्या तिथे कोण आहे ?

विदूषक एक पिशाच्च, एक पिशाच्च; ते म्हणते, आपले नाव टुकार टॉम.

केंट त्या तिथे गवतामध्ये गडबड करणारा तू कोण ?
पुढे ये.
(वेड्याचे सोंग घेतलेला एडगर प्रवेश करतो.)

एडगर दूर व्हा ! विक्राळ वेताळ माझ्यामागे लागला आहे. करवंदीच्या काट्यामधून वादळवारा वाहतो आहे. हंऽऽऽ ! आपल्या बिछान्याची वाट धरा, आणि आपल्याला गरम करा.

लिअर काय तूही टाकलेस देऊन आपले सर्वस्व आपल्या मुलींना,
आणि पोचलास या अवस्थेला ?

एडगर टुकार टॉमला कोण काय देणार ? विक्राळ वेताळाने त्याला नेले जाळामधून, ज्वालांमधून, पारामधून, भवऱ्यामधून, सखलामधून, चिखलामधून. त्याने त्याच्या उशीखाली ठेवल्या सुऱ्या, गच्चीमध्ये बांधल्या दोऱ्या, त्याच्या पेजेत घातले विष. हृदय केलेन इतके मानी, चार उंची पुलावरून अबलख दुडक्या घोड्यावरून जातो खुशाल स्वारी करून, लागतो आपल्याच सावलीपाठी, तिलाच समजून दुष्टनाठी. सावधान ! टुकार टॉम कुडकुडतो आहे. बापरे ! द् द् द् द् द् द्. वायुबाधा, ग्रहबाधा, पिशाच्चबाधा यांपासून सावधान. विक्राळ वेताळाने संत्रस्त केलेल्या टुकार टॉमला धर्म करा. आत्ता मला तो तिथे दिसतो आहे – आणि तिथे – आणि पुन्हा तिथे – आणि तिथे !
[वादळ सुरू आहे.]

लिअर काय ! त्याला त्याच्या मुलींनीच अशा अवस्थेला आणून सोडला ? मागे काहीच ठेवले नाहीस ? सगळेच त्यांना देऊन टाकलेस ?

विदूषक नाही, एक घोंगडे मागे ठेवलेन, नाहीतर आपणांला लाज वाटती.

लिअर मानवी प्रमादांच्या प्राक्तनात असणारे दोलायमान हवेतील
एकूण एक रोग आत्ताच कोसळोत तुझ्या मुलीवर.

केंट महाराज, त्याला मुली नाहीत.

लिअर अरे राजद्रोह्या ! त्याचे माणूसपण इतक्या खालच्या अवस्थेला आणणे
हे त्याच्या निर्दय मुलींशिवाय दुसऱ्या कुणालाही नाही जमणारे.
परित्यक्त बापाच्या रक्तामांसाबद्दल वाटणारी करुणा इतकी अल्पच
असली पाहिजे, असा काही रीतिरिवाज आहे का ?
न्याय्य पारिपत्य ! ह्याच रक्तामांसाने होता दिलेला
त्या कृतघ्न पोरींना जन्म.

एडगर कोंबडा बैसला कोंबडटेंबावरी
ॲलो, ॲलो, लू , लू !

विदूषक ही गारठ्याची रात्र आपणा सर्वांनाच खुळे आणि वेडे बनवणार !

एडगर विक्राळ वेताळाची दखल घ्या. आपल्या आईबापांच्या आज्ञा पाळा; आपल्या शब्दांना सच्चे राहा; कसल्याही शपथा घेऊ नका; दुसऱ्याच्या धर्मपत्नीशी संबंध टाळा; भपकेबाज पोषाखाला भुलू नका. टुकार टॉम कुडकुडतो आहे.

लिअर बाबा, तू होतास कोण ?

एडगर एक सेवक, मानी मनाचा आणि मानी दिलाचा; स्वत:चे केस कुरळे बनवणारा, स्वत:च्या टोपीत हाजमोजे ठेवणारा, स्वत:च्या प्रेयसीचे वांच्छित पुरवणारा, आणि तिच्याबरोबर अंधारकर्म करणारा; स्वत:च्या प्रत्येक शब्दाबरोबर शपथ घेणारा, आणि परमेश्वराच्या डोळ्यादेखत त्या मोडणारा; विषयचिंतनात झोपणारा आणि विषयोपभोगासाठी उठणारा; मद्यावर प्रेम असणारा, जुगाराशी जवळीक ठेवणारा, आणि बायकांच्या बाबतीमध्ये तुर्कांवर मात करणारा. दिलाने खोटा, कानाने हलका, हाताने घातकी; डुकरासारखा आळशी, कोल्ह्यासारखा चोरटा, लांडग्यासारखा लोभी, कुत्र्यासारखा पिसाळलेला आणि सिंहासारखा हिंसक. ती बुटांची करकर आणि रेशमाची सळसळ गरीब बिचाऱ्या तुझ्या हृदयाला स्त्रियांना अर्पण न करोत : आपला पाय कुंटणखान्यापासून, आपला हात

परकराच्या फटीपासून व आपली लेखणी सावकाराच्या कीर्दीपासून दूर ठेव, आणि मगच या विक्राळ वेताळाच्या वाटेला जा.

करवंदीच्या मधून वारा अजून थंडा वाहे;
सो सो सो सो ही ही जी जी जी जी म्हणतो आहे;
माझा बच्चा मुंज्या ! छू छू ! त्याला दौडू दे रे.

[वादळ सुरू आहे.]

लिअर उघड्या शरीराने आकाशाच्या या उग्रतेला तोंड देण्यापेक्षा तू आपल्या थडग्यात असतास तरी बरे. माणूस म्हणजे हे एवढेच ना ? जरा त्याच्याकडे निरखून पाहा. तू कुणाचाच ऋणी नाहीस; रेशमासाठी किड्याचा, चामड्यासाठी पशूचा, लोकरीसाठी मेंढरांचा, किंवा सुगंधासाठी जवादी मांजराचा. हं ! आम्ही तिघे आहोत भेसळ, तू आहेस खुद्द वस्तूच; असंस्कृत माणूस म्हणजे एवढेच, फक्त तुझ्यासारखे एक असहाय, वस्त्रहीन, द्विपाद जनावर. उसन्या आवरणांनो, चले जाव ! या, ही बटणे काढा.

[आपले कपडे फाडून टाकतो.]

विदूषक काकाजी, शांत व्हा; पोहण्यासाठी ही रात्र नाठाळ आहे. अशा वेळी एखाद्या उजाड शेतात विस्तव लुकलुकला तर तो आपल्याला एखाद्या म्हाताऱ्या रंडीबाजाच्या हृदयासारखा दिसेल; आत एक लहानशी ठिणगी आणि बाकीचे सारे शरीर पार थंडावलेले. तो पाहा, इकडे येतो आहे एक चालणारा विस्तव.

[एक मशाल घेऊन ग्लॉस्टर प्रवेश करतो.]

एडगर हा आहे विक्राळ आग्यावेताळ : संध्याकाळच्या घंटेबरोबर त्याचा संचार सुरू होतो, आणि तो पहिल्या कोंबड्यापर्यंत चालू असतो, तो डोळ्यात मोतिबिंदू पाडतो, नजर चकणी करतो आणि वरचा ओठ फाटका बनवतो; अर्धपिक्या गव्हावर रोग घालतो, आणि जगातल्या गोरगरीबांना दु:ख देतो.

संत विदोला त्रिवार फिरला दलदलीत त्या मऊ,
भिडला शेवट निशाचराशी, तिच्या मुलांशी नऊ;
वदला तिजला, उतर खालती
आणि वचन दे शपथेवरती –
चले जाव येथून, चेटक्ये, चले जाव येथून.

केंट महाराज, कसे वाटते आहे ?

लिअर कोण ?

केंट कोण आहे ते ? काय पाहिजे आपल्याला ?

ग्लॉस्टर तिथे आपण कोण आहा ? आपली नावे ?

एडगर टुकार टॉम; जो खातो पोहणाऱ्या बेडक्या, मोठ्ठाले बेडूक, बेडकाची पिलावळ, भिंतीवरच्या पाली, पाण्यातले सरडे; विक्राळ वेताळ अंगात संचारला की होतो तो वेडापिसा, आणि मग लागतो खाऊ कोशिंबीर समजून गाईचे शेण; मारतो ताव म्हाताऱ्या उंदरावर आणि कुजलेल्या कुत्र्यावर; पितो घटाघटा साचलेल्या डबक्यावरील हिरव्या रंगाचा पाण्याचा तवंग; जातो फटकायला गावागावामधून, अडकतो खोड्यामध्ये, भोगतो तुरुंगवास; एके काळी त्याच्या पाठीवर होते सबंध तीन सूट आणि अंगावर सहा शर्ट

बसावयाला अबलख घोडा अन् कमरेशी तरवार,
परंतु उंदिर, घुशी, आणखी शिकार असली बेकार,
सात लांबशी वर्षे जगला टुकार या अन्नावर.

माझ्या साथीदारापासून सावध असा ! कबंधा, शांत हो ! वेताळा, शांत हो !

ग्लॉस्टर काय हे ! याच्यापेक्षा चांगली संगत सरकारस्वारीला नाही का लाभली ?

एडगर अंधाराचा राजा हा एक सद्गृहस्थ आहे; कोणी त्याला महापुरुष म्हणतात, कोणी महासमंध म्हणतात.

ग्लॉस्टर महाराज, आपल्या रक्तामांसात अशी आहे विकृती झालेली,
त्यातून जन्मणारे त्याचाच द्वेष करते.

एडगर टुकार टॉम कुडकुडतो आहे.

ग्लॉस्टर माझ्याबरोबर आत चला. आपल्या मुलींच्या कठोर आज्ञा
तंतोतंत पाळणे हे माझ्या स्वामिनिष्ठेला नव्हते झेपणारे;
माझी दारे मी लावावीत, आणि आपणाला सापडू द्यावे
या क्रूर रात्रीच्या पकडीत, असा त्यांचा हुकूम असला
तरी केले मी धाडस इथे येण्याचे आपल्याला शोधण्यासाठी
आणि शेकोटी व अन्न तयार असतील तिथे नेण्यासाठी.

लिअर प्रथम मला करू दे बातचीत या तत्त्वज्ञाबरोबर.
मेघगर्जनेचे कारण कोणते ?

केंट महाराज, त्यांच्या विनंतीचा स्वीकार करा; चला त्यांच्या घरी.

लिअर मी बोलणार चार शब्द या थीबच्या पंडिताबरोबर.
आपल्या व्यासंगाचा विषय कोणता ?

एडगर त्या वेताळाला कसे टाळावे, आणि कीटक कसे मारावे.

लिअर एक प्रश्न मला आपणांला एकांतात विचारू दे.

केंट सरकार, पुन्हा एकदा त्यांना चलायचा आग्रह करा;
त्यांची बुद्धी भ्रमायला लागली.

ग्लॉस्टर आपण त्यांना दोष द्याल का ?
[वादळ सुरू आहे.]
त्यांच्या मुली आहेत उठल्या त्यांच्या जिवावर. अरेरे ! तो सच्चा केंट;
त्या बिचाऱ्या हद्दपार माणसाने केले होते हेच भाकीत !
तू म्हणतोस, महाराज आहेत होत वेडे; तुला सांगतो, अरे मित्रा,
मी स्वत:च झालो आहे जवळजवळ वेडा. मला एक मुलगा होता,
सध्या माझ्या रक्तापासून परित्यक्त झालेला; तोही उठला माझ्या जिवावर,
पण आत्ता, नुकतानुकताच. कुण्या बापाने कुण्या मुलावर
केले नसेल इतके प्रेम केले त्याच्यावर; खरे सांगू का,
त्याच दु:खाचा झाला परिणाम माझ्या डोक्यावर. कसली रात्र ही,
सरकारस्वारीला मी पुन्हा प्रार्थना करतो, –

लिअर अहो विसरलोच ! माफी असू द्या.
थोर तत्त्ववेत्ते, आपलाही सहवास.

एडगर टुकार टॉम कुडकुडतो आहे.

ग्लॉस्टर अरे गड्या, त्या खोपटात जा; उबेसाठी आसरा घे.

लिअर या, सगळेच आत जाऊ या.

केंट महाराज, या वाटेने.

लिअर त्याच्याबरोबर;
आम्ही नेहमी आमच्या तत्त्वज्ञाच्या बरोबर राहणार.

केंट सरकार, त्यांच्याशी घ्या जमवून; त्यांना घेऊ दे त्याला आपल्याबरोबर.

ग्लॉस्टर तूच त्याला घे आपल्याबरोबर.

केंट अरे ए, इकडे ये; चल आमच्याबरोबर.

लिअर या, अथेन्सवाले.

ग्लॉस्टर शब्द नकोत, शब्द नकोत; शांत.

एडगर शिलेदार रोलंद पोचला अंधाराच्या बुरुजास,
संकेताचा शब्द तयाचा : 'फी फॉ फम्' होता खास,
'कुणा ब्रिटिशाच्या रक्ताचा येत असे मजला वास.'

प्रवेश पाचवा

[ग्लॉस्टरच्या किल्ल्यामधील एक दालन.
कॉर्नवॉल आणि एडमंड प्रवेश करतात.]

कॉर्नवॉल त्यांचे हे घर सोडण्यापूर्वीच मी याचा सूड घेईन.

एडमंड स्वामिनिष्ठेपुढे पितृप्रेमाने अशी माघार घेतलेली पाहून लोक माझ्याबद्दल काय बोलतील, याचा विचार केला की मला भीती वाटू लागते.

कॉर्नवॉल आता माझ्या लक्षात येते आहे की तुझा भाऊ जो त्यांच्या जीवावर उठला तो काही सर्वस्वी त्याच्याच दुष्टपणामुळे नव्हे; याच्या नीचपणामुळे त्याच्यामधील आततायी गुणधर्म कार्यप्रवण झाला.

एडमंड माझे नशीबच असे नष्ट की माझा प्रामाणिकपणाच माझ्यावर पश्चात्ताप करण्याची पाळी आणतो. हे ते पत्र त्यांनी सांगितलेले; फ्रान्सला मदत करणारी माहिती यांनी पुरवली, ही गोष्ट त्यामुळे सिद्ध होते. हे परमेश्वरा ! हा राजद्रोह घडलाच नसता तर, किंवा तो हुडकून काढणारा मी नसतो तर !

कॉर्नवॉल तू माझ्याबरोबर बाईसाहेबांकडे चल.

एडमंड ह्या कागदातील मजकूर खरा असला तर तुमच्यावर एक जबरदस्त कामगिरी पडते.

कॉर्नवॉल खरा असो वा खोटा असो, त्याने तुला या ग्लॉस्टरचा जहागीरदार बनवले. तुझा बाप कुठे आहे, त्याचा शोध घे, म्हणजे आम्ही गिरफदार करू तेव्हा तो उपलब्ध असेल.

एडमंड (बाजूला) जर महाराजांना मदत करतानाच मला तो मिळू शकला तर या संशयाला भरपूरशी बळकटी येईल. (मोठ्याने) स्वामिनिष्ठेचा माझा मार्गच मी चोखाळणार, मग तिच्यामधील आणि रक्तामधील संघर्ष कितीही तीव्र असो.

कॉर्नवॉल माझा तुझ्यावर विश्वास राहील. यापुढे तुझ्या बापापेक्षा अधिक प्रिय असा बाप तुला माझ्या प्रेमामध्ये सापडेल.
[जातात.]

प्रवेश सहावा

[किल्ल्याचालगतच्या शेतघरातील एक खोली.
ग्लॉस्टर आणि केंट प्रवेश करतात.]

ग्लॉस्टर उघड्या हवेपेक्षा इथे अधिक बरे; घ्या हेच गोड मानून. या सुखसोयीत मला घालता येईल ती भर मी घालीनच. मी तुमच्यापासून फार वेळ दुरावणार नाही.

केंट सहनशक्तीच्या अभावापुढे त्यांच्या बुद्धीची सर्व शक्ती कोसळली आहे. तुमच्या दयाळूपणाबद्दल देव तुमचे भले करो !
[ग्लॉस्टर जातो.
लिअर, एडगर आणि विदूषक प्रवेश करतात.]

एडगर झोटिंग म्हैसासुर मला बोलावतो आहे आणि मला सांगतो आहे, नीरो बसतो गळ टाकून अंधाराच्या सरोवरात. हे भाबडकांद्या, प्रार्थना कर आणि या विक्राळ वेताळापासून सावध राहा.

विदूषक अहो काकाजी, मला एक सांगा, वेडा माणूस हा सद्गृहस्थ असतो, की शेतकरी असतो ?

लिअर राजा असतो, राजा असतो !

विदूषक नाही, ज्याचा स्वत:चा मुलगा सद्गृहस्थ आहे असा एक शेतकरी असतो; कारण स्वत:चा मुलगा स्वत:च्या अगोदर सद्गृहस्थ झालेला पाहतो तो शेतकरी वेडाच ठरतो.

लिअर त्यांच्यावरती चाल करून आणणे घोंघावणारे हजार घोडेस्वार,
लाल जळते भाते घेतलेले –

एडगर विक्राळ वेताळ माझ्या पाठीला चावतो आहे.

विदूषक लांडग्याच्या माणसाळण्यावर, घोड्याच्या तबियतीवर, तरुणाच्या प्रेमावर किंवा वेश्येच्या शपथेवर जो कोणी विश्वास ठेवतो तो वेडा.

लिअर ते निश्चितच केले जाईल; त्यांना ताबडतोब खेचतो न्यायासनासमोर.
(एडगरला) या आपण विद्वान न्यायमूर्ती, बसा आपण या जागेवर.
(विदूषकाला) अहो सुज्ञ महाशय, बसा इथे. आता कोल्हिणींनो –

एडगर पाहा तो तिथे उभा आहे, डोळे गरगरावीत ! बाईसाहेब, खटला पाहण्यासाठी आपणाला प्रेक्षक पाहिजेत का ? (गातो.)
''नदीपल्याडुन अल्याड ये ग, ये ग बेसी माझ्याकडे,'' –

विदूषक ''तिच्या होडिला गळत असे,
अन् ते ती सांगेल कसे,
नदीपल्याडुन कशी बिचारी धजेल येण्या तुझ्याकडे !''

एडगर टुकार टॉमला आहे सतावीत विक्राळ वेताळ एका बुलबुलाच्या आवाजामधून. टुकार टॉमच्या पोटातला खवीस करतो ओरड दोन ताजे मासे मिळण्यासाठी. काळ्या स्वर्गदूता, ओरडू नकोस. माझ्याजवळ तुझ्यासाठी अन्न नाही.

केंट महाराज, काय झाले ? नका उभे राहू असे अवाक् होऊन :
आपण थोडे आडवे होऊन ह्या गिरद्यांवर विश्रांती घ्याल का ?

लिअर प्रथम त्यांचा खटला पाहणार. आणा पुढे त्यांचे साक्षीदार.
(एडगरला) अहो वस्त्रविभूषित न्यायमूर्ती, बसा स्वस्थानी;
(विदूषकाला) आणि आपण, न्यायदानामधील त्यांचे सहकारी,
बसा त्यांच्याजवळ. (केंटला) तुमचाही आहे मंडळात अंतर्भाव;
तुम्हीही बसा.

एडगर न्याय्य तेच आपण ठरवू या.
हे धनगरअण्णा, झोपलास की जागा
बघ शेतामध्ये तुझी मेंढरे चरती;
जर तार गळ्यातून निघती एक लकेर,
ही तुझी मेंढरे कधी न दोषी ठरती.
सैतान असलेले ते मांजर करडे आहे.

लिअर प्रथम आरोप तिच्यावर ठेवा; ती गॉनरिल. या सन्माननीय न्यायसभेसमोर मी शपथेवर सांगतो, त्या बिचाऱ्या राजाला, स्वत:च्या बापाला, तिने लत्ताप्रहार केला.

विदूषक बाईसाहेब, पुढे या. आपले नाव गॉनरिल आहे ?

लिअर ते नाकारणे तिला शक्य नाही.

विदूषक माफ करा हो, मी तुम्हांला न्यायाधीश समजलो.

लिअर आणि इथे ही दुसरी, कसल्या फत्तरापासून हिचे हृदय आहे घडवलेले
ते तिचा विपरीत चेहराच करतो जाहीर. तिला पकडा !
शस्त्रे, शस्त्रे, तरवार, आग ! या ठिकाणी असा भ्रष्टाचार !
नादान न्यायाधीशा, का दिलेस तू तिला पळून जायला ?

एडगर सावधान !

केंट काय दशा ही ! महाराज, कुठे गेली ती सहनशीलता
जी टिकवल्याबद्दल आपण पुन:पुन्हा मारल्यात बढाया.

एडगर (बाजूला) माझे अश्रू घेऊ पाहतात त्यांची बाजू आणि टाकतात
माझी बतावणी पार बिघडून.

लिअर हे सगळे इवलाले कुत्रे,
हा ट्रे, हा ब्लॉँच, हा स्वीटहार्ट, सगळेच लागलेत माझ्यावर भुंकायला.

एडगर हा टुकार टॉम आपले मुंडके फेकील त्यांच्यावर. ए कुतरड्यांनो, चले जाव !

तोंड असो तव काळे, गोरे,
दात चावता विष देणारे;
वाघ्या, पतला, उग्र शिकारी,
रक्तहेर, केसाळ, धनगरी,
पुच्छहीन वा लंबपुच्छसा,
टॉम तुला हा रडविल खासा :
असे मुंडके त्यास मारले
दिंडीवरुनी उड्या मारुनी
सगळे कुत्रे पसार झाले.

द, द, द, द. छू ! जा यात्रेकडे, जा जत्रेकडे, जा बाजारपेठांत. अरे टुकार टॉम, तुझे शिंग राहिले कोरडेच.

लिअर त्यानंतर त्यांना करू दे रीगनचे विच्छेदन, तिच्या हृदयाजवळ काय रोग आहे ते पाहण्यासाठी. सृष्टीमधील कोणत्या विकृतीमुळे ही असली कठोर हृदये निर्माण होतात ? (एडगरला) अहो महाशय, मी आपणांला माझ्या शंभरांतील एक समजतो; मात्र मला आपली ही कपड्याची तऱ्हा बिलकूल नापसंत : तुम्ही म्हणाल, ते पर्शियन आहेत; तथापि ते बदलले जाऊ देत.

केंट महाराज, आता आपण इथे पडा आणि थोडी विश्रांती घ्या.

लिअर आवाज करू नका, आवाज नका करू; ते पडदे ओढून घ्या. ठीक, ठीक. रात्रीचे जेवण मी सकाळी घेईन.

विदूषक आणि मी भर दुपारी झोपी जाईन.

(ग्लॉस्टर पुन्हा प्रवेश करतो.)

ग्लॉस्टर मित्रा इकडे ये : माझे धनी राजेसाहेब कुठे आहेत ?

केंट इथेच, सरकार; पण त्यांना त्रासवू नका, त्यांचे डोके ठिकाणावर नाही.

ग्लॉस्टर भल्या गृहस्था, माझे ऐक, घे त्यांना हातांत उचलून,
पडले आहे माझ्या कानांवर त्यांना मारण्याचे एक कारस्थान.
पडदे लावलेली एक गाडी आहे तयार; त्यात ठेव त्यांना,
आणि हाक डोव्हरच्या दिशेने; तिथे, मित्रा, तुला निःसंशय
लाभेल सुस्वागत आणि संरक्षण. घे उचलून आपल्या धन्यांना :
जर अर्धा तास तू रेंगाळशील, तर तुझ्यासह त्यांचा प्राण,
आणि त्यांचा बचाव करण्याची धडपड करणाऱ्या इतर सर्वांचा,
नाही राहणार धोक्यात आल्याशिवाय. चल उचल, चल उचल;
आणि ये माझ्या मागोमाग, म्हणजे तुला काही बाबींत
मिळू शकेल लगेच मार्गदर्शन.

केंट संत्रस्त जीव झोपतो आहे.
ह्या विश्रांतीने अजूनही आपल्या भग्न मज्जातंतूंना पडता आराम,
जे, तशी संधी न मिळाल्यास, दुरुस्त होणे आहे दुरापास्त.
(विदूषकाला) ये बाबा, हात लाव तुझ्या धन्याला उचलून नेण्यासाठी;
तू मागे राहता नयेस.

ग्लॉस्टर चला, चला, निघा लौकर.

[महाराजांना उचलून घेऊन केंट, ग्लॉस्टर आणि विदूषक जातात.]

एडगर अपणाहुनही मोठे जेव्हा अपुली दुःखे सहतात,
अपुली दुःखे ही नच अपणा अपुले शत्रू गमतात.
मागे सोडुन सुखमय दृश्ये अन् आनंदी योग तसे,
जो एकाकी दुःख भोगतो, मनात त्याचे दुःख वसे.
जेव्हा मिळती दुःखा साथी, अन् पीडेला परिवार,
तेव्हा ते मन सहज विसरते अपुल्या चिंतेचा भार.
जे वाकवते मजला, पुरते ते राजाला नमवितसे,
हे पाहुनिया मजला माझी पीडा हलकी भासतसे.

तयास पोरे, तसा पिता मज ! टुकार टॉमा, जा इथुनी !
लक्ष ठेव या धामधुमीवर, आणि स्वत:ला प्रकट करी
तुला कलंकित करणारा तो प्रवाद जेव्हा उखडेल,
सिद्ध होउनी तव सच्चेपण, प्रेम पित्याचे लाभेल.
दुजे घडो काहीही रात्री, राजा हा सुखरूप सुटो !

लपून राहा, लपून राहा !

[जातो.]

प्रवेश सातवा

[ग्लॉस्टरच्या किल्ल्यामधील एक खोली.
कॉर्नवॉल, रीगन, गॉनरिल, एडमंड आणि सेवक प्रवेश करतात.]

कॉर्नवॉल (गॉनरिलला) आपल्या पतिराजांकडे जलदीने दौडा; त्यांना हे पत्र दाखवा : फ्रान्सचे सैन्य उतरलेले आहे. (सेवकांना) त्या देशद्रोही ग्लॉस्टरला हुडकून काढा.

रीगन त्याला एकदम फासावर चढवा.

गॉनरिल त्याचे डोळे उपटून काढा.

कॉर्नवॉल त्याला माझ्या अवकृपेच्या हवाली करा. एडमंड, तू आमच्या अक्कासाहेबांच्या बरोबर राहा : तुझ्या या राजद्रोही बापाचा आम्हांला घ्यावा लागणारा सूड तुझ्या दृष्टीला पडणे योग्य नव्हे. तू ज्यांच्याकडे जातो आहेस त्या नरेशांना तातडीने तयारी करण्याचा सल्ला दे. आम्हीही तेच करतो आहो. आमचे जासूद तेज असतील आणि आम्हा उभयतांमध्ये संपर्क राखतील. सलाम अक्कासाहेब, सलाम आमचे ग्लॉस्टरचे सरकार.

[ऑझ्वल्ड प्रवेश करतो.]

काय रे ! महाराज कुठे आहेत ?

ऑझ्वल्ड त्या आमच्या ग्लॉस्टरच्या सरकारांनी त्यांना आहे येथून पळवलेले : त्यांच्या शिलेदारांतील अविश्रांतपणे त्यांना शोधणाऱ्या पस्तीस-छत्तिसांनी त्यांना गाठले दिंडीदरवाजाजवळ; त्या सरकारांच्या काही आश्रितांसह,

ते चाललेत डोव्हरच्या दिशेने, तिथे आपल्याला चांगले हत्यारबंद दोस्त मिळतील अशा खात्रीने.

कॉर्नवॉल तुझ्या मालकिणीसाठी घोडे येऊ देत.

गॉनरिल सलाम सलाम, लाडके सरकार, आणि ताईसाहेब.

कॉर्नवॉल सलाम एडमंड.

[गॉनरिल, एडमंड आणि ऑझ्वल्ड जातात.]

जा त्या राजद्रोही ग्लॉस्टरचा शोध काढा;
त्याला चोरासारख्या मुसक्या बांधा, त्याला आमच्यासमोर उभा करा.

[इतर सेवक जातात.]

न्यायदानाच्या उपचाराशिवाय त्याला देहान्ताची शिक्षा करणे
हे आम्हांला शक्य नसले, तरीसुद्धा आमचा अधिकार
करील मुजरा आमच्या क्रोधाला, जे लोकांना वाटेल आक्षेपार्ह
पण त्यांनाही ठरेल अनावर. कोण आहे ते ? तो राजद्रोही ?

[बंदिवान ग्लॉस्टरसह सेवक पुन्हा प्रवेश करतात.]

रीगन कृतघ्न कोल्हा ! तोच तो.

कॉर्नवॉल ते त्याचे शुष्क हात बांधा घट्ट.

ग्लॉस्टर सरकारस्वारींचा विचार काय ? अहो मित्रवर्य, तुम्ही माझे पाहुणे आहात
हे लक्षात घ्या : मित्र हो, कसलाही दगाफटका मला करू नका.

कॉर्नवॉल मी बोललो; त्याला बांधा.

[सेवक त्याला बांधतात.]

रीगन करकचून, करकचून. अरे ओंगळ राजद्रोह्या !

ग्लॉस्टर बाईसाहेब, आपण निर्दय असलात तरी मी राजद्रोही नाही.

कॉर्नवॉल बांधा त्याला या खुर्चीशी. बदमाषा, तुला उमगेल –

[रीगन त्याची दाढी उपटते.]

ग्लॉस्टर ही अशी प्रत्यक्ष माझी दाढी उपटणे हा, देवाशपथ,
अधमपणाचा कळस झाला.

रीगल इतका पिकलेला आणि राजद्रोही !

ग्लॉस्टर नाठाळ महिले,
तू माझ्या या हनुवटीवरून ओरबाडून काढले ते केस
होतील जिवंत, आणि ठरवतील तुला गुन्हेगार. मी आहे तुमचा यजमान.
अशा प्रकारे चोराच्या हातांनी हा माझा आतिथ्यशील चेहरा
विद्रूप करणे हे तुम्हांला नाही शोभणारे. काय म्हणता तुम्ही ?

कॉर्नवॉल	बोला, महाशय, नुकतीच तुम्हांला फ्रान्सकडून पत्रे आली ती कसली ?
रीगन	सरळ उत्तर द्या, कारण आम्हांला सत्य आहे अगोदरच समजलेले.
कॉर्नवॉल	आणि तुम्ही या राज्यामध्ये नुकत्याच उतरलेल्या त्या बदमाषांशी कसला आहे कट केलेला ?
रीगन	ज्यांच्या हातामध्ये तुम्ही आहे पाठवून दिलेले वेड्या महाराजांना; बोला.
ग्लॉस्टर	अंदाजपंची माहितीवर लिहिलेले मला मिळाले एक पत्र, पण ते होते आलेले तटस्थ वृत्तीच्या एका माणसाकडून, नव्हते आलेले कुणा प्रतिपक्षाकडून.
कॉर्नवॉल	महाधूर्त
रीगन	आणि खोटारडा.
कॉर्नवॉल	कुठे पाठवलेस तू महाजारांना ?
ग्लॉस्टर	डोव्हरला.
रीगन	डोव्हरलाच काय म्हणून ? तुला सक्त ताकीद नव्हती का, प्राणावर –
कॉर्नवॉल	डोव्हरलाच काय म्हणून ? – याचे उत्तर त्याला देऊ दे.
ग्लॉस्टर	मला आहे खुंटाला बांधलेला, आणि मला द्यावेच लागणार हल्ल्याला तोंड.
रीगन	डोव्हरलाच काय म्हणून ?
ग्लॉस्टर	कारण मला नव्हते बघायचे त्यांचे असहाय म्हातारे डोळे तुझ्या क्रूर नखांनी उपटलेले; किंवा तुझ्या हिंस्र बहिणीने त्यांच्या अभिषिक्त रक्तामांसामध्ये आपले डुकराचे सुळे खुपसलेले. नरकासारख्या काळ्याकुट्ट रात्री त्या त्यांच्या उघड्या डोक्यावर तसले वादळ कोसळलेले पाहून प्रत्यक्ष समुद्रही वर उचंबळता आणि विझवता ताऱ्यांची आग; पण बिचारा म्हातारा जीव, केलीन मदत आकाशालाच पाऊस पाडताना. त्या काळरात्री तुझ्या दारापुढे लांडगे येऊन आक्रंदन करते तरीसुद्धा तू म्हणतीस, ''भल्या द्वारपाळा, दार उघड.'' सगळे क्रूरकर्मे बनतील सदय : पण या असल्या अपत्यांना पंख असलेली सूडाची देवता प्रायश्चित्त देताना मी पाहीन.
कॉर्नवॉल	ते तू कधीच नाही पाहू शकणार. अरे ती खुर्ची धरा रे. त्या तुझ्या डोळ्यावरती मी माझी लाथ हाणतो.

ग्लॉस्टर वृद्ध होईपर्यंत आपण जगावे असे ज्याला वाटत असेल
त्याला धावू दे माझ्या रक्षणार्थ – अरे क्रूरा ! अगा देवतांनो !

रीगन एक बाजू राहील वेडावीत दुसऱ्या बाजूला; दुसरा देखील !

कॉर्नवॉल जर तुला सूडाची देवता दिसत असेल –

पहिला सेवक सरकार, आवरा आपला हात;
बच्चा असल्यापासून आजतागायत मी केली आपली सेवा,
पण आत्ता 'आवरा' म्हणताना जी केली त्याहून चांगली
आपली सेवा कधीच नव्हती झाली माझ्याकडून.

रीगन काय म्हणालास रे तू कुत्तरड्या !

पहिला सेवक आपल्या हनुवटीवर दाढी असती तर या भांडणापोटी
मी ती हलवली असती.

रीगन तू स्वत:ला समजतोस कोण ?

कॉर्नवॉल माझाच भूदास ?
[तरवारी उपसून लढू लागतात.]

पहिला सेवक नाही, मग होऊन जाऊ दे, आणि समजू दे संतापाचा हिसका.

रीगन (वेगळ्या सेवकाला) तुझी तरवार मला दे. भूदास आणि असा प्रतिकार !
[एक तरवार घेऊन त्याच्या पाठीत खुपसते.]

पहिला सेवक ओऽ ! मला मारलेनी. माझे सरकार, तुमचा एक डोळा आहे उरलेला
त्याच्यावरील कसले तरी अरिष्ट पाहण्यासाठी. ओऽ !

कॉर्नवॉल कर बंदोबस्त, नाहीपेक्षा आणखी पाहील. शीऽ, ओंगळ बलका !
कुठे गेले आता तुझे ते तेज ?

ग्लॉस्टर सगळे अंधारमय आणि आनंदहीन. माझा मुलगा एडमंड कुठे आहे ?
अरे एडमंड, कर ज्वालायमान सृष्टीमधील यच्चयावत ठिणग्या
या असल्या अघोरी कृत्याचा सूड घेण्यासाठी.

रीगन अरे हुडूत्, राजद्रोही बदमाषा !
तू आहेस ज्याला बोलावीत तो करतो तुझा द्वेष; त्यानेच आम्हांला
दिली खबर तुझ्या राजद्रोहाची. तो आहे इतका चांगला,
त्याला तुझी दया येणे केवळ अशक्य.

ग्लॉस्टर अरे केवढा माझा मूर्खपणा ! मग एडगरलाच झाला अन्याय.
सदय देवतांनो, मला त्याची क्षमा करा, आणि घडवा त्याचा उत्कर्ष !

रीगन जा, त्याला दिंडीच्या बाहेर ढकला, आणि त्याला जाऊ दे हुंगीत डोव्हरचा रस्ता.

[एक सेवक ग्लॉस्टरसह जातो.]

काय झाले सरकार ? कसे वाटते आहे ?

कॉर्नवॉल मला लागला आहे एक वार. बाईसाहेब, चला माझ्याबरोबर.
त्या नेत्रहीन बदमाषाला काढा घराबाहेर; ह्या गुलामाला
फेका उकिरड्यावर. रीगन, मी रक्ताने निथळतो आहे :
ही जखम अवेळीच उद्भवली. मला आधार दे तुझ्या हाताचा.

[रीगनच्या आधाराने कॉर्नवॉल जातो.]

दुसरा सेवक नाही वाटणार मला पर्वा कसल्याही प्रकारची दुष्कृत्ये करण्याची
या माणसाचे भले झाल्यास.

तिसरा सेवक जर ती दीर्घायुषी झाली
आणि शेवटी रीतसरपणाने निसर्गनियमानुसार मरण पावली
तर एकजात सर्व स्त्रिया बनतील राक्षसिणी.

दुसरा सेवक आपण जाऊया त्या म्हाताऱ्या सरदारामागून, आणि मिळवूया तो वेडबंबू
त्यांच्या इष्टस्थळी त्यांना नेण्यासाठी : त्याच्या टारगट वेडेपणामध्ये
जाते खपून कसलीही गोष्ट.

तिसरा सेवक तू पुढे हो; मी आणतो थोडासा ताग नि अंड्याची सफेदी
त्यांच्या चेहऱ्यावरील त्या जखमेसाठी. आता परमेश्वरच त्यांना सांभाळो !

[वेगवेगळ्या बाजूने जातात.]

अंक चौथा

प्रवेश पहिला

[उजाड माळरान, एडगर प्रवेश करतो.]

एडगर सदासर्वकाळ तिरस्कृत असून खुशामत ऐकण्यापेक्षा, हे असे,
तिरस्कृत आहोत हे कळणेच, अधिक चांगले. अत्यंत अवनत,
अतिशय निकृष्ट, आणि दैवामुळे साफ खचलेल्या
अशा अवस्थेमधील प्राणी नेहमीच बाळगतो आशा, जगतो भीतीशिवाय.
उत्तम अवस्थेपासून होणारा बदलच असतो शोककारक;
अवनीतीची परिसीमा वळते आनंदाकडे. आणि म्हणूनच, मी करतो
तुझे स्वागत, माझ्या मिठीतील अपार्थिव वायुतत्त्वा :
अवनीतीच्या परीसीमेशी तू ज्याला टाकलेस फुंकरून त्या अभाग्याला
कसली भीती तुझ्या तडाख्यांची.
[एका म्हाताऱ्याच्या आधाराने ग्लॉस्टर प्रवेश करतो.]
पण इकडे कोण येतेय ?
माझे वडील, दुखऱ्या डोळ्यांनी ? संसारा, संसारा, अरे संसारा !
जर तुझ्या विपरीत स्थित्यंतरामुळे आम्हांला तुझा तिरस्कार नसता
तर आयुष्य म्हातारपणाला शरण न जाते.

म्हातारा माबाप सरकार,
मी आहे आपला रयत आणि आपल्या वडिलांचा रयत
ही गेली ऐंशी वर्षे.

ग्लॉस्टर नाहीसा हो, तू आधी नाहीसा हो; भल्या माणसा, इथून जा;
आता माझे नाही कसलेही भले होण्यासारखे तुझ्या प्रयत्नामुळे;
तुलाच त्यामुळे होईल अपाय.

म्हातारा आपल्याला आपली वाटसुद्धा दिसत नाही.

ग्लॉस्टर आता मला वाट नाही, आणि म्हणून नकोत डोळेही;
डोळे असताना मी ठेचाळलो. पुष्कळ वेळा असे आढळते,
सुस्थितीच बनवते आपल्याला बेपर्वा, आणि आपली प्रत्यक्ष वैगुण्ये
हीच ठरतात फायद्याची. अरेरे ! लाडक्या पोरा, एडगरा,
तू झालास फसवल्या गेलेल्या तुझ्याच बापाच्या रागाचे भक्ष्य;
जर कदाचित जगलोवाचलो स्वतःच्या स्पर्शामधून तुला पाहण्यासाठी,
तर म्हणेन मला लाभलेत पुन्हा डोळे.

म्हातारा काय बाबा, कोण आहे ते ?

एडगर (बाजूला) अगा देवांनो ! कोण म्हणेल, 'मी अवनतीची हद्द गाठली ?'
मी असतो होतो त्याहून अधिक अवनत.

म्हातारा एक गरीब वेडा टॉम.

एडगर (बाजूला) आणि कदाचित होईल याहूनही. 'हीच आहे अवनतीची हद्द'
असे आपण म्हणू शकतो तोपर्यंत ती नसते अवनतीची हद्द.

म्हातारा ए गृहस्था, कुठे चालला आहेस ?

ग्लॉस्टर कुणी भिकारी आहे वाटते ?

म्हातारा वेडा आणि भिकारीसुद्धा.

ग्लॉस्टर त्याला थोडी अक्कल असणार, एरव्ही भीक मागणे जमणार नाही.
मी गेल्या रात्रीच्या वादळामध्ये पाहिला एक असलाच माणूस,
त्याला पाहिल्यावर मला मानवच वाटला जंतुवत. लगेच आला
माझा मुलगा माझ्या मनासमोर; आणि त्यावेळी माझ्या मनात
त्याच्याविषयी सद्भाव नसूनही. त्यानंतर पुष्कळच उमजले :
उनाड मुलांना जशा माश्या तसेच आपण ह्या देवांना;
ते आपल्याला असतात मारीत त्यांच्या क्रीडेसाठी.

एडगर (बाजूला) हे असे घडले कसे ?
दुःखी माणसाची विदूषकी करणे हा धंदा एकूण वाईटच,
ठरतो तापदायक आपणाला नि इतरांना. (मोठ्याने) सलाम, धनीसाब !

ग्लॉस्टर हाच का तो नंगा पीर ?

म्हातारा होय, सरकार.

ग्लॉस्टर मग कृपा करून इथून पाय काढ. आपल्या जुन्यापुराण्या
प्रेमाला स्मरून तुला माझ्यासाठी करावेसे वाटल्यास एवढेच कर,
डोव्हरच्या रस्त्याला या इथून एकदोन मैलांवर आम्हांला गाठ,
आणि या अर्धनग्न प्राण्यासाठी काही आवरण बरोबर आण;
मी त्यालाच विनवणार आहे वाट दाखवण्यासाठी.

म्हातारा होय, सरकार ! तो वेडा आहे.

ग्लॉस्टर तो शाप आहे कालालाच, जिथे वेडे आहेत दाखवीत आंधळ्यांना मार्ग.
मी सांगतो तसे कर, किंवा त्याहूनही तुला रुचेल ते,
मुख्य म्हणजे, तू जा.

म्हातारा माझ्याजवळचा उत्तम पोशाख मी त्याच्यासाठी जरुर आणणार,
मग त्यामुळे काहीही होवो.
[जातो.]

ग्लॉस्टर अरे ए, नंगोबा –

एडगर टुकार टॉम कुडकुडतो आहे. (बाजूला) हे वठवणे यापुढे कठीण.

ग्लॉस्टर अरे लेका, इकडे ये.

एडगर (बाजूला) आणि तरीही लागणार वठवावे. (मोठ्याने) डोळ्यामधून रक्त !

ग्लॉस्टर डोव्हरचा रस्ता तू जाणतोस ?

एडगर पायऱ्या, फाटके, घोडरस्ता, पायरस्ता, सर्व. टुकार टॉम आहे झालेला भीतीने वेडापिसा. भल्या माणसाच्या सुपुत्रा, विक्राळ वेताळापासून देव तुझे रक्षण करोत. टुकार टॉमला आहे पछाडलेले एकाच वेळी पाच वेताळांनी : छिनालांचा आग्यावेताळ, मुक्यांचा महापुरुष, चोरांचा देवचार, खुन्यांचा खवीस, आणि सोंगाड्याचा झोटिंग; हा झोटिंग हल्ली पछाडतो बिचाऱ्या दासींना आणि सेविकांना. म्हणून, धनीसाब, सावधान !

ग्लॉस्टर दैवी अरिष्टांनी सगळ्या प्रहारांसाठी तुला आहे लाचार बनवलेले;
ही घे पैशाची थैली : मी दु:खीकष्टी आहे म्हणूनच
तू होतो आहेस अधिक सुखी. असेच, देवतांनो, घडवा सदैव !
तुमच्या दंडकांना दास बनवणाऱ्या, दया नसल्यामुळे
दृष्टी हरवणाऱ्या, अतिसंग्रही आणि अतिभुक्त माणसाला
घडू दे प्रचीती तुमच्या सामर्थ्याची लौकरात लौकर;
म्हणजे वितरण करील नाहीशी ही अतिरिक्तता,
आणि लाभेल प्रत्येकाला पुरेसे. तुला डोव्हरची माहिती आहे ?

एडगर होय, धनीसाब.

ग्लॉस्टर तिथे आहे एक कडा, ज्याचे उंच कललेले डोके
असते निरखीत त्या निरुंद सामुद्रधुनीमध्ये भयग्रस्त होऊन.
मला फक्त जा घेऊन त्या त्याच्या अगदी धारेपर्यंत,
आणि तुझ्या या दैन्याचे मी करीन संपूर्ण निवारण.
माझ्याजवळील काही एका मूल्यवान वस्तूने; तिथून पुढे
नाही लागणार मला जरुरी कुणाच्या मार्गदर्शनाची.

एडगर द्या मला आपला हात :
ट्रुकार टॉम दाखवी तुम्हांला तुमचा मार्ग.

प्रवेश दुसरा

[ऑल्बनीच्या नरेशांच्या राजवाड्यासमोर. गॉनरिल व एडमंड प्रवेश करतात.]

गॉनरिल सरकार, सुस्वागत; आमचे ते मवाळ पतिराज आम्हांला रस्त्यावर
भेटले नाहीत याचेच वाटते मला आश्चर्य.
[ऑझ्वल्ड प्रवेश करतो.]
काय रे, तुझे मालक कुठे ?

ऑझ्वल्ड बाईसाहेब, आतमध्ये; पण इतका बदललेला माणूस सापडणे कठीण.
मी त्यांना वर्दी दिली किनाऱ्यावर उतरलेल्या त्या सैन्याबद्दल;
त्याला उद्देशून ते हसले : त्यांना सांगितले तुम्ही येत आहा;
ते उत्तरले, 'अधिकच वाईट' : ग्लॉस्टरच्या राजद्रोहाविषयी
आणि त्यांच्या मुलाने दाखवलेल्या राजनिष्ठेविषयी
मी त्यांना माहिती दिली, तेव्हा मलाच म्हणाले, 'महामूर्ख',
आणि बोलले, मी नेमके आहे त्याच्या उलट सांगतो असे.
जे त्यांना मुळीच आवडू नये ते वाटते आहे त्यांना सुखाचे;
जे आवडावे, ते त्रासदायक.

गॉनरिल मग तुम्ही अधिक पुढे जाऊ नका.
त्यांच्या वृत्तीतील भागुबाईला नाही होणार कधीही छाती
साहस करण्याची. नाही जाणवणार त्यांना अन्याय,
प्रत्युत्तराची जबाबदारी टाकणारे. वाटेत रचलेले आपले मनसुबे

सफलही होतील. एडमंड, आपण परता माझ्या मेव्हण्याकडे;
त्यांचे सैन्य जलदीने ज़मवा, त्यांच्या फौजांची हुकमत करा.
मला लागेल घरीच करावी हत्यारांची अदलाबदल, आणि द्यावी
सुताची चरकी नवऱ्याच्या हातामध्ये. हा माझा विश्वासू नोकर
राहील जातयेत आपणा दोघांमध्ये; तुमच्याचसाठी साहस करण्याची
हिंमत असेल, तर लौकरच आहे शक्यता तुमच्या कानावर
एक मालकिणीचा हुकूम पडण्याची. ही घाला.
(त्याला एक साखळी घालते.)
बोलू नका;
तुमचे डोके खाली वाकवा : हे चुंबन बोलायला धजते
तर त्याने उठवले असते तुझे पौरुष वर आकाशापर्यंत.
गर्भस्थ आपले कर, आणि प्रवासात सुखी अस.

एडमंड मृत्यूच्या आघाडीवरही सर्वस्वी तुझाच.

गॉनरिल माझाच कलिजा प्रियतम ग्लॉस्टर !
[एडमंड जातो.]
बाप रे, पुरुषापुरुषामध्ये केवढा फरक !
स्त्रीची सेवा तुला मिळावी हा तुझा आहे हक्कच.
माझी शय्या आहे बळकावलेली एका मूर्खाने.

ऑझ्वल्ड बाईसाहेब, सरकार येताहेत.
[जातो.
ऑल्बनी प्रवेश करतो.]

गॉनरिल मला काही किंमत आहे तर.

ऑल्बनी अग गॉनरिल !
तुझ्या तोंडावर वादळाने उडवलेल्या त्या धुळीचीही तुला नाही
किंमत राहिलेली. तुझी प्रवृत्ती मला वाटते फार भयावह :
जी वृत्ती आपल्या मुळालाच टाकते झिडकारून
तिला कसलीही मर्यादा घालून स्थिर ठेवणे असते अशक्य;
आपल्या खोडाच्या जीवनरसापासून जी स्वत:ला टाकते पेचून
आणि विच्छेदून, ती अटळपणाने जाते वाळत आणि येते
जळण्याच्या कामी.

गॉनरिल आणखी नको; मूळ वचनच आहे अक्कलशून्य.

ऑल्बनी शहाणपणा, चांगलेपणा, हे वाईटांना दिसतात वाईटच;
घाणीला आवडते फक्त घाणच. काय करून बसलात हे ?

मुली नव्हे, वाघिणींनो, काय करून बसलात तुम्ही ?
वेसण घातलेले अस्वलसुद्धा ज्याचे आदराने चाटील पाय
अशा एका दिलदार वृत्तीच्या वृद्ध माणसाला, एका जन्मदात्याला
तुम्ही केलेत ठार वेडे; केवढी अमानुषता, केवढा अधमपणा !
त्या माझ्या साडूमहाशयांनी हे तुम्हांला करूच कसे दिले ?
एक पुरुष, एक नरेश, त्यांनी इतके उपकार केलेला !
स्वर्गीय शक्तींनी या असल्या नीच गुन्ह्याचे शासन करण्यासाठी
जर आपल्या दृश्य देवता नाही पाठवल्या लौकर भूतलावर,
तर असे होईल,
अनिवार्यपणे ही माणसेच खातील माणसांना,
समुद्रामधील राक्षसासारखी.

गॉनरिल भ्याड माणसा !
थपडीसाठीच गाल आणखी अन्यायासाठीच डोके बाळगणाऱ्या,
आपला अपमान आणि सहनशीलता यामधील भेद पाहणारा
तुझ्या कपाळावर नाही डोळाच. तुला नाही हे समजणार,
उपद्रव देण्यापूर्वीच ज्या बदमाषांचे पारिपत्य घडते
ते वाटतात मूर्खांनाच दयनीय. कुठे लपली तुझी रणवाद्ये;
या आपल्या नि:शब्द भूमीवर आहेत फडफडत फ्रान्सची निशाणे,
तुरेदार शिरस्त्राणे देताहेत धमकावणी तुझ्या राज्याला
आणि तू, नीतिबाज महामूर्ख, बसतोस स्वस्थ, आणि ओरडतोस
'अरेरे ! तो असे का करतो ?'

ऑल्बनी हे वेताळणी, पाहा स्वत:कडे
प्रत्यक्ष सैतानातही नाही दिसणार त्याची विकृती इतकी भयंकर
जितकी दिसते ती स्त्रीमध्ये.

गॉनरिल भंपक महामूर्ख !

ऑल्बनी ए बदललेल्या आणि आत्माच्छादित क्षुद्र प्राण्या,
निदान लाजेपोटी, आपले बाह्यरूप नको राक्षसवू.
माझ्या रक्ताचा हुकूम पाळणे माझ्या हातांना असते शोभणारे
तर तुझी हाडे मोडायला आणि तुझे मांस फाडायला
ते केव्हाच होते तयार; पण तू असलीस सैतान,
तरी एका स्त्रीच्या आकाराने तुझा आहे बचाव केलेला.

गॉनरिल काय पण आपले पौरुष ! म्याव !
[एक जासूद प्रवेश करतो.]

ऑल्बनी काय खबर ?

जासूद हाय ! सरकार, कॉनवॉलचे नरेश मरण पावले, त्यांच्याच एका
सेवकाकडून मारले गेले, ग्लॉस्टरच्या जहागीरदारांचा दुसरा डोळा
बाहेर काढण्यासाठी पुढे होताना.

ऑल्बनी ग्लॉस्टरचे डोळे !

जासूद नरेशांनीच वाढवलेला एक सेवक, असा दयेने गेला भारला.
त्याने आपल्या थोर धन्याविरुद्ध आपली स्वत:ची तरवार उपसून
त्या कृत्याला केला प्रत्यवाय; त्याचमुळे नरेश संतापले,
त्याच्या अंगावर गेले धावून, आणि सर्वांनी त्याला तोडलाही;
पण एक जबर वार त्यांना लागलाच, ज्याने नंतर
त्यांनाही उचलले त्याच्या मागोमाग.

ऑल्बनी हे दाखवते तुम्ही वर आहात,
या आमच्या खालच्या गुन्ह्यांचा इतक्या तातडीने सूड घेणाऱ्या
न्यायाच्या देवता ! पण तो बिचारा ग्लॉस्टर !
दुसऱ्या डोळ्यालाही मुकला की काय ?

जासूद दोहोंनाही, सरकार, दोहोंनाही.
बाईसाहेब, या पत्राचे आहे मागितलेले तातडीने उत्तर;
ते आहे तुमच्या ताईसाहेबांचे.
(एक पत्र देतो.)

गॉनरिल (बाजूला) एका दृष्टीने मला हे फार आवडले;
पण आहे ती विधवा, आणि माझा ग्लॉस्टर तिच्याजवळ,
त्यामुळे माझ्या कल्पनेतील सर्व इमले पडायचे कोसळून
या माझ्याच नाठाळ जीवनावर : दुसऱ्या दृष्टीने,
ही बातमी नाही काही फारशी वाईट. [मोठ्याने] मी वाचते, नि उत्तर देते.
[जाते.]

ऑल्बनी त्यांनी त्याचे डोळे काढले तेव्हा त्यांचा मुलगा कुठे होता ?

जासूद इकडे आलेला बाईसाहेबांबरोबर.

ऑल्बनी तो तर इथे नाही.

जासूद नाही, सरकार, तो पुन्हा परत जाताना मला भेटला.

ऑल्बनी या दुष्कर्माची त्याला काही कल्पना आहे ?
जासूद जी, सरकार; त्यांच्याविरुद्ध यानेच तर माहिती पुरवली,
आणि त्यांना मन मानेल तशी शिक्षा करता यावी
या इराद्यानेच घर सोडले.
ऑल्बनी ग्लॉस्टर, मी जिवंत आहे
महाराजांविषयी तू दाखवलेल्या प्रेमाबद्दल आभार मानण्यासाठी,
आणि तुझ्या डोळ्याबद्दल सूड घेण्यासाठी. मित्रा, इकडे चल :
तुला जे जे ठाऊक असेल ते ते सर्व मला सांग.
[जातात.]

प्रवेश तिसरा

[डोव्हरजवळचा फ्रेंच तळ. केंट आणि एक सद्गृहस्थ प्रवेश करतात.]

केंट फ्रान्सचे राजे असे अचानक का परत गेले याचे कारण तुम्ही जाणता का ?
सद्गृहस्थ इकडे आल्यावर त्यांच्या लक्षात आले की राज्यामधले एक काम अपूर्ण राहिले; आणि त्यामुळे सबंध दौलतीला एवढे मोठे भय आणि धोका दिसला की त्यांना खुद्द स्वत:च परत जाणे अत्यंत आवश्यक व अनिवार्य झाले.
केंट त्यांनी आपल्यामागे इकडचे सेनापतिपद कुणाकडे सोपवले ?
सद्गृहस्थ फ्रान्सचे सरलष्कर म्यूस्यर ला फार यांच्याकडे.
केंट तुमच्या पत्रांमुळे राणीसाहेबांच्या अंत:करणाला दु:ख झाल्याचे काही चिन्ह तुम्हांला दिसले का ?
सद्गृहस्थ होय, महाशय; ती त्यांनी स्वत:च घेतली, माझ्या समक्षच ती वाचली;
आणि अधूनमधून अश्रूंचा प्रवाह लागला ओघळायला
त्या त्यांच्या सुकोमल गालावर; असे वाटे, आपल्या दु:खावर
त्या राणीसारखा अंमल चालवताहेत; आणि दु:ख, बंडखोराप्रमाणे,
करतेय प्रयत्न त्यांच्यावरती राजा होण्याचा.
केंट ओहो ! मग त्यामुळे त्या हेलावल्या.
सद्गृहस्थ पण त्यात उद्रेक नव्हता; संयम नि दु:ख यांच्यात होती
चढाओढ चाललेली, त्यांना अधिक शोभवते कोण ? तुम्ही पाहिलात

ऊन नि पाऊस एकदम पडताना ? – त्यांचे हासू आणि आसू
ही होती त्याच्यासारखीच, जरा उजवीच; त्या त्यांच्या
परिपक्व ओठांवर खेळणाऱ्या स्मितांना नव्हती जाणीव
त्यांच्या डोळ्यांमध्ये प्रकटणाऱ्या पाहुण्यांची; हिऱ्यामधून
मोत्ये गळावीत तसे ते तिथून निघायचे. थोडक्यात म्हणजे,
त्यांना शोभले तसेच ते सर्वांना शोभते, तर दु:खच
ठरती एक अपूर्व वस्तू, अत्यंत आवडणारी.

केंट त्या काही बोलल्या का ?

सद्‌गृहस्थ एकदा दोनदा त्याच्या हृदयावर भार पडल्यागत दमछाट करीत
'पिताजी' असा एक शब्द जड आवाजाने त्यांनी उच्चारला;
आणि उद्‌गारल्या, ''बहिणी ! बहिणी ! स्त्रीजातीच्या कलंकिणी ! बहिणी !
केंट ! पिताजी ! बहिणी ! काय, वादळामध्ये ? रात्रीच्या वेळी ?
सगळी दयामाया संपली की काय ?'' तिथेच त्यांनी
त्या आपल्या स्वर्गीय डोळ्यांतून पवित्र पाण्याचा केला शिडकावा
ज्याने आक्रोश झाला ओला, नंतर निघाल्या त्या जायला
दु:खाबरोबर एकान्तात झगडण्यासाठी.

केंट हे ग्रहच,
आपल्या डोक्यावरचे हे ग्रहच, करतात नियमन आपल्या स्वभावांचे;
नाहीपेक्षा एकाच आईबापांना इतकी वेगळाली मुले होणे
होते अशक्य. त्यानंतर तुम्ही त्यांच्याशी काही बोलला का ?

सद्‌गृहस्थ नाही.

केंट हे केव्हा घडले, राजे परतण्यापूर्वी ?

सद्‌गृहस्थ नाही, नंतर.

केंट अहो महाशय, तो गांजलेला असहाय लिअर आहे गावामध्येच;
त्याला केव्हाकेव्हा, भानावर असला की, लागते आठवायला
आमच्या बदललेल्या परिस्थितीचे कारण, आणि देतो साफ नकार
स्वत:च्या मुलीची भेट घ्यायला.

सद्‌गृहस्थ काय हो, ते कशामुळे ?

केंट त्याला एक दुर्दम्य लज्जा मागे खेचते : स्वत:चीच निर्दयता,
तिला आपल्या आशीर्वादापासून वंचित करणारी, तिला परदेशातील
संकटांकडे हाकलून लावणारी, तिचे स्वत:चे मोलाचे हक्क

आपल्या कुत्तेकाळजाच्या मुलींना देणारी; ह्या गोष्टी त्याच्या मनाला
असा विखारी करतात डंख की ती दाहक लज्जा
त्याला कॉर्डीलिआपासून ठेवते दूर.

सद्गृहस्थ अरेरे ! दुर्दैवी माणूस.

केंट ऑल्बनी आणि कॉर्नवॉल यांच्या फौजांविषयी आपण ऐकले नाही ?

सद्गृहस्थ ते खरे आहे, त्या आहेत करीच आगेकूच.

केंट मी आहे नेणार आपणांला आमचे धनीसाहेब लिअर यांचेकडे,
आणि आहे सोपवणार आपणांवर त्यांची देखभाल. तसेच महत्त्वाचे
कारण असल्यामुळे मला लागेल काही काळपर्यंत गुप्तता पांघरावी;
खऱ्या स्वरूपात मला ओळखल्यावर, माझ्याशी झालेल्या या परिचयाबद्दल
नाही होणार तुम्हांला पश्चात्ताप. मी आपल्याला प्रार्थना करतो,
चला माझ्याबरोबर.
(जातात.)

प्रवेश चौथा

[स्थळ पूर्वीचेच. रणवाद्ये व लष्करी पताका यांच्या मागोमाग कॉर्डीलिआ,
वैद्य व सैनिक प्रवेश करतात.]

कॉर्डीलिआ अरेरे ! तेच ते : आत्ता इतक्यातच ते आढळले कुणाला तरी
प्रक्षुब्ध दर्यासारखे पिसाट झालेले; मोठमोठ्याने गाणी म्हणताना;
ब्राह्मी, नागरमोथा, विखेरी, धोतरा, खाजकुयली, तेरड्याची फुले, हरळी
आणि आपल्या सकस धान्यामध्ये उगवून येणारे बेकार तणस,
यांचा मुकुट डोक्यावर घातलेले. पाठवा ताबडतोब शंभराची तुकडी,
करा शोधाशोध उंच वाढलेल्या त्या शेतातील प्रत्येक एकरामध्ये,
आणि त्यांना या घेऊन आमच्या डोळ्यासमोर.
(एक अधिकारी जातो.)
मानवी शास्त्राला
त्यांचे डोके ठिकाणावर आणण्याचा काही इलाज अवगत आहे का ?
जो त्यांना करील पहिल्यासारखे तो माझी घेऊन जाऊ दे बाह्य संपत्ती.

वैद्य बाईसाहेब, त्याच्यावरती इलाज आहे.
आपल्या प्रकृतीला जपणारी परिचारिका म्हणजेच निद्रा,
तीच नाही त्यांना मिळालेली; तिचा प्रादुर्भाव त्यांच्यात होण्यासाठी
अनेक औषधी ठरतील कार्यप्रवण, ज्यांच्या प्रभावाने
ते त्यांचे पीडाक्लांत डोळे लागतील मिटायला.

कॉर्डीलिआ पवित्र गुप्तौषधींनो,
ह्या पृथ्वीवरच्या अज्ञात असलेल्या प्रभावी वनस्पतींनो,
या उगवून माझ्या अश्रूंबरोबर ! त्या सज्जनावरील या आपत्तीमध्ये
व्हा साहाय्यकारी आणि गुणदायक ! – शोधा, शोधा त्यांना
नाहीपेक्षा अनावर असलेले त्यांचे वेडच टाकील वितळवून
नियंत्रक साधनाचा अभाव असलेले त्यांचे जीवन.
[एक जासूद प्रवेश करतो.]

जासूद बातमी, बाईसाहेब;
इंग्रजांच्या फौजा चाल करून इकडे येताहेत.

कॉर्डीलिआ ही बातमी समजली पूर्वीच; आमचा फौजफाटा आहे खडा
त्यांच्याच अपेक्षेने. प्रिय पिताजी ! मी करते आहे
ही धडपड तुमच्याच कार्यासाठी; आणि म्हणूनच फ्रान्सच्या राजांना
आली करुणा माझ्या दु:खार्त आग्रही अश्रूंची.
नाही कसलीही फाजील महत्त्वाकांक्षा आहे चेतवीत आमच्या शस्त्रास्त्रांना.
फक्त प्रेम, उत्कट प्रेम, आणि आमच्या वृद्ध पित्याचे न्याय्य हक्क.
लौकरच घडो त्यांची भेट, आणि पडो त्यांचा आवाज माझ्या कानावर.
[जातात.]

प्रवेश पाचवा

[ग्लॉस्टरच्या किल्ल्यामधील एक दालन. रीगन आणि ऑझ्वल्ड प्रवेश करतात.]

रीगन पण माझ्या मेव्हण्याच्या फौजा बाहेर निघाल्या ?

ऑझ्वल्ड होय, बाईसाहेब.

रीगन ते स्वत: जातीने निघाले ?

ऑझ्वल्ड बाईसाहेब, पुष्कळसा घोळ घातल्यावर.
तुमची बहीणच अधिक बहादूर.

रीगन एडमंडसरकार तुमच्या सरकारांशी घरामध्ये बोललेच नाहीत ?

ऑझ्वल्ड नाही, बाईसाहेब.

रीगन हे पत्र त्यांना लिहिण्यामागे माझ्या बहिणीचा उद्देश कोणता ?

ऑझ्वल्ड बाईसाहेब, मला माहीत नाही.

रीगन गंभीर अशा एका कामगिरीवर त्यांना आहे इथून पाठवलेले.
त्या ग्लॉस्टरचे डोळे काढल्यावर त्याला तसे जिवंत ठेवणे
हाच झाला मोठा मूर्खपणा; जिथे जिथे तो जातो
तिथे तिथे सगळी अंत:करणे करतो आमच्याविरुद्ध. मला वाटते,
त्याच्या दुर्दशेची कींव येऊन, एडमंड आहे तिकडे गेलेला,
त्याच्या जीवनाची रात्र संपवण्यासाठी; आणि त्याशिवाय,
शत्रूच्या सैन्याचे बळ हेरण्यासाठी.

ऑझ्वल्ड बाईसाहेब, मला पत्रासह गेलेच पाहिजे त्यांच्या मागोमाग.

रीगन आमच्या फौजा उद्या निघतील; तू आमच्याच बरोबर राहा,
रस्ते आहेत धोक्याचे झालेले.

ऑझ्वल्ड बाईसाहेब, मला नाही राहता येणार;
माझ्या मालकीणबाईंनी आहे बजावलेले ही कामगिरी पार पाडण्याबद्दल.

रीगन तिने एडमंडला लिहिण्याचे कारण ? तुला तोंडानेच
तिचे म्हणणे कळवता आले नसते वाटते ? बहुतेककरून
तसलेच काहीतरी – काय असेल कुणाला ठाऊक. मी तुझे चीज करीन,
मला ते पत्र उघडू दे.

ऑझ्वल्ड बाईसाहेब, मी त्यापेक्षा –

रीगन मी जाणते, तुझ्या मालकिणीचे तिच्या नवऱ्यावर प्रेम नाही.
मला आहे त्याची खात्रीच. आणि नुकतेच इथे असताना
तिने आपले ते पाघळणारे बोलके कटाक्ष होते फेकलेले
उमद्या एडमंडकडे. जाणते हेही, तू आहेस तिच्या गुप्तगूतला.

ऑझ्वल्ड मी, बाईसाहेब !

रीगन पुऱ्या माहितीनिशी मी बोलते; तू आहेस, मला ठाऊक आहे :
आणि म्हणूनच तुला सुचवते, सांगते त्याची दखल घे :

माझे पतिराज वारलेले आहेत; एडमंड व मी बोललेली आहोत,
आणि तुझ्या मालकिणीपेक्षा माझ्याबरोबरच करबद्ध व्हायला
तो आहे अधिक अनुरूप. तुला बाकीचे ताडता येईल.
तू त्याला भेटू शकलास तर ही वस्तू त्याला दे,
आणि जेव्हा हे सर्व तुझ्या मालकिणीच्या कानावर घालशील,
तेव्हा कृपा करून तू तिला थोडी अक्कल वापरायला सांग :
ठीक आहे, मी तुला निरोप देते.
त्या अंध राजद्रोह्याबद्दल काही सुगावा तुला लागला
तर लाभेल मानाची जागा त्याचा शिरच्छेद करणाऱ्या माणसाला.

ऑझ्वल्ड मी त्याला भेटू शकलोच तर बाईसाहेब मी दाखवीन
कुणाच्या पक्षाचा मी आहे ते.

रीगन मी तुला निरोप देते.
(जातात.)

प्रवेश सहावा

[डोव्हरच्या नजीकचा प्रदेश. ग्लॉस्टर आणि शेतकऱ्याच्या पोशाखातील एडगर प्रवेश करतात.]

ग्लॉस्टर त्या विशिष्ट डोंगराच्या माथ्यावर मी केव्हा पोचणार ?

एडगर तुम्ही आत्ता तोच चढता आहा; पाहा किती श्रम पडताहेत.

ग्लॉस्टर मला भासते ही जमीन सपाट असल्यागत.

एडगर भयंकर चढणीची :
ऐका ! तुम्हांला दर्या नाही ऐकू येत ?

ग्लॉस्टर खरे म्हणजे, नाही.

एडगर तर मग त्या तुमच्या डोळ्यांच्या दु:खामुळे बधिर झालीत
तुमची बाकीची इतर इंद्रिये.

ग्लॉस्टर बरोबर, कदाचित तसेही असेल.
तुझा आवाज मला वाटतोय बदलल्यासारखा, आणि तुझे
बोलणेदेखील भाषेच्या आणि अर्थाच्या दृष्टीने पूर्वीहून चांगले.

एडगर तुमची होते आहे भलतीच फसगत; मी कपड्याशिवाय दुसऱ्या कशातही
नाही बदललेला.

ग्लॉस्टर मला वाटतात तुमचे उच्चार सुधारल्यासारखे.

एडगर अहो, पुढे चला; हीच ती जागा; हालू नका. किती भयाण,
किती भोवळणारे, हे असे इतके खोल खाली पाहणे !
अर्ध्या अंतरावरील हवेत उडणारे ते कावळे आणि डोमकावळे
नाही दिसत बागुर्ड्याएवढेही. इथून खाली अर्ध्या टप्प्यावर
कुणीतरी दगडफूल जमवणारा दिसतो लोंबकळताना – धोकेबाज व्यवसाय !
मला वाटते, तो दिसतो त्याच्या स्वत:च्या डोक्याहून लहान.
दर्याजवळच्या वाळूत चालणारे ते कोळी लोक
भासतात उंदरासारखे, आणि पलीकडचे नांगरून पडलेले प्रचंड गलबत
त्यांच्या आंगरुखाएवढे लहान झालेले, त्यांचे आंगरूख एक बोयराच
आपल्या दृष्टीला न उमगेल इतका लहान. असंख्य बेकार गोट्यांवरती
अंग घासणाऱ्या लाटांची कुजबूज नाही ऐकू येत
इतक्या उंचावर. मी नाही आणखी अधिक पाहत राहणार,
नाहीपेक्षा माझा मेंदूच जाईल चक्रावून, आणि ही बेभान दृष्टी
कोसळेल खाली डोक्यासहवर्तमान.

ग्लॉस्टर तुम्ही आहात तिथे मला उभा करा.

एडगर आपला हात मला द्या; तुम्ही आता आहात उभे एका हातावर
या कड्याच्या धारेपासून : साऱ्या दुनियेच्या दौलतीकरताही
मी नाही मारणार उडी इथे जागच्या जागी.

ग्लॉस्टर माझा हात दे सोडून.
ही, मित्रा, आणखी एक थैली; तिच्यात आहे एक रत्न
कुठल्याही गरीबाला घ्यावेसे वाटेल इतक्या मोलाचे; देव नि पऱ्या
ते करोत तुला लाभणारे. तू याहूनही दूर जा;
माझा निरोप घे, आणि तू दूर गेलास की मला सांग.

एडगर अहो, मी आपला निरोप घेतो.

ग्लॉस्टर माझ्याही तुला हार्दिक सदिच्छा.

एडगर (बाजूला) त्यांच्या निराशेशी मी चालवलेला हा खेळ
आहे योजलेला ती घालवण्यासाठीच.

ग्लॉस्टर (गुडघे टेकून) सर्वशक्तिमान देवतांनो !
मी आहे करीत त्याग या जगाचा, आणि संपवीत
ही माझी महान व्यथा तुमच्या समक्ष;

जरी असती ती अजूनही मला सोसवली; आणि नसता
झाला अध:पात तुमच्या अटळ परमेच्छेविरुद्ध बंड करण्याइतका,
तरीदेखील या माझ्या ओंगळ अस्तित्वाची मिणमिणती वात
जाती विझूनच. जिवंत असल्यास, माझ्या एडगरचे कल्याण करा !
ए गृहस्था, मी तुझा निरोप घेतो.

एडगर मी गेलो हो : माझ्या सदिच्छा.
[ग्लॉस्टर पुढे उडी घेतो आणि पडतो.]
(बाजूला) आणि तरीही मी नाही हे ओळखले, निव्वळ कल्पनाही
करते चोरी जीवनाच्या तिजोरीची, जेव्हा जीवनच त्या चोरीला
देते संमती; त्यांना वाटले त्या ठिकाणीच ते असते
तर आत्तापर्यंत संपते वाटणेही. (मोठ्याने) जिवंत आहात की मेलात ?
अहो महाशय ! अहो मित्रवर्य ! ऐकलेत का ? अहो बोला !
[बाजूला] मेलेले असणेही सहज शक्य; पण नाही, ते हालताहेत.
[मोठ्याने] अहो, आपण कोण आहात ?

ग्लॉस्टर दूर जा, आणि मला मरायला दे.

एडगर तंतू, पिसे किंवा वायू याहून तुम्ही वेगळे असता,
तर इतके अनेक पुरुष खाली कोसळल्यावर, तुमच्या असत्या
उडाल्या ठिकऱ्या एखाद्या अंड्यासारख्या; पण तुम्ही करता श्वासोच्छ्वास
आहा वजनशीर, नाही रक्ताळलेले, आहा बोलते, आहा धट्टेकट्टे.
एकावर एक दहा डोलकाठ्या ठेवल्या तरीही नाही पोचणार
त्या उंचीपर्यंत, जिथून आपण कोसळलात खाली लंब रेषेमध्ये.
तुमचे जीवन हा आहे एक चमत्कार. पुन्हा एकदा बोला पाहू.

ग्लॉस्टर पण मी पडलो की पडलो नाही ?

एडगर या पांढऱ्या हद्दीने वेढलेल्या त्या भयानक कड्याच्या माथ्यावरून.
त्या उंचीकडे नजर फेका; खड्या गळ्याचा चंडोलदेखील
तिथे नाही पडणार दृष्टीला, किंवा ऐकू येणार : फक्त वर पाहा.

ग्लॉस्टर माझे दुर्दैव ! माझ्याजवळ डोळे नाहीत.
मृत्यूच्या साहाय्याने आपला स्वत:चा शेवट करण्याचा तो हक्कही
आता दुर्दशेने गमावला की काय ? पूर्वी असायचे तेवढे तरी समाधान,
जेव्हा विपत्तीला यायचे फसवता झोटिंगाच्या क्रोधास,
आणि डावलता त्याने रचलेले उन्मत्त मनसुबे.

एडगर मला आपला हात द्या :
उठा. छान; कसे वाटते ? पाय वापरायचे जमेल का ? उभे राहिलात.

ग्लॉस्टर अगदी व्यवस्थित, अगदी व्यवस्थित.

एडगर हे सगळे भलतेच आश्चर्यकारक.
त्या कड्याच्या डोक्यावरती तुमच्यापासून दूर गेली
ती व्यक्ती कोण होती ?

ग्लॉस्टर एक गरीब दुर्दैवी भिकारी.

एडगर इथे खाली उभा असताना मला वाटले, त्याचे डोळे
हे आहेत पौर्णिमेचे दोन चंद्र, त्याला आहेत हजार नाके,
शिंगे पिळदार आणि प्रक्षुब्ध सागराप्रमाणे हेलावत राहणारी.
तो होता कुणी वेताळ; आणि म्हणून, भाग्यवान पिताजी,
तुम्ही समजा, मानवी अशक्यतेला शक्य करण्यातच ज्यांचा गौरव,
त्या पवित्र देवतांनी आहे तुम्हांला राखलेले.

ग्लॉस्टर आता मला सर्व आठवते; मी यापुढे करीन सहन
सर्व पीडा तीच 'पुरे पुरे' असे ओरडेपर्यंत
आणि मरेपर्यंत; तू म्हणतोस ती व्यक्ती
मी समजलो एक मनुष्यच; पुन्हा पुन्हा ती म्हणायची
'एक वेताळ, एक वेताळ' : त्यानेच नेले मला त्या जागेपर्यंत.

एडगर बाळगा शांत नि धीराचे विचार.
[रानफुलांच्या विलक्षण पोशाखात लिअर प्रवेश करतो.]
पण हे कोण येतेय ? जर बुद्धी शाबूत असली तर ती नाही सजवणार
आपल्या मालकाला अशा पद्धतीने.

लिअर नाही, नाणी पाडण्याबद्दल ते नाही करू शकत मला स्पर्श; मी आहे प्रत्यक्ष राजाच.

एडगर किती हृदयद्रावक हे दृश्य !

लिअर त्या बाबतीत निसर्ग आहे कलेहून श्रेष्ठ. हा घ्या तुमचा भत्ता. तो प्राणी हाताळतो आहे आपले धनुष्य एखाद्या बुजगभावल्याप्रमाणे : अरे यार, घे ओढ कापडवाल्याच्या गजाइतकी. तो पाहा, तो पाहा ! एक उंदीर. शांत राहा, शांत राहा ! भाजलेल्या खव्याच्या एका तुकड्यानेच काम होईल. हे घ्या माझे आव्हान; एखाद्या राक्षसाच्या विरुद्धदेखील मी ते सिद्ध करीन. या घेऊन रंगवलेल्या भालेकुऱ्हाडी. वाहवा ! काय पाखरा

उडाले आहेस. बरोबर निशाणावर, बरोबर निशाणावर : सूंऽऽऽ ! परवलीचा शब्द सांगा.

एडगर मधुर मरवा.

लिअर जाऊ शकता.

ग्लॉस्टर तो आवाज मी ओळखतो.

लिअर अरे वा ! गॉनरिल आणि पांढऱ्या दाढीची ! त्यांनी माझी खुशामत केली, एखाद्या कुत्र्यासारखी; आणि मला सांगून टाकले, माझ्या दाढीचे हे केस पांढरे झाले, काळे केस तिथे उगवण्यापूर्वी. मी म्हणेन त्या प्रत्येक गोष्टीला 'होय' आणि 'नाय' म्हणायचे ! पण ती 'होय' नि 'नाय' हीसुद्धा धर्मशास्त्राशी सुसंगत नव्हती. जेव्हा एकदा पाऊस आला आणि मी भिजून निघालो, वारा सुटला नि माझे दात वाजू लागले, मेघगर्जना सुरू झाली नि माझ्या सांगण्यामुळे थांबली नाही; तिथेच मी त्यांना ओळखले, तिथेच त्यांचा खोटेपणा मला समजला. छे, त्यांचे शब्द विश्वासार्ह नाहीत. त्यांनी सांगितले मी आहे सर्वशक्तिमान; खोटे आहे, मी नाही ज्वरापासून विमुक्त.

ग्लॉस्टर त्या आवाजाचे खास वैशिष्ट्य माझ्या आहे चांगलेच स्मरणामध्ये : ते महाराजच नाहीत का ?

लिअर होय, कणन्‌कण आहे महाराजाचा.
पाहा कशी प्रजा थरकापते, मी माझी नजर रोखल्यावर.
मी माफ करतो त्या माणसाची फाशीची शिक्षा. काय होता तुझ्या गुन्हा ?
व्यभिचारीपणा ?
तू निश्चित मरत नाहीस : व्यभिचारासाठी मरायचे ! नाही.
चिमणासुद्धा स्त्रीगमन करतो, आणि ते इवलेसे फुलपाखरू
करते इष्कबाजी माझ्या डोळ्यासमोर.
मैथुनाचा विजय असो; कारण ग्लॉस्टरचा अनौरस मुलगा
वागला बापाशी अधिक दयाळूपणाने, कायदेशीर शय्येवर
जन्माला घातलेल्या माझ्या मुलींपेक्षा.
हे कामवासने, चालू दे स्वैराचार ! कारण मलाही सैनिकांचा तुटवडाच.
पाहा एकदा त्या पलीकडच्या सलज्ज गृहिणीकडे;
तिच्या गुडघ्यांमधील तिचा चेहरा सुचवतो हिमवर्षाव;
करते बहाणा पतिव्रता असल्याचा; वळवते तोंड दुसऱ्या दिशेला

त्या सुखाचे नाव ऐकताच;
पण एखाद्या रानमांजरीला किंवा एखाद्या माजलेल्या घोडीलाही
नसेल संभोगाची तिच्याइतकी अनिर्बंध भूक.
कमरेपासून खालच्या भागात त्या असतात फक्त जनावरे
आणि स्त्रिया कंबरेच्या वर.
देवांची मालकी असते फक्त त्या कमरपट्ट्यापर्यंत,
खालचे सर्व असते सैतानाचे;
तिथेच नरक, तिथेच अंधार, तिथेच असते गंधकाची खाण
– जळती, उकळती, दुर्गंधी, सर्वनाश; शी, शी, शी ! थू: थू: !
बाबा गंधविक्या, मला तोळाभर कस्तुरी दे
माझी कल्पनाशक्ती सुवासित करण्यासाठी.
हे घे तुझे पैसे.

ग्लॉस्टर त्या हाताचे मला चुंबन घेऊ दे.

लिअर मला तो प्रथम पुसू दे; त्याला आहे नश्वरतेचा वास.

ग्लॉस्टर अरेरे, भग्न झालेला सृष्टीचा आदर्श ! हे विश्वही
असेच शेवटी जाणार झिजून नष्ट होईपर्यंत. मला ओळखता का ?

लिअर चांगलेच आठवतात तुझे डोळे : तू माझ्याकडे तिरकस पाहतोस ?
नाही, अंध कामदेवा, वाटेल ते कर; मी प्रेम करणार नाही.
हे आव्हान तू वाच; निदान त्याची लिखावट तर पाहा.

ग्लॉस्टर प्रत्येक अक्षर सूर्य असले, तरी मला दिसणार नाही.

एडगर (बाजूला) ऐकीव माहितीने यावर विश्वास बसला नसता; पण पाहतोय,
आणि त्याने माझ्या हृदयाचे होताहेत तुकडे.

लिअर वाचा.

ग्लॉस्टर काय ! डोळ्यांच्या खाचांनी ?

लिअर ओ हो ! तुम्हांला तसे का सुचवायचे आहे ? डोक्यामध्ये डोळे नाहीत आणि थैलीमध्ये पैसे नाहीत ? तुमच्या डोळ्यांची स्थिती जड आहे आणि थैलीची हलकी आहे. तरीसुद्धा दुनिया कशी झुलते ते तुम्ही पाहताच.

ग्लॉस्टर मी पाहतो तो स्पर्शामधून.

लिअर अरे, काय वेडा आहेस ? दुनिया कशी झुकते हे पाहायला माणसाला डोळे नकोत. तू आपल्या कानांनी पाहा : पाहा पलीकडचा तो

न्यायाधीश त्या एका सामान्य चोराला कशा शिव्या घालतो ते. आता कानांनी लक्षपूर्वक ऐक : कर त्यांच्या जागांची अदलाबदल, खेळ लपवालपवी, आता न्यायाधीश कोणता नि चोर कोणता ? तू एखाद्या शेतकऱ्याचा कुत्रा भिकाऱ्यावर भुंकताना पाहिला आहेस ?

ग्लॉस्टर होय, सरकार.

लिअर आणि तो माणूस त्या कुतरड्यापासून दूर पळताना ? त्याच ठिकाणी तुला दिसेल अधिकारपदाचे महान प्रतीक :
अधिकारपदावरील एखाद्या कुत्र्याचाही मानतात हुकूम.
अरे ए हलकट हवालदारा, घाल आवर त्या तुझ्या निष्ठुर हाताला !
काय म्हणून तू फटकावतोस त्या रांडेला ? कर नागडा तुझाच पार्श्वभाग;
ज्याकरता तिला मारतोस, त्याचकरिता तिला वापरण्याची तुझी वासना
आहे वखवखलेली. सावकारी करणारेच चढवतात फासावर भुरट्या चोरांना
फाटक्या कपड्यामधून पडतात दृष्टीला लहानसहान अवगुणही;
अंगरखे नि महावस्त्रे लपवतात सर्व. घाला पापावर सोन्याचे चिलखत
आणि न्यायासनाचा समर्थ भालाही जातो मोडून इजा केल्याशिवाय;
घाला लक्तरे आणि एखाद्या ठेंगूची काडीही जाते आरपार.
गुन्हा नसतो कुणीही करीत, कुणीही, मी सांगतो, कुणीही;
मीच देईन त्यांना प्रमाणपत्र; मित्रा, हे घे; मला आहे ही सत्ता
आरोप करणाऱ्यांचे ओठ शिवण्याची. तुला एक चष्मा घे;
आणि एखाद्या कुटिल कारस्थान्याप्रमाणे राहा भासवीत
न दिसणारे दिसत आहे असे. आत्ताच, आत्ताच, आत्ताच, आत्ताच;
माझे बूट काढ ओढून; आणखी जोराने, आणखी जोराने, फार छान.

एडगर काय हे अर्थाचे आणि निरर्थाचे मिश्रण;
वेडेपणातला शहाणपणा.

लिअर माझे डोळे तुला घे, माझ्या दुर्दैवासाठी रडणार असलास तर;
मी तुला चांगला ओळखतो; तुझे नाव आहे ग्लॉस्टर;
तुला पाहिजे बनले सहनशील; आपण रडतच इथे आलो :
तू जाणतोसच, पहिल्याप्रथम हवा हुंगताना
आपण केकाटतो आणि किंचाळतो. मी तुला प्रवचन देणार : लक्ष दे.

ग्लॉस्टर हाय हाय, काय हा दिवस !

लिअर जेव्हा आपण येतो जन्माला, तेव्हा रडतो आपण आल्यामुळे
या मूर्खांच्या महान रंगमंचावर. हे शिरोभूषण फार झकास !
घोडदळाच्या एका तुकडीला न वाजणारे नाल बसवण्याचा
हा डाव फार चतुराईचा; मी त्याचाच करणार प्रयोग.
आणि मग एकदा का मी चाहूल न लागता जावयांना गाठले
की मग धरा मारा, धरा मारा, धरा मारा, धरा मारा !
[एक सद्‌गृहस्थ सेवकासह प्रवेश करतो.]

सद्‌गृहस्थ वा ! ते इथे आहेत; घ्या त्यांना आपल्या ताब्यात.
सरकार, आपली परमप्रिय कन्या –

लिअर कुणीच नाही मला सोडवणारा ! काय ! एक बंदिवान ? माझा जन्म
आहे झालेला दैवाच्या क्रीडेसाठी. मला चांगली वागणूक द्या;
तुम्हांला खंडणी दिली जाईल. मला शस्त्रवैद्य उपलब्ध होऊ देत;
माझ्या मेंदूला घाव लागलाहे.

सद्‌गृहस्थ आपल्याला वाटेल ते मिळू शकेल.

लिअर हाताखाली कुणीच नाही ? हा असा मी एकटाच ?
अशा परिस्थितीत एखादा माणूस लागेल ढाळायला खारट आसवे,
लागेल वापरायला आपले डोळे बागेमधील पाण्याच्या झारीऐवजी,
आणि शरदामधील धूळ बसवण्यासाठी. मी आहे मरणार चमकत,
नटलेल्या नवरदेवाप्रमाणे. अरे यार ! मी मजा करणार :
विचार करा; मी राजा आहे. अहो मालक, आपण ते जाणता का ?

सद्‌गृहस्थ आपण राजे आहात, आणि आम्ही आहोत आपल्या हुकमाचे बंदे.

लिअर मग त्यात जीव आहे. या आणि पकडून घ्या, तो पकडण्यासाठी धावावे
लागेल. छूऽ, छूऽ, छूऽ, छूऽ.
[पळून जातो, मागोमाग सेवक पळतात.]

सद्‌गृहस्थ एक दृश्य, सामान्य अभाग्याच्या बाबतीतही करुणास्पद,
राजाच्या बाबतीत बोलण्याच्या पलीकडचे ! तुला आहे एक मुलगी
त्या दोघींमुळे मानवतेवर कोसळणाऱ्या वैश्विक शापापासून
तिला तारणारी.

एडगर सलाम, महाशय.

सद्‌गृहस्थ सलाम आपल्यालाही : काय आहे तुमची इच्छा ?

एडगर त्या आगामी युद्धाबद्दल आपण काही ऐकलेत का ?

सद्गृहस्थ अत्यंत अटळ आणि सर्वश्रुत; तेच ऐकतो प्रत्येक माणूस
ध्वनीमधील भेद जाणवणारा.

एडगर पण, काय हो,
ती दुसरी फौज आपल्या नजदीक कितीशी आली ?

सद्गृहस्थ अगदी जवळ, आणि करत्ये आहे वेगाने आगेकूच. कोणत्याही घटकेला
ती येऊ शकेल आपल्या दृष्टिपथात.

एडगर आभार मानतो. फक्त एवढेच.

सद्गृहस्थ काही विशेष कामानिमित्त राणीसरकार इथेच असल्या
तरी त्यांचेही आहे सैन्य पुढे सरकलेले.

एडगर मी आपले आभार मानतो.
[सद्गृहस्थ जातो.]

ग्लॉस्टर दयाघन देवतांनो, न्या तुम्हीच माझा प्राण माझ्या कुडीतून :
माझ्या स्वभावातील अधम प्रवृत्ती पुन्हा न पाडो मला मोह
तुमच्या इच्छेपूर्वी देहत्याग करण्याचा !

एडगर पिताजी, चांगली केलीत तुम्ही प्रार्थना.

ग्लॉस्टर आता सांगा, तुम्ही कोण आहा ?

एडगर एक अत्यंत दरिद्री माणूस, दैवाच्या फटक्यांनी वठणीवर आणलेला,
स्वत: भोगलेल्या आणि भावलेल्या दु:खाच्या अनुभवामुळे
दयाशील बनलेला. द्या मला आपला हात,
मी आपल्याला चलतो घेऊन एखाद्या आसऱ्याकडे.

ग्लॉस्टर हार्दिक आभार :
आणि त्यात स्वर्गीय औदार्याची आणि कृपेची
पडू दे भर, पडू दे भर !
[ऑझ्वल्ड प्रवेश करतो.]

ऑझ्वल्ड जाहीर बक्षीस ! भलताच भाग्यवान !
डोळे नसलेले तुझे मुंडके होते बसवलेले माणसाच्या धडावर
माझ्याच भाग्योदयासाठी. अरे दुर्दैवी राजद्रोही थेरड्या,
कर आठवण आपल्या पापांची. तुझा शिरच्छेद करणारी तरवार
आहे म्यानातून बाहेर आलेली.

ग्लॉस्टर मग आपला स्नेहल हात
घालू दे तिच्यात पुरेशी ताकद.
[एडगर मध्ये पडतो.]

ऑझ्वल्ड उद्धट खेडवळा, कशाला करतोस
तू धाडस जाहीर केलेल्या एका राजद्रोह्याला मदत करण्याचे ?
नीघ इथून; नाहीपेक्षा त्याच्या नशिबाचा तो रोग
ग्रासील तुलाही. दे सोडून त्याचा हात.

एडगर म्या नाय स्वाडनार, आनकी कारन दिल्याबिगर.

ऑझ्वल्ड ए गुलामड्या, हात सोड, नाहीपेक्षा तू मरशील.

एडगर भल्या मानसा, आपल्या वाटेनं गुमान जा, आणि गोरगरीबांची वाट सोड. जीव घेतुया म्हनं, अरं असल्या दमास्नी भीक घालतो तर इतका जगण्याबदली पंदरवड्यापूर्वीच खलास झालो असतो ना. हां, येवडं बरीक सांगून ठ्येवतो. म्हाताऱ्याच्या नजदीक येव नग; दूर ऱ्हा. न्हायतर तुजी कवटी ताठ की माझी काठी ताठ येवडं बरीक तुला दावीन. म्या तुला सरळ सांगतुया.

ऑझ्वल्ड ए उकिरड्याच्या, हड् !

एडगर मग तुजं दातच पाडतुया. अरं ये; तुज्या वारास्नी डरतुया की काय.
[ते लढतात. एडगर फटका मारून त्याला खाली पाडतो.]

ऑझ्वल्ड गुलामड्या, तूच मारलेस मला ठार. अरे भूदासा, ही थैली घे.
चांगले दिवस पाहायचे असतील, तर माझ्या देहाचे दफन कर;
आणि माझ्याजवळ तुला सापडणारी सर्व पत्रे दे नेऊन
त्या एडमंडला; ग्लॉस्टरच्या जहागीरदाराला; तू त्याचा शोध पाड
ब्रिटिशांच्या पक्षाकडे : अरेरे, अकाली मृत्यू ! मृत्यू !
[मरतो.]

एडगर मी तुला चांगलाच ओळखतो; एक सेवातत्पर असा बदमाष;
तुझ्या मालकिणीच्या त्या दुराचाराशी इतका कर्तव्यनिष्ठ
जितका अधमपणाला वाटेल हवासा.

ग्लॉस्टर अहो; तो मेला की काय हो ?

एडगर पिताजी, तुम्ही जरा खाली बसा; विश्रांती घ्या.
आपण त्याचे खिसे पाहू या : तो म्हणतो ती सर्व पत्रे
कदाचित माझे मित्र ठरायची. ते मेला; दु:ख एवढेच
त्याला एखादा अन्य मारेकरी लाभला नाही. आपण पाहूयाच :
ए मेणगोळ्या, असू दे परवानगी; आणि शिष्टाचारा, नसू दे आक्षेप :

आपल्या शत्रूंच्या मनातले कळण्यासाठी त्यांची हृदयेही लागतात फोडावी;
मग त्यांचे लखोटे फोडणे अधिक कायदेशीर.
[वाचतो.]

''आपण परस्परांना दिलेल्या आणाभाकांची आठवण ठेव. त्यांना खलास करण्याच्या अनेक संध्या तुला मिळतील. जर इच्छेचीच उणीव नसेल तर काळ आणि स्थळ ही हवी तेवढी उपलब्ध होतील. एकदा ते विजयी होऊन परत आले की मग काहीच करता येणार नाही. मग मीच बनेन बंदिवान, अन् त्यांची शय्या हीच बनेल माझी बंदिशाला. तिच्या त्या किळसवाण्या उबेपासून मला सोडव, आणि तुझ्या परिश्रमाबद्दल ती जागा तू घे.

तुझी पत्नी, असेच समजणारी
तुझी लाडकी दासी
गॉनरिल''

किती अनिर्बंध आणि अमर्याद असू शकते स्त्रीची कामेच्छा !
आपल्या स्वत:च्या सद्‌गुणी पतीच्या जीवनाविरुद्ध हा कट,
आणि योजना त्याच्या बदल्यात माझ्या भावाची ! खुनी इष्कबाजांच्या
अमंगल पत्रा, मी ठेवतो तुला पुरून, या इथेच,
या वाळूमध्ये; आणि पुढे योग्य संधी प्राप्त झाल्यावर
याच नतद्रष्ट पत्राच्या साहाय्याने उघडतो डोळे
प्राणावर बेतलेल्या ह्या नरेशाचे. हा त्यांनाही वाटेल सुयोग
मी त्यांना कळवू शकल्यास तुझा मृत्यू आणि उद्योग.

ग्लॉस्टर महाराज तर झालेत वेडे ; किती निबर ही माझी मुर्दाड इंद्रिये,
कारण मी राहतो उभा, आणि मिरवतो आपल्या स्वत:च्या
प्रचंड दु:खाची तीव्र जाणीव ! वेडा होतो तर अधिक बरे :
मग असती झाली फारकत माझ्या दु:खापासून माझ्या विचारांची,
आणि यातनाही हरवत्या जाणीव आपल्या अस्तित्वाची
आभासमय कल्पनाविलासात.
[दुरून रणवाद्यांचे आवाज.]

एडगर मला आपला हात द्या.
मला वाटते, मी ऐकतो आहे दुरून येणारे रणवाद्यांचे आवाज.
या, पिताजी, मी आपणाला नेतो राहायला एका मित्राकडे.
[जातात.]

प्रवेश सातवा

[फ्रेंच तळावरील एक तंबू. कॉर्डीलिआ, केंट, एक वैद्य आणि एक सद्‌गृहस्थ प्रवेश करतात.]

कॉर्डीलिआ केंट, तुमचा केवढा चांगुलपणा ! कशी जगू, नि काय करू,
तुमच्या चांगुलपणाची फेड करण्यासाठी ? माझे आयुष्यच पडेल तोकडे,
आणि माझे सगळे प्रयत्न ठरतील निष्फळ.

केंट बाईसाहेब, जाणीव ठेवणे हीच असते सवाई परतफेड.
या माझ्या सर्वच हकीकती आहेत सुसंगत विनम्र सत्याशी,
ना अधिक, ना उण्या, फक्त तशाच.

कॉर्डीलिआ आता आपण पोशाख बदला :
हे कपडे देतात आठवणी त्या पूर्वीच्या दु:खद कालाच्या :
माझी विनंती, ते काढून टाका.

केंट बाईसाहेब, माफ करा;
मी आत्ताच ओळखलो गेल्यास जाईल बिघडून माझा पूर्वसंकल्प;
या काळाला आणि मला योग्य वाटेपर्यंत तुम्ही मला ओळखता नये
हेच आहे माझे मागणे.

कॉर्डीलिआ मग, सरकार, तसेच होऊ दे. (वैद्याला) महाराज कसे आहेत ?

वैद्य बाईसाहेब, शांत झोपलेत.

कॉर्डीलिआ दयाघन देवतांनो,
त्यांच्या संत्रस्त मनाला पडलेले हे खिंडार टाका बुजवून !
लावा सुरामध्ये बेसूर आणि विसंवादी इंद्रिये
बालक बनलेल्या या पित्याची.

वैद्य आम्ही महाराजांना जागे करावे
असा हुजुरांचा हुकूम आहे का ? ते गाढ झोपले आहेत.

कॉर्डीलिआ तुमच्या ज्ञानाचाच हुकूम माना, आणि तुमच्या स्वत:च्या इच्छेला
योग्य वाटेल तेच करा. त्यांना पोशाख घातला गेला ?
[सेवकांनी वाहिलेल्या खुर्चीमधून झोपलेल्या स्थितीत लिअर प्रवेश करतो.]

सद्‌गृहस्थ होय बाईसाहेब, ते गाढ झोपलेले असताना आम्ही घातलेत
नवे कपडे त्यांच्या अंगावर.

वैद्य बाईसाहेब, आम्ही त्यांना जागे करू तेव्हा आपण जवळच असा;
त्यांचा स्वत:वर ताबा असेल याबद्दल मी आहे नि:शंक.

कॉर्डीलिआ फारच छान.
[संगीत]

वैद्य कृपा करून या जवळ. करा संगीत याहूनही मोठे!

कॉर्डीलिआ अहो माझे प्रिय पिताजी! संजीवक शक्ती देऊ दे ठेवून
तुमचे औषध माझ्या ओठावर, आणि माझ्या या चुंबनाने
त्या माझ्या दोन्ही बहिणींनी आपल्या पूज्यतेला
केलेल्या अपायावर होऊ दे उपाय.

केंट सदय आणि प्रेमळ राजकन्या!

कॉर्डीलिआ आपण त्यांचे वडील नसता, तरीही ह्या हिमशुभ्र केसांचा
होता हक्क त्यांच्या करुणेवर, काय होता हा चेहरा
त्या संग्रामशील वाऱ्यांच्या विरुद्ध संघर्ष करण्यासाठी?
त्या वज्रधारी उग्र मेघगर्जनेशी सामना करण्याकरता?
उभ्याआडव्या चपळ विजांचे महाभयानक शीघ्र आघात
होत असताना? गरीब गस्तवाल्याप्रमाणे रात्रभर जागण्यासाठी,
असले पतले शिरस्त्राण घालून? माझ्या शत्रूच्या कुत्र्यालादेखील,
तो मला चावला असताही, त्या रात्री मिळता आश्रय
माझ्या घरातील शेकोटीपाशी; आणि तुम्ही, असहाय पिताजी,
डुकरे आणि निराश्रित भटके यांच्या खोपटात राहिलात खुशाल
अपुऱ्या आणि गलिच्छ गवतामध्ये? हाय रे दुर्दैवा!
तुमचे आयुष्य आणि बुद्धी ही एकदम एकाच वेळी
संपली नाहीत हेच आश्चर्य. ते जागे झाले; बोला त्यांच्याशी.

वैद्य बाईसाहेब, तुम्ही बोला; तेच उत्तम.

कॉर्डीलिआ माझ्या हुजुरांना कसे वाटतेय? महाराज, आपल्याला कसे वाटतेय?

लिअर तुम्ही माझ्यावर अन्याय करता, मला कबरीमधून बाहेर काढण्यात;
तू आहेस आनंदमय आत्मा; पण मला आहे बांधलेले
एका अग्निचक्रावर, ज्याने माझे स्वत:चे अश्रू
आहेत उकळत वितळलेल्या शिशासारखे.

कॉर्डीलिआ आपण मला ओळखता का?

लिअर ओळखतो, तू आहेस एक मृतात्मा; कुठे घडला तुझा मृत्यू?

कॉर्डीलिआ अजूनसुद्धा फार असंबद्ध.

वैद्य ते नुकतेच जागे होताहेत; थोडा वेळ त्यांना काही विचारू नका.

लिअर मी कुठे होतो ? आत्ता कुठे आहे ? स्वच्छ सूर्यप्रकाश ?
मला भलभलते भास होताहेत. अशा अवस्थेत दुसऱ्याला पाहून
मी करुणेने मेलोही असतो. काय बोलावे तेच समजत नाही.
हे हात माझेच आहेत हेही शपथेवर सांगणे कठीण : आपण पाहू या;
मला जाणवते टोचणीचे टोचणे. मी कोणत्या अवस्थेत आहे
याची मला खात्री मिळती तर !

कॉर्डीलिआ (गुडघे टेकून) हुजूर, आपण माझ्याकडे पाहा,
आणि तो आपला हात माझ्यावर धरून आशीर्वाद द्या.
नाही, हुजूर, आपण नाही गुडघे टेकायचे.

लिअर कृपा कर, माझी चेष्टा करू नको :
मी आहे एक खुळा म्हातारचळ लागलेला वृद्ध माणूस,
चार विसांच्या पलीकडे गेलेला, एक तासही अधिक नाही – कमी नाही;
आणि, आपले स्पष्ट बोलायचे तर,
माझे डोके पूर्णपणे ठिकाणावर नाही असाही येतोय मला संशय.
मला जाणवते, तुला आणि या माणसाला हवे होते मी ओळखायला;
पण मला संदेह वाटतो. कारण ही जागा कोणती
याविषयी मला आहे संपूर्ण अज्ञान, आणि सगळा प्रयत्न करूनही
नाही होत मला स्मरण या कपड्यांचे; गेल्या रात्री
कुठे झोपलो तेही नाही मला उमगत. मला हसू नका,
पण मला निश्चित वाटते, ही बाई असली पाहिजे
माझी पोर कॉर्डीलिआ.

कॉर्डीलिआ आणि तीच मी, तीच मी.

लिअर आहेत ओले तुझे अश्रू ? होय, खरेच की. मी सांगतो, रडू नको.
तू मला विष दिल्यास तेही मी पिऊन टाकीन.
मला ठाऊक आहे, तुझे माझ्यावर प्रेम नाही; तुझ्या बहिणींनी,
मला अगदी निश्चित आठवते, माझा आहे छळ केलेला :
त्यांना काहीच कारण नव्हते, तुला काही कारण आहे.

कॉर्डीलिआ कारण नाही, कारण नाही.

लिअर मी आहे फ्रान्समध्ये ?

केंट हुजूर, आपल्या स्वत:च्याच देशात.

लिअर मला असा फसवू नको.

वैद्य बाईसाहेब, शांत व्हा; पाहिलेत ना, त्यांचा तो उग्र उन्माद
आता आहे नष्ट झालेला; आणि तरीही त्यांनी विसरलेला
तो काळ त्यांना पुन्हा आठवायला लावणे हे धोक्याचे.
आत चलण्याबद्दल त्यांना विनवा; ते याहूनही शांत होईपर्यंत
त्यांना तसदी नका देऊ.

कॉर्डीलिआ महाराज, आपण आत चलता का ?

लिअर तुला घ्यावे लागणार मला सांभाळून. हे बघ, विसरून जा आणि क्षमा कर; मी आहे म्हातारा नि खुळा.

[लिअर, कॉर्डीलिआ, वैद्य आणि सेवक जातात.]

सद्गृहस्थ काय हो, कॉर्नवॉलचे नरेश तसेच मेले असे अजूनही समजले जाते का ?

केंट अगदी निश्चित.

सद्गृहस्थ त्यांच्या लोकांचा नेता कोण ?

केंट बोलतात त्यावरून, ग्लॉस्टरचा अनौरस मुलगा.

सद्गृहस्थ त्याचा तो हद्दपार मुलगा एडगर हा केंटच्या सरदाराबरोबर जर्मनीत आहे असेही बोलले जाते.

केंट ती बातमी अनिश्चित आहे. आपण मात्र जागरूक राहण्याची वेळ आली; या दौलतीच्या फौजा जलदीने जवळ येताहेत.

सद्गृहस्थ निकाली लढाई फार घनघोर होण्याची शक्यता दिसते. देव आपले रक्षण करोत.

[जातो.]

केंट आजची लढाई कशी होते, यातच आहे शेवटी खरी
माझ्या जन्माची सर्व सांगता : एक वाईट किंवा बरी.

[जातो.]

अंक पाचवा

प्रवेश पहिला

[डोव्हरनजीकचा ब्रिटिश तळ. एडमंड, रीगन, अधिकारी व सैनिक रणवाद्ये व लष्करी ध्वज यांच्यासह प्रवेश करतात.]

एडमंड [अधिकाऱ्याला उद्देशून] नरेशांना विचारा, त्यांचा तो पूर्वीचा बेत आहे कायम
की त्यानंतर कसल्यातरी कारणामुळे त्यांनी योजनेमध्ये
बदल करण्याचे आहे ठरवलेले; ते आहेत अत्यंत डळमळीत
आणि स्वत:चेच दोष काढणारे; या घेऊन त्यांचा एक निश्चित निर्णय.
[अधिकारी जातो.]

रीगन आमच्या बहिणीच्या त्या सेवकाला आहे निश्चितच दगा झालेला.

एडमंड बाईसाहेब, त्या संशयाला जागा आहे.

रीगन लाडके सरकार,
आता तुम्ही आहात जाणून मी तुमच्यासाठी योजलेले सन्मान;
पण मला खरे सांगा, मात्र अगदी काहीही असो, सत्य बोला,
माझ्या बहिणीवर तुमचे प्रेम आहे की नाही ?

एडमंड फक्त सन्माननीय असे प्रेम.

रीगन पण माझ्या मेव्हण्याची वाट, त्या निषिद्ध जागेकडे जाणारी,
तुम्हाला कध्धीच नाही सापडलेली ?

एडमंड तो विचार तुम्हांलाच अपमानास्पद.

रीगन मला येतो फार संशय तुमचे तिच्याशी गुप्तगू असून
तुम्ही तिच्या अंत:करणाशी आहा भिडलेले अगदी सर्वार्थिने.

एडमंड नाही बाईसाहेब, या माझ्या शीलाची शपथ.

रीगन मला कधीही नाही होणार ती सहन : प्रिय सरकार,
नका करू तिच्याशी जवळीक.

एडमंड माझ्याबद्दल काळजीच नको.
ती आणि तिचा नवरा तो नरेश !
[ऑल्बनी, गॉनरिल आणि सैनिक रणवाद्ये व लष्करी ध्वज यांच्यासह प्रवेश करतात.]

गॉनरिल (बाजूला) एक वेळ ही लढाई मी गमावली तरी बेहेत्तर
त्या बहिणीमुळे त्याला गमावण्यापेक्षा.

ऑल्बनी अहो आमच्या लाडक्या ताईसाहेब, भेटलात योग्य वेळी.
मी, महाशय, असे ऐकले; महाराज आलेत त्यांच्या मुलीकडे,
आमच्या अंमलाच्या कडकपणामुळे आवाज उठवणे भाग झालेल्या
इतर लोकांसह. जिथे माझ्या प्रामाणिकपणाला नव्हता वाव,
तिथे मी अजून कधीही नाही दाखवलेला माझा शूरपणा.
आमच्या मुलुखावर फ्रान्सने आहे आक्रमण केलेले, एवढ्यापुरताच
ह्या कामाशी आमचा संबंध, त्याने महाराजांना आणि इतरांना
धीर मिळतो म्हणून नव्हे; त्यांचा उठाव, माझ्या कल्पनेनुसार,
आहे झालेला अत्यंत न्याय्य आणि गंभीर अशा कारणासाठी.

एडमंड सरकार, आपण बोलता उमदेपणाने.

रीगन कशासाठी हे विश्लेषण ?

गॉनरिल शत्रूच्या विरुद्ध एकजूट करून एकत्र या;
कारण असली अंतर्गत आणि वैयक्तिक भांडणे
हा इथे प्रश्नच नाही.

ऑल्बनी मग आपण अनुभवी अधिकाऱ्याशी
मसलत करून आपली कार्यवाही निश्चित करू या.

एडमंड मी आपल्याला आपल्या तंबूमध्ये ताबडतोब भेटतो.

रीगन अक्कासाहेब, आमच्याबरोबरच तुम्ही चलता ना ?

गॉनरिल नाही.

रीगन ते शिष्टाचाराला शोभून दिसेल; कृपा करून चला आमच्याबरोबर.

गॉनरिल (बाजूला) अरे वा ! हा डाव मला समजतो. मी जाणारच.
[ती जात असताना वेषांतर केलेला एडगर प्रवेश करतो.]

एडगर इतक्या कंगाल माणसाबरोबर हुजूर कधी बोलत असल्यास
त्यांनी माझे दोन शब्द घ्यावे ऐकून.

ऑल्बनी मी आपणाला जरूर गाठतो.

[एडमंड, रीगन, गॉनरिल, अधिकारी, सैनिक आणि सेवक जातात.]

बोल.

एडगर आपण लढाईला सुरुवात करण्यापूर्वी हे एवढे पत्र वाचा.
जर तुम्ही विजयी झालात, तर हे पत्र आणणाऱ्यासाठी
तुम्ही तुतारीची द्या ललकारी. जरी मी दिसलो कंगाल,
तरीदेखील त्यातील प्रतिपादन सिद्ध करणारा एक पठ्ठ्या
मी शकेन उपस्थित करू. जर तुमचा झाला पराभव,
तर तिथेच या जगातील तुमच्या व्यवहाराचा होतो शेवट,
आणि कारस्थानाला मिळतो पूर्णविराम. व्हा भाग्यवान !

ऑल्बनी थांब माझ्याकडून हे पत्र वाचून होईपर्यंत.

एडगर मला नाही तशी परवानगी.
योग्य वेळ प्राप्त झाल्यावर, फक्त भाट ललकारी देऊ दे,
की मी पुन्हा परत उपस्थित झालोच.

ऑल्बनी तर मग, रजा देतो :
तुझे कागद जरूर वाचीन.

[एडगर जातो.
एडमंड पुन्हा प्रवेश करतो.]

एडमंड आपला शत्रू दिसायला लागला; तुमच्या फौजांची रचना करा,
हा पाहा शत्रूच्या बळाचा आणि संख्येचा काळजीपूर्वक
टेहळणी करून काढलेला अंदाज. मात्र तुम्ही त्वरा केल्याशिवाय
आता तुम्हांला नाही गत्यंतर.

ऑल्बनी आम्ही देऊ प्रसंगाला तोंड.

[जातो.]

एडमंड त्या दोन्ही बहिणींबरोबर मी घेतली आहे प्रेमाची शपथ;
एकीला वाटतोय दुसरीचा अविश्वास, दंश झालेल्याला जसा वाटावा
त्या सापाचा. या दोघींपैकी मी स्वीकार कुणाचा करावा ?
दोघींचा ? एकीचा ? की कुणाचाच नको ? ना कोणतीच मिळेल भोगायला
जर दोघीही राहिल्या जिवंत : त्या विधवेचा केला स्वीकार
तर तिची बहीण गॉनरिल होणार संतप्त, जाणार पिसाळून;

आणि हिचा प्रत्यक्ष नवराच हयात असल्यामुळे, माझा डाव
तडीला पोचवणे होणार मुष्कील. आत्ता तरी आम्ही वापरणार
त्याचीच प्रतिष्ठा या युद्धाकरता; मात्र ते होऊन गेल्यावर,
जिला वाटते त्याच्यापासून विमुक्त व्हावेसे, तिलाच आणू दे
त्याचा मृत्यू तातडीने घडवून. त्याच्या मनात आहे इच्छा
तो लिअर आणि कॉर्डीलिआ या दोघांना दया दाखवण्याची;
लढाई संपू दे आणि येऊ देत आमच्या वर्चस्वाखाली, नाही घडणार
त्याच्या माफीचे त्यांना दर्शनही. मात्र माझ्या स्थानाच्या रक्षणार्थ
मला पाहिजे केली कृतीच, नुसता विचार आहे व्यर्थ.
[जातो.]

प्रवेश दुसरा

[दोन तळांमधील एक समरांगण. युद्धाचे आवाज. लिअरचा हात धरून कॉर्डीलिआ, आणि रणवाद्ये व युद्धध्वज यांच्यासह त्यांचे सैन्य, प्रवेश करतात आणि निघून जातात. एडगर आणि ग्लॉस्टर प्रवेश करतात.]

एडगर पिताजी, आता तुम्ही ह्या झाडाची ही सावली हीच समजा
आपली आश्रयदाती. प्रार्थना करा की सत्पक्षाचा विजय होवो.
जर कधीकाळी मी तुमच्याकडे पुन्हा परत येऊ शकलो
तर तुमच्याकरता मी आणीन आनंदाची वार्ता.

ग्लॉस्टर आपली सोबत करो ईशकृपा!
[एडगर जातो.
युद्धाचे आवाज; त्यापाठोपाठ माघार. एडगर पुन्हा प्रवेश करतो.]

एडगर म्हातारबुवा, निघा इथून! आपला हात मला द्या : निघा इथून!
महाराज लिअर झाले पराभूत, ते अन् त्यांची मुलगी गेली पकडली.
आपला हात मला द्या. चला पुढे.

ग्लॉस्टर महाशय, पुढे नाही; माणसाला येईल इथेही कुजता.

एडगर काय! पुन्हा तसलेच वाईट विचार; माणसांनी पाहिजे केले सहन
येथील आपल्या येण्याप्रमाणेच येथून आपले जाणे देखील :
परिपक्वता हेच असते सर्वस्व. चला पुढे.

ग्लॉस्टर आणि तेही आहे खरेच.
[जातात.]

प्रवेश तिसरा

[डोव्हरनजीकचा ब्रिटिश तळ. रणवाद्ये आणि लष्करी निशाणे यांच्या समवेत विजयी एडमंड प्रवेश करतो; त्याच्याबरोबरच बंदिवान झालेली लिअर व कॉर्डीलिआ, आणि पाठोपाठ जमादार, सैनिक इत्यादी.]

एडमंड काही अधिकाऱ्यांनी यांना येथून घेऊन जावे; खडा पहारा,
त्यांना शिक्षा फर्मावू शकतील अशा वरिष्ठांचे प्रथम आपणाला
मनोगत कळेपर्यंत.

कॉर्डीलिआ चांगले करण्याची इच्छा असूनही
ज्यांनी वाईट ओढवून घेतले, अशी आपण पहिलीच नव्हे.
मी आहे कष्टी झालेली आपल्याच विचाराने;
नाहीपेक्षा चंचल दैवाच्या वक्रदृष्टीकडे मी पाहाते अधिक वक्रतेने.
त्या मुलींना, त्या बहिणींना आपण एकदा भेटायचे नाही का ?

लिअर नाही, नाही, नाही, नाही ! चल, आपण दूर तुरुंगात जाऊ या;
आपण दोघेच गात राहू या पिंजऱ्यामधील पक्ष्यांसारखी;
जेव्हा तू आशीर्वाद मागशील, तेव्हा मीच गुडघे टेकीन
आणि मागेन तुझी क्षमा. आपण अशीच जगत राहू,
प्रार्थना करू, गाणी गाऊ, जुन्यापुराण्या कहाण्या सांगू,
सोनेरी फुलपाखरांना हसत बघू, दरबारामधील बातम्यांविषयी
गरीब अभाग्यांच्या गप्पा ऐकू; आणि त्यांच्याशी बोलू देखील –
कोण हरला नि कोण जिंकला, कोण आला, कोण गेला –
आणि आपण आणू आव विश्वाचे गूढ आपल्याला समजल्याचा,
जणू आपण परमेश्वराचे हेर असल्यागत; आणि आपण राहू टिकून,
भिंतीने वेढलेल्या एखाद्या तुरुंगामध्ये, थोरांच्या कंपूंकडून आणि गटांहून
प्रत्येक महिन्याला भरती-ओहोटी लागणाऱ्या.

एडमंड त्यांना घेऊन जा.

लिअर माझ्या कॉर्डीलिए, अशा त्यागावर प्रत्यक्ष देवही
करतात पुष्पवृष्टी. तू मला खरीच सापडलीस ?
आता आम्हांला अलग करणारांना लागेल आणावे स्वर्गातून अग्निकाष्ठ,
आणि हालवावे विस्तव वापरून त्या कोल्ह्यासारखे. पूस तुझे डोळे;
आम्हांला रडवणे हे त्यांना शक्य होण्यापूर्वी त्यांनाच खातील
ही त्यांच्या चलतीची वर्षे हाडामांसासह : प्रथम आपणाला
ती दिसतील भुकेने तडफडताना. चल बेटा.
[लिअर व कॉर्डीलिआ पहारेकऱ्यासह जातात.]

एडमंड ए जमादारा, इकडे ये; ऐक लक्षपूर्वक.
ही चिठी घे;
[एक कागद देतो.]
त्यांच्या पाठोपाठ जा तुरुंगाकडे.
एक बढती आहे तुला अगोदरच दिलेली; या पत्रामध्ये
सांगितल्याप्रमाणे जर तू करू शकलास, तर तुझे
भाग्य उजळेल; हे एवढे लक्षात ठेव, जसा काळ
तशी माणसे; स्वत:चे मन कोमल असणे, ही गोष्ट
मर्दाच्या तरवारीला नव्हे शोभणारी. तुझ्या महान कामगिरीबाबत
नाही संभवत कसलीही चर्चा; कबूल असल्यास 'करतो' म्हण;
नाहीपेक्षा तुझे मार्ग तुला लखलाभ.

जमादार सरकार, मी करतो.

एडमंड मग कर सुरुवात; आणि स्वत:ला भाग्यवान समज, पुरी केल्यावर.
नीट ऐक, –मी म्हणतोय, ताबडतोब, आणि मी लिहिल्याप्रमाणे
पार पाडायची.

जमादार मला नाही ओढवणार खटारा किंवा खाववणार सुके सातू; पण काम
माणसाचे असेल तर ते अवश्य करीन.
[जातो.
तुतारीची ललकारी, ऑल्बनी, गॉनरिल, रीगन, अधिकारी आणि सैनिक
प्रवेश करतात.]

ऑल्बनी आज तुम्ही दिलात दाखवून तुमच्याकडे आलेला शौर्याचा वारसा,
आणि दैवानेही दिलान तुम्हांला चांगलाच हात; आजच्या संघर्षातील
आमचे प्रतिस्पर्धी हे आहेत बंदिवान होऊन तुमच्या ताब्यामध्ये;
ते आपल्याकडून पाहिजेत आम्हांला, म्हणजे आम्हांला येईल लावता

त्यांची निरगत त्यांच्या योग्यतेचा आणि आमच्याही सुरक्षिततेचा
सारख्याच प्रमाणात विचार केल्यावर.

एडमंड सरकार, मला वाटले
या वयोवृद्ध आणि हतभागी अशा राजाला कुठेतरी
पहारा असलेल्या बंदिस्त ठिकाणी पाठवून देणे हेच यथायोग्य.
त्यांचे वृद्धत्व, आणि त्याहूनही त्यांची किताबत
यांत आहे जादूचे सामर्थ्य सामान्य हृदये आपल्याकडे खेचण्याचे,
आणि आमचे पगारी भाले त्यांच्यावरती हुकमत चालवणाऱ्या
या आमच्या डोळ्यावर उलटविण्याचे. मी राणीही पाठवली त्यांच्याबरोबर;
आणि तेही त्याच कारणासाठी; उद्यापासून पुढे केव्हाही
ती असतील तयार राहिलेली आपण आपले न्यायालय भरवाल
त्या ठिकाणी हजर होण्यासाठी. या घटकेला आम्ही आहोत
घामाने आणि रक्ताने निथळत; मित्रांनी आहेत मित्र गमावलेले,
आणि अशा तापलेल्या अवस्थेत उत्तम कार्यांनाही मिळतात शाप
त्यांच्यामुळे ज्यांना झळ लागलेली असते अशा लोकांकडून;
कॉर्डीलिआ आणि तिचा पिता यांच्या प्रश्नाकरता लागेल थांबावे
याहून अधिक योग्य स्थलकालासाठी.

ऑल्बनी महाशय, जरा सबूर,
मी आपणाला या लढाईतील एक दुय्यम एवढेच समजतो,
माझ्या बरोबरीचा असे नव्हे.

रीगन तोच बहुमान त्यांना देणार आमची इच्छा.
इतके ऐसपैस आपण बोलण्यापूर्वी आमच्या मताची विचारणा करणे
मला वाटत होते आवश्यक. आमच्या फौजेचे तेच नेते,
माझी आणि माझ्या हुद्याची सर्व कामे सांभाळली त्यांनीच;
अधिकारामागील ही जवळीक राहील खडी विरोध करण्यासाठी,
आणि स्वत:ला म्हणू शकेल तुमच्या बरोबरीचे.

गॉनरिल इतके गरम नको व्हायला;
आपल्या स्वत:च्या आंगच्या गुणांनीच त्यांनी स्वत:ला आहे गौरविलेले
या तुझ्या बहुमानापेक्षाही.

रीगन मी स्वत: प्रदान केलेल्या
माझ्या हक्कामुळे ते आता आहेत झालेले श्रेष्ठांच्या बरोबरीचे.

ऑल्बनी हे फार तर होऊ शकेल, तो तुझा नवरा झाल्यास.

रीगन चेष्टा करणारे पुष्कळ वेळा ठरतात द्रष्टे.

गॉनरिल ओहो, ओहो !
हे तुला ज्याने सांगितले तो डोळा पाहाणार तिरळेच.

रीगन बाई ग, आत्ता मला बरे नाही, नाहीपेक्षा दिले असते
मी संतापाने उतू जाणारे असेच प्रत्युत्तर. सेनापती,
घ्या तुम्हीच माझे सैनिक, बंदिवान, अणि वडिलार्जित संपत्ती;
सांभाळा त्यांना आणि मलाही; हा किल्ला आहे तुमचाच;
साऱ्या जगाला साक्ष ठेवून मी तुम्हांला आहे बनवीत
माझे स्वामी, माझे धनी.

गॉनरिल तू त्यांना वरणार की काय ?

ऑल्बनी त्याचा प्रतिबंध तुमच्या सदिच्छेच्या अखत्यारात नाही.

एडमंड आणि सरकार, आपल्याही.

ऑल्बनी अनौरस प्राण्या, आहे.

रीगन (एडमंडला) वाजूदे दुंदुभी, माझे हक्क तुमच्याकडे आल्याबद्दल.

ऑल्बनी जरा थांबा; कारण ऐका. एडमंड महाशय, मी आपणांला
करतो अटक खुनी राजद्रोहाबद्दल आणि आपल्या खटल्याच्या संदर्भात
या सोनेरी नागिणीलाही. (गॉनरिलकडे बोट दाखवीत)
आणि ताईसाहेब, आपल्या मागणीविषयी,
मी करतो ती नामंजूर माझ्या पत्नीचा हितसंबंध लक्षात घेऊन;
ती आहे विवाहित असूनही या उमरावाशी वचनबद्ध झालेली,
आणि मी, तिचा नवरा, घेतो आक्षेप तुमच्या लग्नसंकल्पाला.
तुम्हांला विवाहकर्तव्य असल्यास, तुम्ही माझेच करा प्रियाराधन,
माझी पत्नी आहे वचनबद्ध.

गॉनरिल एक प्रहसनच !

ऑल्बनी तू, ग्लॉस्टर, आहेस हत्यारबंद; वाजू दे तुतारी :
तू केलेले नीच, संशयातीत, अनेक राजद्रोह,
तुझ्याविरुद्ध सिद्ध करण्यासाठी, जर कोणीही नाही प्रकटला,
तर हे माझेच आव्हान; (हाजमोजा खाली फेकतो.)
मी इथे पुकारले त्याहून
तू नाहीस रतिमात्र कमी, हे करीन मी शाबीत तुझ्या काळजावर
पुन्हा अन्नाला स्पर्श करण्यापूर्वी.

रीगन जीव घाबरतोय, फार घाबरतोय.

गॉनरिल (बाजूला) घाबरला नसता, तर मी नसता ठेवला दव्यावर विश्वास.

एडमंड हे घ्या माझे प्रत्युत्तर : (हातमोजा खाली फेकतो.)
तो दुनियेमध्ये कुणीही असो,
जो मला म्हणतो राजद्रोही तो बदमाषासारखे बोलतो खोटे.
द्या हाक त्या तुतारीची : जो पुढे यायला धजेल
त्याच्या, तुमच्या, कुणाच्याही विरुद्ध, मी खंबीरपणे करीन रक्षण
माझ्या खरेपणाचे आणि शीलाचे.

ऑल्बनी ए भाटा !

एडमंड ए भाटा, अरे ए, ए भाटा !

ऑल्बनी राहा विसंबून फक्त आपल्या एकट्याच्या शौर्यावर; कारण माझ्या
हुकुमाबरहुकूम भरती झालेले तुझे सैनिक झालेत सेवामुक्त
माझ्याच हुकुमानुसार.

रीगन माझा आजार मला आहे असह्य झालेला.

ऑल्बनी त्यांना बरे नाही; जा घेऊन त्यांना इथून माझ्या तंबूकडे.
[रीगनला नेले जाते.
एक भाट प्रवेश करतो.]
ए भाटा, इकडे ये – वाजू दे तुतारी –
आणि मग हे मोठ्याने वाचून दाखव.
[तुतारी वाजते.]

भाट (वाचतो.) लष्कराच्या पटावर असलेल्या कोणत्याही सद्गृहस्थाला, ग्लॉस्टरचा जहागीरदार म्हणून समजल्या जाणाऱ्या एडमंडविरुद्ध, तो सर्वार्थिने राजद्रोही आहे असे सिद्ध करावयाचे असल्यास त्याने तुतारीच्या तिसऱ्या ललकारीबरोबर प्रकट व्हावे. स्वत:च्या बचावाबद्दल एडमंडला आत्मविश्वास आहे.
[पहिली तुतारी]
पुन्हा ! [दुसरी तुतारी]
पुन्हा ! [तिसरी तुतारी]
[आतून तुतारीचे प्रत्युत्तर. हत्यारबंद एडगर प्रवेश करतो.]

ऑल्बनी त्यांना त्यांचा उद्देश विचार, तुतारीच्या या हाकेसरशी
ते कशासाठी प्रकट झालेत ?

भाट तुम्ही कोण आहा ?
तुमचे नाव ? तुमचा दर्जा ? आणि या आत्ताच्या आवाहनाला
तुम्ही प्रतिसाद का दिलीत ?

एडगर ऐका, माझे नाव आहे हरवलेले;
राजद्रोहाच्या दातांनी चघळलेले, आणि किड्यांनी कुरतडून टाकलेले;
पण तरीही माझ्या सामनेवाल्या प्रतिस्पर्ध्याइतकाच
मी आहे थोर घराण्यातील.

ऑल्बनी कोण आहे तो प्रतिस्पर्धी ?

एडगर ग्लॉस्टरच्या जहागीरदाराचा, त्या एडमंडचा, मुखत्यार कोण ?

एडमंड तो स्वतःच : तुला त्याला काय म्हणायचंय ?

एडगर उपस तुझी तरवार,
म्हणजे या माझ्या बोलण्याने उमद्या दिलाचा अपमान झाल्यास
तुझा हात तुला देईल न्याय मिळवून; ही पाहा माझी :
नीट पाहा, हा आहे खास अधिकार माझ्या प्रतिष्ठेचा,
माझ्या शपथविधीचा, आणि माझ्या शिलेदारी पेशाचा :
तुझे सामर्थ्य आणि स्थान, तुझे तारुण्य आणि प्रतिष्ठा,
तुझी ती जेत्याची तरवार, आणि तुझी अग्निनूतन संपत्ती,
तुझे शौर्य, तुझे साहस, या सर्वांची तमा न बाळगता,
मी जाहीरपणे असे म्हणतो : तू आहेस एक राजद्रोही,
आपल्या देवांशी, आपल्या भावाशी आणि आपल्या बापाशी बेइमान,
या महान नामवंत नरेशाविरुद्ध कारस्थान करणारा,
आणि तुझ्या त्या डोक्याच्या वरच्यात वरच्या भागापासून
अगदी खालीपर्यंत आणि तुझ्या पायाखालील त्या धुळीपर्यंत,
एक कमालीचा सर्पसदृश राजद्रोही. तू फक्त 'नाही' म्हण,
ही तरवार, हा हात, आणि माझे सगळे पौरुष आहेत कृतनिश्चय
ज्याला उद्देशून मी बोलतो त्या तुझ्या काळजावर कोरण्यासाठी :
तू खोटे बोलतोस.

एडमंड शहाणपणा म्हणजे मी तुझे नाव हवे विचारायला;
पण बाह्यांगावरून तू दिसतोस फार उमदा आणि लढवय्या,
आणि तुझ्या वाणीत दरवळतो संस्काराचा काही गंध,
म्हणून शिलेदारीच्या नियमानुसार जे सावधपणाने आणि औचित्याने

मला येते सहज नाकारता, त्याची करतो मी उपेक्षा आणि अव्हेर;
ते राजद्रोह मी फेकतो पुन्हा परत तुझ्याच डोक्याकडे,
तुझेच काळीज टाकतो भरून नरक-नाठाळ खोटेपणाने,
पण तरीही ती कदाचित जातील चाटून आणि क्वचितच करतील जखम,
म्हणून माझ्या ह्या तरवारीने त्यांना पोचवतो तुझ्या काळजापर्यंत,
जिथे आहेत ती ठोकणार कायमचा मुक्काम. तुताऱ्यांनो, व्हा बोलत्या.
[तुताऱ्यांचा आवाज. ते लढतात. एडमंड कोसळतो.]

ऑल्बनी वाचवा त्याला! वाचवा त्याला!

गॉनरिल ग्लॉस्टर, हे आहे कपटकारस्थान.
युद्धाच्या नियमानुसार अज्ञात प्रतिस्पर्ध्याला प्रत्युत्तर देणे
हे तुझ्यावर नव्हते बंधनकारक; तू नाहीस पराभूत झालेला,
फक्त फसवलेला आणि चकवलेला.

ऑल्बनी बाईसाहेब, आपले तोंड बंद करा,
नाहीपेक्षा मला लागेल ते थोपवावे या कागदाने. अहो, हात आवरा.
अपशब्दाहूनही अधिक वाईट असलेले, वाच आपले हे पापकर्म :
बाईसाहेब, फाडू नका. मला वाटते ते आपणाला असावे माहीत.

गॉनरिल समजा असले, तरी कायदे आहेत माझे, तुमचे नव्हत :
त्याबद्दल मला जाब कोण विचारणार ?

ऑल्बनी बाप रे! किती राक्षसी!
हा कागद तुला ठाऊक आहे ?

गॉनरिल मला काय ठाऊक आहे ते मला विचारू नका.
[जाते.]

ऑल्बनी जा तिच्यामागून : ती आहे बेफाम झालेली; तिला आवरा.
[एक अधिकारी जातो.]

एडमंड तुम्ही माझ्यावर ज्याचा ज्याचा आरोप केलात ते आहे मी केलेले.
आणि अधिक, पुष्कळ अधिक; काळच आणील ते प्रकाशात;
ते गेले भूतकालामध्ये, आणि तसाच चाललो मीही. पण माझ्यापेक्षा
भाग्यवान ठरणारा तू कोण ? तू कुणी उमराव असल्यास
मी तुला क्षमा करतो.

एडगर आपण करू या दयेची देवघेव.
एडमंड, तुझ्यापेक्षा मी नाही रक्ताने खालचा

असलो वरचा, तर असणार तूच माझ्यावर अधिक अन्याय केलेला.
माझे नाव आहे एडगर, मी तुझ्याच वडिलांचा मुलगा.
ते देव असतात न्यायी, आणि आमच्या आवडत्या दुर्गुणांचीच
बनवतात साधने आम्हांला छळण्यासाठी;
जिथे त्यांनी तुला उपजविला, त्या अंधाऱ्या पापी स्थानासाठी त्यांना लागले
डोळे गमवावे.

एडमंड तू यथायोग्य तेच बोललास, खरे आहे.
चक्राचा फेरा झाला परिपूर्ण. हा मी इथे आलो.

ऑल्बनी मला भासली तुझी चालच एक प्रकारचा राजस उमदेपणा
सुचवीत असल्यागत. तुला कडकडून भेटलेच पाहिजे.
तुझा किंवा तुझ्या पित्याचा कदापिही मी द्वेष केला असल्यास
माझे हृदय जाऊ दे भंगून दु:खातिरेकाने.

एडगर माननीय नरेश, मी जाणतोच.

ऑल्बनी तू आपणाला लपवलेस कुठे ?
तुला स्वत:च्या वडिलांच्या हालअपेष्टा समजल्या कशा ?

एडगर सरकार, शुश्रूषा केल्यामुळे. ती कथा थोडक्यात ऐका;
आणि ती सांगून झाल्यावर जाऊ दे भंगून माझेही हृदय !
माझ्या मागोमाग येत असलेल्या त्या प्राणघातक दवंडीपासून
मी होतो पाहात निसटायला – केवढी गोडी असते जगण्यातच,
एकदम मरण्यापेक्षा आपण असतो प्रत्येक घटकेला मरण्याचे दु:ख
भोगायला तयार – त्या प्रयत्नात मी शिकलो वेषांतर करायला
वेड्याच्या चिंध्यांमध्ये, आणि वठवायला एक सोंग
जे कुत्र्यांनाही वाटे तिरस्करणीय : आणि या अशा वेषातच
मी भेटलो माझ्या वडिलांना त्यांची रक्ताने निथळणारी कोंदणे
आपल्या रत्नांना गमावून बसल्यावर; मी बनलो त्यांचा मार्गदर्शक,
त्यांना फिरवणारा, त्यांच्यासाठी भिक्षा मागणारा, त्यांचा निराशेपासून
बचाव करणारा; अर्ध्या-एक तासापूर्वी हत्यारबंद होईपर्यंत,
– केवढी गफलत – मी नव्हते त्यांना सांगितले माझे सत्यस्वरूप;
तेव्हा मात्र या सुयशाची इच्छा असूनही खात्री नसल्यामुळे
मी त्यांचा मागितला आशीर्वाद, आणि सुरुवातीपासून शेवटापर्यंत
त्यांना सांगितली माझी जीवनयात्रा : पण त्यांचे जीर्ण हृदय,

हायहाय, ठरले कमजोर तो संघर्ष पेलून धरण्यात !
आणि भावनेच्या दोन अतिरेकांमध्ये, सुखाच्या आणि दु:खाच्या,
गेले तडकून सस्मित अवस्थेत.

एडमंड तुझे बोलणे आहे भिडले माझ्या हृदयाला
आणि कदाचित त्यातून निघेल काही चांगले; पण पुढे बोल,
तुझ्या चर्येवरून तुला काहीतरी अधिक सांगायचे असावेसे दिसते.

ऑल्बनी ते अधिक, याहून अधिक दु:खकारक असल्यास आतच ठेव;
कारण मी आहे आलेला जवळजवळ कोसळण्याच्या अवस्थेत
हेच ऐकल्यावर.

एडगर ज्यांना नसते दु:खाची आवड
त्यांना वाटणार हीच परिसीमा; पण दुसऱ्याचा,
मोठ्या प्रमाणात विस्तार केल्यास, ते ठरेल याहूनही आत्यंतिक,
परिसीमेच्या पलीकडचे.
मोठमोठ्याने मी आक्रोश करीत असतानाच तिथे आला एक माणूस,
ज्याने प्रथम टाळला माझा घृणास्पद सहवास, मला माझ्या
त्या निकृष्ट अवस्थेत पाहिल्यामुळे; पण नंतर, इतके सर्व
सहन करणारा कोण होता हे जेव्हा त्याला समजले,
तेव्हा आपले समर्थ बाहू टाकलेन गळ्यामध्ये, आणि फोडलान
आकाश फाटेल असा हंबरडा, फेकलेन स्वत:ला माझ्या पिताजींवर;
सांगितलीन लिअरची आणि स्वत:ची कुणी कधीही ऐकली नसेल
इतकी कारुण्यपूर्ण अशी कहाणी; जी सांगताना
त्याचे दु:ख बनले प्रमाथी, आणि त्याच्या जीवनाचे बंध
लागले तटतटू : इतक्यात दोनदा वाजल्या तुताऱ्या,
आणि मी त्याला सोडले तिथेच बेशुद्धावस्थेत.

ऑल्बनी पण तो होता कोण ?

एडगर सरकार, केंट, हद्दपार केंट; जो राहिला वेषांतर करून
वैरी बनलेल्या आपल्या राजाजवळ, आणि करीत त्याची सेवाचाकरी
गुलामालाही न शोभणारी.
[एक सद्गृहस्थ रक्ताने माखलेला खंजीर घेऊन प्रवेश करतो.]

सद्गृहस्थ धावा, धावा ! मदतीला धावा !

एडगर कसली मदत ?

ऑल्बनी माणसा, बोल ना.

एडगर रक्ताळलेल्या या खंजिराचा अर्थ काय ?

सद्‌गृहस्थ तो गरम आहे, वाफा येताहेत,
तो आहे प्रत्यक्ष तिच्या हृदयातून आलेला – अरेरे, ती मेली.

ऑल्बनी कोण मेली ? माणसा, बोल ना ?

सद्‌गृहस्थ आपल्या बाईसाहेब, सरकार, आपल्या बाईसाहेब : आणि त्यांनी
विष घातलेली त्यांची बहीणही : ते त्यांनीच कबूल केलेनी.

एडमंड मी होतो त्या दोघींशी वचनबद्ध झालेला : आता तिघेही
होणार विवाहबद्ध एकाच क्षणामध्ये.

एडगर केंट आले.
[केंट प्रवेश करतो.]

ऑल्बनी करा हजर त्यांचे देह, मग ते असोत मेलेले वा जिवंत.
[सद्‌गृहस्थ जातो.]
ही देवांनी दिलेली शिक्षा लावते आपणाला भीतीने कापायला,
पण नाही आपल्या करुणेला करीत आवाहन.
(केंटला) काय ? हेच ते ?
आदर्श शिष्टाचाराने आवश्यक ठरवलेले सर्व उपचार
अशा वेळी ठरतात भयानक.

केंट मी आलो आहे
माझ्या राजाला आणि धन्याला माझा शेवटचा सलाम करण्यासाठी;
या ठिकाणी ते नाहीत ?

ऑल्बनी मोठीच गोष्ट आम्ही विसरलो !
बोल, एडमंड, महाराज कुठे आहेत ? कॉर्डीलिआ कुठे आहे ?
[गॉनरिल आणि रीगन यांची शरीरे आणली जातात.]
केंट, हे दृश्य पाहिलेत का ?

केंट अरेरे ! हे असे का ?

एडमंड म्हणजे होते या एडमंडला प्रेम मिळालेले :
मला मिळविण्यासाठी एकीने घातले दुसरीला विष,
आणि नंतर मारले स्वत:लाही.

ऑल्बनी खरे आहे. त्यांच्या चेहऱ्यावर घाला आच्छादन.

एडमंड मी करतोय कष्टाने श्वासोच्छ्‌वास; माझ्या स्वभावाशी विसंगत असूनही
मला वाटतेय काही थोडे चांगले करावेसे. पाठवा लौकर,

जलदी करून, त्या किल्ल्याकडे. माझे फर्मान
आहे लिअरचा आणि कॉर्डीलिआचा देहान्त करण्याबद्दल.
पाठवा वेळीच.

ऑल्बनी धावा! धावा! आधी धावा!

एडगर सरकार, कोणाकडे? ही कामगिरी आहे कोणाकडे?
माफी केल्याची आपली काही खूण पाठवा.

एडमंड चांगले सुचवलेस. ही घ्या माझी तरवार.
ती तुम्ही द्या जमादाराला.

एडगर घाई कर, आपला जीव पणाला लाव.
[अधिकारी जातो.]

एडमंड त्याला आहे हुकूम मिळालेला तुमच्या पत्नीकडून
आणि माझ्याकडून, त्या तुरुंगामध्येच कॉर्डीलिआला फाशी देण्याचा,
आणि तिने आत्महत्या केली असे भासवून तो दोष
तिच्या निराशेच्या माथी मारण्याचा.

ऑल्बनी देव तिचे रक्षण करोत! या इथून ह्याला जरा उचलून न्या.
[एडमंडला उचलून नेतात.
मेलेल्या कॉर्डीलिआला बाहूंवर घेऊन लिअर पुन्हा प्रवेश करतो; बरोबर अधिकारी.]

लिअर ओरडा, ओरडा, ओरडा! तुम्ही आहांत दगडाची माणसे.
तुमच्या जिभा आणि डोळे असते माझ्याजवळ, तर मी त्यांना वापरून
असता फोडला आकाशाचा घुमट. ती आहे गेली कायमचीच.
कोण जिवंत आहे नि कोण मेलेले, हे मला समजू शकते.
ती आहे मातीइतकी मेलेली. मला एक आरसा द्या हो,
जर तिच्या श्वासामुळे काच धुकावली किंवा डागळली
तर अर्थातच ती जिवंत आहे.

केंट संकल्पित अंत तो हाच की काय?

एडगर की त्याच भयानकाची प्रतिमा?

ऑल्बनी कोसळ आणि संपव.

लिअर हे पीस आहे हालत; ती जिवंत आहे! तसे असल्यास
या एकाच भाग्ययोगाने होऊ शकेल पुरेपूर भरपाई
मी भोगलेल्या सर्व दु:खांची.

केंट (गुडघे टेकून) अहो माझे थोर धनीसरकार!

लिअर कृपा कर; दूर हो.

एडगर ते आहेत आपले स्नेही, माननीय केंट.

लिअर तुम्हा सर्वांचा होवो सत्यानाश, तुम्हा खुन्यांचा आणि राजद्रोह्यांचा!
मी तिला वाचवली असती; आता गेली ती कायमचीच!
कॉर्डीलिए, कॉर्डीलिए! जरा थांब ना. आं!
तू आत्ता काय बोललीस? तिचा आवाज नेहमीच असायचा
मृदू, सौम्य आणि नरम, स्त्रीच्या बाबतीत एक अप्रतिम अशी गोष्ट.
तुला फासावर चढवणाऱ्या बदमाषाला मी आहे ठार केलेले.

अधिकारी खरे आहे. सरकार, त्यांनी केलेनी.

लिअर गृहस्था, मी केले की नाही?
मीही आहेत दिवस पाहिलेले, जेव्हा माझ्या चावऱ्या जंबियाने
मी त्यांना असते नाचवले. आता मी म्हातारा झालो,
आणि त्याच्याच उपाधींमुळे गेलो बिघडून. तू कोण?
माझे डोळे उत्तमातले नव्हत : मी तुला स्पष्टच सांगतो.

केंट नियतीचे प्रेम आणि द्वेष ज्या दोघांच्या वाटणीला आले
त्यांपैकी एक जण दिसतोय आपल्याला.

लिअर ही दृष्टी आहे अंधावलेली. तू केंटच नाहीस का?

केंट तोच मी;
केंट, आपला सेवक. आपला सेवक तो केअस् कुठे आहे?

लिअर तो होता भला माणूस, तेवढे तुला निश्चित सांगतो;
तो लगावणार, आणि तिथच्या तिथे. तो मेला आणि कुजलाही.

केंट नाही, हुजूर; तो माणूस म्हणजे मीच, –

लिअर मी त्याचा लौकरच विचार करीन.

केंट तुमच्या स्थित्यंतराच्या आणि उतरतीच्या सुरुवातीपासून
तो फिरला तुमच्या असहाय पावलांच्या पाठोपाठ.

लिअर इथे आपले स्वागत आहे.

केंट नाही कुणाचेही. सगळेच आहेत सुन्न, अंधारमय, आणि भयंकर;
आपल्या दोन्हीही मोठ्या मुलींनी आहे घडवलेला स्वत:चा विनाश
आणि आहेत मेल्या निराशेमध्ये.

लिअर होय, मलाही तसेच वाटते.

ऑल्बनी ते स्वत: काय बोलतात तेही त्यांना नाही समजू शकत, त्यांच्यापुढे
आपण स्वत:ला सादर करणे आहे निरर्थक.

एडगर अगदीच निष्फळ.
[एक अधिकारी प्रवेश करतो.]

अधिकारी सरकार, एडमंड मरण पावला.

ऑल्बनी इथे ठरेल ती एक क्षुल्लक गोष्ट.
अमीर-उमराव नि माननीय मित्र हो, घ्या समजून आमचा संकल्प;
या थोर भग्नावशेषाला जितके समाधान मिळू शकेल
तितके सर्व दिले पाहिजे : आमच्यापुरते बोलायचे झाल्यास,
या वयोवृद्ध हुजूरस्वारीच्या हयातीपावेतो, तिच्याप्रीत्यर्थ
आम्ही आहोत सोडणार आमची सार्वभौम सत्ता :
[एडगर आणि केंटला] तुम्हांला मिळतील तुमचे हक्क,
तुमच्या सत्कृत्यांच्या योग्यतेप्रमाणे त्यात अधिक भर पडणाऱ्या
मानमरातबासह. सर्व मित्रांना लाभेल चाखायला
त्यांच्या स्वत:च्या सद्‌गुणांचा परिपाक, आणि शत्रूंना
त्यांच्या स्वत:च्या कर्मांचा पेला. ओहो ! ते पाहा, ते पाहा !

लिअर आणि माझे लाडके वेडुले गेले फासावर ! नाही, नाही, जीव नाही !
काय म्हणून एखाद्या कुत्र्याला, घोड्याला, घुशीला असावा जीव,
आणि तुला नसावा श्वास अगदी इवलाही ? तू नाही कधीही येणार,
नाहीच, नाहीच, नाहीच, नाहीच, नाहीच !
कृपा करून हे एवढे बटण काढा : मी आपला आभारी आहे.
हे पाहिलेत, तिच्याकडे पाहा, पाहा, तिचे ओठ
ते पाहा, ते पाहा ?
[मरतो.]

एडगर त्यांना मूर्च्छा आली ! अहो हुजूर, अहो हुजूर !

केंट बा हृदया, भग्न हो; कृपा करून भग्न हो !

एडगर हुजूर, सावध व्हा.

केंट त्यांच्या आत्म्याला छळू नका : त्यांना जाऊ द्या; या दुनियेच्या
क्रूर पीडायंत्रावर जो त्यांना अधिक काळ ताणवून ठेवील,
त्याचा ते द्वेष करतील.

एडगर ते गेलेच.

केंट आश्चर्य हेच की त्यांनी इतका काल तग धरला :
आपल्या जीवनावर त्यांनी होती सक्तीच केलेली.

ऑल्बनी न्या इथून सर्वांना. सामुदायिक दुखवटा हेच आमचे
सध्याचे काम.
[केंटला आणि एडगरला]
अगा, माझ्या आत्म्याच्या मित्रांनो, तुम्ही दोघांनी
चालवा अंमल या दौलतीवर, आणि सांभाळा भग्नावस्थेतील या राज्याला.

केंट सरकार, एका प्रवासावर मला लौकरच निघावे लागणार;
माझे धनीच मला बोलावतात, मी 'नाही' म्हणून कसे भागणार.

एडगर या गंभीर कालाच्या दबावामुळे आपणा सर्वांनाच लागेल नमावे,
वाटते औचित्याचे ते न बोलता, आतून वाटणारेच लागेल बोलावे.
सर्वांहून वयस्काने भोगले सर्वाधिक : हा आपला तरुणांचा वर्ग
नाही पाहणार तितके कधीही, नाही जगणार तितके प्रदीर्घ.
[शोकसंगीत सुरू होते. सर्व जातात.]

राजा लिअर

भाष्य

(१) फो. म्हणजे पहिला फोलिओ आणि क्वॉ. म्हणजे पहिला क्वॉर्टो (परिशिष्ट १ पाहा.)
(२) ओळीचा क्रमांक हा त्या त्या पृष्ठावरील छपाईच्या वेळी सर्व ओळींची गणना गृहीत धरतो.

अंक १ : प्रवेश १

'किंग लिअर'मधील पहिला प्रवेश – म्हणजे नाटकाचा पायाच – वादग्रस्त आहे. राज्याच्या वाटण्या, मुलींची प्रेमपरीक्षा व कॉर्डीलिआचा परित्याग या तिन्ही घटना या वादात अंतर्भूत होतात. बहुसंख्य समीक्षकांना या गोष्टी – विशेषत: लिअरने केलेले राज्याचे विभाजन – हे परीकथेसारखे असंभाव्य वाटते. ब्रॅडले व जाफा हे सन्माननीय अपवाद. मात्र बहुसंख्या समीक्षकांना या गोष्टी असंभाव्य वाटत असल्या तरी त्या नाट्यदृष्ट्या आक्षेपार्ह वाटतात असे नाही. त्यांच्या बचावासाठी अनेक स्पष्टीकरणे पुढे केली जातात. त्यांपैकी काहींचा उल्लेख करतो : (१) डॉ. जॉन्सनच्या मते त्या कालखंडातील असंस्कृतपणाशी या गोष्टी सुसंगत आहेत. (२) कोल्रिजच्या मताने ही पुराणकथा लोकविश्रुत असल्यामुळे हानीकारक ठरत नाही. "Improbable as the conduct of Lear is in the first scene, yet it was an old story rooted in popular faith – a thing taken for granted already, and consequently without any of the effects of improbability. (३) केलॉग या डॉक्टराच्या मते ही सर्व लिअरच्या वेडाचीच पूर्वचिन्हे आहेत, आणि त्यामध्ये वेडा होऊ घातलेल्या माणसाच्या स्वभावाची अप्रतिम समज शेक्सपिअरने व्यक्त केली आहे. (४) ग्रॅन्व्हिल बार्करच्या मताने नाटककाराला कसलीही घटना 'गृहीत' म्हणून स्वीकारता येते; तिच्या तार्किक परिणतीचे मागाहून अवधान राखले गेले म्हणजे झाले : "The scene in which Lear divides his Kingdom is a magnificent statement of a magnificent theme... It's probabilities are neither here nor there. A dramatist may postulate any situation he has the means to interpret, if he will abide by the logic of it after." (५) विल्यम फ्रॉस्टच्या मताने त्या गोष्टींचे स्वरूप रूपकथात्मक (allegory), बीजकथाप्राय (mythic) व विधिसूचक

(quality of ritual) आहे आणि अशा गोष्टींचा संयुक्त परिणाम विशिष्ट जातीच्या शोकान्तिकेला पूरक ठरतो.

अशा गोष्टी प्रत्यक्ष जीवनात घडू शकतात काय, असा प्रश्न कोणी उपस्थित केल्यास नाटक प्रसिद्ध होण्याच्या अगोदर नुकत्याच अशा दोन वेगवेगळ्या घटना घडल्याचे शेक्सपिअरच्या कानावर पडणे अशक्य होते, याचा निर्वाळा अनुक्रमे सिसन व जी. एम. यंग यांनी उपलब्ध केलेल्या माहितीवरून मिळू शकतो. सिसनने उल्लेखिलेली घटना अशी : सर विल्यम ॲलन या एलिझाबेथकालीन गृहस्थाने व्यापारात एखाद्या राजासारखी प्रचंड संपत्ती कमावली. त्याला तीन मुली होत्या. तिघीही विवाहित. एकीचे लग्न फ्रेंच गृहस्थाशी झालेले. ऐंशी वर्षांचे वय झाल्यावर त्याने काळज्यांतून निवृत्त व्हायचे ठरवले व आपली इस्टेट तिन्ही मुलींत वाटून टाकली, आणि आळीपाळीने तिघींकडे राहण्याचा निर्णय घेतला. संपत्ती मिळाल्यावर मुली उलटल्या आणि उबेसाठी आवश्यक ते सरपणही म्हाताऱ्याला मिळेनासे झाले. तो उद्धटपणाने नोकरांशी वागतो, अशा तक्रारी सुरू झाल्या. परिणामी अत्यंत दु:खद अवस्थेत ॲलनचे प्राणोत्क्रमण झाले. या प्रकरणाची सरकारी चौकशी १५८८ पासून १५८९ पर्यंत कोर्टामध्ये सुरू होती, असे कागदपत्रे सांगतात. हे प्रकरण लंडनमध्ये गाजलेले होते. यंगच्या लिखाणात अशाच एका दुसऱ्या समकालीन घटनेची माहिती मिळू शकते. ती घटना अशी : सर ब्रायन ॲन्स्ले हा राणी एलिझाबेथकडून पेन्शन मिळणारा एक सेवक १६०३ च्या सुमारास स्वत:चे व्यवहार पाहण्याच्या अवस्थेत नव्हता. लेडी वाइल्डगूज व लेडी सँडीज या त्याच्या वडील मुलींनी बापाची इस्टेट आपणाला मिळावी या हेतूने त्याला वेडा ठरवण्याचा प्रयत्न केला. पण धाकटी कॉर्डेल हिने लॉर्ड सेसिलकडे अर्ज करून सत्यस्थिती त्याला निवेदन केली आणि आपला बाप व त्याची इस्टेट यांचे पालकत्व सर जेम्स क्रॉफ्ट यांच्याकडे जावे यासाठी खटपट केली. पुढे बाप मेल्यावर त्याचे मृत्युपत्र खोटे ठरवण्याचा प्रयत्नही वाइल्डगूज मंडळींनी केला, पण उपयोग झाला नाही. कॉर्डेल ॲन्स्लेने पुढे १६०८ मध्ये शेक्सपिअरच्या आश्रयदात्याच्या सावत्र बापाशी लग्न केले. शेक्सपिअरला व त्याच्या प्रेक्षकांना ही दोन्ही प्रकरणे ठाऊक असण्याची शक्यता होती. यांतील दुसऱ्या प्रकरणावरूनच लिअरला वेडा करण्याची कल्पना शेक्सपिअरला सुचली असावी, असा म्यूअरचा तर्क आहे.

१६०३ मध्ये पहिला जेम्स इंग्लंडच्या गादीवर आला आणि स्कॉटलंड व इंग्लंड या दोन्ही राज्यांचे एकीकरण झाले. अशा वेळी राज्याचे विभाजन व त्याचे दुष्परिणाम चित्रीत करणारे : 'किंग लिअर' रंगभूमीवर आणणे अगदीच प्रयोजनशून्य नव्हते; म्हणून राज्याच्या विभाजनाची घटना ही नाटकातील केंद्रीय घटना समजली पाहिजे, असे ड्रेपरचे प्रतिपादन आहे.

पृष्ठ ७३ ओळ १५ : *आपला गर्भितार्थ नाही पकडू शकलो : 'I cannot conceive you.'*: मुळात 'conceive' या शब्दावर कोटी आहे. 'आकलन होणे' आणि 'गर्भ राहणे' या दोन अर्थांपैकी केंटला पहिला अर्थच अभिप्रेत असतो, पण ग्लॉस्टर दुसरा अर्थ गृहीत धरून उत्तर देतो. नाटकातील अशा स्वरूपाचे अनेक द्व्यर्थी शब्द मराठी भाषांतरात मूळच्या ठसक्याने आणता आलेले नाहीत.

पृष्ठ ७४ ओळ २१ : *गुप्त मनोगत : 'darker purpose'*: जॉन्सन, डोव्हर विल्सन व म्यूअर यांच्या मताने हे गुप्त मनोगत म्हणजे लिअरला अभिप्रेत असलेली मुलींच्या प्रेमकथनाची चढाओढ. एम्पसनच्या मताने हे शब्द लिअरची परित्यागप्रवणता सुचवतात. मला पहिले मत ग्राह्य वाटते.

पृ. ७५ ओळ ७ : *जिथे निसर्ग... गुणवत्तेच्या जोरावर : 'Where nature both with merit challenge'*: 'Nature' हा शब्द नाटकामध्ये चाळीस ठिकाणी निरनिराळ्या संदर्भांत वेगवेगळ्या अर्थांनी येतो : सृष्टी, स्थूल निसर्ग, पार्थिव जगताची अधिष्ठात्री देवता, वस्तुमात्राची स्वाभाविक रचना, मानवी स्वभाव, मानवजात, स्वभाव किंवा प्रवृत्ती, नातलगांमधील नैसर्गिक प्रेमभावना, पितृप्रेम, अपत्यप्रेम, शारीरिक प्रकृती, नैसर्गिक जीवन, नैसर्गिक प्रेरणा – अशा निरनिराळ्या अर्थांनी शेक्सपिअर 'nature' हा शब्द वापरू शकतो. 'निसर्ग' हा मराठी शब्द हे सर्व वेगवेगळे अर्थ सूचित करू शकत नाही; म्हणून त्या त्या ठिकाणी संदर्भानुसार योग्य वाटणारा मराठी शब्द योजलेला आहे. प्रस्तुत ओळीमध्ये मुळात वापरलेल्या 'nature' या शब्दाच्या विशिष्ट अर्थाबद्दल वाद आहे म्हणून 'निसर्ग' हा मोघम शब्द ठेवण्यात आला आहे. स्टीव्हन्सच्या व डोव्हर विल्सनच्या मताप्रमाणे 'nature' म्हणजे 'पित्याविषयीचे अपत्याचे प्रेम'; म्यूअरच्या मताने 'पित्याला अपत्याबद्दल वाटणारे प्रेम'. मला पहिले मत अधिक ग्राह्य वाटते. (सृष्टीविषयीचे दोन परस्परविरुद्ध एलिझाबेथकालीन दृष्टिकोण समजून घेण्यासाठी डॅन्बीचा 'शेक्सपिअर्स डॉक्ट्रिन ऑफ नेचर' हा ग्रंथ पाहा.) पर्यायी भाषांतर : 'जिथे अपत्यप्रेम करील प्रस्थापित आपला हक्क गुणवत्तेच्या जोरावर.'

पृष्ठ ७५ ओळ २७ : *इंद्रियांच्या चौकटीत : 'square of sense'*: फो. व क्वॉ. यामध्ये हाच पाठ असल्याने बहुतेक सर्व पंडित त्याचाच स्वीकार करतात, पण अर्थ वेगवेगळे लावतात. कोणताही अर्थ वादातीत नाही. डथी व डोव्हर विल्सन हेन्सर्डला अनुसरून 'spirit of sense' अशी पाठशुद्धी करतात व हस्ताक्षरातील गफलतीचा हवाला देतात. त्यातून निघणारा अर्थही मला फार समाधानकारक वाटत नाही. डथी व डोव्हर विल्सन यांनी संपादित केलेली संहिता मी सामान्यत: प्रमाण मानली असली तरी

ज्याला फो. किंवा क्वॉ.चा आधार नाही अशी काल्पनिक दुरुस्ती शक्य तो स्वीकारायची नाही असे सर्वसामान्य धोरण प्रस्तुत भाषांतर करताना बाळगलेले आहे. 'square'चा मूळ अर्थ 'सुताराचा काटकोन्या'.

पृष्ठ ७६ ओळ १० : *काही नाही : 'Nothing' :* नाटकातील एक केंद्रीय शब्द. हा किंवा यासारखे नकारदर्शक शब्द नाटकात ठिकठिकाणी मोक्याच्या जागी भेटतात. नाटकातील जीवनदर्शनाला विशिष्ट परिमाण देणाऱ्या या अत्यंत महत्त्वपूर्ण शब्दाचे भाषांतर मराठीत दोन शब्द वापरून करावे लागते हा एक गौणपक्ष आहे. नकारदर्शक शब्दांची नाटकामध्ये पखरण करीत असताना शेक्सपिअरच्या मनामध्ये बहुधा 'The Praise of Nothing' (१५८५) या सर एडवर्ड डायरने लिहिलेल्या पुस्तिकेतील नकाराची सर्वंकषता प्रतिपादणारे तत्त्वज्ञान झंकारत असावे.

पृष्ठ ७८ ओळ ९ : *आपले राज्य ठेवा आपल्याजवळ : 'Reserve thy state' : 'Reserve thy doom'* असाही पाठभेद आहे. फो. पहिला देतो तर क्वॉ. दुसरा. पहिला स्वीकारल्यास लिअरची सुरक्षितता हे केंटचे लक्ष्य ठरते तर दुसरा स्वीकारल्यास कॉर्डीलिआचे स्वास्थ्य अभिप्रेत राहते. पर्यायी भाषांतर : 'टाका फिरवून आपला निर्णय'.

पृष्ठ ८० ओळ ७ : *त्या इवल्याशा भासणाऱ्या वस्तूतील : 'within that little seeming substance.' :* पंडित अनेक अर्थ लावतात. पैकी दोन महत्त्वाचे : (१) कॉर्डीलिआच्या उंचीशी संबंधित असलेला, आणि (२) कॉर्डीलिआने प्रामाणिकपणाचा आव आणला असे सूचित करणारा. पर्यायी भाषांतर : 'त्या इवल्याशा आभासकारक वस्तूतील'.

पृष्ठ ८३ ओळ ५ : *आणि जे... तुझी योग्यता : 'And well are worth the want that you have wanted.' :* या वाक्याचे दोन वेगवेगळे अर्थ लावतात. (१) कॉर्डीलिआने बापाचे प्रेम गमावले तसेच ती नवऱ्यालाही गमावील. (२) कॉर्डीलिआने आपला राज्यातील हिस्सा गमावला ते योग्यच झाले. मला दुसराच अभिप्रेत वाटतो.

पृष्ठ ८३ ओळ ७ : *जो लपवतो... होतात हाल : 'Who covers faults, at last with shame derides' :* फो. व क्वॉ. या दोहोंचाही या पाठाला आधार असून बहुतेक पंडित तोच स्वीकारतात. डथी व डोव्हर विल्सन मेसनने सुचवलेली 'convert' ही दुरुस्ती स्वीकारतात. तसे केल्यास संबंध पूर्वीच्या ओळीतील 'काला'कडे जातो. पर्यायी भाषांतर : 'तो लपलेल्या त्या दोषांचे शेवटी शरमेने करतो हाल'.

पृष्ठ ८३ ओळ २९ : *शिष्टाचार अजूनही... दिसत नाही :* त्या प्रसंगी लिअरच्या अतिरेकी स्वभावाशी सुसंगत असेच त्याचे वर्तन घडणार असे गॉनरिल सूचित करू पाहते. पर्यायी भाषांतर : '...समारंभ अजून पुढेच आहे.'

अंक १ : प्रवेश २

पृष्ठ ८४ ओळ १० : *या रूढीच्या रोगावर अवलंबून : 'stand in the plague of custom'* : प्रस्तुत संदर्भात 'plague' हा शब्द अर्थहीन वाटल्याने पंडितांनी अनेक दुरुस्त्या सुचवल्या आहेत. मला त्या अनावश्यक वाटतात. औरस मुलगा वयाने लहान असता तर त्याच्याकडे वारसा न जाता तो एडमंडकडे आला असता. पण वस्तुस्थिती उलट असल्याने एडमंडला ती रूढी रोगासारखी वाटते.

पृष्ठ ८४ ओळ २६ : *कमअस्सल एडमंडच चढेल औरसावर : 'Edmund the base shall top the legitimate'* : 'top' ही एडवर्ड्सने सुचवलेली व कॅपेलपासून पुढील बहुतेक सर्व पंडितांनी स्वीकारलेली दुरुस्ती आहे. फो. व क्वॉ. या दोहोंतील पाठभेद अर्थहीन असल्याने ती स्वीकारल्याशिवाय गत्यंतर नाही. अटळ असेल तेव्हाच दुरुस्ती स्वीकारायची, हे माझे सर्वसामान्य धोरण पूर्वीच सूचित केले आहे.

पृष्ठ ८५ ओळ २६ : *वडील माणसाबद्दल... तुझा एडगर :* नाटकाचे प्रधान सूत्र या पत्रामध्ये ध्वनित झाले आहे, असे डोव्हर विल्सनचे मत आहे.

पृष्ठ ८८ ओळ २१ : *जुन्या नाटकातील चमत्कारासारखा :* जुन्या इंग्रजी नाटकांचा शेवट अपरिहार्य न वाटता आकस्मिक, म्हणजेच चमत्कारासारखा, वाटे. तशा स्वरूपाच्या ढिल्या बंदिशीच्या नाटकांना अनुलक्षून हे विधान केलेले असावे.

अंक १ : प्रवेश ३

पृष्ठ ९० ओळ ८ : *त्यांच्या विदूषकाला फैलावर घेतल्याबद्दल : 'for chiding of his fool'* : शेक्सपिअरच्या नाटकांमध्ये पुन:पुन्हा येणारे 'fool' हे पात्र मराठी तमाशातील सोंगाड्या व संस्कृत नाटकातील विदूषक या दोन्ही भूमिका एकजीव करणारे आहे. रंगीबेरंगी पोशाख, कोनदार टोपी व त्याच्या गोंड्याशी एक लहान घंटा अशा विचित्र पोशाखात वावरणाऱ्या त्या पात्राकडून सर्वसामान्य श्रोत्याला रोचक वाटणारा स्थूल विनोद, सुशिक्षितांना रिझविणारा कोटिक्रम व उपरोध, आणि शोकान्तिकेच्या गंभीर वातावरणातील ताण मधूनमधून ढिला करण्याचे कलात्मक साधन या सर्वच गोष्टी पुरवल्या जातात. मात्र या नाटकातील त्याचे कार्य याहूनही अधिक मौलिक स्वरूपाचे आहे. वरवर अर्थहीन वाटणारे पण जीवनाच्या तळाशी भिडणारे स्वैर भाष्य सतत सुरू ठेवणारा, विनोदाने विरंगुळा देत असतानाच उपरोधाने बोचकारणारा, आंतरिक जिव्हाळ्याने लिअरच्या दु:खभोगात सहभागी होणारा व त्याला आत्मज्ञान घडवणारा असा तो एक तत्त्वज्ञ आहे. म्हणून या नाटकातील त्याचे स्थान इतर शोकान्तिकांतील त्याच्या स्थानापेक्षा अधिक महत्त्वाचे ठरते. 'सोंगाड्या' किंवा

'खुषमस्कऱ्या' हे शब्द फार एकांगी ठरतील. मराठी नाट्याला अशा पात्राची परंपरा नाही हे लक्षात घेऊन संस्कृत परंपरेतील 'विदूषक' हा शब्द मी 'fool' या इंग्रजी शब्दाचे भाषांतर करण्यासाठी वापरला आहे.

एम्पसनच्या मताने लिअर व त्याच्या मुली यांच्यातील संघर्षाची सुरुवात या विदूषकाच्या निमित्ताने होते ही गोष्ट नाटकाच्या बंदिशीतील त्याचे महत्त्वपूर्ण स्थान सूचित करते.

पृष्ठ ९० ओळ २७ : *चळलेले म्हातारे... त्यांना दहशत :* मूळच्या इंग्रजी ओळीचा निश्चित अर्थ सिद्ध करणे पंडितांना अजून जमलेले नाही, म्हणून या ओळी दुर्बोध समजण्यात आल्या आहेत. म्यूअर व डोव्हर यांना मान्य असलेला अर्थ मी स्वीकारला आहे. खरे म्हणजे दुर्बोध ओळीचे भाषांतरही दुर्बोध राहिले पाहिजे व त्या दुर्बोधतेवर होऊ शकणाऱ्या भाषांच्या सर्व शक्यता भाषांतरात कायम राहिल्या पाहिजेत हे माझे धोरण असले तरी प्रस्तुत ठिकाणी त्या धोरणानुसार भाषांतर करणे जमलेले नाही. पर्यायी भाषांतर : 'जेव्हा त्यांचा होतो दुरुपयोग तेव्हा खुशामती करण्याऐवजी लागते दाखवावी त्यांना दहशत'.

अंक १ : प्रवेश ४

पृष्ठ ९२ ओळ २ : *आणि कसलीही... न खाणे : 'and to eat no fish' :* या शब्दप्रयोगाची दोन स्पष्टीकरणे दिली जातात : (१) मी राजनिष्ठ प्रॉटेस्टंट आहे (वॉर्बर्टन); (२) मी पुचाट नाही (कॅपेल). पहिला अर्थ ध्वनित करणे हा शेक्सपिअरचा हेतू असल्यास त्याचा संबंध सोळाव्या शतकातील धार्मिक संघर्षाशी जोडावा लागेल. शेक्सपिअरला प्रॉटेस्टंटांविषयी वाटणारी आपुलकी व कॅथॉलिकांविषयी वाटणारा तिरस्कार या दोन्ही गोष्टी यातून सूचित होऊ शकतील. पण नाटक ख्रिस्तपूर्व कालखंडाशी संलग्न असल्यामुळे व शेक्सपिअर शक्य तो या नाटकात तरी त्या कालखंडातील धर्मकल्पनेशी सुसंगत असेच वातावरण निर्माण करण्याचा प्रयत्न करीत असल्यामुळे हा अर्थ अप्रस्तुत ठरेल. पण अशा अप्रस्तुत गोष्टीही शेक्सपिअर काही वेळा करू शकतो, हे दृष्टिआड करता येणार नाही. अशी अन्य स्थळे या नाटकातही भेटतात. दुसरा अर्थध्वनी केंटच्या मर्दानी थाटाशी मला अधिक सुसंगत वाटतो.

पृष्ठ ९४ ओळ ७ : *ए भुक्कड चेंडूबडव्या : 'you base foot-ball player' :* शेक्सपिअरच्या कालखंडात फुटबॉल हा अत्यंत खालच्या दर्जाचा खेळ समजण्यात येई; वरच्या वर्गातील माणसांनी तो खेळू नये असा दंडक असे. 'फुटबॉल खेळणाऱ्या' या शब्दसंहतीला मराठी लोकजीवनात त्या खेळाला लाभलेल्या प्रतिष्ठेमुळे शिवीचे वजन प्राप्त

होत नाही; म्हणून 'चेंडूबडव्या' असा अपरिचित शब्द वापरावासा वाटला. पर्यायी भाषांतर : 'ए कमअस्सल चेंडूउडव्या'.

पृष्ठ ९५ ओळ ५ : *सत्य हा... काढले पाहिजे :* म्यूअरच्या मताने कॉर्डीलिआ म्हणजे सत्य आणि गॉनरिल व रीगन म्हणजे खुषमस्करीच्या कुत्राबाई असा ध्वन्यर्थ सुचविलेला असण्याची शक्यता आहे. डोव्हर विल्सनच्या मताने विदूषक स्वत:ला सत्याचा कुत्रा समजून ऑझ्वल्डला खुषमस्करीची कुत्राबाई समजत आहे.

पृष्ठ ९५ ओळ ८ : *मला छळणारा एक व्रण : 'A pestient gall to me !' :* काही पंडित या उद्रेकाचा संबंध विदूषकाशी जोडतात; पण मॉबर्लीच्या मताने लिअरच्या डोक्यात अजून ऑझ्वल्डने केलेले उद्धट वर्तन रेंगाळते आहे आणि त्यालाच अनुलक्षून हा उद्गार निघालेला आहे. डोव्हर विल्सनलाही तोच संदर्भ प्रस्तुत वाटतो.

पृष्ठ ९६ ओळ २२ : *तेव्हाच तुम्ही... पाठीवर घेतलेत :* या कल्पनेचा संबंध ईसॉपच्या एका नीतिकथेशी आहे. त्यात एक माणूस आपल्या दोन मुलांसह गाढवावरून जात असतो व शेवटी जननिंदेच्या आहारी जाऊन गाढवाला पाठीवर घेतो.

पृष्ठ ९६ ओळ २७ : *अनिष्ट इतके... मर्कटलीला :* हे भाषांतर काहीसे स्वैर आहे.

पृष्ठ ९७ ओळ ८ : *तेव्हा त्यांना... सारी सत्ता :* हे भाषांतर काहीसे स्वैर आहे.

पृष्ठ ९७ ओळ २९ : *कपाळावर ती पट्टी कशासाठी ? : 'What makes that frontlet on ? :* कपाळावरील आठ्या नाहीशा होण्यासाठी रात्रीच्या वेळी कपाळावर एक पट्टी बांधण्याची पद्धत इंग्लंडमधील स्त्रियांमध्ये रूढ होती.

पृष्ठ ९८ ओळ २२ : *एक कोकिळा... छाटून गेली :* हे भाषांतर थोडेसे स्वैर आहे.

पृष्ठ ९८ ओळ ३१ : *इथे कुणीही... मुली होत्या :* मुळातील या नऊ ओळी अर्थाच्या दृष्टीने फार वादग्रस्त आहेत. (जिज्ञासूंनी विविध दृष्टिकोण समजून घेण्यासाठी फर्निसच्या 'न्यू व्हेरिओरम'मधील पृष्ठे ८१, ८२ व ८३ पाहावी.) मी भाषांतर करताना डथी, डोव्हर विल्सन व म्यूअर यांचे मार्गदर्शन प्रमाण मानले आहे.

पृष्ठ ९९ ओळ ४ : *लिअरची सावली : 'Lear's shadow' :* फो.मध्ये हे वाक्य विदूषकाच्या तोंडी घातलेले आहे; तर क्वॉ.मध्ये ते लिअरच्या तोंडी घातलेले आढळते.

पृष्ठ ९९ ओळ ५ : *मला ते... मुली होत्या :* म्यूअरच्या मताने या ओळी गद्यात आहेत, तर डथीच्या व डोव्हर विल्सनच्या मताने पद्यात. मी दुसरे मत स्वीकारले आहे.

पृष्ठ १०० ओळ १२ : *एखाद्या यंत्राप्रमाणे... अढळ स्थानापासून :* लिअरला अभिप्रेत असलेले 'अढळ स्थान' म्हणजे कॉर्डीलिआ आणि उखडून टाकलेली वास्तू म्हणजे त्याच्या मनातील कॉर्डीलिआविषयी प्रेम, असा डोव्हर विल्सनचा तर्क आहे.

पृष्ठ १०० ओळ २३ : *ऐक निसर्गा... सापाच्या दाताहूनही :* गॅरिक हा अठराव्या शतकातील सुप्रसिद्ध इंग्लिश नट गुडघे टेकून व डोळे आकाशाकडे करून एखादी प्रार्थना करावी अशा गांभीर्याने हे भाषण वठवीत असे. त्याच शतकातल्या केंबल या नटाची पद्धत गॅरिकच्या अगदी उलट असे : त्याची जोरकस आणि उद्रेकी वाणी या भाषणाला एका भयानक शापाचे स्वरूप देई. बूथ हा अमेरिकन नट सुरुवात गुडघे टेकून प्रार्थनेच्या थाटात करी व नंतर शापाची भीषणता प्रत्ययाला आणीत असतानाच अंत:करणात उचंबळणाऱ्या बालकाविषयीच्या असहाय ऋजुतेचाही साक्षात्कार घडवी. शाप संपता संपता तो उभा राही व दोन्ही हात बाजूंना पसरून धाव घेऊन निघून जाई.

अंक १ : प्रवेश ५

पृष्ठ १०३ ओळ १८ : *तू अगोदर ग्लॉस्टरला जा :* इंग्रजी भाषेच्या मोडणीप्रमाणे ग्लॉस्टर या शब्दाने 'ग्लॉस्टरचा जहागीरदार' किंवा 'ग्लॉस्टरचा परगणा किंवा शहर' हे दोन्ही अर्थ व्यक्त होऊ शकतात. इथे अर्थातच 'ग्लॉस्टर' हा शब्द फक्त स्थलदर्शक आहे. नाटकातील पुढील घटनांवरून लिअर केंटला कॉर्नवॉलच्या नरेशाची पत्नी रीगन हिच्याकडे पाठवीत आहे ही गोष्ट स्पष्ट होऊ शकते. म्हणजे लिअर केंटला कॉर्नवॉलला – म्हणजे कॉर्नवॉल या शहरी – पाठवू इच्छितो. याचा अर्थ लिअरने केंटला 'अगोदर कॉर्नवॉलला जा' असे म्हटले पाहिजे. 'ग्लॉस्टर' हा शब्द शेक्सपिअरने अनवधानाने लिहिलेला आहे, हे उघड आहे. पण प्रश्न असा की शेक्सपिअरने अनवधानाने लिहिलेला शब्द संपादकाने दुरुस्त करावा की करू नये ? माझ्या मताने शेक्सपिअरच्या चुकांची दुरुस्ती संपादकाने करू नये; पण ही चूक आहे हे वाचकाच्या निदर्शनाला आणावे. इथे असे म्हणता येईल की वाचकाच्या दृष्टीने हे पुरेसे आहे; पण प्रेक्षकांचे काय ? शेवटी नाटक हे वाचकासाठी नसते, प्रेक्षकासाठी असते. त्याला माझे उत्तर असे की शेक्सपिअरच्या चुकांची किंमत शेक्सपिअरला मोजू द्यावी; तो समर्थ आहे.

डथी आणि डोव्हर विल्सन चुकीची दुरुस्ती करून 'कॉर्नवॉल' असा शब्द वापरतात. फर्निस, न्यूअर व इतर पंडित 'ग्लॉस्टर' हाच शब्द कायम ठेवतात.

पृष्ठ १०४ ओळ १२ : *मी तिच्यावर अन्याय केला :* सबंध नाटक वाचल्यावर पहिल्या अंकाच्या शेवटी येणाऱ्या या वाक्याचा चौथ्या अंकाच्या शेवटी येणाऱ्या 'तुला काही कारण आहे' या वाक्याशी संवाद होतो. या नाटकात परस्परांशी संवाद करणाऱ्या अशा असंख्य जागा सापडतील. त्यामुळेच वरवर ढिली वाटणारी नाटकाची बंदीश आतून एकात्म झालेली जाणवते. 'लिअर' लिहिताना शेक्सपिअर नाटकातील एकात्मता प्रत्ययाला आणण्याचे एक वेगळेच तंत्र घडवीत होता असे यामुळे म्हणावेसे वाटते.

पृष्ठ १०५ ओळ १ : *हे दयाघना... होणारच नाही :* या उद्गारामागील प्रेरणा म्हणजे विदूषकाने वापरलेला 'शहाणे' हा शब्द; या नाटकातील अनेक संवाद अशा प्रकारच्या अनेक सूक्ष्म ताणांनी संपन्न आहेत. लिअरची वेडा न होण्याची निर्धारपूर्ण भाषा ही एकीकडे त्याच्या कोसळणाऱ्या मनाची साक्ष देते, आणि दुसरीकडे त्याच्या पिंडातला मग्रूर अहंभाव व्यक्त करते.

पृष्ठ १०५ ओळ ७ : *कुणि असली... लांब तयांना :* हे भाषांतर थोडे स्वैर आहे. भावी शोकात्म घटनांचा अंदाज करण्याइतकी अक्कल नसल्यामुळे जी प्रस्तुत प्रसंगी हसू शकेल तिला त्या अकलेच्या अभावामुळेच आपल्या कौमार्याचेही रक्षण – पुरुष हे पुरुष आहेत तोवर – करता येणार नाही, असा भावार्थ. प्रेक्षकांना उद्देशून बोललेल्या या ओळी शेक्सपिअरच्या नसून प्रक्षिप्त असाव्यात, असा ब्रॅडलेचा व इतर काही पंडितांचा तर्क आहे.

अंक २ : प्रवेश १

पृष्ठ १०८ ओळ १४ : *आणि माझ्या... केलीन जखम : 'Lanced mine arm' :* फो. 'latched'; क्वॉ. 'lanced'. फर्निस व म्यूअर 'lanced' स्वीकारतात. डथी व डोव्हर विल्सन 'latched' स्वीकारतात. ते स्वीकारल्यास 'आणि माझा पकडला हात' असे भाषांतर करावे लागेल. घटनेचा संदर्भ लक्षात घेता पहिला पाठच स्वीकारार्ह वाटतो.

पृष्ठ १०८ ओळ १७ : *आणि पकडल्यावर – ठार झाल्याशिवाय : 'And found – dispatch' :* ग्लॉस्टरला नेमके काय म्हणायचे आहे हे मुळातल्या वाक्यरचनेमध्ये थोडे अनिश्चित आहे. (ती अनिश्चितता क्वॉ. व फो. यांतील पाठभेदामुळे अधिकच वाढते.) मी म्यूअरने स्वीकारलेला फो.मधील पाठ स्वीकारला आहे. पण त्या पाठातही शेवटचा शब्द अर्थ अर्धवट ठेवतो व मुलाच्या मृत्यूची शक्यता सुचवताना ग्लॉस्टर कचरला असल्याचे ध्वनित करतो. भाषांतरात तो बारकावा आलेला नाही.

पृष्ठ १०९ ओळ १३ : *समजत नाही... येताहेत ते : 'I know not why he comes' :* फो. 'where'; क्वॉ. 'why'. कर्शबॉमच्या मताने फो.तील 'कुठे' हाच पाठ स्वीकारार्ह आहे. कॉनवॉलचे नरेश आत येतील त्या उघड्या दरवाजाने एडगर बाहेर निसटेल, अशी चिंता ग्लॉस्टरला वाटते असा त्याचा तर्क ! मी डथी व म्यूअर यांना अनुसरून दुसरा स्वीकारला आहे. नरेश येत आहेत याची चिंता जहागीरदाराला प्रथम जाणवणे हेच अधिक सयुक्तिक.

पृष्ठ ११० ओळ २८ : अशा अवेळी... कृष्णाक्षी रात्रीमधून : 'Thus out of season, threading dark-eyed night' : सुईच्या डोळ्याची उपमा अध्याहृत आहे.

अशा अध्याहृत ठेवलेल्या उपमा हे शेक्सपिअरच्या शैलीचे एक लक्षणीय वैशिष्ट्य. कॉर्नवॉलला वाक्य पुरे करण्याची संधी न देता स्वत: रीगन बोलू लागते; त्यामुळे खरा अंमल तिचा आहे ही गोष्ट उघड होते.

अंक २ : प्रवेश २

पृष्ठ १११ ओळ १३ : *मित्रा सुप्रभात : 'Good dawning to thee, friend' :* मुळातला 'dawning' हा शब्द अजून सूर्योदय झालेला नाही, ही गोष्ट सूचित करतो. भाषांतरात ती छटा आलेली नाही. शेक्सपिअरच्या नाटकात येणारे सदिच्छादर्शक भेटीचे शब्द आपोआपच प्रसंगाच्या वेळेचाही निर्देश करून जातात. नाटकाच्या दृष्टीने असा निर्देश होणे जेव्हा अर्थपूर्ण असेल तेव्हाच फक्त मी अशा सदिच्छादर्शक उपचारांचे शब्दश: भाषांतर करण्याचा प्रयत्न केला आहे. अन्यत्र 'सलाम' हा स्थूल शब्द वापरला आहे. वातावरण परकीय आहे हे सूचित करूनही मराठी वाचकाला शब्द फारसा अपरिचित वाटू नये या दोन गोष्टी एकदम साधण्याच्या दृष्टीने 'सलाम' हा शब्द 'नमस्कार' या शब्दापेक्षा मला अधिक उपयुक्त वाटला.

पृष्ठ १११ ओळ २० : *दाढेच्या कचाट्यात : 'Lipsbury pinfold' :* पंडितांमध्ये मूळ शब्दाच्या अर्थाबद्दल बराच वाद आहे. शेक्सपिअरला अभिप्रेत असलेल्या अर्थाबद्दल कुणालाच खात्री नाही. मी डोव्हर विल्सनने सुचविलेला अर्थ मान्य केला आहे.

पृष्ठ ११२ ओळ १८ : *पित्याच्या महंतेविरुद्ध... बाजू घेतोस : 'take Vanity the puppet's part against the royalty of her father' :* मुळात असलेले 'Vanity the puppet' हे शब्द इंग्लंडमधील एका प्राचीन नाट्यप्रकाराचा – morality plays चा – निर्देश सूचित करतात. त्यात 'Vanity' हे एक पात्र असे आणि पुष्कळदा ते बाहुल्यांच्या खेळातून उभे केले जाई. मुलगी आणि बाहुली या दोन्ही छटा सांभाळण्यासाठी 'पुत्रिका' हा अपरिचित शब्द वापरावा लागला.

पृष्ठ ११२ ओळ २६ : दूर *व्हा : 'Part' :* काही पंडितांच्या दृष्टीने हा शब्द संवादातील नसून रंगभूमीवरील नटांना त्यांच्या हालचालींबद्दल मार्गदर्शन करण्यासाठी लिहिला गेला आहे.

पृष्ठ ११३ ओळ १३ : *ए रांडेच्या अवलादीच्या ळा : 'Thou whoreson zed!' :* शेक्सपिअरकालीन शब्दकोशांमध्ये 'z' ने सुरू होणारे शब्द फार करून नसत. त्यामुळे त्या अक्षराला 'रिकामचोट' या शिवीचे वजन आलेले असावे. शेक्सपिअरच्या शब्दशैलीचा थाट बिघडू नये म्हणून 'zed' चे भाषांतर 'ळा' या तशाच स्वरूपाच्या मराठी अक्षराने करणे अन्वर्थक वाटले.

पृष्ठ ११४ ओळ १ : *ए कोंबडीच्या... खुराड्यात जाशील :* मुळातील दोन ओळींत येणाऱ्या स्थलदर्शक शब्दांचा समाधानकारक अर्थ अजून पंडितांना लावता आलेला नाही. माझे भाषांतर बरेचसे स्वैर आहे.

पृष्ठ ११४ ओळ २३ : *सरकार, श्रद्धायुक्त... प्रेरित होत्साता :* केंट (आणि परमार्थत: शेक्सपिअर) मुद्दामच बोजड, आलंकारिक, अतिशयोक्त व अर्थहीन भाषा वापरून दरबारी भाषेचे विडंबन करतो. आपली स्वत:ची रोखठोक भाषा ही प्रामाणिकपणाची भाषा आहे हेच त्याला सुचवायचे आहे.

पृष्ठ ११४ ओळ २८ : *ज्याने सरळ... झालात तरीसुद्धा :* मुळातील इंग्रजी वाक्यांचा अर्थ अजूनपर्यंत कुणाही पंडिताला समाधानकारकपणे लावता आलेला नाही. मी क्रेगने लावलेला अर्थ प्रमाण मानला आहे.

पृष्ठ ११५ ओळ १२ : *एकूणएक... एजॅक्सला महामूर्ख :* मूळ वाक्याच्या अर्थाबद्दल वाद आहे; मी किट्रिजने लावलेला अर्थ प्रमाण मानला आहे. 'Ajax' या विशेषनामाची 'a jakes' अशीही पदे पडत असल्यामुळे त्याने सूचित होणारा शिवराळ अर्थ कॉर्नवॉल स्वत:ला लावून घेतो व त्यामुळे संतापतो हे डोव्हर विल्सनचे भाष्य चिंतनीय वाटले तरी तशा प्रकारे अर्थनिष्पत्ती करणारे मराठी भाषांतर मला जमण्यासारखे नव्हते. होमरच्या महाकाव्यातील एजॅक्स हा वीरपुरुष शौर्यात अतिरेकी व वागण्यात अविवेकी असतो.

पृष्ठ ११५ ओळ १४ : *खोडा :* सोळाव्या शतकात इंग्लंडमध्ये प्रत्येक अमीर-उमरावाच्या घरात नोकरांना दहशत बसवण्यासाठी एक खोडा नेहमी तयार ठेवलेला असे. पुढे अठराव्या शतकात तो विद्यालयांमध्येही शिरलेला होता.

पृष्ठ ११६ ओळ १५ : *या सरकार, आपण निघू या : 'Come my Lord, away' :* क्वॉ.मध्ये हे रीगनच्या तोंडी घातलेले आहे, तर फो.मध्ये कॉर्नवॉलच्या तोंडी. इथे म्यूअर फो. मानतो तर डथी व डोव्हर विल्सन क्वॉ. मानतात. दोघांनीही सयुक्तिक भाष्य केलेले आहे; पण डोव्हर विल्सनचे अधिक पटते.

पृष्ठ ११६ ओळ ३० : *फक्त विपत्तीलाच :* काही पंडित केंट स्वत:च्या विपत्तीविषयी बोलत आहे, असे समजतात. ब्रॅडलेच्या मताने लिअरच्या विपत्तीविषयी.

पृष्ठ ११७ ओळ २ : *आणि तीही... उपाय करण्यासाठी :* हे भाषांतर थोडे स्वैर आहे. या ओळी प्रक्षिप्तही असू शकतील. अर्थदृष्ट्या त्या संदिग्ध आहेत. ती संदिग्धता भाषांतरात उतरलेली नाही. (या तीन ओळींवर पंडितांनी केलेल्या निरनिराळ्या भाष्यांसाठी फर्निसच्या 'न्यू व्हरिओरम'ची पृष्ठे १३२, १३३ व १३४ पाहावी.)

अंक २ : प्रवेश ३

पृष्ठ ११७ ओळ १० : *एक जंगल :* फो.मध्ये प्रसंगानुसार नाटकाचे वेगवेगळे प्रवेश दाखवलेले नाहीत; सध्याच्या पंडितमान्य संहितेतील दुसरा, तिसरा व चौथा या सर्वांचा मिळून फक्त एकच प्रवेश फो.मध्ये मानलेला आढळतो. कारण केंट खोड्यामध्ये रंगभूमीच्या मागच्या बाजूला झोपलेला दिसायचा व सध्याच्या तिसऱ्या प्रवेशातील एडगर पुढच्या बाजूला प्रकट होऊन आपले भाषण म्हणून निघून जायचा; नंतर त्याच ठिकाणी सध्याच्या चौथ्या प्रवेशातील लिअर, विदूषक वगैरे उपस्थित व्हायचे. सर्व पात्रे रंगभूमीवरून निघून गेली म्हणजे प्रवेश बदलला, असे त्या वेळी समजण्यात येई. आता गृहीत धरली जाणारी प्रवेशांची विभागणी प्रथम पोप या इंग्रजी पंडित कवीने घडवलेली आहे. तेव्हापासून अर्वाचीन रंगभूमीवर तिसऱ्या प्रवेशासाठी 'एक जंगल किंवा रान' असे वेगळे स्थळ कल्पिले जाते.

पृष्ठ ११७ ओळ २४ : *वेड पांघरणाऱ्या अशा भिकाऱ्यांची : 'Bedlam beggars' :* शेक्सपिअरच्या समकालीनांनी या विशिष्ट भिकाऱ्याचा अवतार तपशीलवार वर्णन केलेला आहे. उनाड भटक्यांना तुरुंगात डांबीत व तिथून बाहेर पडले की ते उदरनिर्वाहासाठी असे सोंग घेऊन वावरू लागत. आपले हे सोंग दयनीय व भयानक होईल याची ते दक्षता घेत. आपले वेड खरे आहे हे सिद्ध करण्यासाठी ते आनंदाने शरीरामध्ये टाचण्या टोचून घेताना आढळत.

पृष्ठ ११८ ओळ ४ : *भिक्षा घाला... टॉमला भिक्षा : 'Poor Turlygod ! Poor Tom !' :* मुळात असलेल्या 'Turlygod' या विशेषनामाचा समाधानकारक अर्थ किंवा संदर्भ अजून कोणालाच सांगता आलेला नाही. पण हे सर्व शब्द म्हणजे भीक मागताना करायचे वर उल्लेखिलेल्या भिकाऱ्याचे विशिष्ट आवाहन असावे, असा एक तर्क संभवतो. अर्थात माझे भाषांतर बरेच स्वैर आहे. 'गरीब टॉम' ही शब्दसंहती पुढे सतत येणारी असल्यामुळे तिची पुनरुक्ती अधिक सह्य वाटावी व मुळातल्या शब्दसंहतीचा उठाव कायम राहावा म्हणून 'टुकार टॉम' हा शब्दप्रयोग मी सबंध नाटकात वापरला आहे.

अंक २ : प्रवेश ४

पृष्ठ ११८ ओळ १८ : *त्याने घातलेत पायबंद : 'he wears cruel garters' :* मुळात उच्चारानुसार कोटी आहे; कारण 'cruel' (म्हणजे 'क्रूर') आणि 'crewel' (म्हणजे 'तलम') या दोन्ही शब्दांचे उच्चार त्या वेळी सारखेच होते. ती कोटी मला भाषांतरात आणता आली नाही. उपरोध कायम ठेवण्यासाठी भाषांतर शब्दाच्या दुसऱ्या अंगाने केले; कारण विदूषक हे शब्द केंटच्या खोड्याला अनुलक्षून बोलत आहे.

पृष्ठ ११८ ओळ २६ : *नाही... शपथेवर सांगतो होय :* या आठ ओळी हे 'उत्कर्षाकिडे' जाणाऱ्या विशिष्ट शेक्सपिअरी संवादाचे खास उदाहरण आहे, असे डथी समजतो. पण शेक्सपिअरच्या संवादलेखनात असे यांत्रिक सवालजबाब क्वचितच आढळतात. मराठी तमाशाच्या तंत्रात मात्र असा संवाद चपखल बसतो.

पृष्ठ १२० ओळ ७ : *इतके द्रव्य... हे नक्की : 'Thou shalt have as many dolours from thy daughters' :* मुळातल्या **'dolours'** या शब्दावर उच्चारानुसार कोटी आहे; कारण **dolours** म्हणजे 'क्लेश' आणि **dollars** म्हणजे 'पॅसो' हे स्पॅनिश नाणे या दोन्ही शब्दांचा उच्चार सारखाच होता. मुळातली कोटी सुस्पष्टपणे भाषांतरात आणता आलेली नाही. उपहास कायम ठेवण्यासाठी भाषांतर दुसऱ्या शब्दाच्या अंगाने केलेले आहे.

पृष्ठ १२० ओळ २१ : *आम्ही तुला... येत नाही :* लिअरचा अपकर्ष पाहून त्याच्या शिलेदारांनी त्याला सोडलेले आहे हे ध्वनित करण्यासाठी विदूषक लोकव्यवहारावर तिरकस भाष्य करीत राहतो. ईसापच्या नीतिकथांत मुंगी हा शहाणपणाचा व उद्योगीपणाचा आदर्श मानलेला आहे.

पृष्ठ १२१ ओळ ९ : *बदमाषच जाता... केव्हाही बदमाष :* मुळातल्या ओळींच्या अर्थाबद्दल वाद आहे; मी किट्रिज व डोव्हर विल्सनना मान्य असलेला अर्थ स्वीकारला आहे. **'fool'** शब्दावरील द्व्यर्थी कोटी भाषांतरात आणता आलेली नाही.

पृष्ठ १२१ ओळ २८ : *या सख्ख्या... अधिकाराने, हक्काने :* फो. व क्वॉ. या दोहोंपैकी कोणताही मूळ पाठ समाधानकारक नाही. माझे भाषांतर थोडे स्वैर आहे.

पृष्ठ १२२ ओळ २० : *त्याच्यावरच ओरडा... विशुद्ध प्रेमामुळे :* या ओळीवर अजूनपर्यंत कुणाही पंडिताला समाधानकारक भाष्य करता आलेले नाही. आता लुप्तप्राय झालेल्या पण शेक्सपिअरच्या प्रेक्षकांना परिचित असलेल्या एखाद्या कथेशी याचा संबंध असावा, असे हॅलिवेल व डाइस सुचवतात. मला डोव्हर विल्सनने केलेले भाष्य काहीसे समाधानकारक वाटते : एका दयाळू अंत:करणाच्या बाईला स्वैंपाक करण्यापूर्वी स्वैंपाकात लागणारे मासे ठार करण्याचे जिवावर आले. पण पिठात घातल्यावर ते तडफडू लागले; तेव्हा त्यांना शांत करण्याचा ती प्रयत्न करू लागली. आता पीठ आणि मासे दोन्हीही फुकट जाणार म्हणून स्वत:च्या घोड्यावर खुळे प्रेम करणाऱ्या तिच्या भावाने ते सर्व घोड्याच्या गवतात मिसळले, त्यामुळे ते गवतही फुकट गेले. सारांश, फाजील दयाबुद्धी आणि खुळे प्रेम यांनी कार्यनाश होतो, हा भावार्थ. लिअरचे वर्तन असेच झाले हे विदूषकाला ध्वनित करायचे आहे. मुळातल्या **'eel'** नावाच्या माशासाठी 'वाव' हा मराठी प्रतिशब्द. उत्तर भाषांतर थोडे स्वैर आहे.

पृष्ठ १२५ ओळ १२ : *अगा देवतांनो : 'O Heavens' :* या नाटकातील देवतांची विशेषनामे सोडून बाकीचे ईश्वरविषयक सर्व शब्द अनेकवचनी आहेत; क्वचितच एखादा अपवाद. लिअरची कथा ख्रिस्तपूर्व कालखंडातील असल्यामुळे एकेश्वरी अर्थाचे शब्द विसंवादी ठरतील या स्पष्ट जाणिवेमुळेच एरवी अशा ऐतिहासिक बारकाव्यांची पर्वा न करणारा शेक्सपिअर या नाटकातील आपल्या शब्दविचारात ते पथ्य कसोशीने पाळतो. हे भान भाषांतरात ठेवण्याचा प्रयत्न केल्यामुळे अशा उद्रेकी आवाहनासाठी मराठी भाषांतरात वापरलेली अनेकवचनी शब्दयोजना सहजतेपासून थोडी दुरावलेली दिसेल.

पृष्ठ १२८ ओळ ९ : *अगा देवतांनो... गरज आहे : 'You Heavens, give me that patience, patience I need.' :* शुद्ध पाठ कोणता, याबद्दल पंडितांत वाद आहे. डथी व डोव्हर विल्सनना 'that' वृत्तदृष्ट्या खुपते; मेलनला 'patience'ची द्विरुक्ती ही कंपॉझिटरची चूक वाटते; या ओळीत काहीतरी प्रक्षिप्त आहे, असे अनेकांचे म्हणणे. वस्तुत: 'that' हा शब्द व 'patience'ची द्विरुक्ती ही फो. व क्वॉ. या दोन्ही संहितांमध्ये आहे. काही वेळा संहितेच्या शुद्धाशुद्धतेसंबंधी पंडितांनी माजवलेल्या अर्थहीन वादाचे एक उदाहरण म्हणून या वादाचा उल्लेख मी करीत आहे. म्यूअरने दिलेले स्पष्टीकरण मला सर्वतोपरी समर्पक वाटते : लिअर खऱ्या गरजा आणि नटेल स्त्रियांच्या छटेल गरजा यांतला फरक सांगतो आहे; तोच त्याला प्राप्त परिस्थितीत आपल्याला सर्वांत जास्त गरज सहनशक्तीची आहे हे प्रकर्षाने जाणवते. त्याची गरज 'ती' आहे. या उद्रेकी आवाहनात 'सहनशक्ती' या शब्दाची द्विरुक्ती अटळ आहे, ही गोष्ट सहजच लक्षात येण्यासारखी आहे. आता वृत्तदोषाविषयी. डोव्हर विल्सनच्या आक्षेपाला उद्देशून असे म्हणता येईल की शेक्सपिअरने आशयाची निकड ही इथे वृत्ताच्या निकडीपेक्षा अधिक महत्त्वाची मानली आहे.

पृष्ठ १२८ ओळ १९ : *ती कोणती... अगदी पुरेपूर :* सूडाची भाषा बोलत असतानाच आपण काय करू याची आपणाला अजून कल्पना नाही असे सूचित होणे हे लिअरच्या दुबळेपणाचे आणि असहायतेचे हास्याच्या काठाशी भिडणारे पण शोकात्मतेने दाटलेले असे दर्शन आहे. 'मी रडणार नाही' असे म्हणतानाही त्याच्या डोळ्यातील अश्रूंचा प्रवाह सुरू असावा, असा मला संशय येतो. नाटकातील एक मुष्किल जागा.

पृष्ठ १२८ ओळ २३ : *वादळाचा आवाज ऐकू येतो :* यानंतर पुढे 'अरे विदूषका, मला वेड लागेल रे' हे लिअरचे वाक्य येते. हा सहभाव काकतालीय नाही. पुढील अंकातील केंद्रीय घटना म्हणजे लिअर आणि वादळ यांचा सामना व संवाद आहे. बाह्यत: ते परस्पराविरुद्ध टाकल्यासारखे दिसत असले तरी आतून ते एकमेकांना पूरक आहेत; जणू काय लिअर म्हणजे मानवी वादळ व वादळ म्हणजे वैश्विक लिअर. एकाच

सर्वंकष शक्तीची दोन रूपे. लिअरचे शरीर हा त्या दोन वादळांचा छेदबिंदू आहे : एक आतले आणि दुसरे बाहेरचे. वर निर्देशिलेला वादळ आणि वेड यांचा सहभाव हा शेक्सपिअरला अभिप्रेत असलेल्या या नाटकाच्या अर्थव्याप्तीचे एक परिमाण सूचित करतो. या वादळाविषयी लिहिताना कॉझिंट्सेव हा रशियन दिग्दर्शक त्यातील प्रतीकात्मतेवर भर देतो : "The storm acquires ever new meanings. It becomes an immense epithet of the whole tragedy... the storm is now a natural phenomenon, now a cosmic flight of apocalyptic visions, now an expression of the spiritual experiences of the hero... It is the chaos of human spirit and the chaos of the social conditions surrounding him."

पृष्ठ १२९ ओळ १२ : *सरकार, कोणत्याही... राहण्याचा आग्रह :* हे वाक्य ग्लॉस्टरला उद्देशून म्हटलेले आहे, कॉर्नवॉलला नव्हे.

अंक ३ : प्रवेश १

पृष्ठ १३० ओळ १८ : *बोडक्या डोक्याने : 'unbonneted' :* बोडक्या डोक्याने घराबाहेर फिरणे हे भारताप्रमाणे इंग्लंडमध्ये शेक्सपिअरच्या वेळी असभ्य समजत, असे सीसन सांगतो. पण शेक्सपिअरला इथे मुख्यत्वेकरून लिअरची असहाय अवस्थाच दाखवायची आहे.

पृष्ठ १३१ ओळ १३ : *केवळ निमित्तमात्र – काहीही असो :* मुळातली वाक्यरचना चमत्कारिक आहे. श्मिड्टच्या मताप्रमाणे 'केवल निमित्तमात्र' या शब्दाने संपणारी ओळ व 'काहीही असो' या शब्दाने सुरू होणारी ओळ या दोहोंमधील काही ओळी गळलेल्या असाव्या. डथीच्या मताने निदान एक ओळ तरी गळलेली असावी. पण सचिंत अवस्थेत माणूस बोलू लागतो तेव्हा अशी चमत्कारिक वाक्यरचना सहजपणे होऊ शकते, व तेच अधिक औचित्यपूर्ण ठरते.

अंक ३ : प्रवेश २

या प्रवेशातील वादळाचा व भाषणांचा सहभाव दिग्दर्शकापुढे एक कठीण समस्या उपस्थित करतो. पात्राने स्वत:च 'वादळी' बनणे हा ती समस्या सोडवण्याचा एकमेव मार्ग आहे, असे ग्रॅनव्हिल बार्करचे मत आहे. तो लिहितो, "Lear, Kent and the rest must act the storm then; there is no other way. They must not lose themselves in its description... For the effect of the storm upon

Lear is Shakespeare's true objective... And he solves the problem by making the actor impersonate Lear and the storm together, by identifying Lear's passion with the storm's... This is the basis of the stagecraft, to make Lear and the storm as one". या व नंतरच्या प्रवेशावरून चार्लस लँबने लिअरविषयी काढलेले पुढील उद्गार सार्थ ठरतात : "The greatness of Lear is not in corporal dimension, but in intellectual. The explosions of his passion are terrible as a volcano : they are the storms turning up and disclosing to the bottom that sea, his mind, with all its vast riches."

पृष्ठ १३२ ओळ १२ : *गर्जा वादळांनो... कृतघ्न माणसांची :* लिअरच्या या भाषणात शेक्सपिअरने आपली सर्व शब्दशक्ती पणाला लावली आहे. भाषांतरामध्ये त्या गोष्टीला पुरेसा न्याय करणे मला शक्य झाले नाही. शेक्सपिअरचे शब्दतांडव वादळाचे रौद्र स्वरूप साकार करते.

पृष्ठ १३२ ओळ १५ : *विचारवेगाने संचार... हे गंधकाग्नींनो : 'You sulphrous and thought-executing fires' :* मॉबर्लीच्या मताने 'thought executing'चा अर्थ 'परमेच्छा प्रत्यक्षात आणणाऱ्या' असा होतो; पण मी जॉन्सनने सुचवलेला व डोव्हर विल्सनने पुरस्कारलेला अर्थच स्वीकारला आहे.

पृष्ठ १३२ ओळ २२ : *दरबारी तीर्थ : 'court holy-water' :* विदूषकाने 'तीर्थ' हा शब्द 'खुशामत' या शब्दासाठी तिरकसपणे वापरला आहे.

पृष्ठ १३२ ओळ २५ : *कर गडगडाट... फार भयंकर ! :* या अकरा ओळींत लिअरच्या मनातील वादळ साकार होते.

पृष्ठ १३३ ओळ ८ : *शिरस्त्राण : 'head-piece' :* मुळात या शब्दावर कोटी आहे; कारण या इंग्रजी शब्दाला 'शिरस्त्राण' आणि 'डोके – म्हणजेच अक्कल' असे दोन अर्थ आहेत. ती कोटी भाषांतरात उतरलेली नाही.

पृष्ठ १३३ ओळ १० : *लंगोटाला : 'cod-piece' :* मूळचा इंग्रजी शब्द 'गुप्तेंद्रियाच्या लगत असलेला एक वस्त्रविशेष' अशा अर्थाचा असला तरी त्या शब्दाने 'लंड' व 'मूर्ख भिकारी' हे दोन्ही अर्थ सूचित होत. विदूषकाने तो शब्द अशाच अर्थाने वापरलेला आहे. 'लंगोट' या मराठी शब्दात ते ध्वन्यर्थ बरेच क्षीण होतात.

पृष्ठ १३३ ओळ १३ : *दूर लोटुनी... नष्ट करी :* लिअरच्या कृतीला अनुलक्षून या ओळी उतरलेल्या आहेत : कॉर्डीलिआ म्हणजे 'हृदय' आणि गॉनरिल व रीगन म्हणजे 'बोटे' – असा भावार्थ.

पृष्ठ १३३ ओळ १७ : *कारण आरशात... जन्मायची आहे :* संदर्भाशी अप्रस्तुत असलेले आगंतुक विनोदी विधान करून उपहासाची धार एकदम कमी करायची ही एक विदूषकांची नेहमीची लकब असे, असे फर्निस म्हणतो. हे तंत्र मराठी तमाशाच्या थाटात चपखल बसेल.

पृष्ठ १३३ ओळ २२ : *इकडे आहे... एक विदूषक :* इथे भाषांतर थोडे स्वैर आहे. वाक्याच्या उत्तरार्धात उपहासाने 'विद्वान' म्हणताना स्वत:कडे व 'विदूषक' म्हणताना लिअरकडे विदूषक अंगुलिनिर्देश करीत असावा, असा डोव्हर विल्सनचा तर्क आहे.

पृष्ठ १३४ ओळ ९ : *मी आहे... अन्याय झालेला : 'I am a man, more sinned against than sinning.' :* या नाटकातील जीवनभाष्याच्या व स्वभावदर्शनाच्या दृष्टीने एक महत्त्वपूर्ण वाक्य. अल्पाक्षरी आशयघन सोपेपणामुळे भाषांतराला कठीण. लिअरने स्वत:विषयी व्यक्त केलेले हे मत तारतम्याने घ्यायचे आहे; त्यात थोडी वस्तुस्थिती आहे, तशीच थोडी आत्मकरुणाही आहे.

पृष्ठ १३५ ओळ ३ : *जेव्हा पाद्री... स्वत:च्या पायांनी :* या ओळी क्वॉ.मध्ये नाहीत व फो.मध्ये त्या याच क्रमाने छापलेल्या आहेत. त्यांचा योग्य क्रम कोणता याबद्दल पंडितांमध्ये वाद आहे. व्हाइट, ब्रॅडले आणि इतर काही पंडित यांच्या मताने या सर्व ओळी प्रक्षिप्त आहेत. बार्बर्टनच्या मताने विदूषकाने दोन निरनिराळी भविष्ये या भाषणात सांगितलेली आहेत : पहिल्यामध्ये शेक्सपिअरकालीन लोकव्यवहाराचा उपहास केलेला आहे व दुसऱ्यामध्ये एक काल्पनिक अशी आदर्श समाजव्यवस्था सूचित केली आहे. म्हणून बार्बर्टन या दोन गोष्टींशी संबंधित असलेल्या वेगवेगळ्या ओळींचे दोन स्वतंत्र विभाग कल्पितो. डथी व डोव्हर विल्सन त्याच धोरणाने, पण अधिक काटेकोर शिस्तीचा शोध घेत, ह्या उताऱ्यातील ओळींची दोन विभागांत फेरमांडणी करतात. मला हा सगळाच खटाटोप अप्रस्तुत वाटतो. एक म्हणजे विदूषकाने वर्तवलेल्या भविष्यात इतकी सुसंगती असण्याची जरुरी नाही; नव्हे, ते थोडे त्याच्या पद्धतीशी विसंगतच दिसेल. दुसरे म्हणजे शेक्सपिअर हा कलावंत असल्यामुळे असल्या तर्कनिष्ठ शिस्तीचा भोक्ता नाही; वेशिस्तीची गंमत आणि कलात्मक रहस्य तो समजू शकतो. म्यूअरसारख्या पंडिताप्रमाणे मी फो.मधील मूळची रचनाच प्रमाण मानली आहे.

पृष्ठ १३५ ओळ १३ : *ॲल्बिऑन :* ग्रीक व रोमन लोकांनी ब्रिटनला दिलेले नाव.

पृष्ठ १३५ ओळ १७ : *मर्लिन :* पिशाच्चविद्येत परिणतप्रज्ञ असलेला प्राचीन ब्रिटनमधील एक थोर जादूगार.

पृष्ठ १३५ ओळ १७ : *कारण मी... पूर्वीच्या काळातला :* लिअरचा कालखंड हा मार्लिनच्या कालखंडाच्या पूर्वी येतो, असे ऐतिहासिक बीजकथांनी गृहीत धरले आहे.

विदूषकाला तेच सुचवायचे आहे. मार्लिन असे भविष्य वर्तवील हे भविष्य विदूषक वर्तवतो !

अंक ३ : प्रवेश ३

पृष्ठ १३६ ओळ २ : *पुरे, तू... काळजी घे :* ऐहिक धोरणीपणा आणि पारमार्थिक करुणा, आंधळा विश्वास आणि खुळे पुत्रप्रेम यांचे ग्लॉस्टरच्या स्वभावात झालेले चमत्कारिक मिश्रण या एका भाषणातही पूर्णपणे व्यक्त झाले आहे.

पृष्ठ १३६ ओळ १८ : *हे कृत्य... जुन्याचे पर्व :* ग्लॉस्टरची तरुणपणातील सुखवादी दृष्टी व म्हातारपणातही अवशेषरूपाने शिल्लक राहिलेली ऐहिकता एडमंडमध्ये परमोत्कर्षाला पोचलेली दिसते. ही व्यक्तिरेखा घडताना शेक्सपिअरच्या मनात मॅकिअव्हॅलीच्या तत्त्वज्ञानाचा त्या वेळच्या तरुण पिढीवर उमटलेला संस्कार चित्रीत करण्याचा सुप्त हेतू असण्याची शक्यता आहे.

अंक ३ : प्रवेश ४

वादळाच्या रूपाने प्रकट होणारे निसर्गाचे वेड, आंतरिक स्फोटातून उगम पावणारे लिअरचे वेड, प्राणरक्षणाकरिता मुद्दाम पांघरलेले एडगरचे वेड आणि विनोद-उपहासाचे अंग जोपासणारे विदूषकाचे धंदेवाईक 'वेड' या चार अवस्थांचे अकल्पित पलटे दाखवीत आणि क्वचितप्रसंगी आधुनिक विरूपिकात्मक नाट्याशी जवळीक करीत, शेक्सपिअरने या अंकातील चौथ्या व सहाव्या प्रवेशांतील संवाद लिहिलेले आहेत. चार बेसुरांच्या सवालजबाबांतून एखादी अनोखी व समर्थ संगीतरचना उभी करण्याइतकेच हे कर्म कलात्मक साहसाला आवाहन करणारे आहे. कोल्रिज लिहितो, "O, what a world's convention of agonies is here! All external nature in a storm, all moral nature convulsed,– the real madness of Lear, the feigned madness of Edgar, the babbling of the Fool, the desparate fidelity of Kent– surely such a scene was never conceived before or since! Take it but as a picture for the eye only; it is more terrific than any which a Michel Angelo, inspired by a Dante, could have conceived, and which none but Michel Angelo could have executed." – Lectures and Notes on Shakespeare, 1818.

पृष्ठ १३७ ओळ ३ : *माझे हृदय फोडणार का आहेस ? : 'Wilt break my heart?' :* स्टीव्हन्सच्या मताने हे शब्द लिअर स्वतःला उद्देशून बोलत आहे; म्यूअरच्या

मताने केंटला. मला दुसरे पटते. पर्यायी भाषांतर : 'माझ्या हृदया, फुटणार का आहेस ?'

पृष्ठ १३७ ओळ २६ : *बेघर दारिद्र्या !... न्यायी असल्याचे :* ही प्रार्थना म्हणजे लौकिक अर्थाची प्रार्थना नसून पश्चात्तापदग्ध अंत:करणाचा सहजोद्गार आहे. नम्र अभाग्यांबद्दल वाटणारी कणव व त्यांच्यासाठी स्वत:च्या हातून काहीही न झाल्याची पश्चात्तापपूर्ण कबुली ही लिअरच्या आत्मिक पुनरुत्थानातील आणखी एक पायरी. 'प्रार्थने'च्या उत्कट व आर्त शैलीला 'नाही, आधी आत हो, प्रार्थना करीन आणि मग मीही झोपेन' या घरगुती वजनाने मध्ये शिरलेल्या आपुलकीच्या शब्दांनी उठाव येतो आणि प्रार्थनेतील व्यापक चिंतनाला प्रत्यक्षानुभूतीची वास्तवता प्राप्त होते. काव्यदृष्ट्या एक मुष्कील जागा.

पृष्ठ १३८ ओळ ७ : *एक पुरुष आणि अर्धा : 'Fathom and half' :* पाण्याची खोली सांगणारा एक उद्गार. वेडाची बतावणी करणारा एडगर कदाचित आपण नौकाभंगातून बचावून आल्याची बतावणी करीत असेल, असा एक तर्क. माझ्या मताने तो खोपटामध्ये पावसाचे पाणी किती जमले हे वेड्याच्या आविर्भावाने सांगू पाहत आहे.

पृष्ठ १३८ ओळ १६ : *विक्राळ वेताळ... लागला आहे : 'the foul fiend follows me' :* या वेताळाचा व त्याच्या पिशाच्चगणापैकी विशिष्ट पिशाच्चांचा एडगरच्या 'ट्रुकार टॉम' या भूमिकेतून होणाऱ्या पुढील अनेक भाषणांत विशेषनामांनी उल्लेख झालेला आहे. शेक्सपिअरच्या प्रेक्षकांना पिशाच्चविद्येमध्ये विशेष रस होता आणि त्यांच्या मनात त्या विशेषनामांचे उल्लेख होताच विशिष्ट भयकंपित वातावरण निर्माण होण्याची शक्यता होती. मराठी वाचकाला किंवा प्रेक्षकाला त्या पिशाच्च्यांच्या इंग्रजी विशेषनामांनी काहीच अर्थबोध होण्यासारखा नाही. म्हणून भाषांतर करताना मला मराठी लोकमानसात भयप्रद झंकार करू शकतील अशी परिचित भुते दावणीला धरावी लागली. सामान्यत: विशेषनाम जसेच्या तसे ठेवावे हे माझे धोरण आहे; पण या धोरणाला एडगरच्या भाषणातील भुतांची विशेषनामे हा महत्त्वाचा अपवाद. मराठी भाषेला परिचित असलेली पिशाच्चसृष्टी ही जातिवाचक आहे. त्यामुळे आणखीही एक तडजोड आपोआप घडली : इंग्रजी भुतांच्या विशेषनामांसाठी मराठी भुतांची जातिवाचक नामे वापरावी लागली. उदाहरणार्थ, **'Flibbertigibbet'**साठी 'आग्यावेताळ.'

शेक्सपिअरने एडगरच्या (म्हणजे ट्रुकार टॉमच्या) भाषणातील सर्व पिशाच्चसृष्टी सॅम्युअल हार्स्नेटच्या 'ए डिक्लेरेशन ऑफ एग्रीजिअस पोपिश इंपोस्टर्स' या समकालीन ग्रंथावरून घेतली, हे प्रथम टिब्बाल्डने हेरले. हार्स्नेटच्या ग्रंथाच्या तीन वर्षांत तीन आवृत्त्या निघाल्या यावरून त्या ग्रंथाची तत्कालीन लोकप्रियता लक्षात येईल.

पृष्ठ १३८ ओळ २० : *काय, तूही... आपल्या मुलींना ?* एम्पसनच्या मताने इथेच लिअर वेडाच्या पुरा आहारी जातो; वेड्यापिशा स्वरूपात टुकार टॉमचा झालेला भयप्रद प्रवेश हे प्रभावी निमित्तकारण ठरते. नक्कल आणि अस्सल ही समोरासमोर ठाकतात.

पृष्ठ १३८ ओळ २४ : *उशीखाली ठेवल्या सुऱ्या :* 'मला सैतानाने आत्महत्या करण्याचा मोह पाडलान' असा भावार्थ. माणसाचा आत्मा आपल्या स्वाधीन व्हावा म्हणून सैतान माणसाला आत्महत्या करण्याचा मोह पाडतो, अशी समजूत रूढ होती.

पृष्ठ १३८ ओळ ३० : *आत्ता मला... आणि तिथे :* इथे किट्रिजच्या मताने सैतान पकडण्यासाठी टुकार टॉम आपल्या शरीराच्या निरनिराळ्या भागांना पकडू लागतो. माझ्या मताने त्याला ठिकठिकाणी सैतान दिसतो असा आविर्भाव करतो.

पृष्ठ १३९ ओळ १२ : *त्या कृतघ्न पोरींना जन्म : 'those Pelican daughters'. :* पेलिकन पक्षी स्वत:चे रक्त पाजून आपली पिले जगवतो आणि स्वत: मरण पत्करतो, अशी आख्यायिका आहे. इथे माझे भाषांतर फक्त उद्देशानुसारी आहे.

पृष्ठ १३९ ओळ १३ : *कोंबडा बैसला कोंबडटेंबावरी : 'Pillicock sat on Pillicock hill' :* मुलींना जन्म दिल्याचा उल्लेख अगोदरच्या लिअरच्या भाषणात येतो; त्याला अनुलक्षून या ओळीमध्ये संभोगाचा ध्वन्यर्थ आलेला आहे, असे म्यूअर सुचवतो.

पृष्ठ १३९ ओळ १४ : *ॲलो, ॲलो, लू, लू ! :* याचे समाधानकारक स्पष्टीकरण कुणालाही देता आलेले नाही. ते मुळातच अर्थहीन असण्याची शक्यता.

पृष्ठ १३९ ओळ १६ : *आपल्या आईबापांच्या... भुलू नका :* 'बायबल'मधल्या धर्माज्ञा; या पाळल्याने सैतानाची बाधा होत नाही, असा समज होता.

पृष्ठ १३९ ओळ २१ : *एक सेवक : 'A serving man' :* मूळ शब्दाच्या अर्थाबद्दल वाद आहे. नाइटच्या मताने 'प्रेमवीर' तर श्मिड्टच्या मताने 'सेवक'. मी दुसरा प्रमाण मानला आहे. तत्कालीन अमीरउमरावांकडचे काही सेवक आपल्या मालकांची नक्कल करून त्यांच्यासारखेच चाळे करीत. अशा सेवकांचा उपहास करणे हाही एक सुप्त हेतू शेक्सपिअरच्या मनात वावरत असण्याची शक्यता आहे.

पृष्ठ १४० ओळ ५ : *माझ्या बच्च्या... दौडू दे रे : 'Dolphin my boy, boy : sessa ! let him trot by' :* मूळ ओळीचा किंवा शब्दांचा निश्चित अर्थ कुणालाच सांगता आलेला नाही. 'Dolphin' आणि 'sessa' या मुख्य अडचणी. मी पहिल्या शब्दाचे क्रोला अनुसरून व दुसऱ्या शब्दाचे म्यूअरला अनुसरून भाषांतर केले आहे. पहिल्या शब्दाने झंकारित होणाऱ्या 'सैतान' व 'मुलगा' या दोन्ही अर्थच्छटा 'मुंज्या' या शब्दात काही प्रमाणात सामावलेल्या आहेत. गौणपक्ष हा की मला हवा होता त्यापेक्षा हा शब्द सांस्कृतिक संदर्भाने अधिक भारलेला आहे.

पृष्ठ १४० ओळ १२ : *असंस्कृत माणूस... द्विपाद जनावर :* माणसाच्या मूळ स्वरूपाचे दर्शन घडणे ही लिअरच्या आत्मिक उत्क्रांतीतील आणखी एक पायरी. लिअरची बुद्धी शाबूत असताना तो अज्ञानी असतो व वेडा झाल्यावर ज्ञानी होतो – असा चमत्कारिक विरोधाभास या उत्क्रांतीत दडलेला आहे.

पृष्ठ १४० ओळ १६ : *पोहण्यासाठी ही रात्र नाठाळ आहे :* लिअरने फेकून दिलेले कपडे ही त्याने पोहण्याची केलेली तयारी आहे अशी कल्पना या विनोदी उद्गारामागे अध्याहृत आहे.

पृष्ठ १४० ओळ १८ : *म्हाताऱ्या रंडीबाजाच्या हृदयासारखा :* हे शब्द अर्थातच त्याच वेळी प्रवेश करणाऱ्या ग्लॉस्टरला अनुलक्षून योजलेले आहेत.

पृष्ठ १४० ओळ २७ : *संत विदोला : 'Swithold' :* हा मूळचा शेक्सपिअरने वापरलेला शब्द **'St. Swithold'** या ग्रांथिक शब्दाचे सुलभीकरण आहे. म्हणून थोडे पुढे जाऊन 'संत विदोला' असे मराठी भाषेच्या उच्चारपद्धतीशी अधिक सुसंगत असे रूप करणे मला आक्षेपार्ह वाटले नाही. चेटकिणीच्या जादूटोण्यामुळे झोपलेल्याच्या छातीवर बसणारे पिशाच्च या संताच्या स्मरणाने खाली उतरते, असा समज रूढ होता.

पृष्ठ १४१ ओळ १९ : *सद्गृहस्थ आहे :* एडगरच्या 'सद्गृहस्थ' या शब्दाचा रोख ग्लॉस्टरने अगोदर वापरलेल्या 'चांगली संगत' या शब्दांवर आहे.

पृष्ठ १४१ ओळ ३० : *या तत्त्वज्ञाबरोबर : 'with this philosopher' :* कदाचित पुढे लिअरने विचारलेला प्रश्न शास्त्रीय स्वरूपाचा असल्यामुळे असेल, पण डोव्हर विल्सन उथे या शब्दाचा अर्थ 'शास्त्रज्ञ' असा करतो; म्यूअरही ती शक्यता नाकारीत नाही. पण संस्कृत परंपरेमुळे मराठीतील 'तत्त्वज्ञ' हा शब्द 'शास्त्रज्ञ' असा अर्थही पोटात घेऊ शकेल अशा जाणिवेने मी 'तत्त्वज्ञ' हा शब्दच कायम राखला.

पृष्ठ १४२ ओळ ४ : *त्या वेताळाला... कसे मारावे :* क्रचच्या मताने या वाक्याचा अर्थ 'मनाचे व शरीराचे स्वास्थ्य कसे मिळवावे ?' असा घेतला पाहिजे.

पृष्ठ १४३ ओळ १ : *शिलेदार रोलंद... मजला वास :* सकृद्दर्शनी या ओळी वेड्याच्या अकल्पित उद्गारांसारख्या असल्या तरी वातावरणनिर्मितीच्या दृष्टीने अत्यंत आशयघन आहेत : पहिल्या ओळीला रोलंदच्या मध्ययुगीन वीरगाथेचा संदर्भ असून पुढील दोन ओळींना 'जॅक, दि जायंट किलर' या पारंपरिक परीकथेचा संदर्भ आहे. त्या संदर्भांशी संबंधित असलेल्या 'अंधाराचा बुरूज' आणि 'रक्ताचा वास' या प्रतिमांतून अपार्थिवाची व अज्ञेयाची आणि पार्थिवाची व भीतीची लहानमोठी अनेक अर्थवलये परस्परांशी जवळीक करू लागतात, आणि आपण एका गहनगूढ भावस्थितीला सामोरे जातो. ग्लॉस्टरने उच्चारलेली 'शब्द नकोत, शब्द नकोत; शांत' ही पंक्ती या भावस्थितीला

अनुरूप असे कोंदण पुरवते. यापेक्षा वेगळा असा एखादा तर्कसंगत अर्थ या ओळीत शोधण्याचा प्रयत्न करणे म्हणजे काव्याचा आशय तराजूने मोजण्याचा प्रयत्न करण्यासारखे आहे, असे मला वाटते. तरीही कॅपेल वगैरे काही पंडितांनी या ओळी 'अर्थपूर्ण' करण्यासाठी अनेक दुरुस्त्या व भाष्ये सुचविलेली आहेत. शिलेदार रोलंद हे इथे प्रतीक असले तर ते कॅपेल सुचवतो त्याप्रमाणे एडगरचे नव्हे, तर ते राजा लिअरचे – किंबहुना मानवी जीवनाचे.

अंक ३ : प्रवेश ५

पृष्ठ १४३ ओळ ८ : *पितृप्रेमाने : 'nature' :* 'पितृप्रेमाने' हे माझे भाषांतर संदर्भानुसारी आहे. (पृ. २०२ वरील 'निसर्ग' या शब्दावरील भाष्य पाहा.)

पृष्ठ १४३ ओळ १० : *आता माझ्या... कार्यप्रवण झाला :* मूळ वाक्यरचनेत येणारी कोणती सर्वनामे कोणत्या व्यक्तीशी संबंधित करावी, याबद्दल वाद आहे; तसेच 'provoking merit' या शब्दांच्या अर्थाबद्दलही. माझ्या मताने त्यांचा अर्थ 'आततायी गुणधर्म' किंवा 'प्रक्षोभक गुणधर्म' असा असावा. मुळातील इंग्रजी रचनेचा तिढेपणा व अर्थाचा अनिश्चितपणा मराठी भाषांतरात आणता आलेला नाही.

अंक ३ : प्रवेश ६

पृष्ठ १४४ ओळ १४ : *नीरो :* इ.स.च्या पहिल्या शतकातील एक रोमन सम्राट. जितका कलाप्रेमी, तितकाच क्रूर. या वाक्यातील कल्पना काही पंडित चॉसरशी व काही रबेलाशी नेऊन भिडवतात. एडिथ सिट्वेलच्या मताने 'अंधाराच्या सरोवरा'ला 'मनुष्यस्वभावाची असीम खोली' असा प्रतीकात्मक अर्थ आहे. अशा काव्यमय वाक्याशी होणारी पंडितांची कुस्ती मला पुष्कळदा अनाठायी वाटते. या अनवट रागात ऐकू येणारा हा एक वीणेचा झंकार आहे; तो बाजूला ठेवता नये, तसेच त्याचा स्वतंत्र अर्थही शोधता नये.

पृष्ठ १४४ ओळ २३ : *त्यांच्यावरती :* म्हणजेच गॉनरिल व रीगन यांच्यावरती. विदूषकाने केलेल्या मुलाच्या उल्लेखामुळे लिअरला आपल्या मुली आठवतात आणि सूडाचे एक संभाव्य चित्र डोळ्यांपुढे तरळून जाते.

पृष्ठ १४४ ओळ २६ : *घोड्याच्या तबियतीवर :* म्हणजे घोडे विकणाऱ्या माणसाने आपल्या घोड्याच्या वर्णिलेल्या तब्येतीवर.

पृष्ठ १४५ ओळ १ : *ते निश्चितच... न्यायासनासमोर :* लष्करी पारिपत्याची कल्पना सोडून लिअर अकल्पितपणे न्यायालयीन चौकशीकडे घसरतो. स्थूल कार्यकारणसंबंधाची शेक्सपिअरने या प्रवेशातून जाणीवपूर्वक हकालपट्टी केलेली दिसते.

त्यातील विचारांची, कल्पनांची व भावनांची संगती ही अंतर्मनाच्या अकल्पित हालचालींच्या हवाली केलेली आहे; आणि तरीही त्या सर्वांचा संकल्पित परिणाम एका विशाल अर्थाने जीवनदर्शी व एका नव्या पद्धतीने सौंदर्यलक्षी राहील, याची काळजी घेतली आहे. सबंध संवादाचे स्वरूप एकाच वेळी आपापल्या अंगाने वेगवेगळे स्वर छेडणाऱ्या अनेक वाद्यांच्या स्वरमेळासारखे – हार्मनीसारखे – ठेवलेले आहे. एकाच्या भाषणातील एखाद्या शब्दाने दुसऱ्याला मिळणारी अनाहून सूचना हे फार तर या सबंध संवादाचे एक स्थूल तंत्र म्हणून उल्लेखिता येईल.

कल्पना आणि वास्तव यांतला भेद न कळण्याइतके – म्हणजेच आभासांची प्रत्यक्षता अनुभवण्याइतके – लिअरचे वेड आता बळावले आहे, ही गोष्ट न्यायालयीन चौकशीच्या या प्रसंगाने सिद्ध होते. इथे पुन्हा एकदा हे नाटक आधुनिक ननाट्याशी जवळीक करू लागते.

पृष्ठ १४५ ओळ ४ : *तो तिथे उभा आहे :* 'तो' म्हणजे विक्राळ वेताळ. 'बायकांना अशा वेळीही प्रेक्षक हवे असतात' हा उपहासाचा ध्वनी अंतर्भूत असावा. ईक्लिस हे वाक्य लिअरच्या तोंडचे असावे असे गृहीत धरून 'he' चे 'she' करतो आणि गॉनरिलला त्याचे लक्ष्य बनवतो. अर्थहीन खटाटोप.

पृष्ठ १४५ ओळ १६ : *त्यांचे साक्षीदार : 'their evidence' :* म्हणजे 'त्याच्याविरुद्ध असलेले साक्षीदार' असे भाष्य म्यूअर व डोव्हर विल्सन हे दोघेही करतात. या दोघांचे एकमत असल्यावर वेगळे मत मांडणे धाष्ट्यांचे ठरेल याची कल्पना असूनही ते करावेसे वाटते. लिअर 'त्यांच्या बाजूचे' साक्षीदारच सुचवीत असावा, असे मला मांडायचे आहे. वेडामुळे ज्ञानी होत चाललेला लिअर त्याच वेडामुळे न्यायी होत जाणेही अशक्य नाही. त्याचा न्यायीपणा इथे ध्वनित झाल्यास पुढे त्याच्या तोंडी घातलेले 'या ठिकाणी असा भ्रष्टाचार' हे वाक्य अधिक प्रभावी ठरते.

पृष्ठ १४५ ओळ २५ : *कधी न दोषी ठरती : 'take no harm' :* 'न्याय्य तेच आपण ठरवू या' या प्रास्ताविकाचा ध्वनी लक्षात घेऊन मी भाषांतर थोडे स्वैर केले आहे.

पृष्ठ १४६ ओळ २ : *कसल्या फत्तरापासून :* मुळातील 'store' या शब्दाऐवजी टिब्बाल्डने 'stone' ही दुरुस्ती सुचवलेली आहे. फर्निस व म्यूअर यांना ती अमान्य असली तरी डथी व डोव्हर विल्सन ती स्वीकारतात. मी अशा प्रकारची दुरुस्ती अपवाद म्हणून स्वीकारतो, हे पूर्वीच सूचित केले आहे.

पृष्ठ १४६ ओळ ११ : *हे सगळे झवलाले कुत्रे :* आपले आवडते पाळीव कुत्रेही आपल्यावर उलटले या जाणिवेत लिअरची असहायता व एकाकीपण याचा एक वेगळा साक्षात्कार घडतो.

पृष्ठ १४६ ओळ १६ : *वाघ्या, पतला... लंबपुच्छसा :* मुळातल्या इंग्रजी ओळीत निरनिराळ्या नऊ जातींच्या कुत्र्यांचे उल्लेख आहेत. त्या वेगवेगळ्या जातींसाठी वेगवेगळे मराठी शब्द मला ज्ञात नाहीत; म्हणून भाषांतर स्वैर आहे. कुत्रे पाळणाऱ्या आपल्या शहाजोग वर्गात सध्या इंग्रजी शब्दच प्रचारात आहेत. पण इतके इंग्रजी शब्द एकत्र आणले तर भाषेचे चलन बिघडते.

पृष्ठ १४६ ओळ २४ : *तुझे शिंग राहिले कोरडेच : 'Thy horn is dry.'* एडगर ज्या विशिष्ट जातीच्या वेड्या भिकाऱ्याचे सोंग वठवीत आहेत ते भिकारी आपल्या गळ्यात एक पोकळ शिंग बांधीत व मिळणारे पेय किंवा मद्य त्यामध्ये साठवीत. मूळ इंग्रजी वाक्य द्व्यर्थी आहे : (१) तुझ्याजवळ खाद्यपेय नाही; (२) तुला ही बतावणी फार वेळ झेपणार नाही. या दोन्ही छटा मराठीत आणणे अशक्य वाटल्यामुळे मी भाषांतर शब्दानुसारी ठेवलेले आहे.

पृष्ठ १४६ ओळ २५ : *त्यानंतर... रीगनचे विच्छेदन :* न्यायालयीन चौकशीकडून लिअर वैद्यकीय तपासणीकडे व विच्छेदनाकडे घसरतो. ते घडत असतानाच मानवी क्रौर्याचे कारण शोधण्याची त्याची झेपही सूचित झाल्यासारखी वाटते. वैयक्तिक प्रश्नाचे वैश्विक प्रश्नात रूपांतर होऊ लागते. लिअरच्या आत्मिक स्थित्यंतरातील आणखी एक टप्पा. यानंतर त्याचे एडगरला उद्देशून होणारे बोलणे हे एखाद्या सौंदर्यलक्षी अकल्पित पलट्यासारखे वाटते.

पृष्ठ १४७ ओळ १ : ते पडदे ओढून घ्या : लिअरला आपण आपल्या नेहमीच्या शय्यामहालात नेहमीच्या पलंगावर झोपत आहोत असाच आभास होतो. जेवण्याच्या उल्लेखाने ही सर्व अवास्तवातली फिरत एकदम अस्तित्वसन्मुख होते.

पृष्ठ १४७ ओळ ३ : *आणि मी... झोपी जाईन : 'And I'll go to bed at noon.' :* क्लार्कच्या मताने हे वाक्य वरवर विनोदी टोल्यासारखे वाटले तरी मूलत: गंभीर व शोकात्म ध्वन्यर्थाने भरलेले आहे : यापुढे आपल्याला लिअरच्या जीवनामध्ये काम उरलेले नाही व आपण भर दुपारीच – म्हणजे आयुष्याच्या मध्यावरच – कायमचे झोपी जायला तयार आहो, हेच त्याने सुचविले आहे. या नाटकातील विदूषकाचे हे शेवटचे वाक्य. ब्लंडनच्या मताने या वाक्याला सात निरनिराळे अर्थ देता येतात ! गौणपक्ष एवढाच, ते प्रयत्नपूर्वक व ब्लंडनच्या मार्गदर्शनाखालीच शोधावे लागतात ! प्रेक्षकासाठी ते अभिप्रेत नसावेत, असा माझा तर्क आहे.

पृष्ठ १४७ ओळ २४ : *अपणाहूनही मोठे... लपून राहा :* राइटच्या मताने हे सर्व स्वगत प्रक्षिप्त आहे. ब्रॅडले, म्यूअर, डथी, डोव्हर विल्सन इत्यादी बहुतेक पंडितांना ते शुद्ध वाटते. लिअरच्या व ग्लॉस्टरच्या अशा दोन कथानकांतील साम्य स्पष्ट करण्यासाठी ते नाट्यदृष्ट्या आवश्यक आहे असे म्यूअरचे प्रतिपादन आहे.

अंक ३ : प्रवेश ७

ग्लॉस्टरचे डोळे काढण्याच्या या प्रसंगाच्या औचित्याबद्दल विद्वान पंडितांमध्ये, संवेदनाक्षम टीकाकारांमध्ये आणि रंगभूमीच्या जाणकारांमध्ये फार मोठा वाद आहे. इथे फक्त काही महत्त्वाच्या दृष्टिकोणांचा उल्लेख करतो : (१) कोल्जिला शेक्सपिअरने चूक केली असे म्हणणे जिवावर येते; पण तरीही या प्रसंगात शेक्सपिअरने शोकात्म औचित्याचे व नाट्याच्या मर्यादांचे उल्लंघन केले आहे असे सुचवल्यावाचून त्याला राहवत नाही. (२) टीक (Tieck) च्या मताने हा सर्व प्रसंग असह्य वाटावा इतका भयप्रद आहे. ही भयप्रदता कमी करण्याचे प्रयोगानुसारी काही मार्ग तो सुचवतो. (तपशिलासाठी फर्निसच्या 'न्यू व्हेरिओरम'ची पृष्ठे २२४ व २२५ पाहावी.) (३) उल्रिकी (Ulrici) च्या मताने या प्रसंगामुळे फक्त घृणेची भावनाच निर्माण होते, आणि शोकात्म परिणामाला छेद जातो. शेक्सपिअरच्या प्रेक्षकांच्या नर्व्हज् आपल्यापेक्षा मजबूत होत्या हा बचाव त्याला अर्थहीन वाटतो. (४) हेरॉड (Heraud) ला या प्रसंगामध्ये भीती व करुणा या भावना ताणल्या गेल्या आहेत हे मान्य आहे, पण भीतीच्या अतिरेकातून निर्माण होणारी घृणेची भावना ही शेवटी (सेवकांना वाटणाऱ्या) करुणेमध्येच रूपांतरित होत असल्यामुळे शेक्सपिअरने औचित्याचा भंग केलेला नाही असे त्याला म्हणावेसे वाटते. (५) लॉइडला हा प्रसंग लिहिण्यात शेक्सपिअरने दिग्दर्शकाची सोय गौण मानून वास्तवाचे व मनुष्यस्वभावाचे सम्यग्दर्शन ही गोष्ट प्रधान मानल्याचाच प्रत्यय येतो. लिअरला वादळात ढकलण्यात जो कलात्मक हेतू तोच ग्लॉस्टरचे डोळे काढण्यात : अपत्यांच्या कृतघ्नतेचे हिडीस स्वरूप साकार करणे. शेक्सपिअरने ही गोष्ट धाडसाने आणि यशस्वीपणाने केलेली आहे. (६) ब्रॅडलेच्या मताने हा प्रसंग प्रेक्षकांना घृणास्पद व धक्कादायक वाटला तरी वाचकांना सह्य वाटतो. नाट्यकाव्याने निर्माण केलेल्या कलेच्या विश्वात तो चपखल बसतो; पण नाटकाच्या किंवा नाट्यप्रयोगाच्या दृष्टीने दोषास्पद ठरतो. (७) विल्सन नाइटच्या मताने हा प्रसंग अनावश्यक, रानटी व घृणास्पद ठरतो, पण तो तसा वाटावा असाच शेक्सपिअरचा हेतू दिसतो. लिअरला भेटलेल्या क्रौर्याशी तुल्य असे अतिरंजित क्रौर्य ग्लॉस्टरला जाणीवपूर्वक भेटवलेले आहे. ह्या भयानकतेशी सैतानी हास्याचा सहभाव आहे : शेक्सपिअरच्या प्रेक्षकांना वेड्याचे हास्यास्पद चाळे व शारीरिक पीडा या दोन्ही गोष्टी पाहताना आनंद वाटे. म्हणून हा प्रसंग उबग आणणारा वाटला तरी नाटकाचा अंगभूत भाग असेच समजले पाहिजे.

या शोकान्तिकेचे सुखान्तिकेत रूपांतर करून सुमारे दीडशे वर्षे लोकानुरंजन करणाऱ्या नॅहम टेटने आपल्या रूपांतरामध्ये हा प्रसंग गाळलेला नाही ही गोष्ट मला लक्षणीय वाटते.

पृष्ठ १४८ ओळ ११ : *त्यांना हे पत्र दाखवा :* इथे उल्लेखिलेले पत्र म्हणजे ३.३ मध्ये एडमंडशी बोलताना ग्लॉस्टरने उल्लेखिलेले पत्र. पुढे ३.५ मध्ये एडमंडने ते कॉर्नवॉलला दिल्याचा उल्लेख आहेच. म्हणजे मध्यंतरात एडमंडने ते ग्लॉस्टरच्या कडीकुलपातून लांबवलेले आहे.

पृष्ठ १४८ ओळ २१ : *सलाम आमचे ग्लॉस्टरचे सरकार : 'farewell, my Lord of Gloucester' :* अर्थातच हे एडमंडला उद्देशून म्हटलेले आहे. ३.५ मध्ये बापाचे अधिकारपद त्याला दिल्याचे सूचित झालेले आढळते. लगेच पुढे ऑझ्वल्डच्या बोलण्यात 'आमच्या ग्लॉस्टरच्या सरकारांनी' असा येणारा उल्लेख मात्र बापाला अनुलक्षून झालेला आहे. हा विरोध जाणीवपूर्वक साधलेला असावा.

पृष्ठ १४९ ओळ ४ : *लाडके सरकार :* गॉनरिलने फेकलेले हे विशेषण गुगली आहे. : कॉर्नवॉलला ते औपचारिक वाटावे, पण एडमंडला मात्र काहीतरी अधिकसे सुचवून जावे.

पृष्ठ १४९ ओळ १९ : *त्याला बांधा :* दोन ओळींपूर्वी कॉर्नवॉल 'बांधा' म्हणतो तेव्हा ग्लॉस्टरचे हात शरीराशी घट्ट बांधा एवढाच हुकूम असतो; आता 'बांधा' म्हणतो तेव्हा हुकमाचा अर्थ त्याला खुर्चीला बांधा असा असतो.

पृष्ठ १५० ओळ १६ : *मला आहे खुंटाला बांधलेला :* एखाद्या अस्वलाला किंवा बैलाला दोरी भरपूर लांब ठेवून खुंटाला बांधायचे आणि त्याच्यावर कुत्रे सोडून त्याचा प्राणांतक संघर्ष समुदायाने पाहायचा हा विशिष्ट प्रकारचा साठमारीसारखा खेळ शेक्सपिअरच्या प्रेक्षकांमध्ये लोकप्रिय होता.

पृष्ठ १५० ओळ २२ : *उघड्या डोक्यावर : फो. : 'bare', कॉ. :* 'loved' : म्यूअर पहिला व डथी दुसरा पाठभेद स्वीकारतो. मी पहिला स्वीकारला आहे; भाषांतराच्या दृष्टीने तो अधिक सोयीचा वाटला.

पृष्ठ १५० ओळ २८ : *सगळे क्रूरकर्मे बनतील सदय : 'All cruels else subscribe :* मुळातील वाक्याचा अर्थ हा पंडितांमधील अजूनही निकालात न निघालेला असा एक वादविषयक आहे. जॉन्सन, हीथ, कॅपेल, क्लार्क, राइट, मॉबर्लि, क्रॉस्बी, पेरिट, डथी वगैरे पंडितांनी वेगवेगळे अर्थ सुचविलेले दिसतात. त्यांतील डथीने सुचवलेला अर्थ म्यूअरला अधिक सयुक्तिक वाटतो व तोच मी स्वीकारलेला आहे. काही पर्यायी भाषांतरे : 'सगळेच क्रौर्य आता क्षम्य'; 'सगळ्या क्रौर्याची दखल इतरत्र'; 'सगळे क्रूरकर्मे ठरतात स्वीकारार्ह'. आपापल्या अर्थाशी सुसंगत अशी विरामचिन्हांची फेरमांडणी करण्याचा प्रयत्नही पंडितांनी केलेला आहे. (जिज्ञासूंनी जुन्या मतांशी परिचित होण्यासाठी फर्निसच्या 'न्यू व्हेरिओरम'ची पृष्ठे २२२, २२३ व २२४ आणि नव्या मतांशी परिचित होण्यासाठी म्यूअरच्या 'आर्डेन शेक्सपिअर'ची पृष्ठे १४२ व १४३ पाहावी.)

पृष्ठ १५१ ओळ २ : *अरे क्रूरा :* मूळ फो.मध्ये या शब्दांपूर्वी एक डॅश आहे. तो डॅश त्या विशिष्ट क्षणी ग्लॉस्टरचा डोळा काढला जातो असे सुचवतो, हे डॉक्टर विल्सनचे मत मला ग्राह्य वाटते.

पृष्ठ १५१ ओळ १२ : *तू स्वत:ला कोण समजतोस ? :* ही ओळ क्वॉ.मध्ये पहिल्या सेवकाच्या तोंडी घातलेली आहे व फर्निस ती तशीच छापतो. मात्र ती कॉर्नवॉलच्या तोंडी असायला हवी असे तो आपल्या भाष्यात सूचित करतो. किट्रिजने ती रीगनच्या तोंडी घातलेली आहे आणि डथी, डोव्हर विल्सन व म्यूअर यांनी त्याचेच अनुकरण केले आहे. प्रत बनवताना किंवा छापताना घोटाळा झालेला असावा. औचित्याचा विचार करून मीही ती रीगनच्याच तोंडी घातलेली आहे.

पृष्ठ १५२ ओळ १५ : *तो वेडबंबू : 'the bedlam' :* हे टुकार टॉमला अनुलक्षून म्हटलेले आहे. ग्लॉस्टरची संगत करणे हे राजद्रोह्यासारखे असल्याने तो वेडबंबूच ते करू शकेल व वेडबंबूने ते केलेले असल्यामुळे राजदंड त्यांच्या वाटेला जाणार नाही अशी दुहेरी कल्पना या सूचनेत अंतर्भूत असावी.

पृष्ठ १५२ ओळ १८ : *ताग नि अंड्याची सफेदी :* सोळाव्या शतकातील वैकाकला अभिप्रेत असलेला एक इलाज, लिअरच्या कालखंडाशीही मिळताजुळता वाटणारा.

अंक ४ : प्रवेश १

पृष्ठ १५३ ओळ ४ : *सदासर्वकाळ... अधिक चांगले :* मूळ इंग्रजी ओळीतील विरामचिन्हाविषयी व अर्थाविषयी पंडितांमध्ये वाद आहे. मी इथे फर्निस व डथी यांचे मार्गदर्शन प्रमाण मानले आहे.

पृष्ठ १५३ ओळ १५ : *माझे वडील, दुखऱ्या डोळ्यांनी : फो. 'poorly led' :* क्वॉ. 'parti eyed'. पाठमीमांसेच्या दृष्टीने या नाटकातील हे स्थान अत्यंत कठीण आहे असे अर्वाचीन पाठमीमांसेचा प्रधान प्रवर्तक ग्रेग समजतो. हस्ताक्षरातील संभाव्य गफलतींचा विचार करून डथी 'poorly eyed' अशी पाठशुद्धी सुचवतो आणि तीच मला अधिक समर्पक वाटते. फर्निस आणि म्यूअर फो.चा पुरस्कार करतात. पर्यायी भाषांतर : 'माझे वडील, असे दीनवाणे ?'

पृष्ठ १५४ ओळ ६ : *डोळे असताना मी ठेचाळलो :* म्यूअरच्या मताने हा या नाटकातील एक केंद्रीय विरोधाभास आहे. पार्थिव डोळे नष्ट झाल्यावरच त्याला अपार्थिवाचा डोळा फुटतो.

पृष्ठ १५४ ओळ ७ : *सुस्थितीच बनवते आपणाला बेपर्वा : 'Our means secure us'* : मुळातल्या शब्दांच्या अर्थाबद्दल जबरदस्त वाद. मी म्यूअर व डोव्हर विल्सन यांना मान्य असलेला अर्थ स्वीकारला आहे.

पृष्ठ १५४ ओळ २६ : *उनाड मुलांना... त्यांच्या क्रीडेसाठी :* या नाटकातील जीवनदर्शनाचा वेध घेताना टीकाकारांच्या दृष्टीने महत्त्वाचे ठरलेले एक विधान. हे वाक्य म्हणजे अंतिम तत्त्वोक्ती नसून एका विशिष्ट अवस्थेत ग्लॉस्टरला स्फुरलेली भावोक्ती आहे असेच मानले पाहिजे. कारण पुढे त्याच्या वर्तनामधून एक वेगळीच श्रद्धा प्रकट होऊ लागते. याच्या विरुद्ध अर्थाचे 'ते देव असतात न्यायी' हे एडगरचे पुढे येणारे विधानही नाट्याच्या व पात्राच्या विशिष्ट संदर्भातच पाहिले पाहिजे. एखाद्या सुट्या व सोयिस्कर विधानाच्या आधाराने शेक्सपिअरच्या (किंवा एखाद्या पात्राच्या) एकूण दृष्टिकोणाबद्दल निष्कर्ष काढणे धोक्याचे असते.

पृष्ठ १५४ ओळ २८ : *हे असे घडलेच कसे :* एडगर हे शब्द ग्लॉस्टरच्या डोळ्यांना अनुलक्षून बोलत आहे.

पृष्ठ १५४ ओळ २९ : *दुःखी माणसाची विदूषकी करणे :* आपल्याला ग्लॉस्टरचा विदूषक म्हणून वावरावे लागणार, त्याला विरंगुळा मिळेल असे बोलावे लागणार, हे जाणून आपली नवी भूमिका किती कठीण आहे हे सूचित करण्यासाठी प्रेक्षकांना उद्देशून उच्चारलेले वाक्य.

पृष्ठ १५५ ओळ ८ : *तो शाप... आंधळ्यांना मार्ग :* कोणत्याही युगाला लागू पडेल असै वैश्विक उपहासाचे एक उदाहरण.

पृष्ठ १५५ ओळ ३० : *घडू दे प्रचीती लौकरात लौकर : 'Feel your power quickly'* : मुळात 'quickly' ह्या शब्दावर एक त्र्यर्थी कोटी असण्याची शक्यता आहे : (१) लौकरात लौकर, (२) जिवंतपणे, (३) भेदकपणे, किंवा तीव्रतेने. मला मराठी भाषांतरात ती शक्यता आणता आलेली नाही.

अंक ४ : प्रवेश २

पृष्ठ १५६ ओळ १२ : *सरकार, सुस्वागत :* गॉनरिल एडमंडसह प्रवास करीत ऑल्बनीमध्ये – म्हणजे आपल्या स्वतःच्या घरी – पोहोचलेली आहे. पुढे येऊन तिच्या नवऱ्याने त्यांचे स्वागत केले नाही ही गोष्ट तिला खुपलेली असावी; अशा परिस्थितीत तीच एडमंडचे स्वागत करते. पुढे याच प्रवेशात तिने नवऱ्याला उद्देशून उच्चारलेले – व पंडितांमध्ये वादविषय झालेले – 'मला काही किंमत आहे तर' हे वाक्य याच गोष्टीला

अनुलक्षून असावे, असा माझा तर्क आहे. किंबहुना, असे समजूनच मी त्या वाक्याचे भाषांतर केले आहे.

पृष्ठ १५७ ओळ ७ : *एक मालकिणीचा हुकूम : 'a mistress's command' :* गॉनरिल 'mistress' हा शब्द 'मालकीण' आणि 'प्रेयसी' या दोन्ही अर्थांनी वापरते. मराठी भाषांतरात दुसरी छटा थोडी क्षीण होते.

पृष्ठ १५७ ओळ १० : *तुमचे डोके खाली वाकवा : 'Decline your head' :* हे कशासाठी, याबद्दल पंडितांमध्ये वाद. काहींच्या मताने साखळीसारखी काहीतरी प्रीतीची खूण गळ्यात घालता यावी म्हणून; काहींच्या मताने चुंबन देण्यासाठी. एडमंड हा गॉनरिलच्या मानाने बराच उंच असावा हे गृहीत.

पृष्ठ १५७ ओळ १० : *हे चुंबन... सुखी अस :* मुळातील 'spirits' व 'conceive' या शब्दांवर लैंगिक वासनेची अभिव्यक्ती साधणाऱ्या द्व्यर्थी कोट्या आहेत. भाषांतरात त्या चटा चपखलपणे आणता आलेल्या नाहीत.

गॉनरिल हा सर्व व्यवहार ऑझ्वल्डच्या समक्ष करते यावरून तिचा विषयांध निर्लज्जपणा आणि या कारभाऱ्यावर तिचा असलेला पुरेपूर विश्वास या दोन्ही गोष्टी स्पष्ट होतात.

पृष्ठ १५७ ओळ १८ : *माझी शय्या... एका मूर्खाने :* फो.मध्ये 'body' व कॉ.मध्ये 'bed' असे पाठभेद आहेत. ग्रेगचा निर्णय महत्त्वाचा मानून मी डथी व डोव्हर विल्सन यांनी पसंत केलेला दुसरा पाठभेद स्वीकारला आहे. म्यूअर पहिला स्वीकारतो. पर्यायी भाषांतर : 'माझे शरीर आहे बळकावलेले माझ्या मूर्खाने.'

पृष्ठ १५८ ओळ १४ : *आपला अपमान... भेद पाहणारा : 'discerning thine honour from thy suffering' :* माझे भाषान्तर हेत्वानुसारी आहे; डोव्हर विल्सनने लावलेला अर्थ मी प्रमाण मानला आहे.

पृष्ठ १५८ ओळ १६ : *उपद्रव देण्यापूर्वीच... मूर्खांनाच दयनीय :* मूळच्या वाक्यात आलेला 'villains' (बदमाष) हा शब्द गॉनरिल कोणाला उद्देशून वापरीत आहे, याबद्दल पंडितांमध्ये वाद आहे. मेलनच्या मताने 'फ्रान्सचा राजा', किट्रिजच्या मताने 'ऑल्बनी', म्यूअरच्या मताने 'लिअर'. माझ्या मताने त्या उल्लेखात सर्वच शत्रुपक्ष अंतर्भूत असावा.

पृष्ठ १५९ ओळ १ : *काय पण आपले पौरुष ! म्याव !* 'now' आणि 'mew' असे दोन पाठभेद आहेत. डोव्हर विल्सनला अनुसरून, आणि गॉनरिलच्या उर्मट व अधिक्षेपक चेष्टेखोर वृत्तीशी सुसंगत वाटल्यामुळे, मी दुसरा पाठ स्वीकारला आहे.

अंक ४ : प्रवेश ३

नाटकाच्या पंडितमान्य संहितेत अंतर्भूत केला जाणारा हा प्रवेश क्वॉ.तून घेण्यात आला आहे. फो.मध्ये तो आढळत नाही; तिथे चौथा अंक सहा प्रवेशांचा आहे. जॉन्सन म्हणतो त्याप्रमाणे नाटक आटोपशीर करण्यासाठी शेक्सपिअरच्या संमतीने तो गाळण्यात आलेला असावा. सामान्यत: 'तिसरा' म्हणून छापण्यात येणारा हा प्रवेश इक्लीझच्या मताने चौथा आहे; चौथा हा पाचवा आहे व पाचवा हा तिसरा आहे. डोव्हरच्या आसमंतातील सर्व प्रवेश सलगपणे एकत्र यावेत हा या फेरमांडणीमागील हेतू. ग्रॅनव्हिल बार्करच्या मताने हा प्रवेश भोंगळपणे बांधण्यात आलेला आहे : फ्रान्सचा राजा स्वदेशी परत जाण्यामागील कारणमीमांसा, लिअरला मुलीच्या स्वाधीन करण्यात होणारी अनाकलनीय दिरंगाई, स्वामिनिष्ठ केंटकडून लिअरला एकटा सोडून देण्यामध्ये प्रकट होणारे अनौचित्य या सर्व गोष्टी तेच सिद्ध करतात. त्यामुळे फो.मधून या प्रवेशाची झालेली उचलबांगडी त्याला यथायोग्य वाटते. डॅन्बीच्या मताने हा प्रवेश कॉर्डीलिआच्या स्वभावावर प्रकाश पाडण्याच्या दृष्टीने महत्त्वाचा ठरतो.

पृष्ठ १६० ओळ १२ : *अचानक का परत गेले :* सद्गृहस्थाने आपल्या उत्तरात दिलेले स्पष्टीकरण पंडितांना जुजबी वाटते. फ्रान्सच्या राजाचा हस्तक्षेप व विजय हा देशप्रेमी इंग्लिश प्रेक्षकांना त्या वेळी रुचण्यासारखा नव्हता म्हणून शेक्सपिअरने त्याला परत पाठवले असा सर्वमान्य तर्क. ग्रॅनव्हिल बार्कर व ग्रेग यांच्या मताने फ्रान्सच्या राजाच्या बदललेल्या धोरणाप्रमाणे शेक्सपिअरच्या मनात घोळणारा कथानकाची रचना बदलण्याचा विचार दडलेला आहे. मला हा तर्क फार ताणलेला वाटतो. आपण दिलेले स्पष्टीकरण प्रेक्षकांना जुजबी वाटणार नाही याची शेक्सपिअरला खात्री होती.

पृष्ठ १६१ ओळ १३ : *तिथेच त्यांनी... एकांतात झगडण्यासाठी :* मुळातील ओळींमधील 'clamour moistened' या शब्दांच्या अर्थाबद्दल पंडितांमध्ये वाद आहे. मी कॅपेलने लावलेला व म्यूअरला समाधानकारक वाटणारा अर्थ प्रमाण मानला आहे. किट्रिजच्या मताने दरबारात प्रतिष्ठित मानली जाणारी एक कृत्रिम शैली सद्गृहस्थाच्या या बोलण्यात व्यक्त झाली आहे.

पृष्ठ १६२ ओळ ८ : *तसेच महत्त्वाचे कारण असल्यामुळे :* हे कारण कोणते याचा बोध नाटकाच्या अखेरीपर्यंत कुठेच होत नाही. शत्रुपक्षाचा विजय झाल्यास, हद्दपार असूनही देशात राहण्याचा गुन्हा केल्याबद्दल स्वत:वर तोहमत येईल असा काही विचार असण्याची एक क्षीण शक्यता. अभिमानामुळे किंवा लाजेमुळे लिअर आपली सेवा स्वीकारणार नाही अशी भीती वाटत असणे ही आणखी एक शक्यता. पण या सर्वांहून परिणामाच्या दृष्टीने महत्त्वाच्या असलेल्या शेवटच्या प्रवेशाची पूर्वतयारी करणे हेच शेक्सपिअरचे मुख्य लक्ष्य असावे. (पृ. २३८ वरील भाष्य पाहा.)

अंक ४ : प्रवेश ४

पृष्ठ १६२ ओळ १६ : *वैद्य : 'Doctor'* : या शब्दाचे 'वैद्य' असे भाषांतर करावे की 'डॉक्टर' हा शब्द आता मराठीत रूढ झालेला असल्यामुळे तसाच ठेवावा, याबद्दल मी बराच साशंक होतो. पण प्राचीन कालखंडाशी संबद्ध असलेल्या ह्या जीवनचित्राशी मराठी मनामध्ये अर्वाचीन जीवनचित्राशी संबद्ध होणारा 'डॉक्टर' हा शब्द विसंवादी ठरेल, अशा विचाराने 'वैद्य' हाच शब्द वापरणे उचित वाटले.

पृष्ठ १६२ ओळ १९ : *ब्राह्मी, नागरमोथा... तेरड्याची फुले, हरळी :* मुळामध्ये ज्या सात इंग्रजी वनस्पतींचा उल्लेख आहे त्यांचे अचूक भाषांतर करणारे मराठी शब्द मला उपलब्ध झाले नाहीत. तरी पण त्या मूळच्या वनस्पतींचे गुणधर्म व स्वरूप यांविषयी फर्निसने पुरवलेली माहिती लक्षात घेऊन त्याच प्रकारच्या वनस्पतींचा निर्देश करणारे मराठी शब्द वापरण्याचा प्रयत्न केलेला आहे. रानात उपलब्ध होणाऱ्या व मेंदूच्या विकाराशी दूरान्वयाने संबंधित होणाऱ्या अशा कडू, विषारी व औषधी वनस्पतींचा अंतर्भाव शेक्सपिअरने या यादीमध्ये हेतुपुरस्सर केला असावा असा काही पंडितांचा तर्क आहे. मूळ शब्दांनी नेमक्या कोणत्या वनस्पती निर्देशित होतात याबद्दलही थोडा वाद आहे.

पृष्ठ १६३ ओळ २ : *आपल्या प्रकृतीला... लागतील मिटायला :* वेड उतरविण्याचे सोळाव्या शतकामध्ये परिचित व प्रतिष्ठित असणारे आततायी किंवा धार्मिक उपचार वैद्याच्या तोंडी न घालता अर्वाचीन वैद्यकालाही अर्थपूर्ण वाटेल अशी मीमांसा शेक्सपिअर अप्रत्यक्षपणे सुचवून जातो ही गोष्ट डॉ. केलॉगला कौतुकास्पद वाटते. या ठिकाणी व पुढे वैद्याच्या सूचनात अभिप्रेत असलेल्या उपचारपद्धतीविषयी डॉ. ब्रिगहॅम म्हणतो, "Now we confess, almost with shame, that although near two centuries and a half have passed since Shakespeare wrote thus, we have very little to add to his method of treating the insane as thus pointed out."

अंक ४ : प्रवेश ५

पृष्ठ १६४ ओळ ४ : *तुमच्या सरकारांशी : फो. 'your Lord', क्वॉ. 'your Lady' :* गॉनरिलने एडमंडला तिच्या नवऱ्याशी बोलण्याची संधी दिली नाही ही गोष्ट रीगनचा संशय व असूया अधिक चेतवणारी असल्यामुळे पहिला पाठच अधिक अन्वर्थक समजला जातो. म्यूअर व डथी तोच स्वीकारतात. मात्र जॉन्सनला दुसरा अधिक पसंत होता. मराठी 'सरकार' हा शब्द दोन्ही अर्थ सूचित करू शकेल.

पृष्ठ १६४ ओळ २२ : *मी तुझे चीज करीन : 'I'll love thee much'* : प्रस्तुत संदर्भात या इंग्रजी शब्दांचा नेहमीच्या परिचित अर्थापेक्षा वेगळा अर्थ करायचा आहे हे भान मला डोव्हर विल्सनच्या भाष्यामुळेच येऊ शकले.

पण रीगनच्या आमिषाला ऑझ्वल्ड बळी पडलेला दिसत नाही. तो पत्र देत नाही; आणि पुढे तर प्रत्यक्ष मरतानाही आपल्या मालकिणीचे पत्र तिच्या प्रियकराला मिळावे या दृष्टीने आपल्याकडून तजवीज करतो. असल्या दुष्ट माणसाजवळ इतकी स्वामिनिष्ठा असल्याचे दर्शन शेक्सपिअरने घडवावे हे जॉन्सनला अनाकलनीय वाटते. पण एखादा बदमाषही एखाद्या बाबतीत व एखाद्या व्यक्तीशी निष्ठावान असू शकतो ही जीवनाच्या संमिश्रतेची जाणीव जॉन्सनला नसली तरी शेक्सपिअरला होती असे दिसते.

अंक ४ : प्रवेश ६

पृष्ठ १६५ ओळ २७ : *बोलणेदेखील... पूर्वीहून चांगले :* गद्याची लय सोडून एडगर छंदाच्या लयीत बोलत आहे हे विसरता कामा नये.

पृष्ठ १६६ ओळ २ : *किती भयाण... डोक्यासहवर्तमान :* शेक्सपिअरच्या नाट्यांतर्गत वर्णनात्मक शैलीचा एक उच्च बिंदू म्हणून या चौदा ओळींकडे अंगुलिनिर्देश करण्यात येतो. ॲडिसनने या उताऱ्याची प्रशंसा केली आहे; पण जॉन्सनला त्यातील तपशिलामुळे भयाची भावना विकेंद्रित व विस्कळीत होते असे वाटते. तो याला उत्तम काव्याचा नमुना मानायला तयार नाही. चार्ल्स नाइटच्या मताने वर्णनाची ही विशिष्ट पद्धती एडगरने (व परमार्थाने शेक्सपिअरने) आंधळ्या ग्लॉस्टरला हे दृश्य साक्षात्कारी व्हावे या हेतूनेच योजलेली आहे; म्हणून तपशील आवश्यक ठरतो. मुळात नसलेली गोष्ट प्रत्यक्षात आहे असा आभास निर्माण करू इच्छिणाऱ्या माणसाला तपशिलावर भर देणे फलदायी ठरते, हेही लक्षात ठेवले पाहिजे. या संदर्भातील हडसनचे विधान मला फार मार्मिक वाटते : "When a thing cannot be made beautiful by its truth he makes it too beautiful not to seem true."

पृष्ठ १६६ ओळ ६ : *दगडफूल : 'samphire'* : कडेकपारीत वाढणारी एक मसाल्याची वनस्पती. भाषांतर थोडे स्वैर.

पृष्ठ १६८ ओळ १० : *प्रक्षुब्ध :* फो. 'enraged', क्वॉ. 'enridged'. दुसरा पाठ अधिक चित्रात्मक आहे. फर्निस, डथी व म्यूअर हे तोच स्वीकारतात. तो चांगला आहे हे समजूनही त्याचे भाषांतर करणे मला नीटसे न जमल्यामुळे मी पहिला स्वीकारला आहे. पर्यायी भाषांतर : 'नांगरलेल्या'.

पृष्ठ १६८ ओळ ११ : *पिताजी : 'father' :* मूळचा शब्द द्व्यर्थी आहे : (१) बाप व (२) वृद्ध माणूस. एडगर तो शब्द मुख्यत: दुसऱ्या अर्थानेच वापरीत आहे आणि ग्लॉस्टर तर तो केवळ दुसऱ्या अर्थानेच ऐकत आहे. आपला मुलगाच आपल्याशी बोलतो आहे ही गोष्ट ग्लॉस्टरला या शब्दाने समजण्यासारखी नाही. पण एडगरला मात्र या शब्दाच्या पहिल्या छटेतून एक छुपे समाधान मिळत राहणे शक्य आहे, 'पिताजी' शब्दात आवश्यक त्या दोन्ही छटा आहेत; पण दुसरी थोडी क्षीण राहते.

पृष्ठ १६८ ओळ २४ : *नाणी पाडण्याबद्दल... प्रत्यक्ष राजाच :* खोटी नाणी पाडण्याबद्दल अधिकारी आपणाला पकडू पाहत आहेत असा भास; नाण्यांच्या उल्लेखामुळे भत्त्याकडे, भत्त्याच्या कल्पनेमागून रिक्रूटांच्या नेमबाजीकडे, नेमबाजीच्या लक्ष्यांवरून बुजगभावल्याकडे, त्याच्या कपड्यावरून कापडवाल्याकडे, कापडवाल्याकडून उंदराकडे, उंदराकडून खव्याकडे – अशी शब्दांच्या साहचर्यांच्या आधाराने या बरळण्याची व त्यामागील आभासाची काही संगती लावण्याचा प्रयत्न पंडितांनी केलेला आहे. रे म्हणतो, "To ordinary apprehension, the raving of a maniac is but an ordinary jumble of words and phrases between which no connecting threads can be discerned. But in fact... they are nevertheless subjected to a certain law of association." *(Shakespeare's Delineations of Insanity, 1847.)*

पृष्ठ १६८ ओळ २७ : *निसर्ग आहे कलेहून श्रेष्ठ :* निसर्ग आणि कला यांचा संबंध हा त्या कालखंडातील चर्चेचा एक खास विषय होता. डोव्हर विल्सनच्या मताने इथे 'निसर्ग' म्हणजे नाणी पाडण्याचा राजाला मिळालेला ईश्वरदत्त हक्क आणि 'कला' म्हणजे खोटी नाणी पाडण्याची कला. शेक्सपिअरला इथे या वाक्याचा परिचित अर्थच अभिप्रेत असावा असे मला वाटते.

पृष्ठ १६९ ओळ ६ : *गॉनरिल आणि पांढऱ्या दाढीची :* लिअरला ग्लॉस्टर हा वेषांतर केलेली गॉनरिल वाटते.

पृष्ठ १६९ ओळ २१ : *व्यभिचारीपणा ? :* वेड्या लिअरला पापपुण्याच्या कल्पनांचा तुजबीपणा, त्याचे संदर्भनिष्ठ स्वरूप आणि त्याखाली लपणाऱ्या वासनांची सार्वत्रिकता यांचा साक्षात्कार होतो; आणि त्याच वेळी करुणा आणि क्षमाशील वृत्ती यांचे रहस्यही जाणवू लागते.

पृष्ठ १६९ ओळ २९ : *पाहा एकदा... तुझे पैसे :* फो. व क्वॉ. या दोहोंतही हा सर्व भाग गद्यासारखा छापलेला आहे. जॉन्सन शेवटच्या पाच ओळींपूर्वीचा सर्व भाग

पद्यात छापतो. टकर ब्रूकच्या मताने सर्वच भाग साध्या गद्यात आहे. मी म्यूअर व डथी यांच्याप्रमाणे हे सर्व छंदात घेतले आहे.

पृष्ठ १७० ओळ ४ : *जनावरे : 'centaurs'* : खाली घोडा आणि वर माणूस असा एक काल्पनिक प्राणी. भाषांतर स्वैर.

पृष्ठ १७० ओळ १४ : *त्याला आहे नश्वरतेचा वास : 'It smells of mortality'* : अगदी अनाहूतपणे व अत्यंत सोप्या शब्दांत अपेक्षित संवादाची आड साधीत अत्यंत भावगर्भ वाक्य हळूच सोडून देण्याची किमया फक्त शेक्सपिअरच इतक्या सहजतेने करू शकतो.

पृष्ठ १७० ओळ १८ : *मी प्रेम करणार नाही : 'I'll not love'* : आंधळ्या ग्लॉस्टरमध्ये लिअरला आंधळा कामदेव (blind Cupid) दिसू लागतो. त्याच्या मागोमाग आपण केलेले प्रेम, आपल्या मुलींचा जन्म, त्यांची कृतघ्नता, त्यातून निर्माण होणारे दुःख या गोष्टी त्याला इतक्या जलद गतीने जाणवून जातात की त्याच्या पुढच्या वाक्यात फक्त त्या सर्वांचा कडू अर्क तेवढा प्रकट होतो. या वाक्याला कमालीच्या कटुतेची धार आहे असे मला सुचवावेसे वाटते. लिअरचे आव्हानही कामदेवाला उद्देशून असावे असा किट्रिजचा तर्क आहे.

पृष्ठ १७१ ओळ ३ : *आता न्यायाधीश... चोर कोणता :* न्याय-अन्यायाच्या कल्पनाही संदर्भनियत आहेत हेच या ठिकाणी व पुढे ''गुन्हा कुणीही करीत नाही'' असे म्हणताना वेड्या लिअरला सुचवायचे आहे. वेड्या लिअरला जाणवणारी ही सत्ये मूलतः शेक्सपिअरलाच जाणवलेली आहेत; पण तत्कालीन प्रेक्षकांना ती सह्य वाटावी व त्यांनी ती आपल्याशी संबंधित करू नयेत म्हणून शेक्सपिअर अशा वेळी वेड्या व्यक्तित्वाचा सोयिस्कर बुरखा वापरीत असावा असा तर्क काही पंडितांनी केलेला आहे.

पृष्ठ १७१ ओळ १३ : *लहानसहान अवगुणही :* फो. 'great vices'; क्वॉ. 'small vices'. : फर्निस व डथी पहिला स्वीकारतात व म्यूअर दुसरा स्वीकारतो. मूळच्या ओळीतील शब्दक्रमात दुसरा अधिक चपखल बसतो म्हणून मी दुसराच स्वीकारला आहे.

पृष्ठ १७१ ओळ १४ : *घाला पापावर सोन्याचे चिलखत :* फो. 'Place sin with gold'. टिब्बाल्डने सुचवलेली 'plate' ही दुरुस्ती डथी, म्यूअर व इतर बहुसंख्य पंडितांप्रमाणे मलाही स्वीकारावीशी वाटली.

पृष्ठ १७१ ओळ १८ : *मीच देईन... ओठ शिवण्याची :* या ओळींचे समाधानकारक स्पष्टीकरण अजून उपलब्ध झालेले नाही. शब्दार्थ समजतो, पण रोख कळत नाही. किट्रिजच्या मताने, ग्लॉस्टर हा एक गुन्हेगार आहे अशा समजुतीने लिअर माफीचा हुकूम

त्याच्या हातात देतो. म्यूअर मुळातील 'take that of me' चा अर्थ ''हे घे माझ्याकडून'' असा न करता ''माझ्या माहितीवर विश्वास ठेव'' अशा स्वरूपाचा करतो. डोव्हर विल्सनच्या मताने न्यायाधीश लाचखाऊ असतात या निष्कर्षावर आलेला लिअर ग्लॉस्टरला न्यायाधीशांना लाच देता यावी म्हणून पैसे देतो. पण हा सगळाच विभ्रम असल्यामुळे लगेच विचार बदलून तो त्याला ''चष्मा घे'' म्हणून सांगतो. पंडितांचा हा सर्व खटाटोप मला बराचसा अप्रस्तुत वाटतो. वेड्याच्या सर्व उद्गारांचा संगतवार अर्थ लावता आला तर पंडितांनी शेक्सपिअरचा पराभव केला व शेक्सपिअरला खरे वेड उभे करता आले नाही असेच मी समजेन !

पृष्ठ १७१ ओळ १९ : *तुला एक चष्मा घे : 'Get thee glass eyes'* : लिअर हे वाक्य ग्लॉस्टरला उद्देशून बोलतो.

पृष्ठ १७१ ओळ २२ : *माझे बूट काढ ओढून :* इथे लिअरला आपण शिकारीहून परत आल्याचा भास होतो असा किट्रिजचा अर्थ.

पृष्ठ १७१ ओळ २३ : *काय हे... वेडेपणातला शहाणपणा :* नाटकातील एक महत्त्वपूर्ण वाक्य. लिअरचे वेड उभे करताना शेक्सपिअरला काय साधायचे होते याची कल्पना देणारे. काहींना हे मिश्रण अवास्तव वाटते; त्यांना रेने मारलेला टोमणा अर्थपूर्ण आहे : "They who find fault with the poet for infusing too much wisdom into the folly of his fools, may well take a lesson from him in certain branches of psychological study." *(Shakespeare's Delneations of Insanity, 1847)*

पृष्ठ १७२ ओळ २ : *हे शिरीभूषण फार झकास ! 'This is a good block !'* : मुळातील 'block' ह्या इंग्रजी शब्दाचा प्रस्तुत संदर्भातील अर्थाबद्दल पंडितांमध्ये प्रचंड वाद आहे. त्या शब्दाचे या संदर्भात दोन अर्थ लावता येतील : (१) 'शिरोभूषण' म्हणजेच टोपी अथवा हॅट, आणि (२) 'व्यासपीठ', किंवा घोड्यावर चढणे सोयीचे व्हावे म्हणून बांधलेला 'चबुतरा'. ज्या पंडितांना हे दोन्ही अर्थ अप्रस्तुत वाटतात ते मुळातला पाठ अशुद्ध आहे असे गृहीत धरून दुरुस्त्या सुचवतात. जॉन्सन 'flock' सुचवतो; कॉलिअर 'plot' सुचवतो; म्यूअरच्या मताने इथे 'चबुतरा' हा अर्थच प्रस्तुत आहे : लिअरच्या डोक्यावर त्या वेळी हॅट असण्याची शक्यता नाही. आणि तेवढ्यासाठी त्याने एडगरची किंवा ग्लॉस्टरची हॅट काढून घेणे हे चमत्कारिक आहे. याउलट, एखादा दगड किंवा एखाद्या झाडाचा बुंधा पाहून लिअरला तो घोड्यावर चढण्याचा चबुतरा आहे असा आभास होणे अधिक नैसर्गिक. त्या चबुतऱ्याकडून घोड्याकडे, घोड्याकडून वाजणाऱ्या नालाकडे आणि त्यातून सूडाच्या विचाराकडे त्याचे मन धावू शकते. डोव्हर

विल्सनच्या मताने इथे 'शिरोभूषण' हाच अर्थ प्रस्तुत आहे : प्रवचन देणारा पाद्री प्रथम आपली हॅट काढून ठेवतो; लिअरही तेच करतो. मात्र हॅटऐवजी तो हे शब्द आपल्या डोक्यावरील कॉर्डीलिआने ४:४ मध्ये उल्लेखिलेल्या फुलांच्या मुकुटाला अनुलक्षून बोलत आहे. या 'शिरोभूषणा'ने पुढील ओळीत येणाऱ्या **'felt'** या शब्दाकडेही घसरता येते. अभिनयाची परंपरा लक्षात घेतली तरीसुद्धा 'शिरोभूषण' हा अर्थच स्वीकारार्ह ठरतो. (इर्व्हिंग हा प्रख्यात नट एडगरची टोपी उचली; तर बूथ हा दुसरा प्रख्यात नट करनची टोपी उचली; काही नट ग्लॉस्टरची उचलीत.) त्यामुळे मला डोव्हर विल्सनचे भाष्य अधिक पटते. पर्यायी भाषांतर : 'हा चबुतरा फार झकास.'

पृष्ठ १७२ ओळ ६ : *की मग... धरा मारा ! : 'Then, kill, kill, kill, kill, kill, kill.'* : प्राचीन काळी इंग्लिश सैनिक शत्रूवर हल्ला करण्यापूर्वी **'kill, kill'** अशी गर्जना करीत. 'धरा मारा' अशी गर्जना पानिपतच्या रणांगणावर अजूनही भर दुपारी ऐकू येते अशी समजूत गेल्या पिढीपर्यंत काही भागांत प्रचलित होती. ते शब्द मला या भाषांतरासाठी अन्वर्थक वाटले. पर्यायी भाषांतर : 'की मग, मारा, मारा, मारा, मारा, मारा, मारा !'

पृष्ठ १७२ ओळ १० : *माझा जन्म... दैवाच्या क्रीडेसाठी : 'I am even the natural fool of Fortune'* : माझे भाषांतर थोडे स्वैर आहे.

पृष्ठ १७२ ओळ १३ : *माझ्या मेंदूला घाव लागलाहे :* क्लार्कच्या मताने या सोप्या अल्पाक्षरी वाक्यात शारीरिक दु:ख आणि मानसिक बिघाड या दोन्ही क्लेशांची एकसंध जाणीव कमालीच्या उत्कटतेने व्यक्त झाली आहे. मूळ इंग्रजीत शेक्सपिअरने **'cut to the heart'** या वाक्प्रचाराचा रूपविपर्यास साधून **'cut to the brain'** ही नवी शब्दसंगती सिद्ध केली आहे. पण भाषांतरात ती प्रक्रिया मला सूचित करता आलेली नाही.

पृष्ठ १७२ ओळ १८ : *मी आहे मरणार चमकत : 'I will die bravely'* : मुळात **'bravely'** या शब्दावर कोटी आहे. कारण सोळाव्या शतकातील इंग्रजीमध्ये त्या शब्दाचे दोन अर्थ होतात : (१) शूरपणे आणि (२) चांगल्या पोशाखात, म्हणजेच ऐटीने. ती द्व्यर्थी कोटी सांभाळण्याचा प्रयत्न मी 'चमकत' हा शब्द वापरून केलेला आहे.

पृष्ठ १७२ ओळ २२ : *मग त्यात जीव आहे : 'Then there's life in it'* : पर्यायी भाषांतरे (१) मग परिस्थिती असाध्य नाही. (२) मग सगळेच संपलेले नाही. (३) मग त्यात अर्थ आहे.

पृष्ठ १७२ ओळ २३ : *छूऽ, छूऽ, छूऽ, छूऽ : 'Sa, sa, sa, sa'* : हे कुत्र्यांना चेतावणी देणारे शिकाऱ्यांचे पारंपरिक शब्द असावेत असा काही पंडितांचा तर्क आहे.

पृष्ठ १७४ ओळ ५ : *म्या नाय... डरतुया की काय :* एडगर शेतकऱ्याची भूमिका वठवण्यासाठी खेडवळ बोलीमध्ये सवालजबाब करतो असे शेक्सपिअरने मुळामध्ये दाखवले असल्यामुळे हा भाग भाषांतरित करताना मी त्याच वजनाची खेडवळ बोली वापरली आहे.

पृष्ठ १७४ ओळ २० : *ब्रिटिशांच्या पक्षाकडे :* फो. 'upon the English party' क्वॉ. 'upon the British party' : ग्रेगच्या दृष्टीने पहिला पाठच अस्सल. पण संशयाला थोडी जागा असल्यामुळे ऐतिहासिक विपर्यास टाळणारा दुसरा पाठच डोव्हर विल्सनला अनुसरून मी स्वीकारला आहे. म्यूअर पहिला स्वीकारतो.

पृष्ठ १७५ ओळ १२ : *लाडकी दासी : 'affectionate servant' :* 'servent' या जुन्या इंग्रजी शब्दाचा 'प्रेयसी' असाही अर्थ होतो आणि तोच इथे अपेक्षित आहे. पण मराठी 'दासी' हा शब्द मराठी नाट्यपरंपरेच्या जोरावर तोच अर्थ सुचवू शकतो. म्हणून थोड्या जुन्या वळणाचा व शेक्सपिअरच्या शैलीशी जवळीक करणारा 'दासी' हाच शब्द ठेवावासा वाटला.

पृष्ठ १७५ ओळ २० : *प्राणावर बेतलेल्या : 'death practiced' :* ज्याला मारण्याचा कट झाला आहे असा. मूळचा अर्थ भाषांतरात मला चपखलपणे आणता आलेला नाही.

पृष्ठ १७५ ओळ २२ : *मुर्दाड इंद्रिये : 'vile sense' :* ग्लॉस्टर आपल्या इंद्रियांना मुर्दाड का म्हणतो याबद्दल थोडा वाद आहे. एम्पसनच्या मताने, आपल्या पूर्वीच्या कामुक वृत्तीबद्दल पश्चात्ताप झाल्यामुळे; म्यूअरच्या मताने, ती स्वत:ची शुद्ध हरवून वेडेपणात लिअरला लाभणारा विरंगुळा त्याला मिळू देत नाहीत यासाठी.

अंक ४ : प्रवेश ७

पृष्ठ १७६ ओळ २ : *कॉर्डीलिआ, केंट... प्रवेश करतात :* क्वॉ.मध्ये 'वैद्य' आणि 'सद्‌गृहस्थ' ही दोन्ही पात्रे अंतर्भूत आहेत; पण फो.मध्ये वैद्याची भाषणे सद्‌गृहस्थाला देऊन एका पात्राची बचत केलेली आढळते.

या नाटकाच्या बहुतेक सर्व अर्वाचीन संहितांमध्ये सुरुवातीपासून रंगमंचाच्या मागच्या बाजूला लिअर झोपलेला आहे असे दाखवतात. या प्रकाराची सुरुवात कॅपेलने केली. वस्तुत: याला फो.मध्ये आधार नाही. तिथे पहिल्या वीस ओळींनंतर 'सेवकांनी वाहिलेल्या खुर्चीत झोपलेला लिअर प्रवेश करतो' अशी स्पष्ट सूचना आहे. म्हणून म्यूअरला अनुसरून त्याच्या पोशाखाचा उल्लेख होताक्षणीच त्याचा प्रवेश घडतो असे मी दाखवले आहे. डथी व डोव्हर विल्सन त्याचा प्रवेश आणखी चार ओळींनंतर – म्हणजे

कॉर्डीलिआने ''फारच छान'' म्हटल्यावर – घडवतात. फर्निस मात्र बहुसंख्य पंडितांप्रमाणे सुरुवातीपासूनच लिअर रंगमंचावर आहे असे दाखवतो. ब्रॅडलेच्या मताने असे करणे अनिष्ट आहे : इतक्या दिवसांनी होणाऱ्या पहिल्या भेटीत कॉर्डीलिआने केंटशी बोलत राहून इतका वेळ बापाकडे दुर्लक्ष करणे हे अयोग्य दिसेल आणि शिवाय प्रेक्षकांचे लक्षही सतत लिअरकडे ओढले जाईल. ग्रॅनव्हिल बार्कर या दिग्दर्शक-टीकाकाराच्या मतानेसुद्धा पुढे लिअरने पलंगावरून उठून गुडघे टेकण्यापेक्षा आपल्या सिंहासनाचाच आभास करू शकेल अशा खुर्चीवरून उठून गुडघे टेकणे अधिक साक्षात्कारी.

पृष्ठ १७६ ओळ २२ : *बालक बनलेल्या : 'child changed'* : मूळच्या शब्दाचे तीन वेगवेगळे अर्थ होऊ शकतात : (१) बालकामध्ये रूपांतरित झालेल्या, (२) बालकांमुळे – म्हणजे त्यांच्या क्रौर्यामुळे – जो बदलला आहे (किंवा ज्याचे मन बदलले आहे) असा, आणि (३) ज्याने मुले बदलली आहेत – म्हणजेच गॉनरिल व रीगन सोडून जो कॉर्डीलिआकडे आला आहे – असा. स्टिव्हन्स पहिला स्वीकारतो; मेलन दुसरा स्वीकारतो; व डेलिअस तिसरा स्वीकारतो. मेलनला दुजोरा देताना डोव्हर विल्सन लिअर वेडा होता, बालिश नव्हता असे भाष्य करतो. ते मला अप्रस्तुत वाटते. कारण लिअरवर बालिशपणाचा आरोप स्टिव्हन्सने केलेला नाही. बालक होणे म्हणजे बालिश होणे नव्हे. त्या मन:स्थितीत आपल्या बापाच्या वेडसर व असहाय अवस्थेचा उल्लेख याच रोखठोक शब्दांनी करणे हे कॉर्डीलिआच्या स्वभावाशी सुसंगत ठरणार नाही हे लक्षात घेऊन शेक्सपिअरने ते सर्व सुचवणारी सोप्याहून सोपी पण गहिवराने दाटलेली ऋजू शब्दसंगती मुद्दाम घडवली आहे. क्लिंथ ब्रूक्सच्या मताने मुळातील शब्द हे सहेतुक संदिग्धतेचे एक उत्तम उदाहरण आहे. पर्यायी भाषांतरे : 'बालक बनल्या', 'बालक बदलल्या'.

पृष्ठ १७७ ओळ २७ : *पण मला... एका अग्निचक्रावर :* नरकामध्ये पाप्यांना अग्निचक्रावर बांधतात असे बायबलच्या नव्या करारात सांगितलेले आहे. लिअरला आपण नरकामध्ये आहो असे वाटत असावे असे म्यूअर सुचवतो.

पृष्ठ १७७ ओळ ३१ : *कुठे घडला तुझा मृत्यू :* फो. व क्वॉ. या दोहोंतही 'where' (कुठे) असल्यामुळे, लिअरचा वेडेपणा तो शब्द अधिक समर्थपणे प्रत्ययाला आणीत असल्यामुळे, आणि डथी, म्यूअर वगैरे पंडितांना तो पाठ शुद्ध वाटत असल्यामुळे, मी डाइसने सुचवलेली व डोव्हर विल्सनने पुरस्कारलेली 'when' (केव्हा) ही संवादाला सहजता देणारी दुरुस्ती स्वीकारली नाही.

पृष्ठ १७८ ओळ १२ : *कृपा कर... पोर कॉर्डीलिआ :* विभ्रमापासून वास्तवापर्यंत होणारे लिअरच्या मनाचे स्थित्यंतर या भाषणात शेक्सपिअरने कमालीच्या सहजतेने, सूचकतेने व भावगर्भतेने दाखवलेले आहे.

पृष्ठ १७८ ओळ १४ : *एक तासही... कमी नाही :* ओळींच्या पूर्वार्धातील स्थूल विधानांशी या उत्तरार्धातील काटेकोरपणा विसंवादी ठरतो; त्यामुळे पुष्कळ पंडित हे विधान अर्थहीन समजतात. पण आपल्या अस्थिर झालेल्या बुद्धीला स्थिर करण्याची लिअरची धडपड या वाक्यात अतिशय सूक्ष्मपणे प्रकट झालेली आहे.

पृष्ठ १७८ ओळ २४ : *आणि तीच मी, तीच मी : 'And so I am, I am' :* कॉर्डीलिआच्या अंत:करणात दाटलेल्या उत्कट पितृप्रेमाचा जितका संयमित तितकाच समर्थ असा आविष्कार साधणारे मुळातले शब्द भाषांतरात तितके बोलके होत नाहीत, कारण ते तितके अबोल राहात नाहीत. इंग्रजी 'I am'च्या द्विरुक्तीतील दबलेल्या हुंदक्याला सगळे स्वर सामील होतात; मराठी व्यंजने अशा वेळी अडचणीसारखी वाटतात. ''विसरून जा आणि क्षमा कर; मी आहे म्हातारा नि खुळा'' या लिअरच्या शेवटच्या वाक्यापर्यंतचा हा सर्वच संवाद इतर भाषांचे सत्त्व पाहणारा आहे.

पृष्ठ १७८ ओळ २५ : *होय, खरेच की :* इथे लिअर कॉर्डीलिआच्या गालाला हात लावून खातरजमा करतो असा डोव्हर विल्सनचा तर्क.

पृष्ठ १७९ ओळ १२ : *काय हो... किंवा बरी :* सद्‌गृहस्थ आणि केंट यांच्यामधील हा सर्व संवाद फो.मध्ये गाळलेला आहे. जॉन्सनच्या मताने, नाटक आटोपशीर करण्यासाठी तो शेक्सपिअरनेच गाळला; मेलनच्या मताने, शेक्सपिअर मेल्यानंतर नटांनी गाळला.

अंक ५ : प्रवेश १

पृष्ठ १८० ओळ २ : *प्रवेश पहिला :* हा प्रवेश वस्तुत: चौथ्या अंकातील आठवा प्रवेश असावा असे स्पेडिंगचा तर्क आहे.

पृष्ठ १८० ओळ ५ : *तो पूर्वीचा बेत :* म्हणजे लढण्याचा विचार.

पृष्ठ १८० ओळ १० : *त्या सेवकाला :* म्हणजे ऑझ्वल्डला.

पृष्ठ १८० ओळ १७ : *निषिद्ध जागेकडे :* म्हणजे गॉनरिलच्या शय्येकडे.

पृष्ठ १८१ ओळ १ : *मला कधीही... ती सहन : 'I never shall endure her' :* हे वाक्य मुळात एडमंडच्या तोंडी असावे हा लॉइडचा तर्क म्यूअरला थोडाफार सयुक्तिक वाटतो. पण सामान्यत: ते वाक्य रीगनचेच समजले जाते.

पृष्ठ १८१ ओळ १० : *मी, महाशय... अशा कारणासाठी :* ऑल्बनी हे सर्व मुख्यत: एडमंडला उद्देशून बोलतो.

पृष्ठ १८१ ओळ १२ : *जिथे माझ्या... अशा कारणासाठी :* मूळ इंग्रजी ओळींच्या अर्थाबद्दल पंडितांमध्ये वाद आहे. इथे काही ओळी गाळलेल्या आहेत किंवा इथे संहिता अशुद्ध स्वरूपातच उपलब्ध आहे असा म्यूअरप्रमाणेच डोव्हर विल्सनलाही संशय येतो. मी संभाव्य अर्थ स्थूलमानाने व्यक्त केला आहे. मुळातली संदिग्धता टिकवता आलेली नाही.

पृष्ठ १८१ ओळ २९ : *अरे वा! मी जाणारच : 'Oh, ho! I know the riddle, I will go'* : एडमंड व आपण तिच्या अपरोक्ष एकत्र येऊ नये हा रीगनचा डाव गॉनरिल ओळखते, पण आपला हेतू रीगनला समजल्याच्या जाणिवेने बेत बदलते. पर्यायी भाषांतर : '...मी येतेच.'

पृष्ठ १८२ ओळ ४ : *हे एवढे पत्र वाचा :* गॉनरिलने एडमंडला लिहिलेले व एडगरला ऑझ्वल्डच्या अंगावर सापडलेले पत्र.

पृष्ठ १८३ ओळ १ : *माझा डाव तडीला पोचवणे : 'carry out my side'* : मूळ शब्दसमूहाच्या अर्थाबद्दल पंडितांमध्ये वाद आहे. इथे उल्लेखिलेला एडमंडचा डाव कोणता याबद्दलसुद्धा मतभेद आहेत. म्यूअरच्या मताने आपली महत्त्वाकांक्षा पूर्ण करणे किंवा गॉनरिलची प्राप्ती होणे; डोव्हर विल्सनच्या मताने राजपदाची प्राप्ती होणे. मला म्यूअरचे मत अधिक पटते.

पृष्ठ १८३ ओळ ९ : *मला पाहिजे... आहे व्यर्थ :* इथे भाषांतर थोडे स्वैर आहे. निर्यमक छंद शेक्सपिअरच्या नाट्याचे प्रमुख वाहन असले तरी पुष्कळदा प्रवेशाच्या शेवटी येणाऱ्या दोन ओळी यमकाने बंदिस्त करण्याची शेक्सपिअरची पद्धती आहे.

अंक ५ : प्रवेश २

पृष्ठ १८३ ओळ ११ : *प्रवेश दुसरा :* स्पेडिंगच्या मताने चौथा अंक हा या प्रवेशातील चौथ्या ओळीनंतर – म्हणजे एडगर रंगमंचावरून निघून जातो तिथे – संपतो. नंतर एडगर पुन्हा प्रवेश करतो तिथून पाचवा सुरू होतो. सारांश, युद्धाचा प्रसंग हा चौथा अंक संपल्यावर व पाचवा सुरू होण्यापूर्वी घडून गेला आहे असे सूचित झाले पाहिजे असे त्याचे म्हणणे. शेक्सपिअरला ही योजना अपेक्षित असावी असेही तो सांगतो. (समग्र विवेचनासाठी फर्निसच्या 'न्यू व्हेरिओरम'ची पृष्ठे ३१२-१५ पाहा.) प्रस्तुत प्रवेशात घडणारे युद्धाचे असमाधानकारक त्रुटित दर्शन हे त्यामुळे टळू शकेल आणि सबंध नाटकाला बांधीवपणा येईल हा त्याचा दावा थोडाफार खरा असला तरी फो.मध्ये व क्वॉ.मध्ये अशा फेरमांडणीला आधार मिळत नाही. म्यूअरच्या मताने युद्धाचा प्रसंग महत्त्वाचा नाही, त्याचा परिणाम महत्त्वाचा आहे, हे ओळखून शेक्सपिअरने मुद्दामच या बाबतीत काटकसर केलेली आहे. जिथे युद्धे महत्त्वाची ठरतात तिथे – म्हणजे 'मॅक्बेथ'मध्ये किंवा 'अँटनि अँड क्लिअपॅट्रा'मध्ये – तो ती तपशीलवार दाखवतो. ब्रॅडलेलाही स्पेडिंगचा फेरफार पात्रांच्या प्रवेशांच्या व निर्गमनांच्या दृष्टीने आक्षेपार्ह वाटतो.

पृष्ठ १८३ ओळ २६ : *माणसांनी पाहिजे... असते सर्वस्व!* नाटकातील जीवनदर्शनावर प्रकाश पाडणारे एक केंद्रीय वाक्य.

पृष्ठ १८३ ओळ २८ : *परिपक्वता हेच असते सर्वस्व : 'Ripeness is all'* : म्यूअर व डोव्हर विल्सन हे दोघेही मूळ वाक्याचा अर्थ अनुक्रमे 'The one important thing with regard to death is that we should ce *ready* for it', आणि 'all that matters is that one is *ready* for death when it comes' असे देतात, आणि पुष्ट्यर्थ 'the readiness is all' या 'हॅम्लेट'मधील वाक्याचा उल्लेख करतात. त्यामुळे 'तयार असणे हेच महत्त्वाचे' असे पंडितपरंपरानुसारी भाषांतर करण्याचा मोह होतो. पण ते माझे समाधान करू शकत नाही. 'हॅम्लेट'नंतर लिहिलेल्या या नाटकातील वाक्यामध्ये शेक्सपिअरने 'ripeness' हा वेगळा शब्द निव्वळ 'हॅम्लेट'मधील 'readiness' या शब्दाची द्विरुक्ती टाळण्याकरिता वापरला असेल असे वाटत नाही. 'तयार असणे' या कल्पनेपेक्षा अधिक सखोल असा जीवनाचा वेध या वाक्याने घेतलेला असावा. एल. सी. नाइट्सला एका लेखात हे जाणवलेले दिसते. तो लिहितो, "It is perhaps this kind of impersonality–not a negation of personal consciousness but its heightening and fulfillment– that is most insisted on in Edgar's strange phrase, 'Ripeness is all.'" माझ्या मताने तयार असणे, परिपक्व असणे व तटस्थ असणे या तिन्ही छटा मूळ वाक्यात अंतर्भूत असाव्यात. मूळ शब्दाचे शब्दश: भाषांतर वाटणाऱ्या 'परिपक्वता' या शब्दात पहिली काही अंशाने, दुसरी बऱ्याच अंशाने व तिसरी सूक्ष्म स्वरूपात येऊ शकेल. पर्यायी भाषांतरे : 'पक्वता हेच सर्वस्व', 'परिपक्वता हीच सर्वश्रेष्ठ', 'तयार असणे हेच महत्त्वाचे.'

अंक ५ : प्रवेश ३

पृष्ठ १८४ ओळ १५ : *नाही, नाही, नाही, नाही :* लिअरच्या या शेवटच्या प्रवेशातील नकारात्मक उद्गार लिअरच्या पहिल्या प्रवेशातील नकारात्मक उद्गारांशी संवाद साधतात आणि पुन्हा एकदा या नाटकाच्या संगीतानुसारी बंदिशीचा प्रत्यय घडतो. पण सुरुवातीच्या व शेवटच्या प्रवेशातील नकारात्मक उद्गारांचे वजन अगदी भिन्न आहे. पहिले आग्रही व आततायी, तर दुसरे अनासक्त व वासनाक्षय सुचविणारे. जणू काय लिअरच्या जाणिवेतील संक्रमण, त्याच्या जीवनाच्या दोन टोकांतले अंतरच, ते मोजून दाखवतात.

पृष्ठ १८४ ओळ १५ : *चल आपण... भरती-ओहोटी लागणाऱ्या :* शेक्सपिअरच्या अनेक नाट्यशैलीपैकी एका विशिष्ट शैलीचा – म्हणजे सोपी शब्दकळा, परिचित व बोलक्या प्रतिमा, कृतिसूचक वर्णनात्मक आणि भावानुसारी कल्पनाक्रम या गुणविशेषांनी समृद्ध असलेल्या शैलीचा – एक परमोच्च विलास.

पृष्ठ १८४ ओळ २० : *सोनेरी फुलपाखरांना : 'gilded butterflies'* : क्रेगच्या मताने हा उल्लेख खुशालचेंडू दरबारी लोकांना अनुलक्षून झालेला आहे.

पृष्ठ १८४ ओळ २१ : *गरीब अभाग्यांच्या : 'poor rogues'* : डोव्हर विल्सनच्या मताने हे शब्द भेटीसाठी येणाऱ्या लोकांना अनुलक्षून असावेत, तर म्यूअरच्या मताने तुरुंगातील इतर कैद्यांना अनुलक्षून असावेत. पर्यायी भाषांतर : 'गरीब गुन्हेगारांच्या'.

पृष्ठ १८४ ओळ २३ : *विश्वाचे गूढ : 'mystery of things'* : म्यूअरच्या मताने 'जगातील घटनांचे अनाकलनीय स्वरूप' किंवा 'मानवाचे जीवन आणि नियती यांचे गूढ' असा अर्थ. पर्यायी भाषांतर : 'जीवनाचे गूढ'.

पृष्ठ १८४ ओळ २४ : *जणू परमेश्वराचे हेर असल्यागत* : फो.मध्ये व क्वॉ.मध्ये 'Gods' असा शब्द आहे. षष्ठीच्या प्रत्ययाची खूण दोन्ही ठिकाणी कुठेच नाही. लिअरचा कालखंड हा बहुदेवतावादी असल्यामुळे पेरेट, व त्याला अनुसरून म्यूअर, या शब्दाचा अर्थ अनेकवचनी करतात. डोव्हर विल्सन मात्र इतकी सुसंगती शोधणे हे पंडितबाजीचे लक्षण मानून शब्दाचा अर्थ एकवचनी करतो. मला त्याचे मत निराळ्या कारणासाठी स्वीकारार्ह वाटते. थोडा वेळ का होईना, लिअर ज्या उन्नत अवस्थेत शिरलेला आहे, त्या अवस्थेत एकेश्वरी कल्पनेचा स्पर्श त्याच्या मनाला होऊन जाणे अशक्य नाही. पण हा स्पर्श म्हणजे स्थिर श्रद्धा नव्हे. चार ओळींनंतर लिअर पुन्हा 'gods' असा अनेकवचनी शब्द वापरतो हे विसरून चालणार नाही. विल्सन नाइटने 'God's या एकवचनाला लिअरच्या आध्यात्मिक विकासाचे प्रतीक मानले आहे. नाइट म्हणतो, '– here not the god's but God's. Slowly, painfully emergent from the Lear naturalism we see a religion born of disillusionment, suffering and sympathy : a purely spontaneous natural growth of the human spirit, developing from nature magic to God." या एकवचनाला नाइट देतो तितके महत्त्व मी देत नाही. लिअरची स्थिर श्रद्धा बहुदेवतावादीच राहते; आणि त्या मर्यादेतही त्याचा आत्मिक विकास घडू शकतो. पर्यायी भाषांतर : ''जणू आपण त्या देवतांचे हेर असल्यागत.''

पृष्ठ १८५ ओळ १ : *अशा त्यागावर 'such sacrifices'* : ब्रॅडलेच्या मताने लिअरने आपल्या पूर्वीच्या भाषणात सूचित केलेला ऐहिक आसक्तीचा, अहंभावाचा व महत्त्वाकांक्षेचा त्याग हेच या विधानाचे लक्ष्य आहे. किट्रीजच्या मताने लिअर हा कॉर्डीलिआने त्याच्याकरिता केलेल्या त्यागाला अनुलक्षून बोलत आहे. म्यूअरला ब्रॅडलेचे मत बरोबर वाटते; मला किट्रीजचे. लिअर हे स्वत:विषयी म्हणत असेल तर त्याला आत्मगौरवाचा दर्प येईल; कॉर्डीलिआविषयी म्हणत असेल तर त्याला कौतुकाचा गंध येईल !

पृष्ठ १८५ ओळ ५ : *त्यांनाच खातील... भुकेने तडफडताना :* ज्या उन्नत अवस्थेत लिअर गेलेला दिसला त्या अवस्थेशी हे उद्गार वरवर पाहिले तर विसंगत दिसतात. पण लिअर हा विशिष्ट भावस्थितीत त्याला पूर्वी अप्राप्य असलेल्या उन्नत अवस्थेशी भिडू शकला तरी तो एखादा संत किंवा योगी नव्हे. त्या अवस्थेचा अनुभव घेतल्यावरही तो शेवटी माणूसच आहे. माणूस उभा करताना शेक्सपिअर महान नाट्यकाव्याचा मूलाधार असलेली जीवनातील तर्कातीत संमिश्रता विसरलेला नाही.

पृष्ठ १८५ ओळ ६ : *चलतीच वर्षे 'The good years' :* वरवर सोप्या वाटणाऱ्या या शब्दांच्या अर्थाबद्दल पंडितांमध्ये बराच वाद आहे. या शब्दसमूहाने तत्कालीन इंग्रजीमध्ये रोगाशी किंवा सैतानाशी संबंधित असणारा अभद्रतासूचक अर्थ निष्पन्न होत असे. 'चलतीची वर्षे' या शब्दांत मूळच्या शब्दसारिणीशी एकनिष्ठ राहूनही अभद्रतासूचक अर्थ कायम राहतो असे मला वाटते. पर्यायी भाषांतर : ''त्यांनाच खाईल त्यांची ही अभद्र भरभराट हाडामांसासह.''

पृष्ठ १८५ ओळ २४ : *मला नाही... सुके सातू :* 'मी घोडा नाही' असा अर्थ; किंवा 'माणूस करतो ते सर्व मी करू शकेन' असा भावार्थ. म्यूअरच्या मताने 'लढाई संपल्यानंतर नाइलाजाने शेतमजुराचे काम करणे मला झेपणार नाही,' असाही आशय ध्वनित झालेला असावा.

पृष्ठ १८५ ओळ २९ : *आज तुम्ही... चांगलाच हात :* ऑल्बनी एडमंडने मिळवलेल्या विजयाचे श्रेय आनुवंशिक शौर्याला व दैवाला देतो; खास एडमंडला नव्हे. इथे त्याच्या सुप्त मनातील सुप्त असा मत्सर शेक्सपिअरने संदिग्धपणे व सूक्ष्मपणे व्यक्त केला आहे असे मला वाटते.

पृष्ठ १८७ ओळ ८ : *हा किल्ला आहे तुमचाच : 'The walls are thine' :* पाठाच्या शुद्धतेबद्दलच काही पंडित साशंक आहेत : **'walls'** च्या ऐवजी टिब्बाल्ड **'all'** सुचवतो, जेनेन्स **'will'** सुचवतो. बहुसंख्य पंडितांना पाठाची दुरुस्ती अनावश्यक वाटते. राइटच्या मताने **'walls'** चा अर्थ 'किल्ला' असा करावा आणि तो उल्लेख रीगनच्या किल्ल्याला अनुलक्षून आहे असे समजावे. श्मिड्च्या मताने इथे 'किल्ला' हा शब्द रीगन स्वत:च्या देहाला अनुलक्षून वापरते आणि आपले सर्वस्व समर्पण केल्याचे सूचित करते. म्यूअरप्रमाणे मलाही हाच अर्थ बरोबर वाटतो. पर्यायी भाषांतर : 'हे बुरूज आहेत तुमचेच.'

पृष्ठ १८७ ओळ २२ : *लग्नसंकल्पाला : 'banns' :* ज्यामध्ये लग्नाची जाहीर पत्रिका चर्चमध्ये तीनदा वाचली जाते असा एक ख्रिश्चन लग्नपद्धतीशी संबद्ध असलेला विधी. 'वाङ्निश्चय' हा शब्द हिंदुधर्मकल्पनेशी संबद्ध असल्यामुळे गैरसोयीचा वाटला.

पृष्ठ १८७ ओळ २९ : *हातमोजा खाली फेकतो :* सरंजामशाहीमध्ये परस्परांतील वाद निकालात काढण्याची 'द्वंद्व' ही एक प्रतिष्ठित व सन्माननीय पद्धत होती, आणि ते लढताना परंपरेने निश्चित केलेले नियम व विधी कटाक्षाने पाळावे लागत. त्या नियमांचे व विधीचे सूचक दर्शन या प्रसंगात आपोआपच घडणार आहे. हातमोजा फेकणे हा आव्हान देण्याचा विशिष्ट विधी म्हणून समजला जाई.

पृष्ठ १८८ ओळ १ : *जीव घाबरतोय, फार घाबरतोय : 'Sick, O sick!' :* माझे भाषांतर थोडे स्वैर आहे, गॉनरिलच्या नंतरच्या स्वगतातील खटका साधण्यासाठी. अशा ठिकाणी भाषांतर करताना मला पुढच्या विधानाशी मिलाफ साधणे हे आवश्यक वाटले.

पृष्ठ १८८ ओळ ८ : *माझ्या खरेपणाचे आणि शीलाचे : 'My truth and honour' :* मुळातला : 'honour' हा शब्द सरंजामी मूल्यविचारातील एक केंद्रीय कल्पना सूचित करतो. आपला 'शील' हा शब्द अधिक नैतिकता दर्शवतो व 'मान' हा शब्द अधिक भौतिकता दर्शवतो. पर्यायी भाषांतर : ''माझ्या खरेपणाचे आणि मानाचे (सन्मानाचे)''.

पृष्ठ १८८ ओळ १० : *ए भाटा, अरे ए, ए भाटा ! :* ऑल्बनीने 'ए भाटा' म्हणून हाक घातल्यावर क्वॉ.मध्ये लगेच एडमंडच्या तोंडी हे शब्द घातलेले आहेत. फो.मध्ये ते नाहीत. फर्निस आणि डथी व डोव्हर विल्सन ते मूळ संहितेतील असावे असे समजतात; म्यूअरने ते स्वीकारलेले नाहीत. एडमंडचा आगाऊ व अहंमन्य धीटपणा व्यक्त करण्याच्या दृष्टीने ते मला महत्त्वाचे वाटतात.

पृष्ठ १८८ ओळ २० : *तुतारी वाजते :* या सूचनेपूर्वी क्वॉ.ला अनुसरून फर्निस व म्यूअर ''ए तुताऱ्या, वाजव'' असे शब्द एखाद्या जमादाराच्या किंवा अधिकाऱ्याच्या तोंडात घालतात. तसेच 'पहिली तुतारी' या शब्दांपूर्वीही त्याच आधारावर 'वाजव' असा शब्द एडमंडच्या तोंडी घालतात. या सबंध प्रसंगाच्या बाबतीत मुळात काय असावे हे निश्चयाने सांगणे कठीण आहे. मी या सर्व तपशिलामध्ये डथी व डोव्हर विल्सन यांचे मत प्रमाण मानून चाललेला आहे.

पृष्ठ १९० ओळ ८ : *वाचवा त्याला ! वाचवा त्याला ! :* काही पंडित हे शब्द गॉनरिलच्या तोंडी घालतात.

पृष्ठ १९० ओळ १४ : *या कागदाने :* म्हणजे 'एडमंडला लिहिलेल्या तुझ्या पत्राने' असा भावार्थ.

पृष्ठ १९० ओळ १४ : *अहो, हात आवरा : 'Hold, Sir' :* कॅपेलच्या मताने हे शब्द एडगरला उद्देशून आहेत व 'हात आवरा' या अर्थी; डाइसच्या मताने एडमंडला, पण

'हे घे' अशा अर्थी. किट्रिजच्या मताने ह्या शब्दांचा अर्थ 'जरा थांबा' एवढाच आहे; डथी व डोव्हर विल्सनही तसाच करतात. मला कॅपेलचे म्हणणे अधिक पटते.

पृष्ठ १९० ओळ १५ : *अपशब्दाहूनही अधिक... हे पापकर्म :* कर्षबॉमच्या मताने हे वाक्य ऑल्बनी एडमंडला उद्देशून बोलतो. म्यूअरच्या मताने, बहुधा गॉनरिलला. मला म्यूअरचा तर्कच अधिक ग्राह्य वाटतो. डोव्हर विल्सनच्या मताने ऑल्बनी गॉनरिलला फक्त तिची सही दाखवतो; तिच्या हातात पत्र देत नाही. तसे असेल तर ''बाईसाहेब, फाडू नका'' या शब्दांमागे औचित्य कोणते ? पर्यायी भाषांतर : ''कोणत्याही शिवीहून अधिक वाईट असलेले, वाच आपले पापकर्म.''

पृष्ठ १९० ओळ २१ : *मला काय... विचारू नका :* फो.मध्ये ''त्याबद्दल मला जाब कोण विचारणार'' हे वाक्य बोलताक्षणीच गॉनरिल निघून जाते आणि प्रस्तुत वाक्य एडमंड बोलतो असे दाखवले आहे. कर्षबॉमला तेच बरोबर वाटते; कारण एकदा कबुली मिळाल्यानंतर ''हा कागद तुला ठाऊक आहे ?'' हा ऑल्बनीने गॉनरिलला विचारलेला प्रश्न त्याच्या मताने अनावश्यक ठरतो. माझ्या मताने गॉनरिलने दिलेले त्यापूर्वीचे उत्तर इतके बेहद्द बेपवाईचे आहे की त्या तडाख्यापुढे ऑल्बनीला काय बोलावे हेच समजत नाही आणि तो वरवर अनावश्यक पण अशा अवस्थेतील नवऱ्याच्या मन:स्थितीचा गोंधळ दर्शविण्याच्या दृष्टीने उपकारक ठरणारा असा हा खुळा प्रश्न विचारतो. सारांश, प्रस्तुत वाक्य गॉनरिलच्या तोंडी असणेच अर्थपूर्ण आहे. आगामी भयानकाची पूर्वसूचना देणाऱ्या ह्या वाक्यात तिची दारुण निराशा व मानसिक कोसळलेपण इतक्या समर्थपणे व्यक्त झाले आहे की प्रेक्षकांची सहानुभूती नसताही क्षणभर करुणा व भीती झंकारीत होतात.

पृष्ठ १९० ओळ २५ : *तुम्ही माझ्यावर... क्षमा करतो :* स्वभावचित्रणातली एकात्मता न बिघडवताही यापुढील भागात शेक्सपिअरने, एडमंडला माणुसकीच्या एका वरच्या पातळीवर आणून ठेवले आहे. मृत्यूची समक्षता अनुभवताच त्याची दबलेली सत्प्रवृत्ती जागृत होते आणि तो थोडा क्षमाशील बनतो; बापाच्या क्लेशांचे व मृत्यूचे निवेदन ऐकताच त्याला आपल्या हातून काहीतरी चांगले घडण्याची शक्यता जाणवू लागते; आणि आपल्या प्रेमासाठी दोघींनी मरण पत्करले हे उमजताच त्या शक्यतेचे प्रत्यक्षात रूपांतर होते. ''म्हणजे एडमंडला प्रेम मिळाले होते'', या वाक्यात व्यक्त होणारी कृतार्थतेची जाणीव त्याच्या आयुष्यातील एका सुप्त व्यथेकडे अंगुलिनिर्देश करते. पण अनौरस असल्यामुळे आपल्यावर खरे प्रेम कुणी करीत नाही, आपण परित्यक्त आहो, सामाजिक व पारमार्थिक अर्थांने निराधार आहोत, हीच त्याची सुप्त व्यथा असावी आणि तीच त्याच्या महत्त्वाकांक्षेमागील प्रमुख प्रेरणाही.

पृष्ठ १९१ ओळ ३ : *ते देव... आम्हांला छळण्यासाठी :* या नाटकातील जीवनदर्शनावर प्रकाश पाडणारे एक केंद्रीय वाक्य. हे वाक्य ग्लॉस्टरच्या ४.१ मधील ''उनाड मुलांना जशा माश्या...'' या वाक्याशी संवाद साधते. अशा स्वरूपाच्या कोणत्याही वाक्याला अंतिम स्वरूपाचा तात्त्विक अर्थ शेक्सपिअरच्या जाणकार रसिकाने देऊ नये. लिअरचे गुहाशिल्प प्रकाशमान करणारे असले अनेक आरसे शेक्सपिअरने मोक्याच्या ठिकाणी बसवलेले आहेत.

पृष्ठ १९२ ओळ ११ : *पण दुसऱ्याचा... परिसीमेच्या पलीकडचे :* अर्थनिष्पत्तीच्या दृष्टीने अवघड अशा, पंडितांमध्ये वादविषय असलेल्या, तीन ओळी. मुख्य प्रश्न, मूळ संहितेत असलेला '**another**' हा शब्द व्यक्तीला अनुलक्षून आहे की घटनेला अनुलक्षून आहे, हा आहे. (विविध दृष्टिकोणांशी परिचित होण्यासाठी जिज्ञासूंनी फर्निसच्या 'न्यू व्हेरिओरम'ची पृष्ठे ३३४ व ३३५ पाहावी.) पर्यायी भाषांतर : ''पण दुसऱ्याला, त्याचा भरपूर विस्तार केल्यावरच, ते वाटणार फार अतिरिक्त, परिसीमेच्या शिगेला पोचणारे.''

पृष्ठ १९३ ओळ १४ : *ही देवांनी... करीत आवाहन :* ऑल्बनीच्या या शब्दांनी शेक्सपिअर आपणाला श्रेष्ठ शोकान्तिकेच्या विशिष्ट परिणामाबद्दल जागरूक ठेवीत आहे. विनाशाकडे अपरिहार्यपणे जाणाऱ्या महान पण स्खलनयुक्त चरिताशी निगडित असलेला भीती व करुणा या दोन्ही भावनांचा सहभाव त्या परिणामात अपेक्षित असतो. तो लिअरच्या चरितात भेटेल; गॉनरिलच्या व रीगनच्या चरितात नव्हे.

पृष्ठ १९३ ओळ २३ : *बोल एडमंड :* एडमंडने लिअर व कॉर्डीलिआ यांना जगवण्यासाठी आवश्यक ती माहिती अगोदर का पुरवली नाही, या प्रश्नाचे समाधानकारक कारण शेक्सपिअरला देता आलेले नाही. कदाचित त्याच्यातील जागृत झालेली सत्प्रवृत्ती अजून तितकी बलवान झाली नसेल. गॉनरिल व रीगन यांचे मृतदेह प्रत्यक्ष पाहिल्यावर निर्माण होणाऱ्या विशिष्ट मन:स्थितीत व प्रेमहीन जीवनाच्या सुप्त शल्याचे निरसन झाल्यावरच त्याच्याकडून हे घडणे शेक्सपिअरला अधिक स्वाभाविक वाटले असावे. शिवाय ब्रॅडले सांगतो त्या कारणातही तथ्य आहे. ती जिवंत मिळू शकतील अशी आशा निर्माण होत असताच अचानक पण संभाव्य असा त्या आशेला तडाखा बसणे हे परिणामाच्या दृष्टीने अधिक प्रभावी. ब्रॅडलेची ही मीमांसा तंत्रानुसारी आहे; तर मी सुचवलेली वरील मीमांसा स्वभावानुसारी आहे.

पृष्ठ १९३ ओळ २५ : *हे दृश्य पाहिलेत का ? :* कर्षबॉमच्या मताने हे शब्द एडमंडला अनुलक्षून आहेत. म्यूअरच्या व इतर बहुसंख्य पंडितांच्या मताने गॉनरिल व रीगन यांच्या मृतदेहांना अनुलक्षून. मी म्यूअरचे मत स्वीकारले आहे.

पृष्ठ १९४ ओळ ९ : *घाई कर, जीव पणाला लाव* : हे शब्द क्वॉ.मध्ये ऑल्बनीच्या तोंडी घातलेले असून ते त्याने एडगरला उद्देशून उच्चारलेले आहेत असे समजले जाते. म्हणजे इथे एडगर जातो; आणि पुन्हा लिअर प्रवेश करतो तेव्हा त्याच्याबरोबर तोही प्रवेश करतो. फो.मध्ये हे शब्द एडगरच्या तोंडी घातलेले आहेत व ते त्याने अधिकाऱ्याला उद्देशून उच्चारलेले आहेत. म्हणजे इथे अधिकारी जातो; आणि पुन्हा लिअरबरोबर प्रविष्ट होतो. मेलन, कॅपेल, डथी व डोव्हर विल्सन हे इथे क्वॉ. प्रमाण मानतात; तर टिब्बाल्ड व म्यूअर हे इथे फो. प्रमाण मानतात. कोण जातो हे स्पष्ट करणारी रंगमंचसूचना क्वॉ. व फो. या दोन्ही संहितात गाळलेली आहे.

फो.तील पाठ मला अधिक स्वीकारार्ह वाटतो. त्याची कारणे अशी : (१) सरंजामी श्रेणीतील एडगरचे स्थान लक्षात घेता ऑल्बनीने हे काम एडगरला सांगणे औचित्याला धरून होणार नाही – ऑल्बनीची सचिंत व घाबरलेली मन:स्थिती लक्षात घेऊनही. (२) एडमंडबरोबर झालेल्या द्वंद्वातून एडगर नुकताच मोकळा झालेला आहे; अशा अवस्थेत लगेच त्याच्याकडे ही कामगिरी सोपवली जाणे सयुक्तिक दिसत नाही. (३) रंगमंचावर लिअर पुन्हा प्रविष्ट होतो व बोलतो त्या दृश्याला प्रतिक्रिया म्हणून केंट व ऑल्बनी यांच्याप्रमाणेच एडगरच्या तोंडूनही एक दु:खपूर्ण सहजोद्गार बाहेर पडतो. एडगर लिअरबरोबरच प्रविष्ट झालेला दिसल्यास एडगरचा तो सहजोद्गार संभाव्य व नाट्यपूर्ण वाटणार नाही. त्या वेळी एडगर लिअरच्या जवळ न दिसता, लिअरला सामोरा असा, केंट व ऑल्बनी यांच्या जवळ दिसावा लागेल.

एक पाठ सरस वाटला म्हणजे दुसरा नेहमीच प्रक्षिप्त ठरतो असे नव्हे. शेक्सपिअरनेच वेगवेगळ्या ठिकाणी वेगवेगळे लिहिले असण्याची शक्यता मी नाकारीत नाही.

पृष्ठ १९४ ओळ १८ : *मेलेल्या कॉर्डीलिआला... प्रवेश करतो :* प्रवेश केल्यानंतर कॉर्डीलिआला रंगमंचावर पुढच्या बाजूला स्वत:च्या पुढे ठेवून लिअर उभ्याने बोलतो असा डोव्हर विल्सनचा तर्क.

पृष्ठ १९४ ओळ २२ : *कोण जिवंत... समजू शकते :* माझ्या मेंदूला ते समजण्याची कुवत आता आलेली आहे असे नुकतेच वेडातून निभावलेल्या माणसाने सांगणे ही गोष्ट हृदयाला स्पर्श करणारी आहे.

पृष्ठ १९४ ओळ २४ : काच : *'stone'* : म्यूअर व डोव्हर विल्सन 'never' चा अर्थ 'आरसा' असाच देतात. त्या वेळी स्फटिक किंवा दगड घासून गुळगुळीत करीत व त्यापासून आरसे बनवीत. पूर्वीच्या ओळीत 'आरसा' हा शब्द एकदा आलेला आहे, म्हणून इथे लिअर त्याच्या दगडी पृष्ठभागाला अनुलक्षून बोलत असावा असे समजून 'काच' हा शब्द वापरला आहे. तो वापरण्यात थोडा इतिहासाचा विपर्यास होतो; पण

मूळच्या शब्दशैलीचे वजन सांभाळले जाते. पर्यायी भाषांतरे : "आयना धुकावला", "आरसा डागळला".

पृष्ठ १९४ ओळ २६ : *संकल्पित अंत : 'promised end'* : द्रष्ट्यांनी सांगितलेला ईश्वरी न्यायनिवाड्याचा व जगाचा अंत सुचविणारा शेवटचा दिवस.

पृष्ठ १९४ ओळ २८ : *कोसळ आणि संपव : 'Fall and cease'* : 'आकाश कोसळू दे व सर्वच संपू दे' असा भावार्थ. ऑल्बनी हा अर्थ हातांच्या व डोळ्यांच्या अभिनयाने सिद्ध करू शकतो.

पृष्ठ १९५ ओळ ५ : *आं !* : इथे लिअरला कॉर्डीलिआ बोलल्याचा भास होतो आणि खाली वाकून ते ऐकण्याचा प्रयत्न करतो.

पृष्ठ १९५ ओळ ६ : *तिचा आवाज... अशी गोष्ट* : तिचा आवाज आपल्याला का ऐकू येत नाही हे स्वत:लाच समजावण्याचा एक प्रयत्न. अत्यंत भावस्पर्शी.

पृष्ठ १९५ ओळ ८ : *तुला फासावर... ठार केलेले* : एक अनपेक्षित पलटा. या प्रसंगातील लिअरच्या सर्व भाषणात आशानिराशांचा ऊनपावसासारखा खेळ, ज्ञानाच्या व विभ्रमाच्या अशा दोन्ही पातळ्यांवरील जाणिवेची फिरत, आणि मध्येच येणारे अकल्पित उद्गारांचे व स्फोटक संतापाचे आड लयीतील पलटे शेक्सपिअरने मोठ्या कौशल्याने एकात्म केले आहेत.

पृष्ठ १९५ ओळ १३ : *गेलो बिघडून : 'spoil me'* : म्यूअरच्या मताने आपला तरवारीवरचा 'हात' बिघडला असे लिअरला म्हणायचे असावे.

पृष्ठ १९५ ओळ १५ : *नियतीचे प्रेम... दिसतोय आपणाला* : मूळ ओळींच्या निश्चित अर्थाबद्दल पंडितांमध्ये वाद आहे. काहींच्या मताने केंटचे हे सर्व बोलणे स्वत:लाच अनुलक्षून आहे; तर काहींच्या मताने लिअर व केंट या दोघांनाही. मी भाषांतरात मुळातली संदिग्धता कायम ठेवण्याचा प्रयत्न केला आहे.

पृष्ठ १९५ ओळ १७ : *ही दृष्टी आहे अंधावलेली : 'This is a dull sight'* : मूळ वाक्याच्या अर्थाबद्दल वाद आहे. म्यूअरच्या मताने लिअर कॉर्डीलिआच्या मृतदेहाला अनुलक्षून हे शब्द बोलतो. डोव्हर विल्सनच्या मताने जे केंटला नीटसे ओळखू शकत नाहीत अशा स्वत:च्या डोळ्यांना अनुलक्षून. मला डोव्हर विल्सनचे मत ग्राह्य वाटते. पर्यायी भाषांतर : "हे दृश्य आहे अंधारमय."

पृष्ठ १९५ ओळ १९ : *केअस्* : वेषांतर केल्यावर केंटने धारण केलेले नवे नाव.

पृष्ठ १९५ ओळ २२ : *तो माणूस म्हणजे मीच* : स्वामिनिष्ठ केंटला आपल्या सेवेची खातरजमा लिअरच्या पदरी व्हावी असे वाटणे नैसर्गिक आहे. त्यासाठी त्याची चाललेली धडपड "मी त्याचा लौकरच विचार करीन" या लिअरच्या वेडसर उत्तराने

केविलवाणी ठरते. कर्तव्य करूनही कृतार्थतेचा हवा असलेला आनंद मिळू शकत नाही हीच त्याची शोकान्तिका.

पृष्ठ १९५ ओळ २७ : *नाही कुणाचेही : 'Nor no man else'* : या शब्दांच्या अर्थाबद्दल वाद आहे. काही पंडित हे शब्द केंटच्या पूर्वीच्या भाषणाच्या अंगाने घेतात आणि त्यांचा अर्थ 'दुसरा कुणीही तिथे नव्हता' असा करतात. हा अर्थ केंटला फारच अहंकेंद्रित बनवतो. म्यूअरच्या मताने केंट पुन्हा एकदा 'तो माणूस म्हणजे मीच' ही गोष्ट वेगळ्या शब्दांत सांगत आहे. म्हणजे तो त्याचा अर्थ 'दुसरा कुणीही तो नव्हता' असा करतो. डोव्हर विल्सन त्याचा अर्थ लिअरने बोललेल्या ''इथे आपले स्वागत आहे'' या लगतच्या संदर्भाशी जोडतो. तोच मला अधिक ग्राह्य वाटतो; कारण तो पुढील वाक्याशीही अधिक जमतो.

पृष्ठ १९६ ओळ ११ : *आम्ही आहोत... सार्वभौम सत्ता :* सत्तात्यागाच्या प्रसंगाने सुरू होणारे हे नाटक सत्तात्यागाच्या उल्लेखानेच संपताना आढळते; पण त्या दोन सत्तात्यागांत फार मोठे अंतर आहे, असे डोव्हर विल्सन या ओळीवर भाष्य करतो.

पृष्ठ १९६ ओळ १७ : *आणि माझे... ते पाहा, ते पाहा* : हे सबंध भाषण भाषांतरकाराची व परभाषांची सत्त्वपरीक्षा पाहणारे आहे. विशेषत: 'Never' या शब्दाची पाच वेळा पुनरुक्ती करणारी ओळ. 'Never' चे शब्दश: भाषांतर 'कधीही नाही' असे होईल. पण त्यामध्ये येथील 'never' ची उत्कट आर्तता येत नाही; याचे कारण असे की 'never' मध्ये कालसूचक व नकारसूचक अर्थ एकात्म अवस्थेत वावरतो; तर 'कधीही नाही' मध्ये त्याचे कालसूचक व नकारसूचक अशा दोन शब्दांत पृथक्करण होते. शिवाय 'never' या अल्पाक्षरी शब्दात आघात व निराघात यांची मावळती लय आणि व्यंजने व स्वर यांचा विशिष्ट सहभाव ही आर्त भावोत्कटतेचा परिपोष करतात तर 'कधीही नाही' मध्ये ही लयीची व अक्षरांची भावसूचक कंपनशीलता जवळजवळ नाहीशी होते. पाच वेळा पुनरुक्ती झाल्यावर हे सर्व अधिकच स्पष्ट होते. 'never' पाच वेळा नाट्यपूर्ण पद्धतीने उच्चारणे हेही नटाला आव्हान असते; 'कधीही नाही' मध्ये ते आव्हान अधिकच अवजड होऊन बसते. म्हणून, या ओळीपूर्वी येणाऱ्या ''तू नाही कधीही येणार'' या उद्गारातील 'कधीही'चे कालसूचक कार्य जमेला धरून व या नाटकातील नकारसूचक शब्दांचे महत्त्व लक्षात घेऊन मी या ओळीच्या भाषांतरात फक्त नकारसूचक शब्दाचेच उत्कटीकरण करण्याचा निर्णय घेतला. 'नाही ग' ची पाच वेळा पुनरुक्ती करून पर्यायी भाषांतर साधता येईल; पण त्यामध्ये भावोत्कटतेऐवजी भावविव्हलता येईल अशी भीती वाटते. क्वॉ.मध्ये 'never' शब्द तीनदाच येतो. त्यामुळे नटाचे काम

सुलभ होते. ब्रॅडलेने पाहिलेल्या सर्व प्रयोगांत तो तीनदाच म्हटला जात असे. पण तो पाठ बहुसंख्य पंडितांना अमान्य आहे.

पृष्ठ १९६ ओळ १७ : *लाडके वेडुले : 'poor fool' :* हे मुळातले शब्द कॉर्डीलिआला अनुलक्षून आहेत की विदूषकाला अनुलक्षून आहेत, याबद्दल पंडितांमध्ये वाद आहे. रेनॉल्ड्स व लॉइड यांच्या मताने इथे विदूषकच अभिप्रेत आहे; स्टीव्हन्स, गेलन, हडसन, डेलिअस, चेंबर्स, क्लार्क, मॉबर्लि, राइट, डाइस, म्यूअर व डोव्हर विल्सन यांच्या मताने कॉर्डीलिआच अभिप्रेत आहे. नाइट, ब्रॅडले व एम्पसन यांच्या मताने लिअरच्या प्रस्तुत मन:स्थितीत विदूषक व कॉर्डीलिआ यांच्यातील भेदाची जाणीव शिल्लक उरलेली नाही; या शब्दांत दोघांच्याही छाया मिसळलेल्या आहेत. मला स्टीव्हन्सला अनुसरणाऱ्या पंडितांचे मतच ग्राह्य वाटते. 'poor fool' हा शब्दसमूह तत्कालीन इंग्रजीत बोलणाऱ्याची आत्यंतिक मायाच व्यक्त करीत असे. कॉर्डीलिआ व विदूषक या दोन्ही भूमिका एकाच नटाकडे दिल्या जात, असे काही समीक्षकांचे मत आहे.

पृष्ठ १९६ ओळ २३ : *ते पाहा, ते पाहा :* लिअरला कॉर्डीलिआचे ओठ हाललेले भासतात व ती जिवंत आहे या जाणिवेच्या आनंदात किंवा हर्षातिरेकात तो मरतो असे ब्रॅडलेचे प्रतिपादन आहे. मेनार्ड मॅक, जिराल्ड स्मिथ, ग्रॅनव्हिल बार्कर, चेंबर्स, एम्पसन व म्यूअर ते मान्य करतात. डोव्हर विल्सनलाही ते मान्य असावे असे दिसते. ग्लॉस्टर हासुद्धा आनंद व दु:ख या भावनांच्या एकदम अनुभवाला येणाऱ्या अतिरेकी झुंजीतच मेलेला आढळतो. या दोन मृत्यूंतील साम्य व भेद लक्षणीय आहेत.

वॉल्टनला ब्रॅडलेचे प्रतिपादन मान्य नाही : लिअरचा शेवट अशा स्वरूपाचा असेल तर त्याच्या जाणिवेचा जो विकास शेक्सपिअरने सबंध नाटकामध्ये प्रकट केला आहे त्याला एकदम छेद जातो; त्याची लय बिघडते. वॉल्टनच्या मताने लिअरला कॉर्डीलिआच्या ओठांचा रंग बदललेला दिसतो आणि ती मेली आहे हे प्रकर्षाने जाणवते. नाटकाच्या पहिल्या प्रवेशातला तिचा अबोलपणा खटकलेल्या लिअरला तिच्या या वेगळ्या अबोलपणाचाही अनुभव येतो. पण तो येत असतानाच अबोलपणाचे अंतिम रहस्यही उमगते. नुसत्या निराशेने किंवा दु:खाने नव्हे तर ही खोल अनुभूती प्राप्त होऊनच लिअरचा शेवट होतो. (जिज्ञासूंनी संपूर्ण विवेचनासाठी वॉल्टनचा 'लिअरचे शेवटचे भाषण' हा 'शेक्सपिअर सर्वे'च्या तेराव्या खंडातील लेख वाचावा.)

पृष्ठ १९७ ओळ २ : *आपल्या जीवनावर... सक्तीच केलेली : 'He but usurped his life' :* मुळातला ठसका व आशय या भाषांतरात क्षीण होतो. पर्यायी भाषांतर : ''ते होते जगत सक्तीनेच'' किंवा ''त्यांनी जीवनावर केली जबरदस्तीच.'

पृष्ठ १९७ ओळ १० : *या गंभीर... तितके प्रदीर्घ :* फो.मध्ये हे भाषण एडगरच्या तोंडी घातलेले आहे, तर क्वॉ.मध्ये ऑल्बनीच्या तोंडी. परंपरेच्या दृष्टीने शेवटचे भाषण श्रेष्ठाच्या – म्हणजे ऑल्बनीच्या – तोंडी योग्य ठरते, तर विचाराच्या दृष्टीने एडगरच्या तोंडी. फर्निस, म्यूअर व डथी हे तिघेही ते एडगरला देतात.

राजा लिअर

परिशिष्टे

परिशिष्ट १

'किंग लिअर'ची संहिता

आपली नाटके शुद्ध स्वरूपात लोकांना उपलब्ध व्हावी म्हणून कोणतीही दक्षता शेक्सपिअरने घेतलेली दिसत नाही. कदाचित तो या बाबतीत बेपर्वा असेल; कदाचित आपण इतक्या लौकर मरू असे त्याला वाटले नसेल; कदाचित चांगले लिहिणे हीच प्रधान दक्षता असेही तो समजत असेल ! शिवाय, नाटके सर्वस्वी कंपनीच्या मालकीची असत हेही खरे. शेक्सपिअरची मूळ हस्तलिखिते तर उपलब्ध नाहीतच, पण नाटके छापली जात असताना त्यांची मुद्रितेही नीट तपासलेली दिसत नाहीत. तो जिवंत असताना त्याची नाटके 'क्वॉर्टो'च्या स्वरूपात – म्हणजे सुमारे अर्ध्या बंदाएवढ्या (७" x ९") आकारात – छापली गेली. आतील संहिता शुद्ध स्वरूपात असल्यामुळे जे मुळाबरहुकूम छापलेले वाटतात त्यांचा 'चांगले क्वॉर्टो' म्हणतात, आणि आतील संहिता भ्रष्ट स्वरूपात असल्यामुळे जे निष्काळजीपणाने छापलेले असावे असा संशय येतो त्यांना 'वाईट क्वॉर्टो' म्हणतात. अंतर्गत व बहिर्गत पुराव्याची छाननी करून पंडितांनी 'किंग लिअर' हे नाटक १६०४ च्या अखेरीस किंवा १६०५ च्या सुरुवातीला लिहिले गेले असावे असा निष्कर्ष काढलेला आहे. तरी पण त्याचा 'पहिला क्वॉर्टो' १६०८ साली व त्याची सुधारलेली आवृत्ती 'दुसरा क्वॉर्टो' शेक्सपिअरच्या निधनानंतर म्हणजे १६१९ साली छापण्यात आली. 'किंग लिअर'चा पहिला क्वॉर्टो हा संहितेच्या दृष्टीने काही लोक 'चांगला' समजतात, काही 'वाईट'. शेक्सपिअरच्या निधनानंतर त्याचे नटमित्र हेमिंज व काँडेल या दोघांनी १६२३ साली त्याची सर्व उपलब्ध नाटके प्रथमच एका मोठ्या आकाराच्या पुस्तकात एकत्र प्रकाशित केली. त्याचा आकार जवळजवळ बंदाएवढा (१३" x ८")असल्याने त्याला 'पहिला फोलिओ' म्हणतात. [त्यात 'पेरीक्लीझ' या नाटकाचा अंतर्भाव नव्हता; तो पुढे तिसऱ्या फोलिओत (१६३३) करण्यात आला.]

'किंग लिअर' या नाटकाने पहिल्या फोलिओतील शोकान्तिका विभागातील २८३ व ३०९ ही पृष्ठे व्यापलेली आहेत. फोलिओमधील संहिता ही सामान्यत: अधिक काळजीपूर्वक छापलेली आहे असे समजण्यात येते. ती मुख्यत: पहिल्या क्वॉर्टोवरून घेतलेली असली तरी प्रत्यक्षात संपादकांनी बरेच बदल केलेले आढळतात. कदाचित या संपादकद्वयाला नाटककंपनीतील पार्श्वप्रत (prompt book) उपलब्ध झालेली असावी आणि क्वॉर्टोतील संहितेचा या पार्श्वप्रतीतील संहितेशी मेळ घालताना ते बदल करणे इष्ट वाटले असावे. परिणामत: पहिल्या फोलिओत छापल्या गेलेल्या संहितेत पहिल्या क्वॉर्टोतील सुमारे ३०० ओळी गाळल्या गेल्या व पहिल्या क्वॉर्टोत न सापडणाऱ्या अशा १०० ओळी अंतर्भूत झाल्या. याशिवाय अनेक शाब्दिक फेरफार केले गेले ते वेगळेच. 'किंग लिअर'ची कोणतीही अर्वाचीन पंडितमान्य संहिता ही पहिला क्वॉर्टो, दुसरा क्वॉर्टो व पहिला फोलिओ या तीन आधारांवर उभी राहिलेली असते.

त्यांतही पहिला क्वॉर्टो व पहिला फोलिओ हे विशेष महत्त्वाचे. पहिला क्वॉर्टो व पहिला फोलिओ या दोहोंमध्ये शुद्धतेच्या दृष्टीने निर्णायक महत्त्व संपादक कुणाला देतो, क्वार्टोतील संहिता ज्यावरून छापली त्या मूलाधाराविषयी कोणती अनुक्रमाने करतो, फोलिओच्या संपादकांना उपलब्ध झालेल्या अन्य मूलाधारांविषयी कोणता अंदाज बांधतो आणि क्वार्टो व फोलिओ यांतील संबंधाबद्दल काय भूमिका घेतो, या गोष्टींवर आणि पर्यायी पाठांमधून त्याने केलेल्या विशिष्ट निवडीवर एखाद्या संपादकाने उपलब्ध करून दिलेल्या 'राजा लिअर'च्या अर्वाचीन संहितेचे स्वरूप अवलंबून राहते. कारण जाणकार पंडितांच्या दृष्टीने हे सर्वच प्रश्न फार गुंतागुंतीचे ठरतात. पहिल्या क्वॉर्टोच्या डझनभर प्रती उपलब्ध असल्या तरी त्यांतही पाठभेद आहेत; काही प्रतींच्या मुद्रितांत छपाईनंतर दुरुस्त्या केलेल्या आढळतात. त्या पाठभेदांचा सर वॉल्टर ग्रेगने केलेला तौलनिक अभ्यास व त्यावरून काढलेले निष्कर्ष हे 'राजा लिअर'ची संहिता निश्चित करण्याच्या दृष्टीने अत्यंत महत्त्वाचे ठरले आहेत. फोलिओच्या संपादकांनी अधूनमधून दुसऱ्या क्वॉर्टोचाही उपयोग केलेला दिसतो. पहिल्या क्वॉर्टोतील संहितेचा मूलाधार कशा स्वरूपाचा असावा याबद्दलही वेगवेगळी अनुमाने आहेत : काहींच्या मताने प्रत्यक्ष शेक्सपिअरचेच गलथान हस्तलिखित, श्मिड्ट व चेंबर्स यांच्या मताने प्रयोग पाहताना एखाद्या लघुलेखकाने बनवलेली नाटकाची नक्कल, व्हॉन डॅमच्या मताने नाटककंपनीतील पार्श्वप्रत, कर्षबॉमच्या मताने स्मरणशक्तीच्या जोरावर एकाच व्यक्तीने केलेले नाटकाचे पुनर्लेखन, डथीच्या मताने कंपनीतील सर्व नटांनी सहकार्य करून आपापल्या विविध संस्मरणाचे केलेले एकत्रीकरण. सारांश, शेक्सपिअरने लिहिलेल्या मूळ संहितेशी एकरूप ठरेल अशी संहिता क्वॉर्टो व

फोलिओ यांच्या आधारावर उभी करणे ही गोष्ट पंडितांच्या परिश्रमाची, संशोधक वृत्तीची व कल्पनाशक्तीची कसोटी पाहणारी ठरते.

'किंग लिअर'ची अर्वाचीन संहिता सिद्ध करताना शुद्धतेचे, भ्रष्टतेचे, प्रक्षिप्ततेचे आपापले निकष पंडितांना निश्चित करावे लागतात. पाठनिर्णय तर पावलागणिक करावा लागतो. काही वेळा उपलब्ध पर्यायांमधील कोणताच पर्याय समाधानकारक न वाटता भ्रष्ट किंवा प्रक्षिप्त वाटतो. अशा वेळी शेक्सपिअरच्या काळातील छपाईची पद्धती व तंत्र, त्या वेळच्या लेखनपद्धतीमुळे व शेक्सपिअरच्या हस्ताक्षरामुळे होणारे संभाव्य घोटाळे (एका अज्ञात नाटककाराच्या 'सर टॉमस मोर' या नाटकातील तीन पाने शेक्सपिअरच्या हस्ताक्षरात आहेत असे अनेक पुराव्याच्या आधारावर आता गृहीत धरण्यात येते), शेक्सपिअरच्या इतर लिखाणातील तशाच कल्पनांचा व शब्दांचा सहभाव, त्याच्या शैलीची खास वैशिष्ट्ये, त्या वेळची जीवनपद्धती व संकेत, या सर्वांचा तारतम्याने विचार करून शेक्सपिअरचा त्या ठिकाणी अभिप्रेत असलेला मूळ शब्द किंवा शब्दसमूह कल्पनेने ताडावा लागतो. यालाच 'इमेंडेशन' किंवा 'पाठशुद्धी' म्हणतात. असा कल्पनाप्राप्त पाठ हा त्या विशिष्ट संदर्भात चपखल बसणारा व त्याच वेळी संहितेतील भ्रष्टतेच्या प्रक्रियेवर प्रकाश टाकणारा असला पाहिजे असे ग्रेगचे प्रतिपादन आहे. ही गोष्ट आपद्धर्म म्हणूनच करायची असते, शेक्सपिअरचे काव्य सुधारण्यासाठी नव्हे. फाजील आत्मविश्वासामुळे पंडितांना हे अवधान पुष्कळदा राहिलेले नाही. रो, टिब्बाल्ड, वार्बर्टन, कॅपेल, स्टीव्हन्स, मेलन वगैरे पंडितांनी सुचवलेले 'किंग लिअर'च्या अर्वाचीन संहितांतील काही कल्पनाप्राप्त पाठ आता सर्वमान्य झाले आहेत.

वस्तुत: अर्वाचीन आवृत्त्यांत आपल्याला शेक्सपिअरची नाटके ज्या स्वरूपात छापलेली आढळतात त्यांतील काही बाबींचे श्रेय निश्चितच त्या नाटकांचे गेल्या साडेतीनशे वर्षांत पुन:पुन्हा संपादन करणाऱ्या अनेक पंडितांकडे जाते. नाटकाच्या संहितेचे पाच अंकांमध्ये व प्रत्येक अंकाचे अनेक प्रवेशांमध्ये दिसणारे विभाजन आणि त्याचप्रमाणे पात्रांचे प्रवेश व निर्गमन यांचे दिग्दर्शन या गोष्टी पुष्कळ नाटकांच्या बाबतीत प्रथम रोने केल्या. क्वॉर्टो प्रतींचा अभ्यास करण्याची प्रथा टिब्बाल्डपासून सुरू झाली व फोलिओवर सर्वस्वी अवलंबून राहण्याची रूढ चाकोरी सोडून क्वॉर्टोचा संहितेसाठी आधार म्हणून स्वीकार करण्याचे धैर्य प्रथम कॅपेलने दाखवले. सोळाव्या शतकातील आता अनाकलनीय ठरणाऱ्या स्पेलिंगचे अर्वाचीनीकरण, विरामचिन्हांची आवश्यक ती फेरमांडणी, चुकीने गद्यात छापलेल्या ओळींची पद्याला शोभेल अशी रचना, रंगभूमीवरील हालचालींच्या सूचना वगैरे अनेक आनुषंगिक गोष्टी या नाटकाचे संपादन करणाऱ्या रोने व त्यानंतरच्या पंडितांनीच केलेल्या आहेत. 'किंग लिअर'ची संहिता शुद्ध स्वरूपात

उपलब्ध करून देण्यात वर उल्लेखिलेल्या जुन्या पंडितांप्रमाणेच एकोणिसाव्या व विसाव्या शतकांतील अनेक पंडितांचे श्रम खर्ची पडले आहेत. त्यात क्लार्क, राइट, फर्निव्हॉल, डॅनिअस, श्मिड्ट, फर्निस, ग्रेग, पोलार्ड, कर्षबॉम, डथी, डोव्हर विल्सन, म्यूअर, विलिअम्स व (मिस) वॉकर यांची कामगिरी फार महत्त्वाची मानावी लागेल.

संहितासंशोधन हा माझा विषय नाही किंवा ते कार्य करण्यासाठी आवश्यक ती पात्रताही माझ्यापाशी नाही. भाषांतरकार या नात्याने माझ्यापुढील प्रश्न प्रामुख्याने उपलब्ध संहितांमधून चांगल्या संहितेची निवड करण्याचा होता. सामान्यत: असे म्हणता येईल की जुन्या पंडितांचा भर फोलिओवर असे, तर रिडले, व्हॅन डॅम, (मिस) वॉकरसारख्या नव्या पंडितांचा भर क्वॉर्टोवर असतो. पण कोणतीही टोकाची भूमिका न घेता अद्ययावत संशोधनाशी सुसंगत असा त्या दोन्ही आधारांचा मेळ साधण्याचा सर्वोत्कृष्ट प्रयत्न डथीने व त्याच्या खालोखाल म्यूअरने केलेला दिसला. म्हणून डथी व डोव्हर विल्सन यांनी संपादित केलेली 'न्यू केंब्रिज शेक्सपिअर'मधील 'किंग लिअर'ची संहिता ही मी सामान्यत: प्रमाण मानली. मात्र जिथे म्यूअरने संपादित केलेल्या 'आर्डेन शेक्सपिअर'मधील एखादी रंगभूमीवरील हालचालीची सूचना किंवा एखादा पाठ मला अधिक स्वीकारार्ह वाटला, तिथे तो मी स्वीकारला आहे. दोघेही सामान्यत: फोलिओला क्वॉर्टोपेक्षा अधिक महत्त्व देतात; पण जिथे क्वार्टोतील संहिता अधिक अस्सल वाटेल तिथे ती जरूर स्वीकारतात. धोरणात फार भिन्नता नसली तरी प्रत्यक्षात पुष्कळ पाठांच्या बाबतीत त्यांची निवड भिन्न होते. परिणामत: डथीच्या संहितेत क्वॉर्टोतील पाठांचा भरणा अधिक आढळतो. दोघेही चांगल्या अर्थाने संकलनशील (eclectic) आहेत, आणि ते धोरण माझ्या वृत्तीशी जमणारे होते. डथी व डोव्हर विल्सन, किंवा म्यूअर यांपैकी कुणीही न स्वीकारलेला पाठ मी सहसा स्वीकारलेला नाही. फर्निसने संपादिलेल्या 'न्यू व्हेरिओरम'मधील 'किंग लिअर'च्या आवृत्तीचा उपयोग मी मुख्यत: अनेक जुन्या पंडितांचे दृष्टिकोण सुलभतेने समजून घेण्यासाठी केलेला आहे. संहितेतील विशेष वादविषय झालेल्या व अर्थदृष्ट्या महत्त्वपूर्ण असणाऱ्या अनेक पाठांचे क्वॉर्टो व फोलिओ यांच्यामधील पर्याय, त्या संबंधातील निरनिराळ्या पंडितांचे दृष्टिकोण किंवा त्यांनी सुचवलेले पाठ आणि त्यांतून मी भाषांतरासाठी केलेली विशिष्ट निवड हा तपशील सविस्तर नसला तरी पुरेशा प्रमाणात भाष्यामध्ये सादर केला आहे. शेक्सपिअरचे नाटक अभ्यासताना किंवा त्या नाटकाचे भाषांतर करताना जी जागरूकता ठेवणे जरुरीचे असते त्याचे थोडेफार भान निर्माण व्हावे या हेतूनेच तो सर्व प्रपंच केलेला आहे. 'किंग लिअर'च्या संहितेशी संलग्न असलेल्या इतर प्रश्नांवरही त्यामुळे आपोआपच आवश्यक तो प्रकाश पडू शकेल.

परिशिष्ट २

'किंग लिअर'चे वाङ्मयीन आधार

शेक्सपिअरच्या सदतीस नाटकांपैकी 'ए मिडसमर नाइट्स ड्रीम' या एका नाटकाचा अपवाद वगळल्यास बाकीच्या सर्व नाटकांतील कथानकांना शेक्सपिअरपूर्व वाङ्मयाचा लहानमोठा आधार आहे. उपलब्ध सामग्रीचा गरजेनुसार उपयोग करून घेण्यात शेक्सपिअरने कमीपणा मानलेला नाही. कलाकृतीतील प्रत्येक घटक स्वत:च्याच प्रतिभेतून निर्माण करणे म्हणजेच स्वतंत्रता (originality) असे मानले तर शेक्सपिअरच्या नाटकांना स्वतंत्र मानणे कठीण पडेल; पण घेतलेल्या घटकांचा कायाकल्प घडवून त्यांना नव्या घटकांशी एकजीव करणे आणि त्या सर्वांच्या एकजिनसी प्रत्ययातून एक अभूतपूर्व व आशयघन असा नवा घाट निर्माण करणे म्हणजे स्वतंत्रता असे मानले तर शेक्सपिअरचे प्रत्येक नाटक स्वतंत्र मानता येईल. पूर्वीच्या वाङ्मयातील सामग्री एवढ्या मोठ्या प्रमाणात शेक्सपिअरने का वापरली याची अनेक कारणे संभवतात : (१) सोळाव्या शतकात अशा स्वरूपाचा वापर निषिद्ध मानला जात नसे. शेक्सपिअरचा समकालीन टीकाकार बेन जॉन्सन हा तर 'imitatio' – म्हणजेच इतर कवींचे धन स्वत:साठी उपयोगात आणण्याची कुवत – हा कवीचा एक गुण मानतो. सतराव्या शतकातील मिल्टन हा महाकवीही वाङ्मयचौर्याची व्याख्या 'सुधारणा न करता आलेले अनुकरण' अशी करतो. (२) १५५७ पासून 'स्टेशनर्स रजिस्टर' या दप्तरात नोंद झाल्यावर लेखनातील हक्काची जपणूक होऊ लागलेली असली तरी पहिला कॉपीराइट ॲक्ट १७१० मध्ये झाला. संक्रमणाच्या या कालखंडात वाङ्मयीन वारशाच्या सामूहिक स्वरूपाची जुनी जाणीव पूर्णपणे नष्ट झालेली नव्हती. (३) नाटककंपन्यांतील तीव्र चढाओढ व नव्या नाटकासाठी होणारी वाढती मागणी या गोष्टींमुळे जुन्या नाटकांना नवे रूप देणे, जुन्या किंवा समकालीन वाङ्मयातून मालमसाला घेणे, अनेक लेखकांनी एकाच नाटकाला हातभार

लावणे या गोष्टी आवश्यक ठरत व आक्षेपार्ह मानल्या जात नसत. ही तिन्ही कारणे अर्थपूर्ण असली तरी महत्त्वाचे कारण म्हणजे शेक्सपिअरचा प्रतिभाधर्म. त्याच्या प्रतिभेला विटा व दारे बनवण्यापेक्षा इमला बनवण्यातच अधिक कृतार्थता वाटत असावी.

'किंग लिअर'मधील लिअर व त्याच्या मुली यांचे मुख्य कथानक बीजकथेच्या स्वरूपाचे असून तो कथाभाग हा ब्रिटनच्या प्राचीन इतिहासाचाच एक भाग आहे. हा सर्वश्रुत कथाभाग पन्नाससाठ लेखकांनी शेक्सपिअरपूर्वीच इतिहासरूपाने, काव्यरूपाने किंवा नाट्यरूपाने लोकांपुढे मांडलेला होता. त्यांपैकी ज्या लिखाणांचा शेक्सपिअरने निश्चित उपयोग केलेला आढळतो. ती पुढीलप्रमाणे : (१) हॉलिनशेडने लिहिलेली 'इंग्लंडची बखर' (chronicles) : १५८६ साली या ग्रंथाची दुसरी आवृत्ती उपलब्ध झाली. या ग्रंथाच्या दुसऱ्या खंडातील पाचव्या प्रकरणात लिअरचा इतिहास सांगितलेला आहे. (२) जॉन हिगिन्सचे 'कार्डीलिआची कैफियत' हे कथाकाव्य : 'ए मिरर ऑफ मॅजिस्ट्रेट्स' या कथाकाव्यांचा लोकप्रिय संकलनात ते अंतर्भूत झालेले होते आणि या संकलनाची एक आवृत्ती १५८७ साली प्रसिद्ध झाली होती. प्रस्तुत काव्यात सर्व कथाभाग कॉर्डीलिआच्या आत्मनिवेदनातून प्रकट झाला आहे. (३) स्पेन्सरचे 'फेअरी क्वीन' हे प्रदीर्घ कथाकाव्य : हे सुप्रसिद्ध काव्य १५९० साली प्रसिद्ध झाले. त्यात लिअर आणि त्याच्या मुली यांच्याविषयीचा कथाभाग दुसऱ्या स्कंधातील दहाव्या सर्गात येतो. (४) एका अज्ञात नाटककाराचे 'दि ट्रू क्रॉनिकल हिस्टरी ऑफ किंग लेइर' हे काव्यबद्ध संपूर्ण नाटक : सर्वांत महत्त्वाचा वाङ्मयीन आधार तो हाच. या नाटकाचा कर्ता अजूनही विवाद्य असला तरी ते १६०५ साली प्रसिद्ध झाले आणि त्यापूर्वीच १५९३-९४ च्या सुमारास रंगभूमीवर आले या गोष्टी सर्वमान्य आहेत. शेक्सपिअरने या नाटकाचे प्रयोग पाहिलेले असावेत, कदाचित त्यात भूमिकाही केलेली असावी, किंवा निदान त्याला नाटकाचे हस्तलिखित किंवा रंगावृत्ती उपलब्ध झालेली असावी. १६०५ च्या सुरुवातीला लिहिल्या गेलेल्या 'किंग लिअर'मध्ये शेक्सपिअरने या नाटकाचा बराच उपयोग केलेला आढळतो. 'लेइर'मधील त्रुटी व मर्यादा या शेक्सपिअरला जितक्या खटकल्या असतील त्याहून अधिक तीव्रतेने त्यात अंतर्भूत झालेल्या कथाबीजातील अप्रकट शक्यता व सुप्त सामर्थ्य ही त्याला जाणवलेली असावी. 'किंग लिअर'मधील गौण कथानक – म्हणजे ग्लॉस्टर व त्याचे मुलगे यासंबंधीचा कथाभाग – हे बीजकथेच्या स्वरूपाचे नाही. तो कथाभाग सर्वश्रुत नव्हता. शेक्सपिअरने तो कथाभाग सिडनेकडून घेतला. सर फिलिप सिडनेची 'आरकेडिआ' ही अद्भुतरम्य कादंबरी १५९० साली प्रसिद्ध झाली. त्या दीर्घ कादंबरीच्या एका टप्प्यावर सुमारे दहा पानांचा मजकूर पॅफ्लॅगोनिआचा राजा व त्याचे दोन मुलगे यांच्या कहाणीने व्यापलेला आहे. नावे बदलून तोच कथाभाग शेक्सपिअरने

आपल्या गौण कथानकासाठी वापरलेला आढळतो. सारांश, स्थूल मानाने असे म्हणता येईल की शेक्सपिअरने 'किंग लिअर'मधील मुख्य कथानक एका समकालीन नाटकावरून व गौण कथानक समकालीन कादंबरीवरून घेतले.

पण शेक्सपिअर दोन हातांनी घेतो व अनेक हातांनी देतो. माती घेऊन त्याचे सोने बनवण्याची शेक्सपिअरी किमया 'किंग लिअर'मध्ये पाहायला मिळते. (मूळ मातीचे स्वरूप 'न्यू व्हेरिओरम'मध्ये ३८३ ते ४०७ या पृष्ठांवर किंवा म्यूअरच्या 'आर्डेन शेक्सपिअर'मध्ये २२१ ते २५९ या पृष्ठांवर दिलेल्या आधारभूत वाङ्मयातील संबंधित उताऱ्यांवरून जिज्ञासूंना पाहता येईल.) शेक्सपिअरपूर्व वाङ्मयात लिअरच्या कथाभागाचा शेवट कशा प्रकारे होतो, ही ढोबळ गोष्ट प्रथम पाहू. हॉलिनशेड, स्पेन्सर व हिगिन्स हे तिघेही लिअरचा दुःखभोग हा शेवटी कॉर्डीलिआ व तिचा नवरा याच्या लष्करी कारवाईमुळे संपुष्टात येतो असे दाखवतात. लिअर पुन्हा सत्तेवर येतो व त्याच्या मृत्यूनंतर ती सत्ता कॉर्डीलिआकडे जाते. पण काही कालानंतर तिच्या बहिणींचे मुलगे बंड करून उठतात, तिचा पराभव करतात, आणि तुरुंगात असतानाच ती आत्महत्या करते. आधारभूत नाटकामध्ये राजा 'लेइर' पुन्हा सत्तेवर येतो आणि तेथेच नाटक संपते. म्हणजे शेवट सुखान्त होतो. कॉर्डीलिआची शोकान्तिका असलेला बीजकथेतील शेवटचा भाग नाटकामधून वगळलेला आढळतो. शेक्सपिअरी नाटकाचा शेवट लिअर व कॉर्डीलिआ यांच्या संयुक्त व शोकात्म मृत्यूने होतो. मिळालेल्या सामग्रीत शेक्सपिअर केवढा बदल करतो आणि त्यामुळे केवढा जबरदस्त व अर्थपूर्ण प्रभाव साधतो ही गोष्ट या एकाच घटनेवरूनही स्पष्ट होऊ शकेल. पण नाट्यांतर्गत जीवनदर्शनाला अपरिहार्यता व एकात्मता देण्यासाठी शेक्सपिअरने प्रारंभापासून केलेले इतर बदलही कमी महत्त्वाचे नाहीत. त्यासाठी आधारभूत नाटकात काय दाखवलेले आहे हे थोडे अधिक तपशीलवार पाहणे उपयुक्त ठरेल. पहिल्या प्रवेशात राजा लेइर स्वतःची प्रेमकथनाची कल्पना व त्यामागील हेतू स्पष्ट करतो : 'गॉनॉरिल' व 'रॅगन' लग्नाला तयार असल्या तरी 'कॉर्डेला' लग्नाला तयार नसते; आपल्या पसंतीचा नवरा तिला मान्य करावा लागेल अशा पेचात तिला पकडणे हाच राजाचा हेतू असतो. स्कॅलिगर या सरदाराच्या सूचनेप्रमाणे वाटण्या कमीजास्त करण्याला तो नकार देतो. दुसऱ्या प्रवेशात स्कॅलिगर हा गॉनरिल व रॅगन या मोठ्या मुलींना राजाचा गुप्त हेतू विदित करतो. त्या कॉर्डेलावर जळत असतात. जळण्याचे एक कारण ती फॅशनमध्ये त्यांना मागे टाकते. तिसऱ्या प्रवेशात कॉर्डेला प्रेमकथन करताना अतिशयोक्ती करणे किंवा खुषमस्करी करणे या दोन्ही गोष्टी टाळते. राजा तिला निराधार करतो आणि आपले सर्व राज्य गॉनॉरिल व रॅगन या दोघींमध्येच विभागून देण्याचा निर्णय घेतो. चौथ्या प्रवेशात ग्यॅलिआचा राजा वेषांतर करून लेइरच्या

रूपसुंदर मुलीसाठी ब्रिटनमध्ये यायचा घाट घालतो; मंफोर्ड हा विनोदी उमराव त्याला सहकार्य देतो. पाचव्या प्रवेशात कॉर्नवॉल व केंब्रिआचे राजे गॉनॉरिल व रॅगन यांच्याशी विवाहबद्ध होण्यासाठी व त्यांचे वाटे आत्मसात करण्यासाठी लेइरच्या दरबाराकडे यायला निघतात. सहाव्या प्रवेशात पेरिलस हा स्वामिनिष्ठ सरदार राजा लेइरला आपला निर्णय फिरवण्याची विनंती करतो. राजा ते नाकारतो. मग केंब्रिआ व कॉर्नवॉल चिठ्ठ्या उचलून आपापले वाटे पदरात घेतात. पेरिलस पुन्हा एकदा कॉर्डेलाची वकिली करतो; पण अयशस्वी ठरतो. सातव्या प्रवेशात यात्रिकांचा वेष घेतलेले गॅलिआचा राजा व मंफोर्ड हे ब्रिटनमध्ये उपस्थित होतात. स्वकष्टावर उपजीविका करू पाहणाऱ्या हतभागी कॉर्डेलाशी त्यांची गाठ पडते. प्रथमदर्शनीच प्रेम बसते. गॅलिआचा राजा आपले खरे रूप प्रकट करतो. दोघेही लग्न करण्यासाठी चर्चमध्ये जातात. ह्या सात प्रवेशांतला सर्व कथाभाग शेक्सपिअरने 'किंग लिअर'च्या पहिल्या प्रवेशातच बंदिस्तपणे उरकलेला दिसेल. आणि तो उरकीत असताना पहिल्याच प्रवेशात शेक्सपिअर पुढील पाच गोष्टीही साधून टाकतो. राजा लिअरच्या प्रेमकथनाच्या कल्पनेला सयुक्तिकतेचे अवसान चढवण्याचा प्रयत्न तो करीत नाही; पुढील विपरीत पर्यवसानाला या तर्कदुष्ट प्रारंभाचे अधिष्ठान देतो; शोकात्म परिपाकासाठी आवश्यक अशा कॉर्डेलाकेंद्रित अविवेकी व सहनशील लेइरऐवजी अहंकेंद्रित, उग्र व आततायी लिअर घडवला जातो; प्रामाणिक व आर्जवी कॉर्डेलाऐवजी सत्यनिष्ठ व परखळ कॉर्डेला निर्माण केली जाते; आणि पेरिलसच्या मवाळ चांगुलपणाऐवजी केंटची जहाल स्वामिनिष्ठा साकार होऊ लागते. पहिल्या प्रवेशात दिसून येणारी कलात्मक समज सबंध नाटकातच संचार करीत राहते. आधारभूत नाटकातील रॅगन आपल्या बापावर मारेकरी घालते; शेक्सपिअरची रीगन मारेकरी न घालताही अधिक क्रूर स्वरूपात प्रकट होते. आधारभूत नाटकातील मारेकरी मेघगर्जनेने गर्भगळित होतो व शस्त्रे टाकून निघून जातो; शेक्सपिअर वादळाचा उपयोग लिअरच्या मनातील वादळ वेडाच्या स्वरूपात प्रकट करण्यासाठी करतो. उजाड माळावरील प्रवेशाशी तुल्यबळ असे प्रवेश आधारभूत नाटकात भेटत नाहीत. याचा अर्थ तिथे अवास्तव टाळलेले आहे असा नव्हे. लेइरचा प्राण भुकेमुळे धोक्यात येताच स्वामिभक्त पेरिसल त्याला आपले मांस खाण्याची विनंती करतो आणि शेवटी दिलजमाई झाल्यावर लेइर व कॉर्डेला ही परस्परांपुढे हास्यास्पद ठरेल इतक्यांदा गुडघे टेकतात. शेक्सपिअर तो प्रसंग इतक्या संयमाने सादर करतो की त्या वेळी नाटकातील उत्कटतेचे, करुणेचे व शोकात्मतेचे एक शिखर गाठले जाते. आधारभूत नाटकातील शेवटच्या लढाईपूर्वी होणारी कॉर्नवॉल, केंब्रिआ, गॉनॉरिल, रॅगन, लेइर, कॉर्डेला व पेरिलस या सर्वांची परस्परांवर आग पाखडणारी 'कौटुंबिक' बैठक हासुद्धा एक हास्यास्पद असाच प्रकार आहे. त्यानंतरच्या लढाईत सत्पक्षाचा विजय होतो आणि

लेइरची राज्यपदावर प्रस्थापना करून नाटक संपते. आधारभूत नाटकात शोकात्म शेवट नाही, ग्लॉस्टरचे उपकथानक नाही, टुकार टॉम नाही, विदूषक नाही, लिअरचे वेड नाही, अनेक शैलींतून अनेक रूपांनी प्रकटणारे काव्य नाही, विराटापासून विपरीतापर्यंत होणारी जाणिवेची फिरत नाही. ते एक तिसऱ्या दर्जाचे काव्यबद्ध नाटक आहे. म्हणूनच "However strange this opinion may seem to worshippers of Shakespeare, yet the whole of this old drama is incomparably and in every respect superior to Shakespeare's adaptation." हे टॉल्स्टॉयचे मत मला पूर्वग्रहदूषित व विपर्यस्त वाटते.

'किंग लिअर'मधील गौण कथानक हे पूर्वी सांगितल्याप्रमाणे सिडनेच्या 'आरकेडिआ'मधील पॅफ्लॅगोनिआचा राजा व त्याचे मुलगे यांच्या कहाणीवरून घेतलेले आहे. सहासात पानांच्या आवाक्यात सिडनेने आवरलेल्या या कहाणीत ग्लॉस्टर व त्याचे मुलगे यांच्या कथेचा ठळक आराखडा त्यातील पात्रांच्या काही स्वभाववैशिष्ट्यांसह प्रकट झालेला आढळतो. पॅफ्लॅगोनिआच्या राजाला दोन मुलगे असतात : मोठा लिओनॅटस हा औरस व सद्‌गुणी; धाकटा प्लेक्झिर्टस हा अनौरस, क्रूर व महत्त्वाकांक्षी. अनौरसाची आई औरसाविषयी राजाचे मन कलुषित करते. राजा मोठ्या लिओनॅटसला जंगलात पाठवून तो मारला जाईल अशी व्यवस्था करतो; पण मारेकरांना दया येते व ते त्याला जिवंत ठेवतात. लिओनॅटस सैनिकाचा पेशा पत्करून शेजारच्या राज्यात नावारूपाला येतो. मध्यंतरी धाकटा प्लेक्झिर्टस सर्व राजसत्ता हळूहळू आत्मसात करतो, राजाचे डोळे काढतो व त्याला हाकलून देतो. जरबेमुळे व प्रजेला नि:शस्त्र केल्यामुळे राजाला मदत करण्याचे धैर्य कुणालाही होत नाही. अशा वेळी लिओनॅटस उपस्थित होतो व बापाला आधार देतो. स्वत:चा कडेलोट करून घेण्याची बापाची इच्छा तो पुरी होऊ देत नाही. ही सर्व कहाणी दोन राजपुत्रांच्या कानांवर पडते. प्लेक्झिर्टस अचानकपणे हल्ला करतो, पण ते राजपुत्र या अंध राजाच्या बचावासाठी पुढे सरसावतात. परिणामी प्लेक्झिर्टसचा पराभव होतो व लेऑनॅटसला त्याच्या देशाचे राजपद मिळते. मुलाला राज्य मिळाल्याचा आनंद व त्याला निष्कारण छळल्याचे दु:ख या दोन भावनांच्या संघातामुळे लौकरच अंध राजा मरण पावतो. शेक्सपिअरने या कहाणीतून केलेली उचल व त्याने केलेले बदल हे आपोआपच उघड होणारे आहेत. शेक्सपिअरपुढील खरा प्रश्न मुख्य कथानकाचा या गौण कथानकाशी परस्परपोषक मिलाफ साधणे हा होता. अंध ग्लॉस्टरला वेड्या लिअरच्या संपर्कात आणून, एडगरला टुकार टॉमच्या रूपाने वादळातील प्रवेशात सामील करून आणि एडमंडला शत्रुपक्षाचा सेनापती आणि गॉनरिल व रीगन या दोघींचाही प्रियकर बनवून शेक्सपिअरने तो प्रश्न यशस्वीपणे सोडवला. 'आरकेडिआ'मध्ये वर उल्लेखिलेल्या कहाणीच्या जवळच

फ्लॅन्गस या राजपुत्राची कहाणी आहे. तिचाही उपयोग काही प्रमाणात उपकथानकाशी संबंधित असलेल्या दुसऱ्या अंकातील पहिल्या प्रवेशाकरिता केलेला आढळतो. पाउल म्हणतो त्याप्रमाणे 'आरकेडिआ'मधील शोकात्म वृत्तीची छाया 'किंग लिअर'मधील मुख्य कथानकावर पडली असण्याची शक्यताही नाकारता येणार नाही.

आतापर्यंत 'किंग लिअर'मधील शेक्सपिअरच्या उसनवारीचा सर्व विचार हा मुख्यत: कथानकाच्या अंगानेच झाला. पण 'किंग लिअर'सारख्या काव्यनाट्यामध्ये कथारूपाइतकेच पृष्ठरूपालाही महत्त्व असते. त्या स्वरूपातील उसनवारीचा अंदाज घेताना जागोजागी प्रकट होणारे विचार, कल्पना, प्रतिमा, शब्दसारणी, शैलीचे चलन या अनेक अंगांनी 'किंग लिअर'च्या त्याच्या वाङ्मयीन आधारांशी असलेला संबंध तपासावा लागेल. तसे केल्यास तिथेही शेक्सपिअरने माती उचलून सोने केल्याचाच पुन:पुन्हा प्रत्यय येईल : 'No cause' हे शब्द हिगिन्सची कॉर्डेलिया सुरुवातीलाच अभावितपणे वापरते; शेक्सपिअर त्यांचा संदर्भ बदलतो – आणि ते कमालीचे भावोत्कट बनतात. 'And aske forgivenesse for my formar faults' हे शब्द मूळ नाटकातील लेइरच्या तोंडी सापडतात; पण शेक्सपिअरचा लिअर त्यांचा 'forget and forgive' असा अल्पाक्षरी व भावस्पर्शी कायाकल्प करतो. या स्वरूपाच्या उसनवारीचा शोध घेताना अगोदर उल्लेखिलेल्या आधारभूत ग्रंथांत फ्लोरिओने केलेले मांटेनच्या फ्रेंच निबंधांचे इंग्रजी भाषांतर (१६०३) व सॅम्युअल हार्सनेटने लिहिलेल्या पिशाच्चबाधाविषयक 'ए डिक्लेरेशन ऑफ इग्रीजिअस पोपिश इंपोस्टर्स' (१६०३) या आणखी दोन ग्रंथांचा समावेश करावा लागेल. पृष्ठरूपाच्या दृष्टीने ते आधारभूत नाटकाइतकेच महत्त्वाचे ठरतात. पहिल्या तीन आधारांतून घेतलेले तपशील त्या मानाने अल्प आहेत. आधारभूत नाटकातून शेक्सपिअरने जवळजवळ चाळीस तपशील उचलले असा निष्कर्ष तपशिलांच्या सूक्ष्म अभ्यासानंतर ग्रेग या पंडिताने काढला आहे. मांटेनच्या निबंधांतील तेवीस स्थळांचा प्रतिध्वनी 'किंग लिअर'मध्ये ऐकू येतो व फ्लोरिओच्या भाषांतरातील एकशे सोळा शब्द 'किंग लिअर'मध्ये पुन्हा भेटू शकतात ही गोष्ट टेलरच्या संशोधनाने सिद्ध झाली आहे. टुकार टॉमच्या भाषणात येणारी पिशाच्चांची नावे व पिशाच्चासंबंधीचे संकेत हे सर्व शेक्सपिअरने हार्सनेटच्या पुस्तकातून घेतलेले आढळतात. शेक्सपिअरने ते पुस्तक सतत डोळ्यासमोर ठेवले नसते तर अशा शाब्दिक साम्यस्थळांची एक लांबलचक यादी म्यूअरला सादर करता आली नसती. सारांश, शेक्सपिअर पृष्ठरूपातील तपशिलाच्या बाबतीतही मुक्तहस्ताने उसनवारी करतो.

शेक्सपिअरशिवाय इतर कुणीही इतक्या ठिकाणांहून इतक्या गोष्टी एकत्र केल्यास त्यातून फार तर एक अजबखाना निर्माण होऊ शकेल; जगातील एक श्रेष्ठ शोकान्तिका

निर्माण होणे केवळ अशक्य. पण शेक्सपिअरची स्वत:ची निर्मिती इतकी मोठी असते की ही सर्व उसनवारी त्या मानाने किरकोळ ठरते. शिवाय शेक्सपिअरच्या प्रतिभेचे एक वैशिष्ट्य असे की जे तिला भेटते ते सर्वस्वी तिचेच होते. प्रत्येक कल्पनेवर शेक्सपिअरचा ठसा उमटतो : तिचा संदर्भ बदलतो, तिचे कार्य बदलते आणि तिचे मूल्यही बदलते. तरीही त्याच्या नाटकांच्या वाङ्मयीन आधारांचा शोध घेणे हा केवळ एक पंडिती उपचार आहे असे समजण्याचे कारण नाही. त्यामुळे त्याच्या प्रतिभाशक्तीचा एक विशेष गुणधर्म आपल्या लक्षात येऊ लागतो : मैफलीमध्ये एखाद्या सामान्याने एखादा राग असमाधानकारकपणे गायल्याशिवाय तो राग समर्थपणे साकार करण्याचे आव्हान ती सहसा स्वीकारीत नाही. सामान्यांच्या डोक्यावर उभे राहूनच गगनाला गवसणी घालणारी आपली झेप शेक्सपिअरने घेतलेली आहे.

(समकालीन जीवनातील तत्सम घटनांसाठी भाष्य १.१, पृ. १९४ पाहा.)

परिशिष्ट ३

'किंग लिअर'ची रंगभूमीवरील स्थित्यंतरे

'किंग लिअर'च्या रंगभूमीवरील स्थित्यंतरांकडे वळण्यापूर्वी ते नाटक शेक्सपिअरने ज्या रंगभूमीसाठी लिहिले त्या रंगभूमीची ठळक वैशिष्ट्ये व त्यांचा अप्रत्यक्षपणे होणारा त्याच्या नाट्यरचनेवरील परिणाम या गोष्टीची दखल घेणे अनाठायी होणार नाही. सोळाव्या शतकाच्या अखेरीला लंडनमधील नाटकांचे प्रयोग तीन ठिकाणी घडू शकत. दरबारी नाट्यगृहांत, खाजगी नाट्यगृहांत किंवा सार्वजनिक नाट्यगृहांत. शेक्सपिअरच्या नाटकांचे बहुसंख्य नाट्यप्रयोग हे 'ग्लोब'सारख्या सार्वजनिक नाट्यगृहांत झालेले असल्यामुळे त्यांची वैशिष्ट्ये समजून घेणेच अधिक महत्त्वाचे. ही नाट्यगृहे दोन हजार प्रेक्षक सहज मावतील एवढी मोठी असत. त्यांचा आकार साधारणत: वर्तुळाकार असून त्यांच्या मधोमध एक प्रशस्त आवार, आवाराच्या एका बाजूला रंगमंच व उरलेल्या तीन बाजूंना तिमजली गॅलऱ्या असत. फक्त रंगमंच व या गॅलऱ्या यांच्यावरच कोलव्याचे छप्पर असे. उरलेला आवाराचा भाग उघडा राही; रंगमंचाचे दोन भाग कल्पिले तर बाहेरचा रंगमंच हा प्रेक्षागारात खोलवर शिरलेला असून त्याच्या पोटात एक कळीचा दरवाजा असे, आणि आतल्या रंगमंचाच्या डोक्यावर एक बाल्कनी असून दोन बाजूंच्या खांबांलगत दोन पुढे आलेली विंग्ज असत. आतल्या रंगमंचाच्या मागे एक पडदा असून त्या पडद्यामागे प्रसंगविशेषी दाखवता येईल असे एकांतस्थान असे. मुख्य गोष्ट म्हणजे सबंध रंगमंच प्रेक्षकांच्या दृष्टिआड करू शकेल असा दर्शनी पडदा (drop curtain) या रंगभूमीला अज्ञात होता. याचा नाट्यरचनेवर होणारा एक परिणाम असा की नाटक उत्कर्षबिंदूशी संपवणे शक्य होत नसे. शोकान्तिकांमध्ये मेलेल्याची निरगत करावी लागे; सुखान्तिकांमध्ये एखाद्या सयुक्तिक सबबीवर रंगमंचावरून हलवावे लागे. उद्रेकामागोमाग शांततेचे वातावरण उपस्थित होई. दुसरा परिणाम असा की, प्रसंगानुरूप वेगवेगळी दृश्ययोजना करणे शक्य होत नसे. दृश्य वस्तूंचा माफक व सूचक उपयोग करणे

हेच धोरण राही. रंगमंचावर वास्तवाची पुनर्निर्मिती करण्याची प्रवृत्ती टळल्यामुळे नाटकामध्ये अवास्तवाचाही अधिक प्रमाणात संचार होऊ शके. कल्पनात्मक प्रत्ययाला महत्त्व येई आणि ते काम मोठ्या प्रमाणावर काव्याला व त्यातील प्रतिभासृष्टीला करावे लागे. या रंगभूमीचे आणखी एक वैशिष्ट्य म्हणजे स्त्रियांच्या भूमिका पुरुषांनाच कराव्या लागत. ग्रेन्व्हिल बार्करच्या मताने याचा एक परिणाम म्हणजे स्त्रियांची भूमिका करणाऱ्या नटावर कामुक अभिनयाची विशेष जबाबदारी पडणार नाही याची दक्षता शेक्सपिअरला घ्यावी लागली. तो नायकनायिकांना फार वेळ एकांत देत नाही; कधी कधी तर नायिकेचे वेषांतर घडवून नटाचा मार्ग सोपा करून ठेवतो. एखाद्या विशिष्ट रंगभूमीला कोणत्या दर्जाचे नट उपलब्ध आहेत ही गोष्टही नाटकाच्या स्वरूपावर अप्रत्यक्ष प्रभाव पाडू शकते. लिअर व त्याचा विदूषक यांच्या भूमिका सहजतेने पेलू शकतील असे रिचर्ड बर्बेज व रॉबर्ट आर्मिन हे अनुक्रमे गंभीर व विनोदी भूमिका करणारे नट या रंगभूमीला उपलब्ध होते. रंगभूमीचा विचार करताना नाट्यगृहात येणारा प्रेक्षकवर्ग हाही दुर्लक्षित करून चालत नाही. प्रेक्षकवर्ग मोठा असे; त्यामुळे मोठ्या व पल्लेदार आवाजाशी सुसंगत अशी वक्तृत्वपूर्ण भाषणे घालण्याची संधी नाटककार सहसा गमावत नसे. काही प्रेक्षक नाटक उभ्याने पाहत (त्यांना 'ग्राउंडलिंग' – म्हणजे पीटवाले – म्हणत), बहुसंख्य गॅलरीत बसून, तर काही अमीरउमराव रंगमंचावरील खास स्टुलावरून. दर वेगवेगळे असत : पीटवाल्याला दोन पेन्स पडले तर गॅलरीतील काही जागांसाठी बारा पेन्स द्यावे लागत. गरीब व श्रीमंत, अशिक्षित व सुशिक्षित, स्त्रिया व पुरुष – असा संमिश्र स्वरूपाचा प्रेक्षकवर्ग लाभे. नाटककाराला सगळ्यांच्याच आवडींची दखल घ्यावी लागे; कारण हा प्रेक्षकवर्ग अतिरेकी भावनांचा भोक्ता, ओक्साबोक्शी रडणारा, खदखदून हसणारा, प्रसंगी दंगा करणारा – असा आविष्कारप्रवण असे. बाष्कळ विनोद, शाब्दिक कोट्या, पल्लेदार वक्तृत्वे, आत्मनिर्भर व चिंतनशील स्वगते यांपैकी कशाचेही त्याला वावडे नसे. शेक्सपिअरने ही रंगभूमी गृहीत धरली; तिच्याशी तो भांडत बसला नाही. तो कवी व नाटककार होता, तसाच नट आणि नाटककंपनीचा व नाट्यगृहाचा भागीदारही होता. रंगभूमीच्या मर्यादांतूनच नवी सौंदर्यस्थाने निर्माण करण्याची भूमिका त्याने स्वीकारली. त्याने रंगभूमी रंजवली, तशीच राबवलीही. म्हणूनच 'किंग लिअर'चे यश त्याच्या युगापुरते मर्यादित राहिले नाही.

'किंग लिअर'चा पहिला प्रयोग लंडनमधील 'ग्लोब' नाट्यगृहामध्ये १६०५ साली झालेला असावा; कारण बर्बेज या सुप्रसिद्ध नटाने केलेल्या विविध भूमिकांची यादी देताना कॉलिअर हा 'लिअर १६०५' अशी नोंद करतो. २६ डिसेंबर १६०६ ला 'किंग लिअर'चा प्रयोग राजवाड्यावर राजा पहिला जेम्स याच्या समक्ष झाल्याची नोंद 'स्टेशनर्स रजिस्टर'मध्ये लिहिलेल्या मजकुरात आढळते. 'किंग लिअर'मधील बर्बेजच्या मुख्य

भूमिकेविषयी कोणतीच माहिती उपलब्ध नाही. पण शेक्सपिअरच्या शोकान्तिकांतील नायकाच्या भूमिका त्याच्यासाठीच योजलेल्या असल्याने तो अव्वल दर्जाचा नट असावा असे गृहीत धरायला हरकत नाही.

बर्बेजनंतर लिअरची भूमिका करणारा दुसरा प्रमुख नट म्हणजे बेटरटन. त्याने सुरुवातीला शेक्सपिअरचे 'किंग लिअर' करून पाहिले; पण लौकरच शेक्सपिअरची मूळ संहिता सोडून तो नॅहम टेटने केलेल्या 'किंग लिअर'च्या रूपांतराकडे वळला. १६८१ मध्ये नॅहम टेटने शेक्सपिअरच्या शोकान्तिकेचे सुखान्त रूपांतर प्रसिद्ध केले. शेक्सपिअरची शोकान्तिका म्हणजे हिरा असला तरी त्याला पैलू पाडण्याची जरुरी आहे असे टेटचे प्रतिपादन होते. शिवाय सत्पक्षाचा विजय दाखवून सत्य व सद्‌गुण यांचाच शेवटी विजय होतो हेही त्याला सबंध जगाला पटवायचे होते. शोकान्तिकेची सुखान्तिका करण्यासाठी टेटने मूळ नाटकात महत्त्वाचे फेरबदल केले आणि मूळ संवादांचे बहुतांशी पुनर्लेखन केले. फ्रान्सचा राजा व बर्गंडीचा नरेश ही पात्रे गाळून टाकली; एडगर व कॉर्डीलिआ यांच्या प्रीतिकथेची भर घातली; आणि विदूषकाला नाटकामध्ये प्रवेशच दिला नाही. समकालीन वाङ्‌मयीन व टीकात्मक प्रवृत्तींना अनुसरून त्याने संभाव्यतेचे तत्त्व व काव्यांतर्गत न्यायाचे तत्त्व 'किंग लिअर'मध्ये अंतर्भूत केले. अशा प्रकारे तिय्यम दर्जाचे स्वत:चे काव्य व दुय्यम दर्जाचे स्वत:चे नाट्य ही एकत्र करून पहिल्या दर्जाची लोकप्रियता मिळविणारे एक रूपांतर त्याने निर्माण केले. "Tate improve Lear? Set a tailor at work rather to improve Niagara!" असे हडसन म्हणतो ते खरे आहे. तरीही येथून पुढे दीडशे वर्षे शेक्सपिअरचे मूळ 'किंग लिअर' इंग्रजी रंगभूमीला भेटू शकले नाही. ॲडिसनने १७११ मध्ये, लॅंबने १८११ मध्ये व हॅझलिटने १८१७ मध्ये या रूपांतराविरुद्ध आवाज उठवला. पण टेटच्या रसिकांचा लोंढा ते थांबवू शकले नाहीत. याचे कारण असे की बेटरटनच्या मागोमाग गॅरिक या प्रख्यात नटाने १७४२ सालापासून टेटच्या रूपांतरातील लिअरची भूमिका करायला सुरुवात केली आणि सौ. सायबरने कॉर्डीलिआच्या भूमिकेत उतरून त्याला चांगलीच साथ दिली. हळूहळू टेटच्या काव्याचा हिणकसपणा गॅरिकच्याही लक्षात आलेला असावा. १७५६ साली गॅरिकने शेक्सपिअरच्या बऱ्याचशा मूळ संवादांचा टेटच्या रंगावृत्तीमध्ये अंतर्भाव केला. गॅरिकच्या भूमिकेचे वैशिष्ट्य सांगताना तो लिअरचे वेड कशा प्रकारे साकार करी याचे तपशीलवार वर्णन मर्फीने दिलेले आहे. गॅरिकचा भर प्रमाथी आविर्भावापेक्षा असहाय शबलता चित्रीत करण्यावर असे. शब्दोच्चारापूर्वीच त्याचा मुद्राभिनय शब्दांतील भावना व्यक्त करून जाई. केंबल व सौ. सिडन्स या नटांनी प्रथम गॅरिकची रंगावृत्ती स्वीकारली. पण पुढे केंबल हाही टेटच्या मूळ रूपांतराकडेच आकर्षित झाला. कोलमनने केलेल्या टेटच्या रंगावृत्तीला अनुसरून त्याने आपल्या रंगावृत्तीत एक बदल केलेला आढळतो :

ग्लॉस्टरचे डोळे काढण्याचा प्रसंग रंगमंचावर न दाखवता त्याचे किंचाळणे ऐकू येत आहे असे दाखवणे. टेटच्या रूपांतराच्या आधाराने लिअरची भूमिका गाजवणारा गॅरिकनंतरचा दुसरा तुल्यबळ नट म्हणजे कीन. १८२० साली त्याने प्रथमच केलेली ही भूमिका इतकी गाजली की त्याचे लागोपाठ अठ्ठावीस प्रयोग झाले. त्याच्या भूमिकेचे तपशीलवार वर्णन डॅना व हॉकिन्स या दोन लेखकांच्या लिखाणात सापडते : लिअरच्या वेडाची सुरुवात कीन मुख्यत: नेत्राभिनयाने व्यक्त करी आणि आपल्या सर्व हावभावांनी अस्थिर आभासमयतेची अभिव्यक्ती साधी. लिअरच्या उपहासगर्भ व उपदेशपर भाषणातही तो त्याच्या वेडेपणाचे भान विसरत नसे. रीगनपुढे गुडघे टेकीत असतानाही तो आपल्या शब्दांत कमालीची आर्तता घाली. गॉनरिल व रीगन यांच्याशी होणारे शेवटचे भाषण व त्यानंतर 'मारा, मारा' म्हणत घेतलेली भयानक धाव हा त्याच्या अभिनयातील एक उच्च बिंदू असे. लॅंब व हॅझलिट यांच्या समीक्षेच्या प्रभावामुळे १८२३ मध्ये केलेल्या प्रयोगात कीनने नाटकाचा शोकान्त शेवट पुन्हा रुजू केला; पण तरीही रूपांतरातील एडगर-कॉर्डीलिआचे प्रेमप्रकरण व विदूषकाची अनुपस्थिती कायम ठेवली. असो. नाट्यरसिकांची सपक अभिरुची व असामान्य नटांचा समर्थ अभिनय या दोन आधारांवर नॅहम टेटचे रूपांतर १८३४ पर्यंत, म्हणजे जवळजवळ दीडशे वर्षे, इंग्रजी रंगभूमीवर गाजत राहिले. शेक्सपिअरची मूळ संहिता मागे पडली.

शेक्सपिअरच्या मूळ संहितेचे रंगभूमीवर पुनरुज्जीवन करण्याचे श्रेय मॅक्रीडीकडे जाते. मॅक्रीडीने १८३४ साली 'किंग लिअर' हे नाटक शोकान्तिकेच्या स्वरूपात लंडनच्या रंगभूमीवर पुन्हा सादर केले. त्याने स्वत: लिअरची भूमिका घेतली आणि कॉर्डीलिआची भूमिका कुमारी फिलिप्सला दिली. हे धाडस त्याने थोडे बिचकतच केलेले होते. संहितेत काटछाट बरीच केलेली होती आणि विदूषकाचे पात्रही गाळलेले होते. पण १८३८ साली केलेल्या प्रयोगात त्याने विदूषकाचे पात्रही अंतर्भूत केले आणि शेक्सपिअरचे 'किंग लिअर' इंग्रजी रंगभूमीला पुन्हा भेटवले. या प्रयोगातला एक गमतीचा भाग म्हणजे विदूषकाची भूमिका त्याने हेलिन फॅसिट या नटीला दिली ! या वेळेपर्यंत इंग्रजी रंगमंचाचे स्वरूप पुष्कळ बदलले होते आणि त्याला अनुसरून वस्तुनिष्ठ देखावे, मेघांचा गडगडाट व विजेचे चमकणे, वादळ व पाऊस वगैरे गोष्टींचा दृश्य परिणामासाठी त्याने भरपूर उपयोग केला. एका प्रयोगाला इंग्लंडची राणी उपस्थित होती. हे प्रयोग इतके गाजले व त्यामुळे प्रेक्षकांच्या अभिरुचीत एवढा बदल झाला की एडविन फॉरेस्ट या असामान्य अमेरिकन नटाने नॅहम टेटच्या रूपांतराचा १८४५ साली इंग्लंडमध्ये केलेला प्रयोग अयशस्वी ठरला. तरीही टेटच्या रूपांतराच्या आधारावर फॉरेस्टने लिअरची भूमिका जवळजवळ चाळीस वर्षे अमेरिकन रंगभूमीवर गाजत ठेवली ही त्याची असामान्य कामगिरी नाकबूल करता येणार नाही. अमेरिकन रंगभूमीवर शेक्सपिअरचे 'किंग लिअर' सुप्रतिष्ठित करण्याचे श्रेय एडविन बूथ या नटाला आहे. शेक्सपिअरच्या 'किंग

लिअर'चा त्याने केलेला पहिला प्रयोग १८७० साली शिकागोमध्ये झाला. एकोणिसाव्या शतकाच्या अखेरीला लंडनच्या रंगभूमीवर 'किंग लिअर'चा गाजलेला प्रयोग म्हणजे सर हेन्री इर्व्हिंगचा. १८९२ सालच्या प्रयोगात त्याने स्वत: लिअरची व विख्यात नटी एलन टॅरी हिने कॉर्डीलिआची भूमिका केली. ग्लॉस्टरचे डोळे काढण्याचा प्रसंग त्याने गाळलेला होता. प्रा. ऑडेलच्या मताने टॅरीचे काम इर्व्हिंगपेक्षाही सरस झाले. इर्व्हिंगने समकालीन प्रवृत्तीला अनुसरून दृश्य तपशील व श्राव्य परिणाम यांच्या साहाय्याने रंगमंचावर जीवनसदृशता निर्माण करण्याचा आटोकाट प्रयत्न केला.

विसाव्या शतकाच्या उंबरठ्यावर विल्यम पॉउलने व नंतर पुढे १९१२-१४ या वर्षांत ग्रॅन्व्हिल बार्करने दिग्दर्शित केलेल्या शेक्सपिअरच्या नाट्यप्रयोगांमुळे एक क्रांतिकारक स्थित्यंतर घडवून आणले. शेक्सपिअरला अभिप्रेत असलेल्या रंगमंचाचे विमुक्त स्वरूप, त्याची प्रेक्षकांशी असणारी जवळीक, त्यावर घडणाऱ्या प्रसंगांची अतूटता व गतिमानता या गोष्टींना त्यांच्या प्रयोगात केंद्रीय महत्त्व दिलेले होते. ग्रॅन्व्हिल बार्करच्या या प्रयोगांचा परिणाम इतर दिग्दर्शकांवरही होऊ लागला आणि 'जीवनसदृश' नेपथ्याची बद्धमूल झालेली परंपरा मागे पडली. ब्रॅडले व विल्सन नाइट यांची वाङ्मयीन टीकाही काही प्रमाणात उपकारक ठरली. या शतकातील 'किंग लिअर'चा रंगभूमीवरील प्रारंभ बेन ग्रीटने निर्मिलेल्या १९०९ सालच्या प्रयोगातून झाला असे म्हणता येईल. त्यात रसेल थॉर्नडाइकने लिअरची, मेरी सॅम्नरने कॉर्डीलिआची व सिबिल थॉर्नडाइक या नटीने विदूषकाची अशा भूमिका केलेल्या होत्या. अँड्रू ले याने १९२८ साली केलेल्या प्रयोगात काटछाट न करता संपूर्ण संहिता अंतर्भूत केलेली होती; त्या प्रयोगातील अर्नेस्ट मिल्टनने केलेली लिअरची भूमिका इर्व्हिंगच्या भूमिकेशी तुलना करण्यासारखी होती असे म्हणतात. जॉन गिल्गुड या असामान्य नटाने आपली लिअरची भूमिका प्रथम १९२३ साली केली. पण त्याची भूमिका असलेला व सर लुई कॅसन व ग्रॅन्व्हिल बार्कर यांनी दिग्दर्शित केलेला 'किंग लिअर'चा १९४० सालचा प्रयोग हा अधिक महत्त्वाचा मानला पाहिजे. हा प्रयोग महत्त्वाचा अशासाठी की ग्रॅन्व्हिल बार्करने शेक्सपिअरच्या नाटकासाठी विसाव्या शतकाच्या सुसज्ज रंगमंचाऐवजी सोळाव्या शतकातील विशिष्ट रंगमंचाकडे जाणे अर्थपूर्ण आहे ही गोष्ट जाणलेली होती. पुढे १९५० साली लिअरसाठी अँथनी क्वेल व कॉर्डीलिआसाठी पेगी ॲशक्रॉफ्ट अशी जोडी घेऊन गिल्गुडने या नाटकाचे स्वतंत्रपणेही दिग्दर्शन केले. १९४६ साली लॉरेन्स ऑलिव्हिअरने दिग्दर्शित केलेले 'किंग लिअर' हीसुद्धा इंग्रजी रंगभूमीवरील एक अविस्मरणीय घटना ठरली; त्यात लिअरचे काम स्वत: लॉरेन्स ऑलिव्हिअरने केले, कॉर्डीलिआचे जॉइस रेडमनने व विदूषकाचे ॲलेक गिनिसने. डेव्हलिन, एर्टन, वॉलफिट रेडग्रेव्ह या नटांनी केलेल्या लिअरच्या भूमिकाही आपापल्या परीने वैशिष्ट्यपूर्ण ठरल्या. या शतकातील अमेरिकन रंगभूमीवरील मुद्दाम उल्लेख करण्यासारखे 'लिअर'चे प्रयोग

म्हणजे १९४० साली जर्मन दिग्दर्शक पिस्कॅटर याने दिग्दर्शित केलेला लुई कालहर्नचा लिअर आणि त्याहूनही अधिक महत्त्वाचा असा फ्लेचरने दिग्दर्शित केलेला कारनॉव्हस्कीचा लिअर. त्यापैकी कालहर्नने भूमिका केलेला लिअर अठ्ठेचाळीस प्रयोगांनंतर एक लाख डॉलर्सचे नुकसान खाऊन संपुष्टात आला; पण कारनॉव्हस्कीचा लिअर हा विसाव्या शतकातील अमेरिकन रंगभूमीवरील सर्वोत्कृष्ट लिअर म्हणून मान्यता पावला. कारनॉव्हस्की हा आपला लिअर सुरुवातीपासूनच डोक्यावर परिणाम झाल्यासारखा दाखवीत असे. काटछाट अत्यल्प असूनही त्याच्या संपूर्ण प्रयोगाला साडेतीन तासांहून अधिक वेळ लागत नसे.

अर्वाचीन प्रायोगिक रंगभूमीला किंवा आधुनिक ननाट्याचे प्रभावित झालेल्या प्रेक्षकवर्गाला शेक्सपिअरच्या इतर शोकान्तिकांपेक्षा 'किंग लिअर'चे अधिक आकर्षण वाटते. जॉर्ज डेव्हिनने दिग्दर्शित केलेला व इसामू नोगुचीने योजिलेल्या जपानी वेषभूषेत प्रकट झालेला १९५६ सालचा गिलगुडचा लिअर किंवा बिअॅम शॉने दिग्दर्शित केलेला १९५९ सालचा लॉटनचा लिअर हे प्रायोगिकतेकडे झुकणारे होते. बिअॅम शॉच्या प्रयोगातही नव्या प्रवृत्तीचा पायरव ऐकू येतो. जखमी कॉर्नवॉल आधारासाठी रीगनचा हात मागतो, पण रीगन त्याच्याकडे दुर्लक्ष करून झपाट्याने निघून जाते. मृत्यूला भेटताना तोही एकटा, परित्यक्त व निराधार दाखवलेला आहे. तरीपण नव्या दृष्टीचे क्रांतिकारक वाटणारे खरे प्रयोग म्हणजे पिटर ब्रुक व हरबर्ट ब्लो यांनी दिग्दर्शित केलेले विवाद्य व धक्कादायक प्रयोग. पिटर ब्रुकने ननाट्याच्या धर्तीवर १९६२ मध्ये केलेल्या प्रयोगात लिअरचे काम पॉल स्कॉफिल्डने केलेले होते. स्कॉफिल्डचा लिअर लांडग्यासारखा अन्नावर तुटून पडतो, घाणेरड्या कोट्या ऐकल्यावर खदखदून हसतो, संतापाच्या भरात टेबल उलटून टाकतो, मुलीचा निरोप घेताना डराडर ढेकरा देतो. लिअरमधील रक्तामांसाचा माणूस प्रकट करण्याकरता ब्रुकने लिअरमधील बाकीच्या गोष्टींकडे केलेले दुर्लक्ष क्षम्य होते असे ब्रायनचे म्हणणे. ब्रूकच्या प्रयोगात ग्लॉस्टरचे डोळे काढल्यावर सेवकांना त्याची दया येत नाही; ते त्याला रंगभूमीवरून ढकलून देतात. ब्रुकला मुळात असलेला 'taint of sympathy' अपायकारक वाटतो ! "It is not Shakespeare in the style of Beckett as it is Beckett in the style of Shakespeare", असे त्या प्रयोगाचा दुय्यम दिग्दर्शक मॅरोविट्झ हा स्वत:च सांगतो. अमेरिकेत हरबर्ट ब्लो याने केलेल्या प्रयोगातही असाच मनस्वीपणा होता. त्याच्या प्रयोगामागची अंत:संहिता (sub-text) कॉर्डीलिआच्या 'Nothing' वर आधारलेली होती. पात्रांच्या गतिशील अर्थहीन हालचाली, त्यांच्या बोलण्याचा अर्थहीन गोंगाट आणि त्या दोघांना पोटात घेणारी अर्थपूर्ण संगीतरचना यांच्या संघातातून 'विसंवादाचा सुसंवाद' (harmony of derangement) निर्माण करणे हे लक्ष्य ठेवून ब्लोने उजाड माळावरील सबंध प्रवेश सादर केला. "We worked for a precise disorder of sense impressions" असे त्यामागील हेतूचे ब्लो वर्णन करतो. आयत्या वेळी

स्फुरणाऱ्या संवादांना त्या प्रयोगात स्थान होते. याच्यावर आक्षेप घेतल्यास "...but language is gesture, there is a life to which the words give life, and it is to that life we were finally responsible" असे ब्लोचे उत्तर आहे. एका अर्थाने विसाव्या शतकातील शेक्सपिअरचे हे बेकेटीकरण अठराव्या शतकातील शेक्सपिअरच्या टेटीकरणाइतकेच 'किंग लिअर'च्या सम्यग्दर्शनाला हानीकारक ठरते.

सारांश, 'किंग लिअर'च्या रंगभूमीवरील प्रयोगांत विसाव्या शतकाने वाढता रस घेतलेला आहे. याच शतकात दिग्दर्शक व नट यांच्या क्षेत्रमर्यादा हळूहळू अधिक स्पष्ट होत गेल्या. ब्रॅडले, विल्सन नाइट, कॉट वगैरे टीकाकारांच्या समीक्षेमुळे 'किंग लिअर'ची आशयघनता अधिक दर्शनसुलभ झाली. एकीकडे शेक्सपिअरची विशिष्ट रंगभूमी व तिचे खास तंत्र यांचा अभ्यास होऊन तिची पुनर्निर्मिती करण्याचा प्रयत्न होऊ लागला तर दुसरीकडे ननाट्यामध्ये आविष्कृत होणाऱ्या जीवनदृष्टीचा 'किंग लिअर'मध्येही पायरव घेण्याचा शोध सुरू झाला. अर्थात निव्वळ प्रयोगसंख्येच्या, स्थूल लोकानुरंजनाच्या किंवा व्यावहारिक यशाच्या दृष्टिकोणातून पाहिल्यास 'किंग लिअर'ला शेक्सपिअरच्या सर्व शोकान्तिकांत शेवटचेच स्थान द्यावे लागेल. त्याची कारणे अनेक असू शकतील : डॉ. जॉन्सनला लिअरचा शेवट असह्य ठरावा इतका शोकात्म वाटला; लॅंबला लिअरचे व्यक्तित्व रंगभूमीवर न मावण्याइतके प्रचंड वाटले; ब्रॅडलेला नाट्य या दृष्टीने त्यात अनेक असंभाव्य व विसंगत गोष्टी अंतर्भूत झालेल्या दिसल्या; मिस् वेब्स्टरला त्यात 'मूलभूत नाट्यांतर्गत काटकसरी'ची उणीव जाणवली; काही दिग्दर्शकांना वादळाचे चित्रण करणे व त्याच वेळी तिथे घडणारे संवाद श्रुतिसुलभ ठेवणे अशक्यप्राय वाटले, तर काहींना ग्लॉस्टरचे डोळे काढण्याचा प्रसंग प्रेक्षकांच्या सहनशक्तीच्या पलीकडचा वाटला. इतके असूनही समर्थ दिग्दर्शकांना व नटांना हे आव्हान पुन:पुन्हा स्वीकारावेसे वाटले. 'किंग लिअर'चा रंगभूमीवरील इतिहास म्हणजे शेक्सपिअरच्या परिपक्व काव्यात्म प्रतिभेशी नट व दिग्दर्शक यांच्या प्रयोगशील प्रतिभेने केलेल्या संवादाचा व संघर्षाचाच इतिहास आहे.

परिशिष्ट ४

'किंग लिअर'ची मराठी रूपांतरे

'अतिपीडचरित' या नावाचे 'किंग लिअर'चे पहिले मराठी रूपांतर श्री. मोरो शंकर रानडे, बी.ए., यांनी १८८१ साली केले आणि ते त्यांनी प्रथम आपल्या 'नाट्यकथार्णव' या मासिकात (कार्तिक शु॥ १ शके १८०१ पासून भाद्रपद शु॥ १ शके १८०२ पर्यंत) क्रमश: प्रसिद्ध केले. ग्रंथरूपाने त्याची पहिली आवृत्ती १८८१ साली व दुसरी आवृत्ती १८८९ साली प्रसिद्ध झाली. या ग्रंथात मूळ नाटकाच्या स्वरूपाची कल्पना देणारा, समर्थकांच्या मतांचे विवेचन करणारा, व स्वत: केलेल्या फेरबदलांचे समर्थन करणारा असा एक उपोद्घातही रानड्यांनी अंतर्भूत केला. त्या वेळी भाषांतर आणि रूपांतर असा फरक करण्याची पद्धती रूढ झालेली नसावी. रानडे उपोद्घातामध्ये आपल्या पुस्तकाचा 'भाषांतर' म्हणूनच उल्लेख करतात.

निष्ठा, अभ्यास व कल्पकता या तिन्ही गुणांचा प्रत्यय रानड्यांच्या रूपांतरावरून व त्याला जोडलेल्या उपोद्घातावरून येऊ शकतो. साहजिकच कविकुलगुरू शेक्सपिअरच्या या महान शोकान्तिकेच्या रूपांतराला हात घालताना 'अधिक श्रम व अधिक भीति' त्यांना जाणवू लागते. तरीही रूपांतर करताना रानड्यांनी अनेक फेरफार केलेले आढळतात : अतिपीड (Lear) व मृगांकमाला (Cordelia) ही शेवटी जिवंत राहतात; राजवाहन (King of France) हा सौराष्ट्रात (France) परत जात नाही, तर तो सिंधु देशामध्ये (Britain) उपस्थित राहतो आणि राजा अतिपीड व मृगांकमाला यांना सुरक्षित ठेवायला कारणीभूत होतो; नाटकाच्या शेवटी राजा अतिपीड आपले राज्य खलदर्शनाच्या (Albany) संमतीने राजवाहनाच्याच हवाली करतो. मूळ नाटकात शेवटी दिसणारी कांतिवर्म्याची (Kent) निष्क्रियता व खुषमस्कऱ्याची अनुपस्थिती हीसुद्धा रानड्यांना स्वभावाच्या व कथानकाच्या पूर्वसूत्राशी विसंगत वाटते. ते कांतिवर्म्याला

कार्यप्रवण करतात व खुषमस्कऱ्याला पुन्हा राजाजवळ आणून रूपांतरातील शषवटचे वाक्य त्याच्या तोंडी घालतात. अशा प्रकारे सुखान्त शेवट करण्याच्या धडपडीत ते पाचव्या अंकाचे बहुतांशी पुनर्लेखन करून तो अंक तीन प्रवेशांऐवजी पाच प्रवेशांचा बनवतात.

कथानकातील सर्व फेरबदल रानड्यांनी जाणीवपूर्वक केलेले आहेत. नाटकाचा शेवट सुखान्त करण्यासाठी केलेल्या या फेरफारांमुळे मूळचे नाटक व रूपांतर यांत 'जमीन-अस्मानाचे अंतर' झाले हे रानडे मान्य करतात. ज्यांनी ''जर्व्हाइनस नामक शार्मण्यदेशीय समर्थनकाराचे निबंध व कोलरिज, श्लेजेल, बक्निल इत्यादिक निबंधकारांच्या टीका पाहिल्या असतील त्यांस या नाटकाचा अंत या दोन पात्रांच्या मृत्यूहून अन्यथा होणे हे कदाचित असंभाव्य वाटेल'', असेही ते म्हणतात. नंतर ''प्रत्येक माणसाचा स्वत:चा स्वभाव हीच त्याची भवितव्यता'' या समर्थकांच्या गृहिताची ते मानवी अनुभवाच्या संदर्भात चर्चा करतात. आपली वेगळी भूमिका स्पष्ट करण्यापूर्वी ते प्रथम रामदास-तुकारामांची सुभाषिते उद्धृत करतात आणि पाठोपाठ ''वस्तुत: या जगात घडून येणारी हरएक गोष्ट ही अनेकविध परस्परानुकूल किंवा अन्योन्यानुकूल अशा प्रकारांचा परिणाम होय'' हा सिद्धांत मांडतात. फेरफार करण्यामागील त्यांची भूमिका अशी : ''आमच्या मते नाटकग्रंथांतून सद्बोध तर असावाच; परंतु ग्रंथाच्या परिपूर्णतेस्तव कथानकाची परिपूर्ती हा गुणही त्यांत अवश्य असावा... नाटककथेपैकी मुख्य सूत्रे पुरी करण्याकरिता आम्हांस या कथानकाच्या अंतिम भागात थोडी फिरवाफिरव करावी लागली.'' मात्र ही फिरवाफिरव रानड्यांनी नाटकाच्या 'अंतिम भागात'च केली आहे असे नव्हे. सुसंगतीला जपण्यासाठी रानड्यांनी अतिपीडाने केलेल्या राज्याच्या वाटण्या पूर्वनिश्चित नसून त्यांत फेरफार व्हायला जागा होती असे दाखवले, तिन्ही मुलींची लग्ने अजूनही व्हायची आहेत असे दाखवले, अश्वसेन (Oswald) हा चंद्राननेला (Regan) पत्र न देताही त्यातील तिने ताडलेला मजकूर खरा आहे असे सुचवताना दाखवला, अतिपीडाने मुलीवर लत्ताप्रहाराचा केलेला आरोप सकारण वाटावा म्हणून त्याला तत्पूर्वी लत्ताप्रहाराचे स्वप्न पडले होते असे दाखवले, एवढेच काय, अतिपीडाचे वय ऐंशीऐवजी साठीच्या आसपास आणून ठेवले. दुसऱ्या परिच्छेदात उल्लेखिलेले महत्त्वाचे व इथे उल्लेखिलेले कथानकतील किरकोळ बदल रानड्यांनी शेक्सपिअरचे नाटक अधिक संभाव्य, अधिक जीवनसदृश व अधिक कलात्मक स्वरूपात मराठीमध्ये प्रकट व्हावे या सद्हेतूनेच केलेले आहेत. पण त्या सर्वांचा संकलित परिणाम शेक्सपिअरने घडवलेल्या जीवनदर्शनात आमूलाग्र बदल करणारा असल्यामुळे रानड्यांना 'थोडी' वाटणारी फिरवाफिरव इतरांना 'फार' वाटण्याचा संभव निर्माण झाला.

रानड्यांनी केलेले दुसरे काही बदल हे 'रूपांतर' या शब्दामध्येच अभिप्रेत धरले जावेत अशा स्वरूपाचे आहेत. ''मूळ नाटकाची परदेशास लागू असणारी स्थिती बदलून तिचे ऐवजी

या देशात घडू शकणारी स्थिती आणण्याकरिता'' ते बदल रानड्यांनी केलेले आहेत. आपल्या सांस्कृतिक पार्श्वभूमीशी सुसंगत असे बदल करणे हा भाषांतरकाराचा नसला तरी रूपांतरकाराचा हक्कच आहे. असे करताना रानड्यांनी काही ठिकाणी चांगलीच कल्पकता दाखवलेली दिसते : 'ब्रिटन'साठी 'सिंधुदेश', 'डोव्हर'साठी 'करश्री' (म्हणजे कराची), 'फ्रान्स'साठी 'सौराष्ट्र' वगैरे स्थलदर्शक कल्पनांचे रूपांतर; खोपटाऐवजी 'देवळा'ची योजना; राजा अतिपीडाने मुलग्यासाठी तीन लग्ने केली, पण तिन्ही राण्यांना मुलीच झाल्या असे दाखवणे; नवऱ्याच्या तोंडात विडा घालणे किंवा बहिणीला जाताना कुंकू लावणे असे संस्कृतिसूचक तपशील; दाढीऐवजी मिश्यांचा उल्लेख; – या सर्व गोष्टी लक्षणीय आहेत. तरीही याच दृष्टिकोणातून केलेले दुसरे काही बदल सयुक्तिक वाटत नाहीत : खुषमस्कऱ्याच्या (Fool) तोंडी घातलेली धेडगुजरी हिंदीतील गाणी; वेषांतरात मधुकरच्या (Edgar Poor Tom) तोंडची वेगळी पण वैशिष्ट्यहीन भाषा; अश्वसेनाशी लढण्यापूर्वी त्याच्या तोंडात गातलेली कच्छी बोली; आणि कमलिनी हे अनावश्यक असे दासीचे पात्र. पण सर्वांत महत्त्वाची गोष्ट म्हणजे मूळ नाटकाच्या संहितेत बिलकूल आधार नसलेली व स्वदेशीकरणाच्या निकडीशीही संबद्ध नसलेली ठिकठिकाणी भेटणारी कपोलकल्पित वाक्ये. त्यांचा सूचक उल्लेख पुढे आचार्य अत्र्यांनी केलेल्या 'सम्राट सिंह' या रूपांतराच्या विवेचनात येणार असल्याने तो तपशील इथे टाळतो. शेक्सपिअरचे नाटक मुख्यत: ब्लँक व्हर्समध्ये – म्हणजे सहजोच्चाराशी जवळीक करणाऱ्या एका विशिष्ट प्रकारच्या छंदात – आहे; तर रानड्यांचे 'अतिपीडचरित' हे मुख्यत: गद्यात आहे. मराठी काव्याच्या व छंदाच्या तत्कालीन अवस्थेचा विचार करता रानड्यांपुढे दुसरा पर्यायच नव्हता असे म्हणता येईल. मात्र मूळ नाटकातील गीतप्राय भागासाठी रानड्यांनी गीतप्राय रचना केलेली आढळते. पण गंमत ही की त्या गीतप्राय भागासाठी त्यांनी मुख्यत: हिंदी भाषा वापरली. सारांश, शेक्सपिअरचे मूळ नाटक इंग्रजी या एकाच भाषेत असले तरी रानड्यांनी मात्र आपल्या रूपांतरात प्रसंगानुसार मराठी, हिंदी व कच्छी या तीन भाषा वापरल्या, ही अनावश्यक कसरतही रूपांतराशी संबद्ध असलेल्या स्वदेशीकरणाच्या निकडीने झाली असे म्हणणे कठीण आहे.

शेक्सपिअरचे 'किंग लिअर' हे नाट्यकाव्य आहे. त्यातील नाट्याच्या कथारूपात (structure) रानड्यांच्या फिरवाफिरवीमुळे कोणता विपर्यास झाला हे पूर्वी पाहिलेच आहे. आता काव्याकडे वळू. रानड्यांच्या गद्य शैलीत काव्याचे बंदिस्त भारलेपण सांभाळण्याची शक्ती बिलकूल नाही. त्यामुळे पुष्कळदा मुळाजवळ असूनही ते मुळापासून फार दूर आहेत असे वाटते. याची दोन उदाहरणे पदोपदी आढळतात, पण मुद्दा स्पष्ट करण्याच्या दृष्टीने एकदोन पुढे ठेवतो : कॉर्डीलिआच्या 'and so I am, I am' या सहा शब्दांचे

मृगांकमालेच्या ''बाबा ! होय हो होय, आपली हतभाग्य कन्या मृगांकमाला ती मीच'' या दहा शब्दांत रूपांतर होते; आणि कॉर्डीलिआच्या 'No cause, no cause' या दोन शब्दांच्या द्विरुक्तीसाठी रानडे मृगांकमालेच्या ''आपला दुष्टावा करण्याचे मला काही कारण नाही'' या सात सपाट शब्दांची योजना करतात. आपल्या शैलीतला काव्यात्मतेचा वा संयमाचा अभाव ओळखून म्हणा, किंवा मुळातल्या वाक्याचे महत्त्व न जाणवल्यामुळे म्हणा, रानडे शेक्सपिअरच्या नाटकातील अनेक केंद्रीय वाक्ये आपल्या रूपांतरात गाळून टाकतात. त्यांच्या रूपांतरात 'and laugh at gilded butterfiles' तर गळतेच, पण या 'And take upon us the mystery of things / As if we were god's spies' या वाक्याचा मागमूसही सापडत नाही. एका अर्थाने ते अधिक सह्य वाटते ! कारण 'and tell old tales' या चार शब्दांचे रूपांतर रानडे ''मी तुला तुझ्या लहानपणची एकेक गोष्ट आठवून सांगत जाईन, आणि तूही तुला आठवतील त्या गोष्टी मला सांग'' असे करतात. किंवा 'Men must endure / Their going hence, even as their coming hither : / Ripeness is all.' या केंद्रीय वाक्याचे रूपांतर रानडे ''हा संसार आहे. यांतले बरेवाईट भोग कोणास सुटले आहेत... नशिबापुढे कोणाची धाव चालत नाही.'' असे करतात. मूळ नाटकाच्या पृष्ठरूपात (texture) झालेल्या व असंख्य बदलांमुळे काव्यात्मता नुसती कमी होत नाही; ती समूळ उखडली जाते.

मुळातील काही वाक्यांचे त्यांनी लावलेले चुकीचे भावार्थ ही गोष्ट काही प्रमाणात त्या वेळी असलेली संदर्भसाधनांची उणीव लक्षात घेतली की आकलन होऊ शकते; काही प्रमाणात तत्कालीन इंग्रजी टीकाग्रंथांच्या मर्यादेमुळेही त्यांच्या रूपांतरातून 'And I'll go to bed at noon' अशी गुगली अर्थगर्भता लाभलेली वाक्ये गळली असण्याचा संभव आहे. तरीसुद्धा मूळ नाटकाच्या कथारूपात व पृष्ठरूपात त्यांच्या रूपांतरामुळे ज्या गफलती झाल्या त्यांचा सहानुभूतीने विचार केल्यावरही 'किंग लिअर'चे रूपांतर करण्यासाठी आवश्यक ती शैलीची देणगी किंवा प्रतिभेचा पिंडधर्म रानड्यांमध्ये नव्हता असेच म्हणावे लागेल. परिणामत: 'अतिपीडचरित' व 'किंग लिअर' यांच्या स्वरूपात 'जमीनअस्मानाचे अंतर' राहिले. एखाद्या मिशनऱ्याच्या जिद्दीने रानड्यांनी भाषांतराच्या कार्याला वाहून घेतले या गोष्टीचा स्वयंभू मोठेपणा न नाकारताही, शेक्सपिअरला 'सुधारण्याची' एक अनिष्ट प्रथा रानड्यांनी बद्धमूल केली, असे म्हणणे भाग पडते.

आचार्य प्र.के. अत्रे यांचे 'सम्राट सिंह' हे 'किंग लिअर'चे रूपांतर १९६८ सालच्या सुमारास लिहिले गेले व परचुरे प्रकाशनाने त्याच्या काही प्रती १९६८ मध्येच छापून काढल्या. प्रस्तुत रूपांतरासाठी त्यांनी एक चौदा पानी प्रस्तावनाही लिहिली. प्रस्तावनेमध्ये श्री. शंकर मोरो रानडे यांचे 'अतिपीडचरित' आपण वाचले, पण रानड्यांची मुळातल्या शोकान्त नाटकाला सुखान्त स्वरूप दिल्याचे पाहून मनाचा विरस झाला अशी प्रतिक्रिया

ते व्यक्त करतात; एरवी रानड्यांच्या मराठी भाषांतराचा काही भाग त्यांना 'खरोखरच उत्तम' वाटतो. साहजिकच अत्र्यांच्या प्रस्तावनेचे एक लक्ष्य मूळ नाटक व त्याचे रूपांतर ही शोकान्त का होतात हे दाखविणे हे आहे. हा हेतू साध्य करण्यासाठी मुख्यत्वेकरून ते कथानकाचे व स्वभावांचे निरूपण करतात आणि पुष्ट्यर्थ अधूनमधून ब्रॅडले, हॅरिसन, रोझेन, ॲरिस्टॉटल व ग्रॅन्व्हिल बार्कर यांच्या मतांचा त्रोटक स्वरूपात उल्लेख करतात. जुन्या दृष्टिकोणांची सुसंगत मांडणी करीत नाहीत किंवा कोणत्याही नव्या दृष्टिकोणाशी अर्थपूर्ण परिचय करून देत नाहीत. स्वत:चे असे फारच थोडे सांगतात आणि तेही उथळ स्वरूपाचे. उदाहरणार्थ, ''वस्तुत: किंग लिअर हे गॉनेरिल (सौदामिनी) आणि रीगन (चंद्रलेखा) या दोघींच्या अमानुष कृतघ्नतेच्या दुष्परिणामांचे शोकान्त नाटक होय.'' किंवा ''किंग लिअर नाटकात केवळ एकच एक कथा नाही. त्यात तीन कथा आहेत... तिसरी कथा ग्लॉस्टरचा दासीपुत्र एडमंड (भुजंग) याची.'' ''अटळपणा हेच शोकान्त नाटकाचे वैशिष्ट्य आहे'' हा ॲरिस्टॉटलनंतर सर्वपरिचित झालेला विचार ते नव्याच्या अवसानाने प्रस्तावनेच्या शेवटी शेवटी सांगतात, पण त्या दृष्टीने नाटकाचा वेध घेतल्याचा प्रत्यय प्रस्तावनेत कुठेच येत नाही. प्रस्तावनेत एक विधान असे आढळते की ज्यामुळे प्रस्तावनेचा लेखक व 'सम्राट सिंह'चा लेखक हे एक की दोन ? – असा संभ्रम निर्माण व्हावा. रीगन (चंद्रलेखा) बरोबर बोलताना राजा गुडघे टेकून भीक मागण्याविषयी जे वाक्य बोलतो व त्या वेळी गुडघे टेकण्याचा जो आविर्भाव करतो तो उपरोधिक स्वरूपाचा व गॉनरिलला (सौदामिनीला) अनुलक्षून असतो, ही गोष्ट रूपांतरकाराने जाणलेली दिसते; पण प्रस्तावनाकाराने जाणलेली दिसत नाही. ('सम्राट सिंह' : प्रस्तावना पृ. ११ व नाटक पृ. ४९ ही एकत्र पाहा.) तरी पण दोन्ही लिखाणे अत्र्यांच्याच नावाने छापलेली असल्यामुळे लेखक एक की दोन हा खुळा वाद करण्यात मला स्वारस्य वाटत नाही.

आचार्य अत्रे 'सम्राट सिंहा'ला 'किंग लिअर'चे मराठी 'भाषांतर' असेच म्हणतात, रूपांतर म्हणत नाहीत. पण प्रत्यक्षात ते रूपांतरच आहे. पहिल्या चार अंकांचाच विचार केला तर शेक्सपिअरच्या मूळ नाटकाशी भिडण्याचा जेवढा प्रयत्न रानड्यांनी केला आहे तेवढाही अत्र्यांनी केलेला दिसत नाही. पाचव्या अंकाचा अपवाद वगळला तर सामान्यत: असे दिसते की अत्रे हे शेक्सपिअरच्या मूळ संहितेला अनुसरण्याऐवजी मुख्यत: रानड्यांच्या रूपांतरावरच कार्यभाग उरकीत असावेत. अर्थात रानड्यांचा मजकूर घेत असताना संवाद अधिक सुटसुटीत व्हावेत म्हणून अत्रे काटछाट जरूर करतात. त्या काटछाटीत काही वेळा रानड्यांच्या रूपांतरातील शेक्सपिअरच्या काही मूळ वाक्यांची हकालपट्टी होते आणि रानड्यांनी स्वत:च्या कल्पनेने घातलेली भरतीची वाक्ये उचलली जातात. या गोष्टीवर विश्वास ठेवणेही कठीण वाटेल म्हणून शेक्सपिअरच्या मूळ संहितेत नसलेली पण अत्र्यांच्या

'सम्राट सिंहा'त भेटणारी रानड्यांची कपोलकल्पित अशी चारपाच वाक्ये उद्धृत करतो : ''गुलामा ! मला इतक्यातच लागलास का बाबा बाबा म्हणून हाका मारायला''; ''माझ्या आईपेक्षा आपल्या नवऱ्याला दोन अमृताचे घोट जास्त पाजले आहेत असे झाले की काय ?'' ''मी तुमच्या पोटची नसले तर त्याची तुम्हांलाच लाज''; ''म्हणजे मी आयताच तुझ्या कुटुंबाचा वहिवाटदार होईन''; ''माझ्या अंगाला कस्तुरी लावायला सांगा''. नुसती वाक्ये नव्हेत, तर रानड्यांनी स्वतंत्रपणे रचलेली गाणीही. उदाहरणार्थ, ''खरे बोला, खोटे बोला''; ''तेल गेले, तूप गेले''; ''गुडगुड मावश्या तशा तुझ्या पोरी'' वगैरे. रानड्यांच्या स्वतंत्र कल्पनाही त्यांनी अव्हेरलेल्या नाहीत. उदाहरणार्थ, एडगरचा 'उंदऱ्या' करणे; खोपटाचे 'देऊळ' बनवणे; 'स्वप्नात लत्ताप्रहार झाला' असे भासवणे. आचार्य अत्र्यांसारख्या सुविद्य, प्रतिभावान नि उद्योगप्रवण नाटककाराने मूळ संहितेचा कसून अभ्यास करण्याऐवजी मुख्यत: रानड्यांच्या रूपांतरावरच गुजराण करावी हे पहिले आश्चर्य आणि या विशिष्ट गोष्टीचा प्रस्तावनेत किंवा अन्यत्र उल्लेख होऊ नये हे दुसरे आश्चर्य.

अत्र्यांचा 'सम्राट सिंह' व रानड्यांचे 'अतिपीडचरित' या दोहोंतला हा विशिष्ट संबंध लक्षात घेतला की चुकूनसुद्धा चलन न बिघडणारी अत्र्यांची भाषा 'सम्राट सिंहा'त अशी का, या चमत्कारावरही प्रकाश पडतो. यानंतर रानड्यांप्रमाणेच अत्रेही शेक्सपिअरची अल्पाक्षरी भावगर्भ भाषा व उद्गार फाजील शब्दविस्ताराने शबल व सपाट करून टाकतात हे मुद्दाम वेगळे सांगण्याची जरुरी नाही. जिथे ते रानड्यांना वाट पुसत नाहीत तिथे तर ते आपल्या शाब्दिक आतषबाजीत शेक्सपिअरच्या मूळ अर्थाला नुसती बगल देतात असे नव्हे, तर नेमका विरुद्ध अर्थही सूचित करू शकतात ('सम्राट सिंहा'तील पृष्ठ ६३ वरील राजाचे प्रदीर्घ भाषण पाहा.) भव्यतेचा व उत्कटतेचा एकदम प्रत्यय देणाऱ्या 'किंग लिअर'मधील पल्लेदार व डौलदार भाषणांची बंदीश काही वेळा अत्रे यांत्रिक काटछाट करून बिघडवून टाकतात. हा प्रकार सबंध नाटकामध्ये पुन्हा पुन्हा झालेला आढळतो. उदाहरणार्थ, 'Every inch a king' या राजाच्या भाषणातील अर्ध्याहून अधिक भाग ते आपल्या रूपांतरामध्ये गाळून टाकतात आणि मूळ नाटकात आधार नसलेले ''एक गुन्हा मी कधीही करणार नाही – आणि तो म्हणजे कृतघ्नता'' हे उपरे वाक्य त्या भाषणात अंतर्भूत करतात. असो. त्यामुळे प्रस्तावनेमध्ये आचार्य अत्रे 'किंग लिअर'ला ''कृतघ्नतेच्या परिणामांचे शोकात्म नाटक'' असे का म्हणतात, यावर थोडा गमतीचा प्रकाश पडतो. शेक्सपिअरच्या नाट्यकाव्यातील काव्याचे अंग 'अतिपीडचरिता'प्रमाणेच 'सम्राट सिंह'मध्ये नामशेष झालेले आढळते. यासंबंधात रानड्यांबद्दल जे लिहिले ते बहुतांशी अत्र्यांच्या बाबतीतही लिहिले गेले आहे असे वाचकांनी समजून चालावे !

तरीही 'सम्राट सिंहा'च्या जमेच्या बाजूला एक गोष्ट आहे. आचार्य अत्र्यांनी

आपला 'सम्राट सिंह' शोकान्त ठेवला. रानड्यांप्रमाणेच कथानकामध्ये फिरवाफिरव करून त्यांनी मूळ शोकान्तिकेच्या कथारूपाचा कायाकल्प केला नाही. पाचव्या अंकात रानड्यांना न अनुसरता ते बरेचसे शेक्सपिअरकडे वळले. गौण पक्ष एवढाच की रंगभूमीवरील लोकप्रिय परिणामाचे लक्ष्य डोळ्यापुढे ठेवून त्यांनी तिथेही मूळ संहितेशी दोन तडजोडी केल्या : मूळ नाटकातील वादविषय असलेला युद्धप्रसंगाचा दुसरा प्रवेश गाळून टाकला ही एक; व नाटकाचा शेवटचा पडदा राजाचा मृत्यू होताच खाली येऊ शकेल याची तजवीज केली ही दुसरी. मराठी रंगभूमीवरील संकल्पित नाट्यप्रयोग डोळ्यापुढे असल्यामुळेच ही गोष्ट करण्यात आलेली असावी. त्याकरता मृत्यूनंतर होणारी भाषणे त्यांना अगोदर घडवावी लागली आणि ती भाषणे सयुक्तिक वाटावी म्हणून त्यापूर्वीची राजाची बेशुद्ध अवस्था हाच अंत असा भास ती भाषणे करणारांना भेटवावा लागला. भाषणे संपतात; शोकसंगीत सुरू होते; तोच अत्र्यांचा लिअर भ्रमात अर्धवट उठतो (इतर चपापतात, त्यांत प्रेक्षकांचाही अंतर्भाव करता येईल), सहा ओळींचे भाषण ठोकतो व मरतो. (आता मात्र खरा; कारण लगेच पडदा पडतो.) म्हणजे राजा दोनदा मरतो : एकदा खोटा व एकदा खरा; हा प्रकार हास्यास्पद म्हणावा लागेल. अजाणतेपणी अत्र्यांनी आपली विडंबनचतुरता या फेरफारामुळे शोकान्तिकेच्या शेवटाला नेऊन भिडवली ! आणि त्यामुळे शेक्सपिअरच्या कारुण्य-भीतियुक्त शोकान्त परिणामाला लाभणारे उत्कटतेचे व शांतीचे परिणाम नाहीसे झाले. शहाण्याने शेक्सपिअरला सुधारण्याचा प्रयत्न करू नये. "If Shakespeare made a mess of it, it is not likely that Smith or Robertson will succeed where he failed." हे बर्नार्ड शॉचे वाक्य लक्षात ठेवावे. असो. 'किंग लिअर'चे रूपांतर करण्याचा प्रयत्न करून आचार्य अत्र्यांनी शेक्सपिअरला शेवटची मानवंदना दिली, असेच समजणे अधिक बरे.

१८८१ साली 'अतिपीडचरित' प्रकाशित झाले आणि १९६८ मध्ये 'सम्राट सिंह' छापला गेला. मध्यंतरी या शतकाच्या दुसऱ्या दशकात श्री. गो. स. गोरे यांनी 'किंग लिअर'चे 'कन्यापरीक्षण' या नावाचे एक रूपांतर केलेले होते. श्री. लक्ष्मण नारायण जोशी यांनीही 'विकारविहार' नावाचे एक रूपांतर केले अशी माहिती उपलब्ध झाली. पण ही रूपांतरे छापील स्वरूपात उपलब्ध नसल्यामुळे त्यांची दखल प्रस्तुत परिशिष्टात मला घेता आलेली नाही.

परिशिष्ट ५

शेक्सपिअरी 'ब्लँक व्हर्स' आणि तिचा मराठी पर्याय

शेक्सपिअरच्या काव्यनाट्याचे मराठीत भाषांतर करताना जे अनेक प्रश्न भाषांतरकाराला सोडवावे लागतात त्यातला एक महत्त्वाचा प्रश्न शेक्सपिअरी 'ब्लँक व्हर्स'साठी अनुरूप मराठी पर्याय शोधून काढणे हा असतो. त्यासाठी वेगवेगळ्या दिशांनी सतत प्रयत्नशील राहिल्यास असा पर्याय एक दिवस मराठी भाषेला उपलब्ध होईल. 'किंग लिअर'च्या प्रस्तुत भाषांतरासाठी वापरलेला 'चतुष्खंडी मुक्तछंद' हा तशाच प्रकारचा एक प्रयोग आहे. तो कितपत सफल झालेला आहे हे जाणतेपणाने अजमावता यावे म्हणून या परिशिष्टात प्रथम शेक्सपिअरी 'ब्लँक व्हर्स'ची महत्त्वाची वैशिष्ट्ये व नंतर मी वापरलेल्या 'चतुष्खंडी मुक्तछंदा'ची जडणघडण याविषयी थोडेसे विवेचन करतो. कदाचित त्यामुळे प्रस्तुत भाषांतराचे वाचनही अधिक लयबद्ध होऊ शकेल.

श्रेष्ठ इंग्रजी काव्यातील (यात काव्यनाट्यही आले) तीनचतुर्थांश काव्य 'ब्लँक व्हर्स'मध्ये लिहिले गेलेले आढळते. 'ब्लँक व्हर्स' या शब्दाचा मूळ अर्थ 'निर्यमक पद्य' एवढाच असला तरी इंग्रजी काव्यपरंपरेच्या संदर्भात 'ब्लँक व्हर्स' या शब्दांचा आशय 'निर्यमक आएंबिक पंचखंडीमध्ये लिहिलेले पद्य' असा असतो. इंग्रजी भाषेच्या उच्चारात आघाताला अनन्य महत्त्व आहे. त्यामुळे इंग्रजी पद्यातील लयीचे दर्शन निराघात (unstressed) व साघात (stressed) अशा अक्षरांनी (syllables) बनलेल्या खंडाच्या (foot) पुनरावृत्तीतून होत असते. अक्षरांचे ऱ्हस्वत्व व दीर्घत्व किंवा त्या अक्षरांची ओळीतील संख्या या गोष्टी महत्त्वाच्या नसतात. 'आएंबिक पंचखंडी' (iambic pentametre) या वृत्तप्रकारात प्रत्येक ओळीमध्ये पाच खंड व प्रत्येक खंडामध्ये

पहिले अक्षर निराघात व दुसरे साघात असा संकेत अभिप्रेत असतो. 'This sword of mine shall give them instant way.' या एडमंडच्या तोंडी घातलेल्या ओळीत तो संकेत काटेकोरपणे पाळलेला आहे. पण अशा ओळी अपवादात्मकच समजाव्या लागतात. कारण इंग्रजी पद्यरचनेमध्ये मुळातच थोडे स्वातंत्र्य गृहीत आहे. वृत्तनामाने सूचित होणारा आराखडा मार्गदर्शक असला तरी निर्णायक नसतो. कवी आपल्या आशयाच्या व अभिव्यक्तीच्या निकडीनुसार त्या आराखड्यात लहानसहान व अर्थवाही फेरफार करू शकतो. तो एखाद्या खंडातील अक्षरांची किंवा आघातांची संख्या कमीजास्त करू शकतो, किंवा एखाद्या खंडातील सर्व अक्षरे निराघात ठेवू शकतो; म्हणजेच त्याला छंदातर्गत लयकारीचे (modulation or substitution) स्वातंत्र्य असते. (या बाबतीत वेगवेगळ्या वृत्तप्रकारांशी संबद्ध असलेल्या विशिष्ट संकेतांची दखल या ठिकाणी घेणे आवश्यक नाही.) बंदिस्तपणा व स्वातंत्र्य ही तत्त्वे इंग्रजी पद्यरचनेच्या मूळ स्वरूपातच अभिप्रेत आहेत. याशिवाय 'निर्यमक आएंबिक पंचखंडी'मध्ये एखादी ओळ वाचताना आवश्यक तिथे ओळीमध्ये थांबण्याचा – म्हणजेच विरामाचा (pause or caesura) – व आवश्यक तिथे ओळीच्या शेवटी न थांबता पुढे जाण्याचा म्हणजेच उत्सेकाचा (over-flow or enjambement) वापर अधिक मोठ्या प्रमाणावर केला जातो. सारांश, इंग्रजी 'ब्लँक व्हर्स'चे शक्तिस्थान आएंबिक पंचखंडी या शब्दांनी सूचित होणाऱ्या संकेताधिष्ठित आराखड्याला काटेकोरपणे जपण्यात नसून खंडातील अक्षरांची व आघातांची संख्या कमीजास्त करण्यामुळे, ओळीतील विरामांच्या स्थानांत बदल करण्यामुळे आणि अधूनमधून ओळीच्या शेवटी उत्सेकांची योजना करण्यामुळे निर्माण होणाऱ्या भावसूचक स्पंदनशीलतेमध्ये आहे. म्हणूनच 'ब्लँक व्हर्स' हा बोलभाषेतील लयीशी अधिक जवळीक करणारा, भावनेच्या व विचारांच्या छटांना अनुरूप लयकारीने जोपासणारा, भाषेच्या व शैलीच्या अनेक शक्यता सामावू शकणारा असा वृत्तप्रकार मानला जातो.

शेक्सपिअर लिहू लागला त्यापूर्वीच इंग्रजी 'ब्लँक व्हर्स'ने प्रगतीचा एक मोठा टप्पा गाठलेला होता. इटलीमधील व्हर्सी स्किओल्टीच्या (Versi Sciolti) धर्तीवर व व्हर्जिल या लॅटिन कवीचा 'इनीड' या महाकाव्याचे भाषांतर करण्याकरता सरेने ब्लँक व्हर्स हा वृत्तप्रकार १५४० च्या सुमाराला निर्माण केला. काव्यनाट्यामधील त्याचा पहिला उपयोग सॅकव्हिल व नॉर्टन या लेखकद्वयाने १५६१ साली प्रसिद्ध केलेल्या 'गारबोडक' या शोकान्तिकेमध्ये झाला. नंतर पीलने व विशेषत: मार्लो या प्रतिभासंपन्न नाटककाराने इंग्रजी 'ब्लँक व्हर्स'चे वर उल्लेखिलेले गुणधर्म आपल्या नाट्यकाव्यांमध्ये बव्हंशी साकार करून टाकले. शेक्सपिअर मार्लोपासून पुष्कळ शिकला, पण त्याची स्वत:ची शोधक व प्रयोगशील वृत्ती हीसुद्धा शेवटपर्यंत वाढतच गेली. शेक्सपिअरच्या छांदिक विकासाचे

तीन टप्पे मानले तर 'किंग लिअर'मधील ब्लँक व्हर्स ही त्याला त्याच्या विकासाच्या दुसऱ्या टप्प्यावर भेटलेली ब्लँक व्हर्स होय. या ब्लँक व्हर्समध्ये पूर्वसूरींच्या लिखाणात अधूनमधून प्रकट होणाऱ्या सर्व शक्यता पूर्णपणे विकसित झालेल्या होत्या. शिवाय ओळीतील खंडांची संख्या आवश्यक तेव्हा कमीजास्त करण्याचे स्वातंत्र्य तिने उपभोगलेले होते व सौंदर्यलक्षी एकात्मता देणारा परिच्छेदप्राय घाट तिने आत्मसात केला होता. शेक्सपिअरी 'ब्लँक व्हर्स'मध्ये जीवनसदृश संभाषण, काव्यात्म संमोहन व वक्तृत्वपूर्ण आविष्कार या सर्व गोष्टी समर्थपणे साधण्याइतका अनेकलक्षी लवचीकपणा आलेला होता. इंग्रजी पद्याच्या छंदचित्रात (scansion) मतभेदाला थोडा वाव असतो आणि ब्लँक व्हर्सच्या छंदचित्रात तर ती शक्यता बरीच वाढते; तरीही शेक्सपिअरी 'ब्लँक व्हर्स'ची वर उल्लेखिलेली ठळक वैशिष्ट्ये दृग्गोचर करण्यासाठी 'किंग लिअर'च्या शेवटच्या प्रवेशातील लिअरच्या भाषणाचे एक छंदचित्र सादर करतो. त्यातील खुणा : x = निराघात, \ = अल्पाघात, / = पूर्णाघात, | = खंड, ⸾ = विराम, → = उत्सेक, अशा अर्थाने घ्याव्या.

> Nò, nó,| nò, nó !|⸾ Cóme,⸾ lét's | awáy| to príson :
> We twó| alóne| will síng | like bírds | i'th' cáge :
> Whèn thóu | dost ásk| me bléss | ing,⸾ Í'll | knéel dòwn→
> Ánd ásk| of thée | forgíve | ness. ⸾ Só | wé'll líve,
> Ánd práy,| and síng,| and téll | òld táles,| and láugh→
> Át gíld | ed bútt | erflies,|⸾ and héar| pòor rógues→
> Tálk of | cóurt néws :|⸾ and wé'll | tàlk with | thém tóo →
> Whò lós | es and | whò wíns,|⸾ who's ín,| who's óut —
> Ánd táke | upón's | the mýst | ery | of thíngs,
> Ás íf | we wére | God's spíes :|⸾ and wé'll| wear óut,
> Ín a | wálled prís | on,⸾ pácks | and sécts | of gréat ones→
> That ébb | and flów| by the' móon.

'किंग लिअर'मधील काही उतारे गद्यात आहेत की ब्लँक व्हर्समध्ये आहेत याविषयी पंडितांमध्ये अजूनही वाद होऊ शकतो, या एका गोष्टीवरून त्याच्या ब्लँक व्हर्सच्या विविधतेची व प्रवाही स्वरूपाची काही कल्पना आपल्याला येऊ शकते.

शेक्सपिअरच्या काव्यनाट्यामध्ये गद्याच्या माध्यमातून व गीताच्या माध्यमातून व्यक्त होणारा भाव अल्प असतो. ऐंशी टक्क्यांहून अधिक भागाचे माध्यम ब्लँक व्हर्स

असते. त्याकरता मराठी पर्याय शोधताना इंग्रजी ब्लँक व्हर्समध्ये असणाऱ्या (१) बंदिस्तपणा व स्वातंत्र्य यांचा मिलाफ, (२) तिचे आघातानुसारित्व व तिची बोलभाषिक उच्चाराशी असलेली जवळीक, आणि (३) तिचा अनेकलक्षी लवचीकपणा – या गोष्टी मराठी पर्यायात अंतर्भूत होतील अशी दक्षता भाषांतरकाराला घ्यावी लागते. माझ्यापुरते बोलायचे झाल्यास 'त्रिवेणी', 'मुक्त सुनीते', 'तालचित्रे', 'सूक्ते' या माझ्या स्वतंत्र निर्मितीत हळूहळू विकसत गेलेला माझा मुक्तछंद थोडा बंदिस्त करून 'फाउस्ट'च्या मराठी भाषांतरासाठी मी अगोदरच वापरलेला होता. तत्सम मुक्तछंद 'किंग लिअर'च्या भाषांतरासाठी वापरल्यास वरील उद्दिष्टे बऱ्याच प्रमाणात साध्य होऊ शकतील या कल्पनेने निर्यमक आएंबिक पंचखंडीसाठी निर्यमक चतुष्खंडी मुक्तछंद वापरायला मी प्रवृत्त झालो. दोन भाषांतील प्रकृतिभेदामुळे इंग्रजीमधील खंडाचे स्वरूप व मराठीमधील खंडाचे स्वरूप वेगळे राहणे अनिवार्य ठरले तरी इंग्रजी ब्लँक व्हर्सचे वजन व उतर गुणधर्म या मराठी ब्लँक व्हर्समध्ये बऱ्याच प्रमाणात सामावू शकले. या विधानाचा आशय स्पष्ट व्हावा व भाषांतरातील चतुष्खंडी मुक्तछंदाची लय आत्मसात करणे वाचकांना सुलभ पडावे म्हणून 'किंग लिअर'मधील एका इंग्रजी उताऱ्याच्या छंदचित्रानंतर आता त्याच उताऱ्याच्या मराठी भाषांतराचे छंदचित्र सादर करतो. खुणांचे अर्थ पूर्वीप्रमाणेच आहेत.

नाही, नाही, | नाही, नाही !|⸾ चल,|⸾ आपण दूर | तुरुंगात जाऊया :
आपण दोघेच | गात राहूया | पिंजऱ्यामधील | पक्ष्यांसारखी;
जेव्हा तू | आशीर्वाद मागशील,|⸾ तेव्हा मीच | गुडघे टेकीन →
आणि मागेन | तुझी क्षमा.|⸾ आपण अशीच | जगत राहू,
प्रार्थना करू, | गाणी गाऊ, | जुन्यापुराण्या | कहाण्या सांगू,
सोनेरी फुलपाखरांना | हसत बसू,|⸾ दरबारामधील | बातम्यांविषयी →
गरीब अभाग्यांच्या | गप्पा ऐकू;|⸾ आणि त्यांच्याशी | आपण बोलूदेखील –
कोण हरला | नि कोण जिंकला |⸾ कोण आला, | कोण गेला –
आणि आपण | आणू आव | विश्वाचे गूढ | आपल्याला समजल्याचा,
जणू आपण | परमेश्वराचे | हेर असल्यागत;|⸾ आणि आपण | राहू टिकून
भिंतीने वेढलेल्या | एखाद्या तुरुंगामध्ये,|⸾ थोरांच्या कंपूंहून | आणि गटांहून →
प्रत्येक महिन्याला | भरती-ओहोटी लागणाऱ्या.

वरील छंदचित्र हे काव्यवाचनात प्रत्ययाला येणाऱ्या शब्दांतील अल्पाघात व पूर्णाघात अक्षरांचीच दखल घेणारे आहे; कारण या मुक्तछंदाची झुलती लय ही मुख्यत:

त्यांच्यावर अवलंबून असते. उरलेली अक्षरे निराघात समजावी. अंतिम सौंदर्यनिर्मितीत तीही सहभागी असतातच. ब्लँक व्हर्सच्या या मराठी पर्यायाचे स्थूल लक्षण म्हणजे सामान्यत: प्रत्येक ओळीचे चार खंड, प्रत्येक खंडात सामान्यत: दोन शब्द, आणि सामान्यत: पहिल्या शब्दावर अल्पाघात व दुसऱ्या शब्दावर पूर्णाघात हे होय. एखाद्या ओळीत त्याहून कमी किंवा जास्ती खंड येणे, एखाद्या खंडात त्याहून कमी किंवा जास्ती शब्दांचा अंतर्भाव होणे किंवा आघातांच्या स्थानांची अदलाबदल होणे या गोष्टी अर्थलक्षी व भावलक्षी असल्यास उपकारक ठरतात; मात्र तसे करताना लयीला जपण्याची दक्षता कवीच्या कानाला घ्यावी लागते. स्थूल मानाने असे म्हणता येईल की सामान्यत: ओळीचा चतुष्खंडीपणा व प्रत्येक खंडातील आघातांची दोन ही नियमित संख्या यामुळे या मुक्तछंदाला बंदिस्तपणा येतो; आणि ओळीमध्यें एखादा खंड अधिक किंवा कमी घातल्यामुळे, खंडातील निराघात अक्षरांच्या बदलत्या संख्येमुळे, खंडातील आघातांच्या अदलाबदलीमुळे आणि ओळीमधील विराम व उत्सेक यांच्या स्थानभिन्नत्वामुळे अभिव्यक्तीच्या भावलक्षी स्वातंत्र्याचा परिपोष साधतो. साहजिकच इंग्रजी ब्लँक व्हर्सप्रमाणेच ब्लँक व्हर्सचा हा मराठी पर्यायही जीवनसदृश संभाषण, काव्यात्म संमोहन व वक्तृत्वपूर्ण उच्चार या काव्य-नाट्याच्या गरजा बव्हंशी भागवू शकतो.

इंग्रजी व मराठी या दोन भाषांतील फरक लक्षात घेण्याच्या दृष्टीने वरील दोन उताऱ्यांचा तौलनिक विचार केल्यास असे आढळेल की (संकोचित दहा शब्द जमेला धरल्यास) इंग्रजी उताऱ्यातील ११४ शब्दांचे भाषांतर मराठी उताऱ्यातील ९७ शब्दांनी केलेले आहे; पण इंग्रजी उताऱ्यातील ११४ शब्दांतून (दहा स्वरांचा शेक्सपिअरने मुद्दाम घडवलेला क्षय सोडल्यास) ११८ अक्षरे **(syllables)** – म्हणजे स्वरोच्चार – ऐकू येतात, तर मराठी उताऱ्यातील ९७ शब्दांतून २१७ स्वरोच्चार ऐकू येतात. सारांश, ब्लँक व्हर्सचा मराठी पर्याय शोधताना इंग्रजी खंडाचे धोपट मराठीकरण करून कार्यभाग साधत नाही. आपला छंदाविषयीचा सर्व विचार कार्यसन्मुख करणे आवश्यक ठरते. या आकड्यांवरून दुसराही एक निष्कर्ष निघू शकतो. ऱ्हस्वदीर्घाच्या तपशिलात न शिरताही असे म्हणता येईल की, भाषेमध्ये मुख्यत: स्वरोच्चारानेच कालमापन होत असल्याने इंग्रजी नाट्यप्रयोगाला लागतो त्याच्या दीड पटीहून अधिक वेळ मराठी नाट्यप्रयोगाला लागणे संभाव्य आहे. असो. भाषांतर करताना माझ्यापुढे आलेला छंदाचा प्रश्न मी कशा पद्धतीने हाताळला याचे थोडेफार विवेचन या ठिकाणी केले. भाषांतर करताना आशयाच्या संदर्भात उभे राहणारे अनेक प्रश्न व त्यासंबंधात मी स्वीकारलेली धोरणे यांची चर्चा आवश्यक त्या ठिकाणी प्रत्येक प्रवेशावरील भाष्यामध्ये केलेली आहे.

* *

ऋणनिर्देशात्मक ग्रंथसूची

1. *King Lear* (The New Shakespeare) – ed. G. I. Duthie & Dover Wilson
2. *King Lear* (The Arden Shakespeare) – ed. Kenneth Muir
3. *King Lear* (New Variorum) – ed. Horace Howard Furness
4. *Shakespearean Tragedy* – by A. C. Bradley
5. *King Lear* (a selection of critical essays) – ed. Frank Kermode
6. *King Lear Purplex* (selected criticism) – ed. Helmut Bonheim
7. *Shakespearean Our Contemporary* – by Jan Kott
8. *King Lear in Our Time* – by Maynard Mack
9. *The Wheel of Fire* – by G. Wilson Knight
10. *Some Shakespearean Themes – by L. C. Knights*
11. *Character Problems in Shakespeare's Plays – by Schucking*
12. *From Shakespeare To Joyce* – by E. E. Stoll
13. *Types of Tragic Drama – by C. E. Vaughan*
14. *Shakespearean Tragedy* – by H. B. Charlton
15. *Collected Essays* – by George Orwell
16. *Patterns in Shakespearean Tragedy* – by Irving Ribner
17. *The Story of the Night* – by John Holloway
18. *Shakespearean Survery, Vol. 13* (King Lear) – ed. Alardice Nicoll
19. *An Approach to Shakespeare* – by Derek Traversi
20. *Prefaces to Shakespeare* – by Granville Barker
21. *Shakespear's Imagery* – by Caroline Spurgeon
22. *Shakespear's – A Critical Study of His Mind and Art* – by Edward Dowden
23. *The Great Stage : Image and Structure in 'King Lear'* – by R. B. Heilman
24. *Shakespear's Doctrine of Nature : A Study of King Lear* – by J.F. Danby
25. *A Shakespear Encyclopaedia* – ed. O. J. Campbell
26. *A Shakespear Glossary* – by C. T. Onions
27. *History of English Literature* – by Legouis and Cazamian

विंदा करंदीकर : जीवनपट

पूर्ण नाव	-	गोविंद विनायक करंदीकर
जन्म	-	२३ ऑगस्ट १९१८, (धालवल, तालुका देवगड, जिल्हा सिंधुदुर्ग)
शिक्षण	-	शालेय - सरकारी शाळा कोर्ला आणि न्यू स्कूल, कोल्हापूर महाविद्यालयीन - बी. ए. (ऑनर्स) (१९३९), राजाराम कॉलेज, कोल्हापूर; एम्. ए. (१९४६)
व्यवसाय	-	प्रथम माध्यमिक शिक्षक. त्यानंतर रुइया आणि एस. आय. ई. एस. महाविद्यालय, मुंबई येथे इंग्रजीचे प्राध्यापक १९७६ मध्ये एस. आय. ई. एस. महाविद्यालयातून सेवानिवृत्त
परदेशप्रवास	-	१९६७-६८ शिकागो विद्यापीठ-सीनिअर फुलब्राइट फेलो १९७० रशिया - पुष्किन महोत्सवात सहभाग
पुरस्कार व सन्मान	-	१९६७ सीनिअर फुलब्राइट फेलोशिप १९७० सोव्हिएत लँड नेहरू वाङ्मय पुरस्कार १९८२ कुमारन् आसन् पुरस्कार १९८५ महाराष्ट्र साहित्य परिषद पुरस्कार १९८७ कविराज कुसुमाग्रज पुरस्कार १९९१ कबीर सन्मान १९९३ कोणार्क सन्मान १९९३ जनस्थान पुरस्कार

१९९४ सन्माननीय डी. लिट्. — टिळक महाराष्ट्र विद्यापीठ
१९९६ साहित्य अकादमी महत्तम सदस्यता
१९९७ महाराष्ट्र फाउण्डेशन गौरव पुरस्कार
१९१९ भारतीय भाषा परिषद — सह्याद्री पुरस्कार
२००२ डॉ. लाभसेटवार साहित्य पुरस्कार
२००६ ज्ञानपीठ पुरस्कार (अष्टदर्शने, २००३ साठी)

* 9 7 8 8 1 7 1 8 5 9 2 3 8 *

FCW - #0149 - 061026 - C0 - 216/140/17 - PB - 9788171859238 - Matt Lamination